ಪುಷ್ಕರಿಣಿ

ಸಾಯಿಸುತೆ

ಸುಧಾ ಎಂಟರ್‌ಪ್ರೈಸಸ್

ನಂ. 761, 8ನೇ ಮುಖ್ಯರಸ್ತೆ, 3ನೇ ಬ್ಲಾಕ್
ಕೋರಮಂಗಲ, ಬೆಂಗಳೂರು–560 034.

Pushkarini (Kannada): a social novel written by Smt. Saisuthe; published by Sudha Enterprises, # 761, 8th Main, 3rd Block, Koramangala, Bangalore - 560 034.

ಮೊದಲನೆಯ ಮುದ್ರಣ	:	1995
ಎರಡನೆಯ ಮುದ್ರಣ	:	2011
ಮೂರನೆಯ ಮುದ್ರಣ	:	2021
ಪುಟಗಳು	:	168
ಬೆಲೆ	:	ರೂ. 135
ಉಪಯೋಗಿಸಿದ ಕಾಗದ	:	70 ಜಿ.ಎಸ್.ಎಂ. ಮ್ಯಾಪ್‌ಲಿಥೋ
ಮುಖಪುಟ ವಿನ್ಯಾಸ	:	ಪ.ಸ. ಕುಮಾರ್
ಹಕ್ಕುಗಳು	:	ಲೇಖಕಿಯವರದು

ಸಗಟು ಮಾರಾಟಗಾರರು
ವಸಂತ ಪ್ರಕಾಶನ
360, 10ನೇ 'ಬಿ' ಮುಖ್ಯರಸ್ತೆ, 3ನೇ ಬ್ಲಾಕ್,
ಜಯನಗರ, ಬೆಂಗಳೂರು – 560 011
ದೂರವಾಣಿ : 080–22443996/40917099
ಮೊ: 7892106719
email : vasantha_prakashana@yahoo.com
website: www.vasanthaprakashana.com

ಅಕ್ಷರ ಜೋಡಣೆ ಮತ್ತು ಮುದ್ರಣ :
ಸುಧಾ ಎಂಟರ್‌ಪ್ರೈಸಸ್

ಮುನ್ನುಡಿ

ಆತ್ಮೀಯ ಓದುಗರಲ್ಲಿ,

ಭಾವನಾ ಪ್ರಪಂಚದ ಸೂಕ್ಷ್ಮತೆ, ಜಿಜ್ಞಾಸೆಯ ಹಿಂದಿನ ಭಾವದಲ್ಲಿ ಗೆಲ್ಲುವ ಹುಮ್ಮಸ್ಸು ಇದ್ದರೂ, ಸೋಲನ್ನು ಮರೆಯುವಂತಿಲ್ಲ. ನವಿರುತನದ ಪಾತ್ರಗಳು ಕಾದಂಬರಿಯಲ್ಲೆಲ್ಲ ಹರಿದಾಡಿವೆ.

ಅದು ನಿಮಗೆ ಇಷ್ಟವಾಗಿದೆ. ಮೊದಲ ಮುದ್ರಣದ ಪ್ರತಿಗಳು ಮುಗಿದ ನಂತರ ಬಹಳ ತಡವಾಗಿ ಪುನರ್ ಮುದ್ರಣವಾಗುತ್ತಿದೆ. ಇನ್ನು ಮೇಲೆ ಸುಲಭವಾಗಿ ಪ್ರತಿಗಳು ಸಿಗುತ್ತವೆ. ನೇರವಾಗಿ ನೀವು ಸುಧಾ ಎಂಟರ್‌ಪ್ರೈಸಸ್‌ನ ಶ್ರೀ ಕೆ.ಎಸ್. ಮುರಳಿಯವರನ್ನು ಸಂಪರ್ಕಿಸಬಹುದು.

ಅತ್ಯಂತ ಅಚ್ಚುಕಟ್ಟಾಗಿ ಕಾದಂಬರಿಯನ್ನು ಹೊರತಂದಿರುವ ಪ್ರಕಾಶಕರಿಗೆ ಧನ್ಯವಾದಗಳು.

– ಸಾಯಿಸುತೆ

"ಸಾಯಿಸದನ"
12, 2ನೇ ಮುಖ್ಯರಸ್ತೆ, 2ನೇ ಅಡ್ಡರಸ್ತೆ,
ಮಾರುತಿನಗರ, ಕೋಗಿಲೆ ಕ್ರಾಸ್, ಯಲಹಂಕ
ಓಲ್ಡ್ ಟೌನ್, ಬೆಂಗಳೂರು – 560064.
ದೂ: 080–28571361
Email: saisuthe1942@gmail.com

ನಮ್ಮಲ್ಲಿ ದೊರೆಯುವ ಸಾಯಿಸುತೆಯವರ
ಇತರ ಕಾದಂಬರಿಗಳು

ಈ ಪರಿಯ ಸೊಬಗು
ನಮ್ರತಾ
ಮಂಜಿನಲ್ಲಿ ಮಿಂದ ಪುಷ್ಪ
ಸ್ವರ್ಗದ ಹೂ
ಇಂಧ್ರ ಧನಸ್ಸು
ಈಶಾನ್ಯ
ವಸುಂಧರ
ಭುವಿಗಿಳಿದ ಹಕ್ಕಿ ಮತ್ತು ಇತರ ಕಿರು ಕಾದಂಬರಿಗಳು
ಬಿರಿದ ಮೊಗ್ಗು ಮತ್ತು ಇತರ ಕಿರು ಕಾದಂಬರಿಗಳು
ಸಮತಾ ಮತ್ತು ಇತರ ಕಿರು ಕಾದಂಬರಿಗಳು
ಸಿಸ್ಟರ್ ಅರುಣ ಮತ್ತು ಇತರ ಕಿರು ಕಾದಂಬರಿಗಳು
ಕೊಳಲನೂದುವ ಚತುರನಾರೆ...!
ಸವಿಗನಸು
ಮಾಗಿಯ ಮಂಜು
ಕೋಗಿಲೆ ಹಾಡಿತು
ಆನಂದ ಯಜ್ಞ
ದೀಪಾಂಕುರ
ಸಮನ್ವಿತ
ಸ್ವಯಂ ವಧು
ಬನದ ಮಲ್ಲಿಗೆ
ಮಾನಸ ವೀಣಾ
ನಿಲ್ಲಿಸದಿರು ಕೊಳಲಗಾನವ
ಅವನೀತ
ಮನಸ್ಸೇ ಸ್ವಲ್ಪ ನಿಲ್ಲು
ಅರುಣ ಕಿರಣ
ಹಿಮಗಿರಿಯ ನವಿಲು
ಶರಧಿ ಹೋಗಿ ಬಾ
ಅಭಿನಂದನೆ
ನಾತಿ ಚರಾಮಿ
ರಾಧ ಮೋಹನಾ
ಮೊಗ್ಗೊಡೆದ ಮೌನ
ಸಂಧ್ಯಾಗಗನ
ಹೇಮಾದ್ರಿ
ಪಾಂಚಜನ್ಯ
ಚಿರಂತನ

ವಿಧಿವಂಚಿತೆ
ಶ್ರಾವಣ ಪೂರ್ಣಿಮಾ
ಇಬ್ಬನಿ ಕರಗಿತು
ನಿನಾದ
ಬಾಡದ ಹೂ
ಅನುಪಲ್ಲವಿ
ಪ್ರೀತಿಯ ಹೂಬನ
ರಾಗಸುಧಾ
ನಿಶಾಂತ್
ಶ್ರೀರಂಜನಿ
ರಜತಾದ್ರಿಯ ಕನಸು
ಅಭಿಲಾಷ
ನೀಲಾಂಜನ
ಶಿಲ್ಪ ತರಂಗಿಣಿ
ಭಾವಸರೋವರ
ಪುಷ್ಕರಿಣಿ
ನೀಲ ಆಕಾಶ
ಮಧುರ ಗಾನ
ಮಧುರಿಮ
ಸಮ್ಮಿಲನ
ನನ್ನೆದೆಯ ಹಾಡು
ಮಧುರ ಆರಾಧನ
ಜೀವನ ಸಂಧ್ಯ
ಶ್ವೇತ ಗುಲಾಬಿ
ಮಿಡಿದ ಶ್ರುತಿ
ಮೇಘವರ್ಷಿಣಿ
ನವಚೈತ್ರ
ಪೂರ್ಣೋದಯ
ಅಪೂರ್ವ ಮೈತ್ರಿ
ನಿಶೆಯಿಂದ ಉಷೆಗೆ
ಸಪ್ತರಂಜನಿ
ವಸುದೈವ ಕುಟುಂಬ
ಪ್ರೇಮಸಾಫಲ್ಯ
ಸದ್ಗೃಹಸ್ಥೆ
ಕಾರ್ತೀಕದ ಸಂಜೆ

ನಾ ನಿನ್ನ ಧ್ಯಾನದೊಳಿರಲು
ಸುಪ್ರಭಾತದ ಹೊಂಗನಸು
ಕರಗಿದ ಕಾರ್ಮೋಡ
ಹೃದಯ ರಾಗ
ಅಮೃತಸಿಂಧು
ಬಣ್ಣದ ಚುಂಬಕ
ಸ್ವರ್ಣ ಮಂದಿರ
ಶ್ರೀರಸ್ತು ಶುಭಮಸ್ತು
ಗಂಧರ್ವಗಿರಿ
ಶುಭಮಿಲನ
ಸಪ್ತಪದಿ
ಚೈತ್ರದ ಕೋಗಿಲೆ
ಬೆಳ್ಳಿದೋಣಿ
ವಿವಾಹ ಬಂಧನ
ಮಂಗಳ ದೀಪ
ಡಾ॥ ವಸುಧಾ
ಮುಂಜಾನೆಯ ಮುಂಬೆಳಕು
ಸೊಬಗಿನ ಪ್ರಿಯದರ್ಶಿನಿ
ರಾಗಬೃಂದಾವನ
ಬಿಳಿ ಮೋಡಗಳು
ಅನುಬಂಧದ ಕಾರಂಜಿ
ಮಿಂಚು
ನಾಟ್ಯಸುಧಾ
ಪಸರಿಸಿದ ಶ್ರೀಗಂಧ
ಬೆಳದಿಂಗಳ ಚೆಲುವೆ
ವರ್ಷಬಿಂದು
ಸಪ್ನ ಸಂಭ್ರಮ
ನನ್ನ ಭಾವ ನಿನ್ನ ರಾಗ
ಸುಮಧುರ ಭಾರತಿ
ಮೌನ ಆಲಾಪನ
ಮತ್ತೊಂದು ಬಾಡದ ಹೂ
ಶಿಶಿರದ ಇಂಚರ
ಮುಂಗಾರಿನ ಹುಡುಗಿ
ಸಾಮಗಾನ
ಕಡಲ ಮುತ್ತು
ಆಡಿಸಿದಳು ಜಗದೋದ್ಧಾರನಾ
ಪಂಚವಟಿ
ಶ್ಯಾನುಭೋಗರ ಮಗಳು
ಮೂಡಿ ಬಂದ ಶಶಿ
ಜನನೀ ಜನ್ಮಭೂಮಿ
ಬಿರಿದ ನೈದಿಲೆ
ಶರದೃತುವಿನ ಚಂದ್ರ
ಮೋಹನ ಮುರಳಿ ಕರೆಯಿತು
ಮುಗಿಲ ತಾರೆ
ಅಗ್ನಿದಿವ್ಯ
ಧವಳ ನಕ್ಷತ್ರ
ಕಲ್ಯಾಣಮಸ್ತು
ದಂತದ ಗೊಂಬೆ
ಸುಭಾಷಿಣಿ
ಮಮತೆಯ ಸಂಕೋಲೆ
ಮಂತ್ರಾಕ್ಷತೆ
ಸಪ್ತಧಾರೆ
ಹೇಮಂತದ ಸೊಗಸು
ಬೆಳಕಿನ ಹಣತೆ
ಗ್ರೀಷ್ಮದ ಸೊಬಗು
ಗ್ರೀಷ್ಮ ಋತು
ಪ್ರಿಯ ಸಖೀ
ಚಿರಬಾಂಧವ್ಯ
ಆಶಾಸೌರಭ
ಗಿರಿಧರ

ಏರ್‌ಬಸ್‌ನಲ್ಲಿ ಇಳಿದ ಚಂದ್ರು ಚೆಕ್ಕಿಂಗ್ ಮುಗಿಸಿಕೊಂಡು ಲೌಂಜ್‌ಗೆ ಬಂದ, ಲಗೇಜ್‌ನೊಂದಿಗೆ ವ್ಯವಹಾರದಿಂದ ತಲೆಕೆಟ್ಟಂತಾಗಿತ್ತು. 'ಇರೋದು ಸಾಲ್ದ, ಸುಮ್ನೇ ದುರಾಸೆ' ಗೊಣಗಿಕೊಂಡ ಕೂಡ.

ಲಗೇಜ್ ಪಡೆದುಕೊಂಡ ಡ್ರೈವರ್ "ಇಳ್ದ ಕೂಡ್ಲೇ ಫೋನ್ ಮಾಡ್ಬೇಕೂಂತ ಹೇಳಿದ್ರು ಯಜಮಾನ್ರು?" ಸಂಕೋಚದಿಂದ ಉಸುರಿದಾಗ ಮತ್ತಷ್ಟು ತಲೆ ಬಿಸಿಯಾಯಿತು. ತಲೆಯಾಡಿಸಿ ಅತ್ತ ಹೆಜ್ಜೆ ಹಾಕಿದ. ತಂದೆಯ ಅತಿರೇಕ ಅವನ ಸಹನೆಗೆ ಸವಾಲ್ ಆಗಿಬಿಡುತ್ತಿತ್ತು.

"ಹಲೋ..." ಅವನಮ್ಮ ಫೋನ್ ಎತ್ತಿದ್ದು. "ನಾನು ಬಂದಿದ್ದೀನಿ, ಅಪ್ಪನಿಗೆ ಹೇಳ್ಬಿಡಿ" ಫೋನಿಟ್ಟ ಪ್ರತಿಕ್ರಿಯೆಗೂ ಕಾಯದೆ.

ಮನೆಯ ಅಂದರೆ ಬಂಗ್ಲೆಯ ಬಾಲ್ಕನಿಯ ಬಳಿ ಕಾರು ನಿಂತಾಗ ಎಂದಿನಂತೆ ಸುಬ್ಬಜ್ಜಿ ಕಾಣಲಿಲ್ಲ. ನಿಶ್ಚಿತಾರ್ಥಕ್ಕೆ ಅಂತ ಬಂದ ಆಕೆ ಇಲ್ಲೇ ಉಳಿದಿದ್ದಳು. ಮುದುರುವ ವಯಸ್ಸಿನಲ್ಲೂ ಆಕೆಯ ಉತ್ಸಾಹ ಅಪಾರ.

ಡ್ರೈವರ್‌ನತ್ತ ನೋಟ ಹರಿಸಿದ.

"ಅವ್ರು, ಉಡುಪಿಗೆ ಹೋದ್ರು. ಮಗ್ಳ ಮನೆಗೆ ನಾನೇ ಬಸ್ಸು ಹತ್ತಿಸಿದ್ದು?" ಎಂದ ವಿನಯವನ್ನು ಪ್ರದರ್ಶಿಸುತ್ತ. "ಲಗ್ನ ಮುಗ್ಯೋವರ್ಗೂ ಎಲ್ಲೂ ಹೋಗೋ ಹಂಗಿಲ್ಲ?" ಇವನು ಮುಂಬಯಿಗೆ ಹೊರಟಾಗ ಆಕೆಯೇ ಹೇಳಿದ್ದರು.

ವಿಶಾಲವಾದ ಹಾಲ್‌ನಲ್ಲಿ ಕೂತಿದ್ದ ರಾಧಾಕೃಷ್ಣ ತಮ್ಮ ಬಂಗಾರದ ಕಟ್ಟಿನ ಕನ್ನಡಕವನ್ನು ತೋರು ಬೆರಳಿನಿಂದ ಹಿಂದಕ್ಕೆ ತಳ್ಳಿ ಗಾಂಭೀರ್ಯ ಪ್ರದರ್ಶಿಸಿದರು.

ಬೇಸರದ ಮುಖದಿಂದ ಎದ್ದ ಯಶೋದಮ್ಮ "ಈ ಮನೆಯಲ್ಲಿ ಎಂದಾದ್ರೂ ನನ್ಮಾತು ನಡೆದದ್ದುಂಟೇ? ಎಲ್ಲಾ ನಿಮ್ಮಷ್ಟಕ್ಕೆ ತಾನೇ! ಏನು ಬೇಕಾದ್ರೂ ಮಾಡ್ಕೊಳ್ಳಿ. ಎಲ್ಲಾ ಮೊದ್ಲು ತಿಳ್ದುಕೊಂಡಿದ್ರೆ.... ಚೆನ್ನಾಗಿತ್ತು. ಈಗ ಇಂಥ ಪೇಚಾಟ ಇರ್‍ತಾ

ಇರ್ಲಿಲ್ಲ" ಗೊಣಗಿಯೇ ಸಣ್ಣ ದನಿಯಲ್ಲಿ ಮಗನತ್ತ ತಿರುಗಿದ್ದು. ಸಶಬ್ದವಾಗಿ ಕೋಣೆಗೆ ಹೋಗಿಬಿಟ್ಟರು.

ಚಂದ್ರು ಹುಬ್ಬೇರಿತು. ತಾಯಿಯ ವರ್ತನೆಯಲ್ಲಿ ಇಂಥ ಮಾರ್ಪಾಟು! ಸಂಭ್ರಮ ಅಡಗಿ ನಿಶ್ಶಬ್ದ ಆವರಿಸಿಕೊಂಡಿತ್ತು ಮನೆಯಲ್ಲಿ.

ಹೋಗಿದ್ದ ಕೆಲಸದ ಬಗ್ಗೆ ತಂದೆಗೆ ವಿವರಿಸಿ ರೂಮಿಗೆ ಹೋದಾಗ ಹಿಂದೆಯೇ ಬಂದ ಶಿಲ್ಪಾ ಅವನ ಕೆನ್ನೆಯ ಬಳಿ ಪಿಸುಗುಟ್ಟಿದಳು "ಮದ್ವೆ ನಿಂತ್ಹೋಯ್ತು..." ನಿರಾಸೆ ಇತ್ತು ಅವಳ ದನಿಯಲ್ಲಿ ಅವನ ಒಬ್ಬಳೇ ತಂಗಿ ನಿಶ್ಚಿತಾರ್ಥದ ದಿನದಿಂದ ಸಂಭ್ರಮದಿಂದ ತುಂಬಿ ತೇಲುತ್ತಿದ್ದ ಅವಳು ಮಂಕಾಗಿದ್ದಳು.

ಕಾರಣ ತಿಳಿಯಲಿಲ್ಲ. ಹೆಣ್ಣಿನ ಮನೆಯಲ್ಲಿ ವಯಸ್ಸಾದ ಅಜ್ಜಿ ಒಬ್ಬಳು ಇದ್ದಳು. ಅವಳೇನಾದರೂ ತೀರಿಕೊಂಡಳೇ?

"ಅಮ್ಮ... ಕರೀತಾಳೆ" ಅವಳು ಹೊರಗೆ ಓಡಿದಳು.

ಲಗ್ನಪತ್ರಿಕೆಗಳು ಕೂಡ ಮುದ್ರಣವಾಗಿ ಬಂದಿತ್ತು. ದೂರದ ಬಂಧುಬಳಗಕ್ಕೆ ಕಳುಹಿಸಿ ಆಗಿತ್ತು. ಆ ಓಡಾಟದಲ್ಲಿಯೇ ಇದ್ದರು ರಾಧಾಕೃಷ್ಣ ಸಮಸ್ಯೆಗಳ ಉದ್ಭವಕ್ಕೆ ಕಾರಣಗಳೇ ಇರಲಿಲ್ಲ. ಹಿರಿಯರ ನಿಶ್ಚಯದ ಮದುವೆ! ಆದರೆ ತಾನಾಗಿ ಕೇಳಲು ಅವನ ಮನ ಸಮ್ಮತಿಸಲಿಲ್ಲ.

ರಾತ್ರಿ ಊಟಕ್ಕೆ ಕೂತಾಗ ರಾಧಾಕೃಷ್ಣ ಬೀಗರನ್ನ ನಿಂದಿಸತೊಡಗಿದರು. ದನಿಯಲ್ಲಿ ತೀರಾ ಖಾರವಿತ್ತು.

"ನಾನು ಅವ್ರ ಮನೆ ನೋಡಿ ಮರುಳಾದೆ. ಎಂಥ ಮನೆ? ಅದೇ ನನ್ನ ಮೋಸ ಮಾಡಿದ್ದು. ದಂಡಿಯಾಗಿ ಕೊಟ್ಟುಬಿಟ್ಟು ಮಾಡ್ತಾರೆ ಅಂದ್ಕೊಂಡೆ. ಜುಜುಬಿ ಸಾವಿರಗಳು ನಮ್ಮಖಿಕ್ಕೆ" ಕಹಿ ಕಕ್ಕಿದರು.

ಪೂರ್ತಿ ಅರ್ಥವಾಗದಿದ್ದರೂ ಅಲ್ಪಸ್ವಲ್ಪ ಅರಿವಿಗೆ ಬಂತು. ತಲೆ ಬಗ್ಗಿಸಿಕೊಂಡು ಊಟ ಮಾಡಿದ. ತಂದೆಯ ಎದುರು ಮಾತಾಡುವ ಅಭ್ಯಾಸ ಧೈರ್ಯ ಎಂದು ಅವನಿಗೆ ಇರಲಿಲ್ಲ.

ಹಾಗೇ ಬೆಳೆಸಿದ್ದರು ಮಕ್ಕಳನ್ನು. ಕೇಳಿದ್ದಕ್ಕಷ್ಟೆ ಉತ್ತರ ಹೇಳಬೇಕು, ಅದು ಸಂಕ್ಷಿಪ್ತವಾಗಿರಬೇಕು, ಅದರಲ್ಲಿ ಅಡ್ಡ ಮಾತುಗಳು ಬರಕೂಡದು. ಇಂಥ ಬಲವಂತದ ಶಿಸ್ತನ್ನು ದರ್ಪದಿಂದ ಮಗನ ಮೇಲೆ ಹೇರಿದ್ದರು ರಾಧಾಕೃಷ್ಣ. ಸ್ವಲ್ಪ ಹೆಚ್ಚುಕಡಿಮೆ ಅದಕ್ಕೆ ಒಗ್ಗಿಕೊಂಡಿದ್ದ. ಅದು ಅನಿವಾರ್ಯವೋ ಅಥವಾ ಎದುರು ನಿಲ್ಲಬೇಕಾದ ಸಂದರ್ಭ ಬಂದಿರಲಿಲ್ಲವೋ, ಒಟ್ಟಿನಲ್ಲಿ ಅವನೊಬ್ಬ ವಿಧೇಯ ಮಗ.

ರೂಮಿನಲ್ಲಿ ಲೈಟು ಆರಿಸಿ ಕಿಟಕಿಯ ಪರದೆ ಸರಿಸಿ ಹೊರಗೆ ನೋಡತೊಡಗಿದ. "ಚಂದ್ರು..." ತಾಯಿಯ ಸ್ವರಕ್ಕೆ ಹಿಂದಕ್ಕೆ ತಿರುಗಿದ. "ನೀನು ಸರ್ಯಾಗಿ ಊಟ ಮಾಡ್ದ ಹಾಗೆ ಕಾಣ್ಲಿಲ್ಲ" ಹೆಚ್ಚಿದ ಮಾವಿನ ಹಣ್ಣಿನ ಹೋಳುಗಳ ಪ್ಲೇಟನ್ನು ಮಗನ ಮುಂದೆ

ಹಿಡಿದರು.

ತೆಗೆದು ಟೀಪಾಯಿ ಮೇಲಿಟ್ಟವನು ನೇರವಾಗಿ ತಾಯಿಯನ್ನು ನೋಡಿದ. "ಅಪ್ಪ, ಒಂದು ತರಹಾ ಇದ್ದರಲ್ಲ..." ಕೇಳಿದ. ಬಳೆ ಸದ್ದು ಮಾಡುತ್ತ ಕೂತ ಆಕೆ "ಜನ ಒಳ್ಳೆಯವರಲ್ಲ..." ಎಂದಾಗ ಅವನ ಕಣ್ಣುಗಳು ಕಿರಿದಾದವು. ಕಣ್ಣಲ್ಲಿ ಪ್ರಶ್ನೆ ಮೂಡಿತು.

"ಯಾವ ಜನ? ಯಾಕೆ ಒಳ್ಳೆಯವರಲ್ಲ...?" ಅವನ ದನಿ ಬದಲಾಯಿತು.

"ಅದೇ ಹೆಣ್ಣು ಗೊತ್ತಾಗಿತ್ತಲ್ಲ..... ಬೀಗರು...." ಮುಖ ಒಂದು ತರಹ ಮಾಡಿದರು. ಮಹಾಪರಾಧ ಮಾಡಿದಂತೆ ಕಂಡರು ತಾಯಿಯ ಮುಖದಲ್ಲಿ ಆ ಜನ. ಎಲ್ಲಾ ವಿಚಿತ್ರವಾಗಿ ಕಂಡಿತು. "ಅದೇನೂಂತ ಸ್ವಲ್ಪ ಬಿಡ್ಸಿ ಹೇಳ್ತೀಯಾ.... ಅರ್ಥವಾಗೋ ಹಾಗೆ" ಆ ಕ್ಷಣ ಅವನ ಸಹನೆ ಸತ್ತಂತಾಗಿತ್ತು. ಅನಾವಶ್ಯಕವಾಗಿ ಬೇರೊಬ್ಬರ ದೂಷಣೆ ಅವನಿಗಿಷ್ಟವಿಲ್ಲ.

"ನೀನು ತಿಳ್ಕೊಂಡ್ ಮಾಡೋದೇನಿದೆ? ನಿಮ್ಮಪ್ಪ ಹೇಳಿದ್ಮೇಲೆ ಮುಗಿದಂಗೆ, ಒಟ್ಟಿನಲ್ಲಿ ಆ ಹುಡ್ಗೀ ಜೊತೆ ಮದ್ವೆ ಇಲ್ಲ ಅಷ್ಟೆ. ಬೇರೆ ಹೆಣ್ಣು ಗೊತ್ತು ಮಾಡೋ ಏರ್ಪಾಟಿನಲ್ಲಿ ಇದ್ದಾರೆ ನಿಮ್ಮಪ್ಪ" ಹಗುರವಾಗಿ ನುಡಿದರು ಯಶೋದಮ್ಮ. ಆ ಮನೆಯಲ್ಲಿ ರಾಧಾಕೃಷ್ಣರ ಮಾತೆಂದರೆ ಮುಗಿದುಹೋಯಿತು. ಆ ನಿಲುವೇ ಸಾಧ್ವಿ ಹೆಂಡತಿಯದು.

"ಯಾವ್ದಕ್ಕೂ ಸಕಾರಣ ಬೇಡ್ವಾ! ಹೆಣ್ಣು ಅಂದರೆ ಮಾರ್ಕೆಟ್‌ನಲ್ಲಿ ಸಿಗೋ ತರಕಾರಿನಾ? ನಾನು ಮದ್ವೆ ಗಂಡು. ಮೆಜಾರಿಟಿಗೆ ಬಂದಿರೋ ಯುವಕ. ಅಂದು ಒಂದ್ಮಾತು ಕೇಳಿಲ್ಲ. ಈಗ್ಲೂ ಅದೇ ಪುನರಾವರ್ತನೆ. ಇದು ಏನೇನು ಸರಿಯಿಲ್ಲ" ಮೊದಲ ಸಲ ತಂದೆಯ ಮುಂದೆ ಅಲ್ಲದಿದ್ದರೂ ತಾಯಿಯ ಮುಂದೆ ಪ್ರತಿಭಟನೆ ದನಿಯೆತ್ತಿದ್ದ.

ಆಕೆ ಕಣ್ಣು ಕಣ್ಣು ಬಿಟ್ಟರು. ಇಂಥ ಬದಲಾವಣೆಯನ್ನು ಎಂದೂ ನಿರೀಕ್ಷಿಸರು. ರಾಧಾಕೃಷ್ಣ ಹೇಳಿದ್ದು ಕೇಳೋದು. ಇಷ್ಟು ದಿನ ಇದನ್ನೆ ನೋಡಿದ್ದರು.

ಮಗನ ಮುಂದೆ ಅಂಜು ಫೋಟೋ ಹಿಡಿದಿದ್ದರು ಕೆಲವು ಕ್ಷಣ. "ಒಳ್ಳೆ ಮನೆತನ, ಹುಡ್ಗೀ ಪಿ.ಯು.ಸಿ. ವರ್ಗೂ ಓದಿದ್ದಾಳೆ. ನೋಡೋಕೆ ದಂತದ ಗೊಂಬೆ. ಎಲ್ಲಾ ರೀತಿಯಿಂದ್ಲೂ... ಸರಿ...." ಇಷ್ಟೇ ಹೇಳಿದ್ದು. ಇವನು ಹೂಂ.... ಊಹುಂ ಎರಡು ಅಂದಿರಲಿಲ್ಲ.

ಅಂಥ ಕನಸಿನ ಹುಡುಗನಲ್ಲ. ತಂದೆಯ ಬಗ್ಗೆ ತುಂಬು ಭರವಸೆ. ತಾಯಿಯ ಅನಾರೋಗ್ಯ ಗಮನಿಸಬೇಕಿತ್ತು. ಮೌನವಹಿಸಿದ.

"ಚಂದ್ರು..... ನೀನೇನಾ ಮಾತಾಡಿದ್ದು?" ಮಗನ ಭುಜದ ಮೇಲೆ ಕೈಯಿಟ್ಟು ಭ್ರಮೆಯಲ್ಲಿದ್ದವರಂತೆ ಕೇಳಿದರು ಯಶೋದಾ. ಆಕೆಯ ಕಣ್ಣನ್ನೇ ದಿಟ್ಟಿಸಿದ. ಅನಾರೋಗ್ಯದಿಂದ ಕೃಶವಾದ ಶರೀರ, ಎಲ್ಲೋ ಏನೋ ಕೊರತೆ.

“ಅವ್ನು ಮದ್ವೆ ಮಾಡ್ಕೊಂಡ್ ಹೆಂಡ್ತಿನ ಮುಂಬೈಗೆ ಕರ್ಕೊಂಡ್ಹೋದ. ಇಲ್ಲಿ ನನ್ನಾಡು... ನೋಡು” ಇಂಥ ಗೊಣಗಾಟ ಹಬ್ಬ ಹರಿದಿನಗಳಲ್ಲಿ ಜಾಸ್ತಿ ಆಗಿತ್ತು. ಅವನ ಮೌನಕ್ಕೆ ಇದು ಒಂದು ಕಾರಣ.

ಫೋಟೋ ನೋಡಿದವನು ನಿಶ್ಚಿತಾರ್ಥದ ದಿನವೇ ಅಂಜುನ ನೋಡಿದ್ದು ತೀರಾ ಉದ್ದ, ಕುಳ್ಳ ಅಲ್ಲದ ಅಂಜು ಕಡೆದಿಟ್ಟ ಮೈಮಾಟದ, ಸಂಪಿಗೆ ಬಣ್ಣದ ಒತ್ತು ಕೇಶರಾಶಿಯ ಹುಡುಗಿ. ತಂದೆ ಹೇಳಿದಂತೆ ‘ದಂತದ ಗೊಂಬೆ’ಯೇ ಅನಿಸಿದ್ದಳು.

ತಲೆತಗ್ಗಿಸಿ ಮಣೆಯ ಮೇಲೆ ಕೂತಿದ್ದ ಅಂಜು ಎದ್ದು ಹೋದ ನಂತರ ಮತ್ತೆ ಕಂಡಿರಲಿಲ್ಲ. ಅವಳ ದನಿ ಇಂದಿಗೂ ಅವನಿಗೆ ಅಪರಿಚಿತವೆ. ಗ್ರಾಮದ ವಾತಾವರಣಕ್ಕೆ ಹೊಂದಿಕೊಂಡು ಸಂಪ್ರದಾಯಸ್ಥರ ಮನೆಯಲ್ಲಿ ಬೆಳೆದ ಹುಡುಗಿ, ಒಮ್ಮೆ ನೋಡಿದ್ದರೂ ಅವನೆದೆಯಲ್ಲಿ ಪ್ರತಿಮೆಯಂತೆ ಕಂಗೊಳಿಸುತ್ತಿದ್ದಳು.

“ನನ್ನ ಪ್ರಶ್ನೆಗೆ ಉತ್ತರ ಸಿಗ್ಲಿಲ್ಲ” ಮತ್ತೆ ಕೇಳಿದಾಗ ನಸುನಕ್ಕ. “ಹೌದು, ಅದ್ರಲ್ಲಿ... ತಪ್ಪೇನು? ನಾನೇನು ಜೀವವಿಲ್ಲದ ವಸ್ತುನಾ? ಸೋಫಾನ ಸರಿಸಿದಂತೆ ಅಲ್ಲಿಂದ ಇಲ್ಲಿಗೆ ಇಲ್ಲಿಂದ ಅಲ್ಲಿಗೆ ಸರಿಸೋಕೆ” ಅಂದ. ನಂತರ ಹೆಚ್ಚಾಯಿತೇನೋ ಅಂದುಕೊಂಡ.

ಯಶೋದಾಗೆ ಈ ಮಾತುಗಳು ಒಪ್ಪಿಗೆಯಾಗಲಿಲ್ಲವೆಂದು ಅವರ ಮುಖಭಾವವೇ ಹೇಳಿತು. ಆದರೆ ತಲೆಕೆಡಿಸಿಕೊಳ್ಳದೆ ಸುಲಭವಾದ ಹಾದಿಯನ್ನೇ ಆಯ್ದುಕೊಂಡರು.

“ಮದ್ವೆ ಮಾಡೋ ಭಾರ ಹಿರಿಯರದು. ನಿನ್ತಂದೆ ಏನು ಮಾಡಿದ್ರೂ ನಿನ್ನ ಭವಿಷ್ಯಕ್ಕೆ ಒಳ್ಳೆಯದೇ. ಅದ್ನ ಮನಸ್ಸಿನಲ್ಲಿಟ್ಕೊಂಡ್ ಸುಮ್ಮನಿದ್ಬಿಡು” ಬುದ್ಧಿ ಹೇಳಿದರು. ಅದೊಂದೇ ಅವರ ಪ್ರಕಾರ ಉತ್ತಮ ಮಾರ್ಗ.

ಎಚ್ಚರಿಕೆ ನೀಡಿ ಹೋಗಿದ್ದರು ಯಶೋದಾ ಮಗನಿಗೆ.

ಚಂದ್ರು ತಲೆ ಕೆಟ್ಟಿತು. ಸ್ಪಷ್ಟವಾದ ಕಾರಣವಿಲ್ಲದೆ ಇಂಥ ನಿರ್ಧಾರ ಕೈಗೊಳ್ಳುವುದು ಅವನಿಗೆ ಸುತರಾಂ ಸರಿಯೆನಿಸಲಿಲ್ಲ. ಇದರ ಹೆಚ್ಚಿನ ಪರಿಣಾಮಕ್ಕೆ ತುತ್ತಾಗುವುದು ಅಂಜು.

ವಿದ್ಯಾಭ್ಯಾಸ ವ್ಯವಹಾರ ಪ್ರತಿಯೊಂದರಲ್ಲು ತಂದೆ ಅವನ ಪಾಲಿಗೆ ಗುರು ಆಗಿದ್ದರು. ಅವರೆಲ್ಲ ಮಾತುಗಳನ್ನು ಪಾಲಿಸುವ ರೂಢಿ ಮಾಡಿಕೊಂಡಿದ್ದ.

ಕಣ್ಮುಚ್ಚಿದರೂ ನಿದ್ರಿಸಲಾಗಲಿಲ್ಲ ಅವನಿಗೆ. ಕೂತ, ಮಲಗಿದ, ಶತಪಥ ಸುತ್ತಿದ. ಜೀವನದಲ್ಲಿ ಮೊದಲ ಬಾರಿ ಅವನಿಗೆ ಚಿಂತನೆಗೆ ಅವಕಾಶ ಸಿಕ್ಕಿತ್ತು. ಇದು ತೀರಾ ಉದ್ಧಟತನವಾಗಿ ಕಂಡಿತು ತಂದೆಯದು. ಬೆಳೆಸಿದ ಗಿಡವನ್ನು ತನ್ನ ಇಷ್ಟ ಪ್ರಕಾರವಾಗಿ ಕತ್ತರಿಸಿ ಎಸೆಯುವ ಅಮಾನುಷತೆಗೆ ಕಾರಣವಾಗಿದ್ದರು.

ಬೆಳಗಿನ ವೇಳೆಗೆ ಒಂದು ನಿರ್ಧಾರಕ್ಕೆ ಬಂದ. ಸ್ಪಷ್ಟವಾದ ಕಾರಣವಿಲ್ಲದೆ ಇಡೀ ಒಂದು ಕುಟುಂಬದ ಮೇಲೆ ಮಾನಸಿಕವಾಗಿ ಹಲ್ಲೆ ಮಾಡಲು ಅವನು ಸಿದ್ಧನಿಲ್ಲ.

ಇದಕ್ಕೆ ತಂದೆಗೆ ಬೆಂಗಾವಲಾಗಿ ನಿಲ್ಲಲಾರ.

ಬ್ರೇಕ್‌ಫಾಸ್ಟ್‌ಗೆ ಕೂತಾಗ ರಾಧಾಕೃಷ್ಣ ಅದೂ ಇದೂ ಮಾತಾಡಿದರೇ ವಿನಃ ಮದುವೆ ನಿಲ್ಲಿಸಿದ ಬಗ್ಗೆ ಏನೂ ಪ್ರಸ್ತಾಪಿಸಲಿಲ್ಲ, ಮಗನ ಬಗ್ಗೆ. ಅಗತ್ಯವಿಲ್ಲ ಎನ್ನುವುದು ಅವರ ಮನೋಭಾವ, ಅಹಂಕಾರ.

ಪೆಟ್ಟು ಮಾತ್ರ ಭಯಂಕರವೆನಿಸಿತು. ಇಂಥ..... ಉದಾಸೀನ! ಅವನ ಮೈನ ರಕ್ತ ಕ್ಷಣ ಕಾಲ ಬಿಸಿಯಾಯಿತು.

ಗರಿಗರಿ ಮಲ್ಲು ಪಂಚೆ ಕಚ್ಚೆ ಹಾಕಿ ಉಟ್ಟವರು ಟೀವಿಯಿಂದ ಹೊರಟಾಗ, ಅವರನ್ನು ಅನುಸರಿಸಿ ವರಾಂಡದವರೆಗೂ ಹೋದ ಚಂದ್ರು ಧೈರ್ಯವನ್ನು ಒಟ್ಟುಗೂಡಿಸಿದ.

"ಅಮ್ಮ, ಏನೋ... ಹೇಳಿದ್ರು!" ಎಂದ. ತಟ್ಟನೆ ಕತ್ತು ತಿರುಗಿಸಿದ ಅವರ ಕಣ್ಣುಗಳಲ್ಲಿ ವಿಸ್ಮಯ. ಅದಕ್ಕೂ ಮೀರಿದ ಮತ್ತೊಂದು ಭಾವ. ಇದನ್ನು ಸಹಿಸಲಾರೆ. ಬಿಗಿದ ಹುಬ್ಬುಗಳು ಹೇಳಿತು. "ಏನಂತೆ ಅವ್ಳ ಪ್ರಪಂಚ ಚಿಕ್ದು. ದೂರದೃಷ್ಟಿ ಕಡ್ಮೇ. ಸಮಾಜದಲ್ಲಿ ಹೇಗೆ ನಡ್ಕೊಂಡ್ರೆ ಸರೀಂತಾ ಅವ್ಳಿಗೇನು ಗೊತ್ತು. ಅವ್ಳ ಮಾತುಗಳ್ನ ಕೇಳಿ ಸುಮ್ಮನಾಗ್ಬೇಕಷ್ಟೆ'" ಹಗುರವಾಗಿ ತಳ್ಳಿ ಹಾಕಿದರು.

ಈ ತರಹದ ಮಾತುಗಳು ಹಿಂದೆಯು ಕೇಳಿರಬಹುದು. ಇಂದು ಮಾತ್ರ ಒಂದೊಂದು ಪದವೂ ಶೂಲದಿಂದ ಅವನೆದೆಯಲ್ಲಿ ನೆಟ್ಟು ಗಾಯಗೊಳಿಸಿತು.

"ನಂಗೆ ಹಾಗೆ ಅನ್ನಿಸೋಲ್ಲ, ಕೆಲವು ವಿಷ್ಯಗಳಲ್ಲಿ ನಮ್ಮಿಬ್ರ ತಿಳಿವಳಿಕೆಗಿಂತ ಆಕೆಯದೇ ಹೆಚ್ಚು. ಮಗುವಿನ ಬಗ್ಗೆ... ನಿಮ್ಗೇನು ಗೊತ್ತು?" ಅವನು ಸೀರಿಯಸ್ಸಾಗಿ ಅಂದರೂ ರಾಧಾಕೃಷ್ಣ ನಕ್ಕುಬಿಟ್ಟರು. "ಓಕೆ... ಓಕೆ.... ಈಗೇನ್ಹೇಳು?" ಅರಿಯದವರಂತೆ ನಟಿಸಿದರು. ಆ ಬಗ್ಗೆ ತನ್ನ ಮುಂದೆ ನಿಂತು ಕೇಳುವುದು ಅವರಿಗೆ ಸುತಾರಾಂ ಹಿಡಿಸದು.

"ಮದ್ವೆ ನಿಂತುಹೋಯ್ತುಂತ ಅಂದ್ರು" ಸ್ವಲ್ಪ ಸಂಕೋಚಿಸಿದ. ಅವರ ಮುಖ ಬಿಗಿಯಿತು. ಮಗ ಇಷ್ಟು ಮಾತಾಡಿದ್ದು ಅವರಿಗೆ ಜಾಸ್ತಿಯೆನಿಸಿತು. ಪ್ರತಿಯೊಬ್ಬರಿಗೂ ಲೋಕಜ್ಞಾನ ಬೇಕು. ಅದು ಮಿತಿಯಲ್ಲಿರಬೇಕು. ಮಗನ ಸುತ್ತು ನಿರ್ಮಿಸಿದ ಕೋಟೆಯಿಂದ ಅವನು ಹೊರಗೆ ಹೋಗಲು ಬಿಡರು.

"ಹೌದು, ಆ ಸಂಬಂಧ ನಂಗೆ ಇಷ್ಟವಾಗ್ಲಿಲ್ಲ?" ಎಂದರು.

ಚಂದ್ರು ಸ್ವಲ್ಪ ಧೈರ್ಯ ತಂದುಕೊಂಡ. ತಂದೆಯ ಕಷ್ಟದ ಬದುಕು. ನಡೆದು ಬಂದ ಶ್ರಮದ ಹಾದಿ ತಿಳಿದು ಗೌರವಿಸುತ್ತಿದ್ದ. ಅವರ ಮಾತು ಅಂದರೆ ವೇದವಾಕ್ಯ. ಆದರೆ ಇದು ಮಾತ್ರ ಸರಿಯೆನಿಸಲಿಲ್ಲ.

"ಕಾರಣ.....?" ಮೆಲ್ಲಗೆ ಪ್ರಶ್ನಿಸಿದ.

ವಿಸ್ಮಿತರಾಗಿ ಮಗನನ್ನು ನೋಡಿದ ರಾಧಾಕೃಷ್ಣ ತಾಳ್ಮೆ ಕಳೆದುಕೊಳ್ಳಲಿಲ್ಲ. "ಜನ

ಸರಿ ಇಲ್ಲ. ನಾನು ಅವ್ರ ಬಗ್ಗೆ ತಿಳಿದಿದ್ದೇ ಬೇರೆ. ಎಚ್ಚೆತ್ತುಕೊಂಡಿದ್ದು ಒಳ್ಳೇದು. ಅದೇ ಲಗ್ನಕ್ಕೆ ಹೆಣ್ಣು ನೋಡಿ ಮದ್ವೆ ಮಾಡೋದು ನಂಗೇನು ಕಷ್ಟದ ಕೆಲ್ಸವಲ್ಲ. ಈ ರಾಧಾಕೃಷ್ಣ ಛಲವಾದಿ" ಮುಖ ಉಮ್ಮಿಸಿ ಹೇಳಿದರು. ಅಲ್ಲಿ ಮಿನುಗಿದ್ದು ವಿಪರೀತ ಅಹಂಭಾವ.

ಎದೆಯ ಮೇಲೆ ಕೈಕಟ್ಟಿದ ಚಂದ್ರು "ನೀವು ಒಳ್ಳೆ ಮನೆತನ ಅಂದ್ರಿ. ಹುಡ್ಗೀ ದಂತದ ಗೊಂಬೆ ಅಂದ್ರಿ. ನಿಶ್ಚಿತಾರ್ಥದ ದಿನ ನಂಗೆ ಎರಡೂ ನಿಜವೆನಿಸಿತು" ಎಂದ ನಿಧಾನವಾಗಿ. ಅವರಿಗೆ ರೇಗಿಹೋಯಿತು.

"ಹೌದು, ಅಂದೆ... ಈಗ್ಲೂ ನಾನೇ ಹೇಳ್ತಾ ಇರೋದು. ನಮ್ಗೆ ಆ ಸಂಬಂಧ ಬೇಡ ಹೋಗಿ ನಿನ್ಕೆಲ್ಸ ನೋಡ್ಕೋ" ಗದರಿಬಿಟ್ಟರು. ಮಗನ ವಯಸ್ಸು ಆ ಕ್ಷಣ ಮರೆತಿದ್ದರು. ಅವರಿಗಿಂತ ನಾಲ್ಕು ಇಂಚು ಎತ್ತರವಾಗಿಯೂ ಇದ್ದ. ಬಹುಶಃ ಅದರ ಅರಿವಿಲ್ಲ ಅವರಿಗೆ!

ಮಗ ತನ್ನ ಮುಂದೆ ನಿಂತು ಪ್ರಶ್ನೆ ಎತ್ತಬಹುದೆಂಬ ಕಲ್ಪನೆ ಕೂಡ ಅವರಿಗೆ ಇರಲಿಲ್ಲ.

"ಅವ್ರ ಅಭಿಪ್ರಾಯ...." ಚಂದ್ರು ಹಿಂಜರಿಯಲಿಲ್ಲ,

ರಾಧಾಕೃಷ್ಣ ಮುಖ ಧಗಧಗ ಉರಿಯಿತು. ಕಣ್ಣುಗಳು ಕೆಂಡಗಳು, "ಅವ್ರಿಗೇನು ದಾಡಿ! ಇಷ್ಟೊಂದು ಚೀಪಾಗಿ ನಮ್ಮಂಥವ್ರ ಸಂಬಂಧ ಸಿಕ್ಕುತ್ತಾ? ನಾನೇ ಬೇಡ ಅಂದಿದ್ದು. ಇನ್ನ ಆ ವಿಷ್ಯದ ಪ್ರಸ್ತಾಪ ಬೇಡ. ಸುಮ್ನೇ ನಿಂದು ತಲೆಹರಟೆ" ಅಸಹನೆ ಕಕ್ಕಿದರು. ತಣ್ಣನೆ ನಿಂತಿದ್ದ ಚಂದ್ರು ತುಟಿ ಕಚ್ಚಿದ. ನಿಶ್ಚಿತಾರ್ಥದ ದಿನವೆ ಅವರನ್ನೆಲ್ಲ ನೋಡಿದ್ದು. ಸರಳವಾದ ಜನ ಪ್ರೀತಿ, ಪ್ರೇಮವನ್ನೆ ಆಸ್ತಿಯನ್ನಾಗಿರಿಸಿಕೊಂಡಿದ್ದ ನಡವಳಿಕೆ – ಎಲ್ಲಾ ಇಷ್ಟವಾಗಿತ್ತು.

"ನಂಗೆ ಕಾರಣ ಬೇಕು" ಗಟ್ಟಿಯಾಗಿ ನಿಂತ.

ದಿಗ್ಭ್ರಾಂತರಾದರು ರಾಧಾಕೃಷ್ಣ. ಇಷ್ಟು ಮಾತುಗಳನ್ನು ಆಡಿದ್ದು ತಮ್ಮ ವಿಧೇಯ ಮಗನೇ ಸಂದೇಹವುಂಟಾಯಿತು. ಯಾರ... ಕುಮ್ಮಕ್ಕು?

ನಿಂತ ನೆಲದಿಂದ ಕೆಳಗಿಳಿಯಲಾರರು. ಒಂದು ಸಣ್ಣ ರಂಧ್ರ ಇಡೀ ಸ್ಟೀಮರ್‌ನ ಮುಳುಗಿಸುತ್ತದೆಯೆಂದು ಅವರಿಗೆ ಗೊತ್ತು. ಇಲ್ಲಿ ದೌರ್ಬಲ್ಯ ರಂಧ್ರವನ್ನು ದೊಡ್ಡದಾಗಿಸುತ್ತದೆಯೇ ವಿನಃ ಮುಚ್ಚಲಾರದೆಂದು ಅವರ ನಂಬಿಕೆ.

"ಮದ್ವೆ ನಿಶ್ಚಯಿಸಿದೋನು ನಾನು. ಈಗ ಬೇಡ ಅನ್ನೋನು..... ನಾನು. ಅಷ್ಟು ನಿನ್ನ ಮನಸ್ಸಿನಲ್ಲಿದ್ರೆ.... ಸಾಕು" ಗುಡುಗಿದರು.

ಬಹುಶಃ ಇಷ್ಟು ಕಾಲ ತನಗೆ ತಂದೆಯ ಒಂದು ಮುಖದ ಪರಿಚಯ ಮಾತ್ರವಿತ್ತು ಅದು ಸುಂದರವಾಗಿತ್ತು. ಪಿತೃಪ್ರೇಮ ತುಂಬಿ ತುಳುಕುತ್ತಿತ್ತು. ಅಷ್ಟನ್ನು ಮಾತ್ರವೆ ತಾನು ಕಂಡಿದ್ದು.

"ನನ್ನ ಬಗ್ಗೆ ನಿಮ್ಮ ಅಭಿಪ್ರಾಯವೇನು? ನಾನು ಜೀವವಿಲ್ಲದ ಪದಾರ್ಥವಲ್ಲ. ಮದ್ವೆ ಮಾಡಿಕೊಳ್ಳೋನು ನಾನು. ನಂಗೆ ಸ್ಪಷ್ಟವಾದ ಕಾರಣ ಬೇಕು?" ವಿಚಲಿತನಾಗದೆ ನುಡಿದ.

ರಾಧಾಕೃಷ್ಣ ಅವಮಾನದಿಂದ ನಡುಗಿಹೋದರು. ತಾವು ನಿಂತ ನೆಲ ಗಟ್ಟಿಯೆಂದು ತಿಳಿದ ಅವರ ನಂಬಿಕೆ ಹುಸಿಯಾಗಿತ್ತು. ನಿಂತ ಜಾಗದಲ್ಲಿ ಸಣ್ಣ ಬಿರುಕು. ಹಾಗೆಯೇ ಬಿಟ್ಟರೆ ತಮ್ಮನ್ನೇ ನುಂಗಿಬಿಟ್ಟೀತು. ಬಿರುಕನ್ನು ಮುಚ್ಚೋ ಆತುರದಲ್ಲಿ ಅದರ ಕೆಳಗಿನ ಟೊಳ್ಳನ್ನು ಗಮನಿಸಬೇಕು. ಇದೊಂದು ತಪ್ಪು, ಭವಿಷ್ಯವನ್ನೇ ಛಿದ್ರಗೊಳಿಸಬಹುದು.

ಎರಡು ನಿಮಿಷದ ಮೌನದ ನಂತರ ಮಾತಾಡದೆ ಹೊರಟುಬಿಟ್ಟರು. ಬೇಡವೆನಿಸಿತ್ತು ಈ ಪ್ರಕರಣ ಅವರಿಗೂ ಕೂಡ. ಆದರೆ ಈಗ ಶತಾಯಃ ಗತಾಯ ಪಟ್ಟು ಬದಲಿಸರು.

ಬಂದ ಯಶೋದಮ್ಮನ ಕಣ್ಣುಗಳಲ್ಲಿ ಭಯವಿತ್ತು.

"ಏನೋ ಇದೆಲ್ಲ! ಅವ್ರು ಹೇಳಿದ್ಮೇಲೆ ಮುಗಿದಂತೆ! ನಿಂಗ್ಯಾಕೆ.... ಪಂಚಾಯಿತಿ? ಹುಡ್ಗೀಯರಿಗೇನು ಬರವೇ! ಹೆಣ್ಣು ಹೆತ್ತ ಜನ ನಮ್ಮ ಮನೆಯ ಮುಂದೆ ಕ್ಯೂ ನಿಂತ್ಕೋತಾರೆ" ಗಂಡನನ್ನು ಸಮರ್ಥಿಸಿಕೊಳ್ಳುವುದರ ಜೊತೆಗೆ ಮಗನಿಗೆ ಬುದ್ದಿ ಹೇಳಿದರು. "ಮೊದ್ದಿನಂತೆ ನಿಮ್ಮಪ್ಪ ಹೇಳ್ದಂಗೆ ಇದ್ಕೋ. ಮಿಕ್ಕಿದ್ದೆಲ್ಲ ಅವ್ರು ನೋಡ್ಕೋತಾರೆ."

ತಾಯಿಯ ಮಾತುಗಳು ತೀರಾ ಅಸಂಬದ್ಧವಾಗಿ ಕಂಡಿತು. ಆಕೆಯಲ್ಲಿ ಸ್ವಂತಿಕೆ ಇಲ್ಲ. ಹೆಂಡತಿಯ ಬುದ್ಧಿ ಬೆಳವಣಿಗೆಗೆ ಅವಕಾಶ ಕೊಡದ ರಾಧಾಕೃಷ್ಣ ಆಕೆಯ ಅಸ್ತಿತ್ವದ ಮೇಲೆಯೇ ನಡೆದಾಡುತ್ತಿದ್ದರು.

"ಅದೆಲ್ಲ ಅಲ್ಲಮ್ಮ, ಹುಡ್ಗೀರು ಕ್ಯೂ ನಿಂತ್ಕೊಳ್ಳೋದರ ಬಗ್ಗೆಯಲ್ಲ ಮಾತುಗಳು. ಈ ಮದ್ವೆ ನಿಲ್ಲೋಕೆ ಕಾರಣ ಬೇಕು. ಹಣವಿದ್ದ ಮಾತ್ರಕ್ಕೆ ಬೇರೆಯವ್ರ ಜೀವ್ನದ ಮೇಲೆ ಹುಡ್ಗಾಟ ಆಡ್ಬಾರ್ದು. ನಂಗೆ ಕಾರಣ ಬೇಕು. ಕೀಲು ಕೊಟ್ಟಂಗೆ ಕುಣಿಯೋಕೆ ಬೊಂಬೆಯಲ್ಲ. ಇದು ಅಪ್ಪನಿಗೂ ತಿಳೀಬೇಕು" ಅಸಮಾಧಾನದಿಂದ ನುಡಿದ.

ಆಕೆಗೆ ಇದು ಸರಿಯೆನಿಸಲಿಲ್ಲ. ಇಷ್ಟು ದಿನ ವಿಧೇಯನಾಗಿದ್ದ ಮಗ ತಿರುಗಿಬಿದ್ದಿದ್ದೇಕೆ?

"ಸುಮ್ನೇ ನಿನ್ತಲೆ ಯಾಕೆ ಬಿಸಿಯಾಗ್ಬೇಕೂಂತ ಅವ್ರು ಹೇಳ್ಲಿಲ್ಲ. ನಾವು ತುಂಬ ಅನ್ಕೂಲವಾದ ಜನ ಅಂದ್ಕೊಂಡ್ವಿ, ಕೊಟ್ಟುಬಿಟ್ಟು ಮಾಡ್ತಾರೇಂತ ನಿಮ್ಮಪ್ಪ ಮೌನವಾಗಿ ಒಪ್ಕೊಂಡಿದ್ದು. ಅದ್ನೇ ಅವ್ರು ತಪ್ಪಾಗಿ ತಿಳ್ಕೊಂಡ್ರು. ಹುಡ್ಗನ ಬಟ್ಟೆಬರೇಗೇಂತ ಹತ್ತು ಸಾವಿರ ಹಿಡ್ಕೊಂಡ್ಬಂದಿದ್ದಾರೆ. ಅದ್ನ ತಗೊಳ್ಳೋ ಹಣೆಬರಹ.... ನಮ್ಗೇನು?" ತಿಳಿದಷ್ಟು, ಗಂಡ ಹಾರಾಡಿದಷ್ಟು ವಿಷಯವನ್ನು ಉಸುರಿ ಸಮಾಧಾನಗೊಂಡರು.

ಇದು ಅವನಿಗೆ ತೀರಾ ಸಣ್ಣ ವಿಷಯವಾಗಿ ಕಂಡಿತು. ಹಣದ ಅಭಾವ ಈ ಸಂಸಾರಕ್ಕೆ ಇರಲಿಲ್ಲ.

"ಬೇಡಾಂದ್ರೆ ಆಯ್ತು! ಅದಕ್ಯಾಕೆ ಮಧ್ವೆ ನಿಲ್ಲೋ ಮಾತುಗಳು. ನಮ್ಗೇನು ಕಮ್ಮಿಯಾಗಿದೆ. ನಿನ್ನ ಆರೋಗ್ಯ ಸರ್ಯಾಗಿಲ್ಲ. ನಮ್ಗೆ ಹೊಂದಿಕೊಂಡ್ಹೋಗೋಂಥ ಹುಡ್ಗೀ ಈ ಮನೆಗೆ ಬಂದ್ರೆ ಸಾಕು. ನಂಗಿನ್ನು ಒಂದೆರಡ್ವರ್ಷ ಮದ್ವೆ ಆಗೋ ಇಚ್ಛೆನೇ ಇದ್ದಿಲ್ಲ. ಅಪ್ಪನ ಮಾತು ನಿನ್ನ ಅನಾರೋಗ್ಯ ನೋಡೇ ಒಪ್ಪಿಕೊಂಡಿದ್ದು. ಅವ್ರೇನು ನಮ್ಗೆ ಕೊಡೋದ್ಬೇಡ" ಎಂದ. ಅವನ ನಿರ್ಧಾರ ಖಚಿತವಾಗಿತ್ತು. ದೊಡ್ಡ ದೊಡ್ಡ ಮಾತುಗಳನ್ನಾಡಲು ಅವನಿಗೆ ಇಷ್ಟವಿಲ್ಲದಿದ್ದರೂ ಹೆಣ್ಣು ಹೆತ್ತವರಿಂದ ಅವನು ಸಂಪತ್ತನ್ನು ಬಯಸಿರಲಿಲ್ಲ.

ಆಕೆಗೆ ತಲೆ ಚಚ್ಚಿಕೊಳ್ಳಬೇಕೆನಿಸಿತು. ಮಗನಿಗೆ ತೀರಾ ವ್ಯವಹಾರ ಜ್ಞಾನ ಕಮ್ಮಿ ಎಂದುಕೊಂಡರು.

"ನಂಗೇನು ಗೊತ್ತಾಗೊಲ್ಲ. ನಿಮ್ಮಣ್ಣನಿಗೆ ಎಷ್ಟು ಕೊಟ್ಟಿದ್ದಾರೆ ಗೊತ್ತಾ? ಅದ್ಕಿಂತ ಜಾಸ್ತಿ ಕೊಡ್ಬೇಕು. ಈ ಸಮಯದಲ್ಲಿ ಬಿಟ್ರೆ... ಮತ್ತೆ ಯಾವಾಗ ಕೊಡ್ತಾರೆ? ಪೈಸೆ ದುಡಿಮೆ ಕೂಡ ಕಷ್ಟವೇ?" ವ್ಯವಹಾರಿಕವಾಗಿ ಅಂದರು. ಹಿಂದಿನ ಕಷ್ಟದ ದಿನಗಳನ್ನು ಅವರು ಮರೆತಿಲ್ಲ. ಹಣದ ವಿಷಯದಲ್ಲಿ ಮಾತ್ರ ಹುಷಾರಿ.

ವಿಸ್ಮಯದಿಂದ ತಾಯಿಯತ್ತ ನೋಡಿದ. ಇನ್ನೊಸೆಂಟ್ ಎಂದು ತಿಳಿದಿದ್ದ. ಇಂದು ವ್ಯವಹಾರಿಕವಾಗಿ ಬುದ್ಧಿವಂತೆಯಂತೆ ಕಂಡರು.

"ಏನು ಕೊಡೋದ್ಬೇಡ. ನಂಗೆ ಅದೆಲ್ಲ ಇಷ್ಟವಿಲ್ಲ. ಕ್ಷುಲ್ಲಕ ಕಾರಣಕ್ಕಾಗಿ ಮದ್ವೆ ನಿಲ್ಲಿಸೋದ್ಬೇಡ" ದೃಢವಾಗಿತ್ತು ಅವನ ದನಿ.

ಆಕೆ ಮೃದುವಾಗಿ ತಳ್ಳಿ ಹಾಕಿದರು. "ಸುಮ್ಮನಿದ್ಬಿಡು. ಲಗ್ನವಂತು ನಡ್ಯೋ ಸಾಧ್ಯವಿಲ್ಲ, ಮೂರು ನಾಲ್ಕು ಲಕ್ಷ ತರದ ಹೆಣ್ಣಿನಿಂದ ಯಾವ ಅದೃಷ್ಟ ನಿರೀಕ್ಷಿಸೋಕ್ಕಾಗುತ್ತೆ? ಈಗ ಬಿಸಿರಕ್ತದ ಬಡಬಡಿಕೆ. ಮುಂದೆ ಪಶ್ಚಾತ್ತಾಪ ಪಡೋದ್ಬೇಡ" ಜಾಣ್ಮೆಯಿಂದ ನುಡಿದರು. ಈ ವಿಷಯದಲ್ಲಿ ತಂದೆ, ಮಗ ಎದುರು ಬದುರಾಗಿ ನಿಲುವುದು ಇಷ್ಟವಿಲ್ಲ ಯಶೋದಮ್ಮನಿಗೆ.

ನಿಕೃಷ್ಟ ಸ್ಥಿತಿಯಿಂದ ಮೇಲಕ್ಕೆ ಬಂದವರು; ಪಾರ್ಕ್‌ನಲ್ಲಿ ಅನ್ನ, ತಿಂಡಿಗಳನ್ನು ಇಟ್ಟುಕೊಂಡು ಮಾರುತ್ತ ಮೇಲಕ್ಕೆ ಬಂದವರು. ಆಗ ಚಿಲ್ಲರೆಯನ್ನು ಸೀಮೆಎಣ್ಣೆ ದೀಪದ ಬೆಳಕಿನಲ್ಲಿ ಎಣಿಸಿ ಎಣಿಸಿ ಗಂಡ ಡಬ್ಬಕ್ಕೆ ಹಾಕುತ್ತಿದ್ದಾಗ ನೋಡುತ್ತ ಕೂತವರು. ಆ ದಿನಗಳನ್ನು ಮರೆಯಲಾರರು ಕೂಡ.

ಮನೆಯಿಂದ ಹೊರಟ ಚಂದ್ರು ಹೋಟಲ್‌ಗೆ ಹೋಗದೆ ಪಾರ್ಕ್‌ನ ಮೂಲೆಯಲ್ಲಿ ಬಂದು ಕೂತ. ಒಂದು ಕುಟುಂಬಕ್ಕೆ ಅನ್ಯಾಯವಾಗುತ್ತಿತ್ತು ತನ್ನವರಿಂದ. ಹೇಗೆ ತಡೆಯುವುದು? ಈ ಪ್ರಕರಣದಲ್ಲಿ ಮುಖ್ಯವಾದ ವ್ಯಕ್ತಿ ತಾನೇ! ನೇರವಾಗಿ ಅನ್ಯಾಯವಾಗುವುದು ತನ್ನಿಂದಲೇ ಆ ಹೆಣ್ಣಿಗೆ.

"ನೋ....." ಕೈ ಮುಷ್ಟಿ ಮಾಡಿ ಗಾಳಿಯಲ್ಲಿ ಗುದ್ದಿದ.

ತೀರಾ ಚಿಂತಿತನಾದ. ತಂದೆಯನ್ನು ಎದುರಿಸಿ ನಿಲ್ಲುವಂಥ ಆತ್ಮಸ್ಥೈರ್ಯ ಕಡಿಮೆಯೇ. ನಿರಂತರವಾಗಿ ದುಡಿದ ವ್ಯಕ್ತಿ. ಪಾರ್ಕ್‌ನಲ್ಲಿ ತಿಂಡಿಯ ಡಬ್ಬಿಗಳನ್ನು ಇಟ್ಟುಕೊಂಡು ಬಿಸಿಲಿನಲ್ಲಿ ಕಾಯುತ್ತಿದ್ದ ದಿನಗಳನ್ನು ಮರೆಯಲಾರ. ಇಡ್ಲಿ, ವಡೆಗಳನ್ನು ತಾನೇ ಎಲೆಗೆ ಹಾಕಿಕೊಡುತ್ತಿದ್ದ ಕ್ಷಣಗಳು ಇಂದಿಗೂ ಅಚ್ಚ ಹಸಿರು. ತೀರಾ ಕಷ್ಟದ ದಿನಗಳು!

ಆಗ ರಜ ದಿನಗಳಲ್ಲಿ ಮಾತ್ರ ತನ್ನೊಂದಿಗೆ ವ್ಯಾಪಾರಕ್ಕೆ ಕರೆದೊಯ್ಯುತ್ತಿದ್ದರು. "ನಮ್ಮ ಹಣೆಬರಹ ಹೀಗಾಯ್ತು! ಮಕ್ಕಾದ್ರೂ.... ಓದ್ಲೀ" ಅವರ ಭವಿಷ್ಯದ ಕನಸನ್ನು ಕಂಡವರು.

ಬೆಳೆದ ರೀತಿಯಂತೂ ಅದ್ಭುತ. ಸರಸರ ಮೆಟ್ಟಿಲೇರುವಂತೆ ವ್ಯಾಪಾರ ವೃದ್ಧಿಸಿ ಸ್ವಂತ ಮನೆ, ಹೋಟೆಲ್ ಮಾಡಿಬಿಟ್ಟರು, ಇವನು ಪಿ.ಯು.ಸಿ. ತಲುಪುವ ವೇಳೆಗೆ. ಆ ದಂಪತಿಗಳ ನಿರಂತರ ಶ್ರಮ ಕಾರಣ. ಇಡೀ ರಾತ್ರಿ ಕೂತು ಕರಿದ ತಿಂಡಿಗಳನ್ನು ಮಾಡುತ್ತಿದ್ದರು ಗಂಡ ಹೆಂಡತಿ. ಅವಕ್ಕೆ ಎಷ್ಟು ಡಿಮ್ಯಾಂಡ್ ಇತ್ತು ಅಂದರೆ, ಮೊದಲೇ ಹಣ ಕೊಟ್ಟು ಕೊಂಡೊಯ್ಯುತ್ತಿದ್ದರು. ಹಾಗೆಯೇ ನೋಡು ನೋಡುತ್ತ ಬೆಳೆದು ಬಿಟ್ಟಿದ್ದರು ರಾಧಾಕೃಷ್ಣ ಈಗ ಹೋಟಲ್ ಮಾಲೀಕರ ಸಂಘದ ಅಧ್ಯಕ್ಷರು, ರೋಟರಿಯಲ್ಲಿದ್ದರು, ಹಲವಾರು ಸಂಘ ಸಂಸ್ಥೆಗಳಲ್ಲಿ ಅವರ ಪ್ರಾತಿನಿಧ್ಯವಿತ್ತು.

ಬಹಳ ಹೊತ್ತು ಕೂತಿದ್ದವನು ಬಿಸಿಲಿನ ಝಳ ಮರದ ನೆರಳನ್ನು ತಳ್ಳಿಕೊಂಡು ಅವನತ್ತ ಧಾವಿಸಿದಾಗ ಎದ್ದು ಹೊರಬಂದ. ಮುಂದೇನು? ಮುಂದೇನು? ತಾನು ತೆಪ್ಪಗಿದ್ದುಬಿಡುವುದೇ?

* * *

ನಾರಾಯಣ್ ಒಂದು ನಾಲ್ಕು ಜನ ಹಿರಿಯರನ್ನು ಮುಂದಿಟ್ಟುಕೊಂಡು ಬಂದರು. ಇವರುಗಳು ತಿಳಿದಂತೆ ಅವರ ಆರ್ಥಿಕ ಸ್ಥಿತಿಯೇನು ಹೇಳಿಕೊಳ್ಳುವಂಥದ್ದಾಗಿರಲಿಲ್ಲ. ಅದನ್ನು ವಿವರಿಸುವ ಉದ್ದೇಶದಿಂದಲೇ ಬಂದಿದ್ದರು.

'ಬರೀ ಕೋರ್ಟು ಕಛೇರಿ ಅಲೆಯುತ್ತಲೇ ಜೀವ ಸೋತು, ಕೈಯಲ್ಲಿನ ಸಂಪತ್ತು ಕರಗಿಹೋಯ್ತು. ಒಂದು ಕಾಲದ ಶ್ರೀಮಂತಿಕೆಯೇನು ಈಗ ಉಳಿದಿಲ್ಲ. ಕೆಲವಿನ್ನು ಬಗೆ ಹರಿದಿಲ್ಲ. ಇದು ನಮ್ಮ ಸ್ಥಿತಿ.' ಸ್ಪಷ್ಟವಾಗಿ ವಿವರಿಸಿದರು. ಸರಳ ಜನ ಸುಳ್ಳು, ಆಡಂಬರದಿಂದ ದೂರ.

ಪೂರ್ತಿ ವಿಷಯ ರಾಧಾಕೃಷ್ಣರ ಅವಗಾಹನೆಗೆ ಬಂದ ಮೇಲೆ ತಮ್ಮ ದೊಡ್ಡ ತಪ್ಪಿನ ಅರಿವಾಗಿತ್ತು. ಬಡತನ ಎಂಥ ಶಾಪವೆಂದು ಗೊತ್ತು. ಶಾಪಗ್ರಸ್ತ ಜನರಿಂದ ದೂರವಿರುವುದು ಅವರ ಮಟ್ಟಿಗೆ ಕ್ಷೇಮ, ಲಾಭ.

"ಸರ್ಯಾಗಿ ನಿಮ್ಮ ಬಗ್ಗೆ ತಿಳಿದೇ ಮೋಸ ಹೋದ್ವಿ. ಅದಕ್ಕೋಸ್ಕರ ನಿಮ್ಮ ಬಳಿ

ಕ್ಷಮೆ ಕೇಳೋಕೆ ಸಿದ್ಧ ಬರೀ ಪರಿಚಿತರಾಗಿ ದೂರ ದೂರ ಉಳಿಯೋಣ. ನಮ್ಮ ನಿಮ್ಮ ನಡುವೆ ಸಂಬಂಧ ಮಾತ್ರವಿಲ್ಲ" ಖಡಾಖಂಡಿತದ ನಿರಾಕರಣೆ.

ಬೆಚ್ಚಿಬಿದ್ದರು ಬಂದ ಜನ. ಇದು ಈ ಮಟ್ಟಕ್ಕೆ ಹೋಗಬಹುದೆಂದು ತಿಳಿಯಲಿಲ್ಲ.

"ದೊಡ್ಡ ಮನಸ್ಸು ಮಾಡ್ಬೇಕು. ಹಣ, ಐಶ್ವರ್ಯ ಯಾವ್ದೂ ಶಾಶ್ವತವಲ್ಲ, ಕನಸಿನ ದಿನಗಳಂತೆ ನಮ್ಮ ಕಣ್ಮುಂದೇನೇ ಕರಗಿಹೋಯ್ತು. ಎಲ್ಲಾ ಒಂದು ಹಂತಕ್ಕೆ ಬಂದು ಮದ್ವೆ ನಿಂತರೆ..." ಮುಂದಿನ ಮಾತುಗಳನ್ನಾಡಲು ನಾರಾಯಣ್ ಇಷ್ಟಪಡಲಿಲ್ಲ. ಮತ್ತಷ್ಟು ಹಣ ಕೈಯಲ್ಲಿ ಹಿಡಿದು ಬಂದು ರಾಧಾಕೃಷ್ಣ ಮುಂದಿಟ್ಟಿದ್ದರು.

ಅನುಭವ ರಾಧಾಕೃಷ್ಣ ಅವರನ್ನು ಗಟ್ಟಿ ಮಾಡಿತ್ತು. ಖಂಡಿತ ಕರಗರು. ಐದು ಸಾವಿರದ ಒಂದು ಕಟ್ಟು ತಂದು ಅವರುಗಳ ಮುಂದಿಟ್ಟರು.

"ನಿಶ್ಚಿತಾರ್ಥಕ್ಕೆ ಒಂದಿಷ್ಟು ಖರ್ಚು ಆಗಿರ್ಬಹ್ದು. ಅದ್ಕೇ ಇದು ಕಾಂಪೆನ್‌ಸೇಷನ್.... ಇನ್ನ ನಿಮ್ಮ ಮಗ್ಳು ಈ ಮನೆ ಹೊಸಲು ದಾಟಿ ಒಳ್ಗೇ ಬರೋ ಕಲ್ಪನೆ ಕೂಡ ಮಾಡ್ಕೋಬೇಡಿ. 'ಅನಿವಾರ್ಯ ಕಾರಣಗಳಿಂದ ಮದುವೆ ಮುಂದೂಡಲಾಗಿದೆ' ಅಂತ ಪೇಪರ್‌ನಲ್ಲಿ ಪ್ರಕಟಣೆ ಕೂಡ ಕೊಟ್ಟಿದ್ದೀನಿ. ಇದು ಮುಗ್ದ ಸುದ್ದಿ. ಪೊಲೀಸ್, ಕೋರ್ಟು ಅಂಥ ಪ್ರಯತ್ನಗಳ್ನ ಮಾಡಿದ್ರೆ ನಾನು ರೆಡಿಯಾಗಿದ್ದೀನಿ. ಅಷ್ಟು ನಿಮ್ಗೆ ತಿಳಿದಿರ್ಲಿ" ಎಂದರು. ಅವರ ಕಂಠದಲ್ಲಿ ದೃಢತೆ ಇತ್ತು.

ಆಮೇಲಿನ ಮಾತುಗಳು ಪ್ರಯೋಜನಕ್ಕೆ ಬರದಾಗ ಎದ್ದು ಹೋದರು. ಐದು ಸಾವಿರದ ಕಟ್ಟು ಬೀರು ಸೇರಿತು. ತಾವು ಬಡತನದ ರೇಖೆಯಿಂದಲೇ ಮೇಲೇರಿ ಬಂದಿರಬಹುದು. ಅತ್ತ ನೋಡರು. ಒಂದು ರೀತಿಯ ಭಯ ಕೂಡ.

ಇದು ನಡೆದಾಗ ಚಂದ್ರು ಮನೆಯಲ್ಲಿಯೇ ಇದ್ದ. ಮೊದಲೇ ಗೊಂದಲದಲ್ಲಿದ್ದವನ ಮನಸ್ಥಿತಿ ಮತ್ತಷ್ಟು ಕೆಟ್ಟಿತು. ಸಂಪಿಗೆ ಬಣ್ಣದ ಮುದ್ದು ಮುದ್ದಾದ ಹೆಣ್ಣು ಅವನ ಕಣ್ಮುಂದೆ ಸುಳಿದಳು. ಇದರಲ್ಲಿ ಅವಳ ತಪ್ಪೇನು? ನಿಶ್ಚಿತಾರ್ಥದ ದಿನ ಕಂಡ ಹೆಣ್ಣು ಅವನೆದೆಯಲ್ಲಿ ಮಧುರವಾದ ಭಾವನೆಗಳನ್ನು ಅರಳಿಸಿದ್ದಳು. ಈಗ ಅವಳೊಂದು ಕನಸು ಮಾತ್ರ.

ಇಡೀ ದಿನದ ಚಡಪಡಿಕೆಯ ನಂತರ ಒಂದು ನಿರ್ಧಾರಕ್ಕೆ ಬಂದಿದ್ದ. ಪರ ವಿರುದ್ಧ ಅಲ್ಲ, ನಿರಪರಾಧಿಗೆ ಶಿಕ್ಷೆ ಆಗಬಾರದು. ಇಡೀ ಸಮಾಜದ ಹೆಣ್ಣುಕುಲದ ಉದ್ಧಾರ ತನ್ನಿಂದ ಆಗದಿದ್ದರೂ ಒಬ್ಬ ಹೆಣ್ಣಿಗೆ ತನ್ನ ಮೂಲಕ ತೊಂದರೆಯಾಗಬಾರದು-ಸರಳವಾಗಿ ಯೋಚಿಸಿದ.

ವಾದಿಸಬೇಕು, ಪ್ರತಿಭಟಿಸಬೇಕು, ಎದುರಿಸಿ ನಿಲ್ಲಬೇಕು. ಗೆಲುವನ್ನು ತನ್ನದಾಗಿಸಿಕೊಳ್ಳಬೇಕೆಂಬ ನಿರ್ಧಾರಕ್ಕೆ ಬಂದ.

ಬೆಳಿಗ್ಗೆ ಎದ್ದವನೇ ಸ್ನಾನ ಮುಗಿಸಿಕೊಂಡು ತಂದೆಯ ರೂಮಿಗೆ ಬಂದ. ಅವರ ಪಾಲಿಗೆ ಬಹಳ ಬೇಗ ಸೂರ್ಯ ಹುಟ್ಟುತ್ತಿದ್ದ. ರಾತ್ರಿ ಹನ್ನೆರಡಕ್ಕೆ ಮಲಗಿದರೂ ಬೆಳಗಿನ ಜಾವದ ನಾಲ್ಕುವರೆಗೆ ಅವರಿಗೆ ಎಚ್ಚರವಾಗುತ್ತಿತ್ತು. ಆ ಸಮಯದಿಂದಲೇ

ಶುರುವಾಗುತ್ತಿತ್ತು ರಾಧಾಕೃಷ್ಣ ದಿನಚರಿ.

ಫೋನ್‌ನಲ್ಲಿ ಯಾರೊಂದಿಗೋ ಸಂಭಾಷಿಸುತ್ತಿದ್ದವರು. ಮಗನಿಗೆ ಕಣ್ಣಲ್ಲಿಯೇ ಒಳಗೆ ಬರುವಂತೆ ಸನ್ನೆ ಮಾಡಿದರು. ಒಂದು ಸುಸಜ್ಜಿತ ಗಾರ್ಡನ್ ಹೋಟಲ್ ಊರ ಹೊರಭಾಗದಲ್ಲಿ ಪ್ರಾರಂಭಿಸುವವರಿದ್ದರು. ಆ ಬಿಜಿ ಈಗ.

ಫೋನಿಟ್ಟು ಮಗನತ್ತ ಗಮನ ಕೊಟ್ಟವರು "ನೀನು ನೇರವಾಗಿ ಕಾರಂಜಿಗೆ ಹೋಗು. ಪ್ಲಾನ್ ಹಿಡಿದೇ ಹೋಗು. ಅವನೇನೇನೋ ಹೇಳೋಕೆ ಷುರು ಮಾಡಿದ್ದಾನೆ. ಅದೆಲ್ಲ... ಆಗೋಲ್ಲ" ಶುರು ಮಾಡಿದರು. ಸಿದ್ಧವಾಗುತ್ತಿದ್ದ ಗಾರ್ಡನ್ ಹೋಟಲ್ ಕಾರಂಜಿಯ ಬಗ್ಗೆ ಅವರ ಮಾತುಗಳು ಮತ್ತು ಜೊತೆಗೆ ಅವನು ಮಾತಾಡಲು ಬಂದ ವಿಷಯದ ಮೇಲೆ ತೆರೆ ಹಾಕುವ ಹವಣಿಕೆ.

ಮೌನವಾಗಿ ನಿಂತವನು ಅವರ ಮಾತುಗಳು ಮುಗಿದ ಮೇಲೆ ಬಾಯಿಬಿಟ್ಟ. "ಒಂದಿಷ್ಟು ಮಾತಾಡ್ಬೋದಿದೆ" ತೆಗೆದಿಟ್ಟ ಚಿನ್ನದ ಕಟ್ಟಿನ ಕನ್ನಡಕವನ್ನು ಹಾಕಿಕೊಂಡವರು ಮಗನನ್ನು ತೀಕ್ಷ್ಣವಾಗಿ ನೋಡಿದರು. "ವ್ಯವಹಾರಕ್ಕೆ ಸಂಬಂಧಪಟ್ಟಿದಾದ್ರೆ... ಹೇಳು. ಮಿಕ್ಕ ವಿಷ್ಯಕ್ಕಾದ್ರೆ... ಬೇರೆ ವೇಳೆ ಇದೆ..." ಸ್ವಲ್ಪ ಗಡುಸಾಗಿಯೇ ನುಡಿದು ಬೆಲ್ ಒತ್ತಿದರು.

ಬಂದ ಆಳಿಗೆ "ಟೀ ತರೋಕ್ಕೇಳು..." ಅವನನ್ನು ಕಳಿಸಿದರು. ಮುಂದಿದ್ದ ಫೈಲ್ ನೋಡತೊಡಗಿದರು, ಮಗನನ್ನು ಉಪೇಕ್ಷಿಸಿ.

ಧೈರ್ಯವನ್ನೆಲ್ಲ ಒಗ್ಗೂಡಿಸಿ ವಿಷಯವನ್ನು ಅವರ ಮುಂದಿಟ್ಟ. "ಸಣ್ಣ ಕಾರಣಕ್ಕೆ ಆ ಜನರನ್ನ ನೋಯಿಸೋದು, ಮದ್ವೆನ ನಿಲಿಸೋದು ನಂಗಿಷ್ಟವಾಗಿಲ್ಲ" ಫೈಲ್ನಿಂದ ನಿಧಾನವಾಗಿ ನೋಟವೆತ್ತಿ ಗಂಭೀರವಾಗಿ ಮಗನತ್ತ ಹರಿಸಿದವರು ನಕ್ಕುಬಿಟ್ಟರು.

"ಯೂ ಆರ್ ಎ ಫೂಲ್. ಸುಮ್ಮಸುಮ್ನೇ ತಲೆಕೆಡಿಸ್ಕೋಬೇಡ. ಇವೆಲ್ಲ ನ್ಯಾಚುರಲ್. ಅವ್ರು ನಮ್ಮ ಸ್ಟೇಜ್‌ನಲ್ಲಿದ್ರೆ... ಹಾಗೇ ನಡಕೋತಾ ಇದ್ರು. ಕೆಲವು ವಿಷ್ಯಗಳಲ್ಲಿ ಮೂರ್ಖರಾಗ್ಬಾರ್ದು, ದರಿದ್ರ ಲಕ್ಷ್ಮಿ ಈ ಮನೆ ಹೊಸಲು ಮೆಟ್ಟೋಕೆ ನಾನ್ಬಿಡೋಲ್ಲ, ಹೋಗಿ ನಿನ್ಕೆಲ್ಸ... ನೋಡು" ಬಹಳ ಸೀರಿಯಸ್ಸಾಗಿಯೇ ಮಾತು ಮುಗಿಸಿದ್ದು ಆ ಬಗ್ಗೆ ಇನ್ನು ಯೋಚಿಸಲಾರರು ಕೂಡ.

ಅಲುಗಾಡದೆ ನಿಂತವನು ಉಸುರಿದ "ನಾನು ಮದ್ವೆ ಆಗೋದು ಆ ಹುಡ್ಗೀನೆ. ಯಾವ ಹುಡ್ಗೀಯಾದ್ರೂ.... ಭಾಗ್ಯಲಕ್ಷ್ಮೀನೆ" ರಾಧಾಕೃಷ್ಣ ಮುಂದಿದ್ದ ಫೈಲ್ ಅಷ್ಟು ದೂರಕ್ಕೆ ಹೋಯಿತು. ಕಣ್ಣಲ್ಲಿ ಬೆಂಕಿಯ ಉಂಡೆಗಳು "ಚಂದ್ರು ನಂಗೆ ಇದೆಲ್ಲ ಇಷ್ಟವಾಗೋಲ್ಲ. ಬಿ ಕೇರ್‌ಫುಲ್" ದುರುದುರು ನೋಡಿ ಹೊರಗೆದ್ದು ಹೋದರು.

ತಂದೆ ಪಟ್ಟು ಸಡಿಲಿಸಲಾರರೆಂದು ಅವನಿಗೆ ಅರ್ಥವಾಯಿತು. ಅವರನ್ನು ನೋಯಿಸುವ ಅವಮಾನಿಸುವ ಇಚ್ಛೆ ಅವನಿಗೆ ಇರಲಿಲ್ಲ. ತಾಯಿಯ ಸಹಕಾರ ಇಚ್ಛೆಸಿದ.

"ಅಮ್ಮ, ಈ ವಿಷ್ಯದಲ್ಲಿಯಾದ್ರೂ ಸ್ವಲ ಸ್ವಲ್ಪ ಮಾತಾಡು. ಇದು ನನ್ನ ತಪ್ಪು

ಕೂಡ ಅಲ್ಲ. ಆದ್ರೂ ಕೈಕಟ್ಟಿ ಕೂಡೋಕ್ಕಾಗೋಲ್ಲ. ಅಪ್ಪನಿಗೆ ಸ್ವಲ್ಪ ಹೇಳು.”

ಆಕೆಗೆ ಸ್ವಲ್ಪವೂ ಹಿಡಿಸಲಿಲ್ಲ.

“ನಿಂಗೆಲ್ಲೋ ಬುದ್ಧಿ ಕೆಟ್ಟಿದೆ. ಈಗಾಗ್ಲೇ ಬೇರೆ ಸಂಬಂಧಗಳು ಬರ್ತಾ ಇವೆ. ಅವ್ರಿಗೆ ಹೇಳಿ ಕಳ್ಸಿಯಾಗಿದೆ. ಮತ್ತೆ ಆ ವಿಷ್ಯದ ಪ್ರಸ್ತಾಪ ಯಾಕೆ?”

ಆಕೆ ಕೂಡ ಗಂಡನ ವರಸೆಯನ್ನೇ ಹಿಡಿದಳು. ಮಗನ ಬಗ್ಗೆ ಕನಿಕರ. “ಸುಮ್ಮನಿದ್ಬಿಡು... ಚಂದ್ರು?” ಬುದ್ಧಿ ಹೇಳಿದರಷ್ಟೆ. ತಾಯಿಯಿಂದ ಯಾವ ರೀತಿಯ ಸಹಾಯವೂ ಆಗದೆಂದು ಅವನಿಗೆ ಅರ್ಥವಾಯಿತು.

ಮುಖ ತಿರುಗಿಸಿದ ಚಂದ್ರು. ಈ ಅಸಹನೆ ಅಸಮಾಧಾನ ಬೆಳೆಯುವುದು ಅಪಾಯವೆಂದರಿತ ಆಕೆ. “ನಾವೆಷ್ಟು ಕಷ್ಟಪಟ್ಟಿದ್ದೀವಿ, ಗೊತ್ತಾ! ಪೈಸಾ ಪೈಸಾ ಎಣಿಸಿಯೇ ಈ ಸ್ಥಿತಿಗೆ ಬಂದಿರೋದು. ಹಣಾನ ಯಾವಾಗ್ಲೂ ಅಲಕ್ಷಿಸ್ಬಾರ್ದು. ಅವ್ಳಿಗಿಂತ ಚೆಂದದ ಹುಡ್ಗಿ ಸಿಕ್ತಾಳೆ” ಅವರದು ಅದೇ ಧಾಟಿ. ಹಿಂದಿನ ಕಷ್ಟದ ದಿನಗಳು. ಈಗಿನ ಶ್ರೀಮಂತಿಕೆ ‘ಹಣ’ವನ್ನೇ ಪ್ರಧಾನವಾಗಿರಿಸಿತ್ತು ಜೀವನದಲ್ಲಿ ಬೇರೆ ರೀತಿ ಯೋಚಿಸಲಾರರು.

“ನಾನು ಮದ್ವೆ ಆಗೋದು ಅಂಜುನೆ. ಸಂಬಂಧಗಳ ಜೊತೆ ಆಟ ನಂಗಿಷ್ಟವಿಲ್ಲ. ಹಣ ಅಗತ್ಯ. ಅದೇ ಎಲ್ಲಾ ಅಲ್ಲ, ಹಣವಿಲ್ಲದ ಜನ ಕೂಡ ಸುಖ ಸಂತೃಪ್ತಿಯಿಂದ ಇದ್ದಾರೆ. ಈ ರೀತಿ ಹಣದ ಬೆನ್ನು ಹತ್ತೋದು ಶುದ್ಧ ಅವಮಾನ” ತನ್ನ ನಿರ್ಧಾರದೊಂದಿಗೆ ಟೀಕೆಯನ್ನು ಕೂಡ ಆಕೆಯ ಮುಂದಿಟ್ಟ.

ಆಕೆ ಕಣ್ಣು ಕಣ್ಣು ಬಿಟ್ಟರು.

ಮುರಿದು ಹೋದ ಸಂಬಂಧ ಬೇಡಾಂದ ರಾಧಾಕೃಷ್ಣ ಮತ್ತೆ ಹೋಗಿ ಅವರೊಂದಿಗೆ ಸಂಬಂಧದ ಮಾತಾಡಿಯಾರೆ? ಇಲ್ಲವೆನಿಸಿತು.

“ಕನಸಿನಲ್ಲೂ ಕೂಡ ಆಗದ ಮದ್ವೆ ಪ್ರಸ್ತಾಪಿಸೋದ್ಬೇಡ. ಬರೀ ನಿಂದು ವ್ಯವಹಾರಕ್ಕೆ ಬರದ ಹುಚ್ಚುಚ್ಚು ವಿಚಾರಗಳು” ಮಗನನ್ನು ಒಲಿಸಿಕೊಳ್ಳಲು ನೋಡಿದರು.

ಇನ್ನು ಏನೇ ಮಾತಾಡಿ ಪ್ರಯೋಜನವಿಲ್ಲವೆನಿಸಿತು ಅವನಿಗೆ. ತಂದೆಯ ನಿರ್ಧಾರಕ್ಕೆ ಮನೆಯವರೆಲ್ಲ ಬದ್ಧರು. ಇವನ ಅಣ್ಣ ಪ್ರೇಮಿಸಿ ಓಡಾಡಿದ ಹುಡುಗಿಯನ್ನು ಬಿಟ್ಟು ತಂದೆ ನಿಶ್ಚಯಿಸಿದ ಹುಡುಗಿಯನ್ನು ಮದುವೆಯಾಗಿ ಮುಂಬಯಿಯಲ್ಲಿದ್ದ. ಈಗ ಅವನು ತ್ರೀಸ್ಟಾರ್ ಹೋಟಲ್ ಮಾಲೀಕ!

ತಂದೆ ಹೇಳಿದಂತೆ ನಿರ್ಮಾಣದ ಹಂತದಲ್ಲಿದ್ದ ಕಾರಂಜಿಗೆ ಹೋದವನು ಇಡೀ ದಿನ ಅಲ್ಲಿದ್ದ. ಮಿದುಳಿಗಿಂತ ಗೆಲುವು ಸಿಕ್ಕಿದ್ದು ಮನಸ್ಸಿಗೆ.

ನಿಮಿಷ ಗಂಟೆಗಳನ್ನು ಲೆಕ್ಕಹಾಕಿಯೇ ಕಳೆದಿದ್ದು. ಅಂದೆಲ್ಲ ಮಾರನೆಯ ದಿನ ಬೆಳಗಿನ ಜಾವಕ್ಕೆ ಎದ್ದವನೆ ಸ್ನಾನ ಮುಗಿಸಿ ದೇವರ ಮನೆಯ ಬಳಿಗೆ ಬಂದ. ಆ ಸಮಯಕ್ಕೆ ತಾಯಿ ಅಲ್ಲಿರುತ್ತಾಳೆಂದು ಗೊತ್ತು.

"ಅಮ್ಮ, ಸೋನಾಪುರಕ್ಕೆ ಹೋಗ್ಬರ್ತಿನಿ" ಎಂದ. ಆಕೆಯ ಕೈಯಲ್ಲಿನ ಹೂ ಕೆಳಗೆ ಬಿತ್ತು. ಕೇಳಲಾರದಷ್ಟು ನಿತ್ರಾಣರಾದರು. ಪ್ರಶ್ನಿಸಲಾಗದಂಥ ಭಯ.

ಅತ್ತಿತ್ತ ನೋಡಿದ ಯಶೋದ "ಬೇಡ ಕಣೋ ಚಂದ್ರು, ಇದು ಏನೇನೂ..... ಸರಿಯಲ್ಲ! ನಿನ್ನ ಭವಿಷ್ಯದ ದೃಷ್ಟಿಯನ್ನಿಟ್ಕೊಂಡೇ ಈ ಮದ್ವೆನ ಬೇಡ ಅಂದಿರೋದು. ನೀನಾಗಿ ಅವ್ರ ಮನೆಯ ಬಾಗ್ಲಿಗೆ ಹೋದ್ರೆ... ನಿನ್ತಂದೆ ಮರ್ಯಾದೆ ಗತಿಯೇನು?" ಎಂದರು. ಕಂಪಿಸುತ್ತಿತ್ತು ಆಕೆಯ ಸ್ವರ.

"ತಂದೆ ಮರ್ಯಾದೆ ಹೋಗ್ದಂಗೆ ನಾನು ನೋಡ್ಕೋತೀನಿ. ಏನಾದ್ರೂ ಹೇಳಿ ಅವ್ರನ್ನ ಆದರ್ಶ ಪುರುಷರನ್ನಾಗಿ ಮಾಡ್ತೀನಿ. ನಂಗೂ ಅಪ್ಪನ ಮೇಲೆ ಪ್ರೀತಿ ಇದೆ" ಎಂದ. ಅವನು ನಿರ್ಧಾರದಿಂದ ಹಿಂದಕ್ಕೆ ಸರಿಯಲಾರನೆಂದು ಆಕೆಗೆ ಗೊತ್ತಾಯಿತು.

ಎದ್ದು ಬಂದು ಮಗನ ಕೈ ಹಿಡಿದುಕೊಂಡರು. "ಅದೇ ಲಗ್ನಕ್ಕೆ ನಿಂಗೆ ಮದ್ವೆಯಾದ್ರೆ... ಸಾಕಲ್ಲ! ನಾನ್ಮಾತಾಡ್ತಿರ್ತಿನಿ ನಿಮ್ತಂದೆ ಹತ್ತಿರ" ಎಂದಾಗ ಅವನಿಗೆ ನಗು ಬಂತು.

ಮದುವೆಯ ಪ್ರಸ್ತಾಪ ಮನೆಯಲ್ಲಿ ಷುರುವಾದಾಗಲೇ 'ಸಧ್ಯಕ್ಕೆ ಬೇಡ.... ಕಾರಂಜಿ ಕೆಲ್ಸ ಮುಗೀಲಿ' ಎಂದಿದ್ದ ತಾಯಿಯ ಮುಂದೆ ಅದು ಮರೆತರೇನೋ ಎಂದುಕೊಂಡ.

"ಅಮ್ಮ, ನಾನು ನಿಂಗೆ ಅರ್ಥವಾಗೋ ಹಾಗೆ ಹೇಳ್ಲಾರೆ. ಅಪ್ಪ ನಿಶ್ಚಯಿಸಿದ ಹೆಣ್ಣೇ ಅಂಜು. ಅವಳನ್ನೇ ನಾನು ಮದ್ವೆ ಆಗೋದು. ಬರೀ ಹಣಕಾಸಿನ ವಿಷ್ಯವನ್ನೊಡ್ಡಿ ಲಗ್ನಪತ್ರಿಕೆ ಹಂಚಿರೋ ಮದ್ವೆನಾ ನಿಲ್ಲಿಸೋದು ನಂಗಿಷ್ಟವಿಲ್ಲ" ಎಂದ. ಅವನ ನಿರ್ಧಾರ ಅಚಲವಾಗಿತ್ತು.

ಇದೆಲ್ಲ ಪಂಚಾಯಿತಿಯೆನಿಸಿತು. ವಿಧೇಯನಾಗಿದ್ದ ಇವನಿಗೆ ಏನಾಗಿದೆ? ಹೆಣ್ಣಿನ ಕಡೆಯವರೇನಾದರೂ ಇವನ ಮೂಲಕ ಮಸಲತ್ತು ನಡೆಸಿದ್ದಾರಾ? ಅಂಥ ಜನರಲ್ಲ ಅವರು ಎನ್ನುವ ತೀರ್ಮಾನಕ್ಕೆ ಆಕೆಯೇ ಬಂದರು.

ಮತ್ತೆ ದೇವರ ಮನೆಯೊಳಕ್ಕೆ ಹೋದ ಯಶೋದ "ನೀನು ಸೋನಾಪುರಕ್ಕೆ ಹೋಗ್ಬಾರದಷ್ಟೆ" ಎಂದವರು ತಮ್ಮ ಕೆಲಸದಲ್ಲಿ ಮಗ್ನರಾದರು.

ಮುಂಬಾಗಿಲ ಬಳಿ ಎದುರಾದ ರಾಧಾಕೃಷ್ಣ ನುಂಗಿಬಿಡುವಂತೆ ನೋಡಿದರು. "ಸ್ವಲ್ಪ ರೂಮಿಗೆ ....ಬಾ" ಹೇಳಿ ಹೋದರು.

ತಂದೆಯ ಬಗ್ಗೆ ಅಭಿಮಾನ ಗೌರವ ಇತ್ತು. ಈ ಪ್ರಕರಣ ಸಂದಿಗ್ಧತೆಯೊದಗಿಸಿತ್ತು.

ಎದುರು ನಿಲ್ಲುವುದು ಅನಿವಾರ್ಯ. ಅನ್ಯಾಯವಾದಾಗ ಅಕ್ರಮ ನಡೆದಾಗ ಎದುರಿಸಿ ನಿಲ್ಲಬೇಕಾದ್ದು ಮಾನವ ಧರ್ಮ. ತನ್ನ ಮೂಲಕವೇ ನಡೆಯ ಹೋದಾಗ.... ವ್ಯಕ್ತಿಗತವಾಗಿ ಪ್ರತಿಭಟಿಸಬೇಕಾದ್ದು ತನ್ನ ಕರ್ತವ್ಯ.

ದಿವಾನ್ ಮೇಲೆ ಕೂತಿದ್ದ ರಾಧಾಕೃಷ್ಣ "ತೀರಾ ಮೂರ್ಖನಾಗ್ಬೇಡ. ಆ

ಹುಡ್ಗೀನ ನೋಡಿದ್ದು ಒಂದೇ ಸಲ, ಪ್ರೇಮ, ಪ್ರೀತಿಯೇನು ಅಷ್ಟೆತ್ತರಕ್ಕೆ ಬೆಳೆದಿರೋಲ್ಲ ಸತ್ತ ವಿಷ್ಯಕ್ಕೆ ಜೀವ ಕೊಡೋದ್ಬೇಡ" ಎಂದ ಮಾತುಗಳಿಗೆ ಅವನ ತಲೆ ತುಸು ತಗ್ಗಿತು.

"ಪ್ಲೀಸ್ ಅಪ್ಪ.... ಸ್ವಲ್ಪ ಅರ್ಥಮಾಡ್ಕೊಳ್ಳಿ, ನಾನೇನು ಭಾವುಕನಾಗಿ ಮಾತಾಡ್ತಾ ಇಲ್ಲ. ನನ್ನ ನಿರ್ಣಯವಂತು ಬದಲಾಗೋಲ್ಲ" ಎಂದ. ಅವನ ಸ್ವರಕ್ಕೆ ಬಂದ ಬಲವನ್ನು ಗಮನಿಸಿದ ರಾಧಾಕೃಷ್ಣ ಕ್ಷಣ ವಿಚಲಿತರಾದರು. ಆದರೂ ಉಕ್ಕುವ ಮನ ಸುಲಭದಲ್ಲಿ ಬಗ್ಗಲಾರದು.

"ಈಗೇನ್ಮಾಡ್ತೀಯಾ?" ಕೆದಕಿದರು.

"ಸೋನಾಪುರಕ್ಕೆ ಹೊರಟಿದ್ದೀನಿ" ಎಂದ ಬಿರುಸಾಗಿ.

ರಾಧಾಕೃಷ್ಣ ಮೈನ ನರಗಳು ಸೆಟೆದುಕೊಂಡವು. "ಹೋದ್ಮೇಲೆ ಮತ್ತೆ ಈ ಮನೆಗೆ ಬರಬಾರ್ದು. ಬೇಡದ ಸಂಬಂಧ ಬೆಳೆಸೋಕೆ ಹೊರಟ ನಿಂಗೆ ಇಲ್ಲಿನ ಬಾಗ್ಲು ಪೂರ್ತಿ ಮುಚ್ಚಿದಂತೆ. ಹಣ ಇರ್ಲೀ ನನ್ನಿಂದ ಕನಿಷ್ಠ ಸಹಾಯ ಕೂಡ ಸಿಕ್ಕೋಲ್ಲ" ಎಂದರು ಒರಟಾಗಿ.

ಇದು ಕೇವಲ ಬೆದರಿಕೆಯಲ್ಲ, ಅಂಥ ಛಲ ರಾಧಾಕೃಷ್ಣ ಅವರಿಗೆ ಇತ್ತು. ಕಷ್ಟಗಳು ಅವರೆದೆಯನ್ನು ಕಲ್ಲಾಗಿರಿಸಿತ್ತು.

"ಆಯ್ತು..." ಹೊರಟುಬಿಟ್ಟ.

ಧೃತಿಗೆಟ್ಟು ಕುಸಿದರು. ಸಾವರಿಸಿಕೊಂಡರು. ಹಸಿವು, ಬಡತನ, ನಿರುದ್ಯೋಗ, ಹೇಗೆ ವ್ಯಕ್ತಿಯನ್ನು ಜಗ್ಗಾಡುತ್ತದೆಯೆಂದು ಬಲ್ಲರು. ಸುಖದ ಸುಪ್ಪತ್ತಿಗೆಯಿಂದ ಘುಟ್ಪಾತಿಗೆ ಇಳಿಯುವ ಮೂರ್ಖತನ ಯಾಕೆ ಮಾಡಿದ? ನಾರಾಯಣ್ ತಮ್ಮಿಂದ ಅವಮಾನಿತರಾದರೂ ಸ್ವಾಭಿಮಾನವುಳ್ಳ ವ್ಯಕ್ತಿ. ಬರಿಗೈಯಲ್ಲಿ ಒಂಟಿಯಾಗಿ ಬಂದ ಇವನಿಂದ ಮಗಳ ಕುತ್ತಿಗೆಗೆ ತಾಳಿ ಕಟ್ಟಿಸಲಾರರು. ಮುಂದಿನ ಚಿತ್ರವನ್ನು ಕಲ್ಪಿಸಿಕೊಂಡರು.

"ಚಂದ್ರು....... ಹೊರಟ್ಹೋದ?" ಹೆಂಡತಿಯ ಒದ್ದೆಯ ಸ್ವರ ಎಚ್ಚರಿಸಿದಾಗ ನಸುನಕ್ಕರು. "ಎಲ್ಲಿಗೆ... ಹೋದ? ಆವೇಶ ತಗ್ಲೀ.... ವಾಪ್ಸು ಬರ್ತಾನೆ. ಅವನೊಬ್ಬ ಈಡಿಯಟ್. ಅಪ್ಪನಿಂದ ಹೊರದಬ್ಬಿಸಿಕೊಂಡ್ಬಂದ ಈ ನಿರುದ್ಯೋಗಿಗೆ...... ಯಾವೋನು ಕೊಡ್ತಾನೆ ಹೆಣ್ಣಾ? ಅಲ್ಲು ಅವಮಾನಾನೇ?" ಉದಾಸೀನದಿಂದ ನುಡಿದರು.

ಆದರೆ ಅಲ್ಲಿನ ಚಿತ್ರ ಅವರ ಧಮನಿಗಳಲ್ಲಿನ ರಕ್ತ ಬಿಸಿ ಮಾಡುತ್ತಿತ್ತು. ನಾರಾಯಣ್ ಮಗನನ್ನು ಅವಮಾನಿಸುವ ಚಿತ್ರ ಮಸ್ತಿಷ್ಕದಲ್ಲಿ ಸುಳಿದು ಚಿತ್ತಕ್ಷೋಭೆಗೊಳಿಸಿತು ಅವರನ್ನು.

"ನಂಗ್ಯಾಕೋ ಭಯ! ಚಂದ್ರು ಬಿಸಿರಕ್ತದ ಹುಡ್ಗ ಅವಮಾನ ತಾಳಲಾರ್ದೆ ಆತ್ಮಹತ್ಯೆ... ಮಾಡ್ಕೊಂಡ್ರೆ" ಯಶೋದ ಸ್ವರ ನಡುಗಿತು ಕಂಬನಿ ಕೆನ್ನೆಯ ಮೇಲೆ ಹರಿಯಿತು.

ರಾಧಾಕೃಷ್ಣ ಆ ಸಮಯದಲ್ಲೂ ನಕ್ಕುಬಿಟ್ಟರು. ಹೆಂಡತಿಯತ್ತ ಮರುಕದ ನೋಟ ಹರಿಸಿದರು. ಲೋಕಜ್ಞಾನ ಸಾಲದೆನಿಸಿತು.

"ನಿಂಗೆಲ್ಲೋ.... ಹುಚ್ಚು! ತೀರಾ ಭಾವುಕನಲ್ಲ ಆತ್ಮಹತ್ಯೆ ಮಾಡಿಕೊಳ್ಳೋಕೆ. ಚಿನ್ನದ ಚಮಚ ಬಾಯಿನಲ್ಲಿ ಇಟ್ಕೊಂಡ್ ಹುಟ್ಟಲಿಲ್ಲ ಅವ್ನು. ಹಾಲಿನ ಬದ್ಲು ರಾಗಿ ಗಂಜಿ ಕುಡ್ಸಿ ಸಾಕಿದ್ದು ನೆನಪಿದೆ.... ತಾನೇ! ಅವನಾಗಿ ದಾರಿಗೆ ಬರ್ತಾನೆ. ನೀನು ತೆಪ್ಪಗಿರು" ಹೆಂಡತಿಗೆ ಹೇಳಿದರು.

ಒಳಗೊಳಗೆ ವೇದನೆ, ಅವಮಾನ ಅನುಭವಿಸಿದರು. ಅವರ ಶಕ್ತಿಯೇ ಉಡುಗಿ ಹೋದಂತಾಯಿತು ಕೆಲವು ಕ್ಷಣ. ಆಮೇಲೆ ಚೇತರಿಸಿಕೊಂಡರು ನಿಧಾನವಾಗಿಯಾದರೂ.

* * *

ತಂದೆಯ ಮುಂದೆ ಸವಾಲೊಡ್ಡಿ ಚಂದ್ರು ಹೊರಗೆ ಬಂದ. ಅಂಥ ಬೋಲ್ಡ್ ಸ್ವಭಾವವಲ್ಲ. ಒಂದಿಷ್ಟು ಸ್ವಾಭಿಮಾನ. ಸಂಕೋಚ ಎಲ್ಲಾ ಅವನಿಗೆ ಇತ್ತು. ಸೋನಾಪುರಕ್ಕೆ ಅವನು ಎರಡನೇ ಸಲ ಹೋಗಬೇಕಿತ್ತು. ಮೊದಲ ಸಲ ತಾಯ್ತಂದೆಯರ ಜೊತೆ ನೆಂಟರಿಷ್ಟರು ಇದ್ದರು. ಮೂರು ಕಾರಿನಷ್ಟು ಜನ ನಾರಾಯಣ್ ಮನೆಯ ಮುಂದೆ ಇಳಿದಿದ್ದರು. ಈಗ ಒಂಟಿಯಾಗಿ ಹೋಗಿ ಅವರನ್ನೆದುರಿಸಬೇಕಿತ್ತು. ಅನಿವಾರ್ಯ ಕೂಡ.

ಹೀರೋ ಹೊಂಡ ಅವರ ಮನೆಯ ಮುಂದೆ ನಿಂತಾಗ ಬಾಗಿಲಲ್ಲಿ ಕಾಣಿಸಿಕೊಂಡ ಅಂಜಲಿ ಹಿಂದಕ್ಕೆ ಸರಿದು ಮಾಯವಾಗಿ ಅವಳ ಜಾಗದಲ್ಲಿ ಹೇಮಲತ, ನಾರಾಯಣ್ ಧರ್ಮಪತ್ನಿ ಕಾಣಿಸಿಕೊಂಡರು.

ಅಂದು ಕಂಡ ಸಂಭ್ರಮ, ಸಂತೋಷಗಳಾವುವೂ ಇರಲಿಲ್ಲ ಆಕೆಯ ಕಣ್ಣುಗಳಲ್ಲಿ. ಪ್ರಯತ್ನಪೂರ್ವಕವಾಗಿ ಮುಖದ ಮೇಲೆ ತಂದುಕೊಂಡಿದ್ದು ಪ್ರಸನ್ನತೆ.

"ಬನ್ನಿ..." ಎಂದರು ಚುಟುಕಾಗಿ. ಸ್ವಾಗತದಲ್ಲು ಕಸಿವಿಸಿ. ದಿಟ್ಟವಾಗಿ ಹೆಜ್ಜೆಗಳನ್ನು ಎತ್ತಿಡಲಾರದೆ ಅಳುಕಿದ. ಸಲಿಗೆಯಿಲ್ಲದ ಜಾಗ. "ಯಾರೂ..... ಇಲ್ವಾ?" ಕೇಳಿದ.

ಉತ್ತರಿಸದೆಯೇ ಒಳಗೆ ಹೋದರು. ಮನೆಯಲ್ಲಿ ಮಂಕು ಬಡಿದಂಥ ವಾತಾವರಣ. ಅಂದು ಕಳೆಕಳೆಯಾಗಿ ಶೃಂಗಾರಗೊಂಡು ತುಂಬಿಕೊಂಡ ಮನೆ ಇಂದು ನಿರ್ಜನದಂತೆ ಗೋಚರಿಸಿತು.

ಸುತ್ತಲೂ ನೋಟ ಹರಿಸಿದ. ಭರ್ಜರಿ ಮನೆ. ಹಳೆಯ ಶ್ರೀಮಂತಿಕೆಯ ದ್ಯೋತಕವೆನ್ನುವಂಥ ಪೀಠೋಪಕರಣಗಳು. ನಾರಾಯಣ್ ಇವರನ್ನು ಮೋಸ ಮಾಡಿರಲಿಲ್ಲ ತಾವಾಗಿ ಮೋಸಹೋಗಿದ್ದರು ಇವನ್ನೆಲ್ಲ ನೋಡಿ ರಾಧಾಕೃಷ್ಣ ಒಂದಿಷ್ಟು ಎಣ್ಣೆಯಲ್ಲಿ ಕರಿದ ತಿಂಡಿಯನ್ನು ತಂದಿಟ್ಟರು. ಅಲ್ಲು ಸೌಜನ್ಯತೆಯೇ ಅವನು ಕಂಡಿದ್ದು. "ತಗೊಳ್ಳಿ, ಅವ್ರು ಹೊರ್ಗಡೆ ಹೋಗಿದ್ದಾರೆ. ಈ ಕಡೆ ಎಲ್ಲಿಗೆ

ಬಂದಿದ್ದಿರಿ?" ಆಕೆಯೆ ಪ್ರಶ್ನಿಸಿದರು. ನೋವು, ಅವಮಾನ ಅನುಭವಿಸಿ ಸಾಕಾಗಿತ್ತು ಅವರಿಗೆ, ಇಡೀ ಸೋನಾಪುರದಲ್ಲಿ ತಲೆತಗ್ಗಿಸುವಂತಾಗಿತ್ತು.

ನೀರು ಕುಡಿದಿಟ್ಟು ಮೊದಲು ಕ್ಷಮೆಯಾಚಿಸಿದ ಅವರಲ್ಲಿ ಚಂದ್ರು. ನಂತರ ತನ್ನ ನಿರ್ಧಾರ ತಿಳಿಸಿದ. ಆಕೆಯ ಮುಖವೇನು ಗೆಲುವಾಗಲಿಲ್ಲ.

"ಹೇಗೆ ಸಾಧ್ಯ? ಒಂದು ಮುಕ್ತಾಯ ಬಿದ್ದುಹೋಗಿದೆ. ವಿಷ್ಯ ಊರಲ್ಲಿ ಮಾತ್ರವಲ್ಲ ನೆಂಟರಿಷ್ಟರ ಕಿವಿಗಳು ಕೂಡ ತಲುಪಿದೆ. ನೂರು ಆಸೆಗಳ್ನ ಇಟ್ಕೊಂಡಿರೋ ಅಪ್ಪ, ಅಮ್ಮನ ವಿರುದ್ಧ ಹೋಗೋದ್ಬೇಡಿ. ಈ ಸಂಬಂಧವಲ್ಲದಿದ್ರೆ... ಇನ್ನೊಂದು ಸಂಬಂಧ ಆಗುತ್ತೆ ನಮ್ಗೆ. ನಿಮ್ಮ ಸಹಾನುಭೂತಿ ಬೇಡ?" ಸ್ಪಷ್ಟವಾಗಿ ಹೇಳಿದರು. ಗಂಡ ಬಂದು ಉತ್ತರ ಹೇಳಲಿಯೆಂದು ಆಕೆ ಕಾಯಲಿಲ್ಲ.

ಅಲ್ಲಿ ಅವನ ತಾಯಿಯ ಸ್ಥಿತಿಗಿಂತ ಇಲ್ಲಿ ಈಕೆಯು ಸ್ಥಿತಿ ಉತ್ತಮವಾಗಿದ್ದು ಅವನ ಅರಿವಿಗೆ ಬಂತು.

ಆ ವೇಳೆಗೆ ನಾರಾಯಣ್ ಕೂಡ ಬಂದರು. ಒರಟಾಗಿ ಮಾತಾಡುವುದಾಗಲಿ, ಅವಮಾನ ಮಾಡುವ ತಂಟೆಗೆ ಹೋಗದೆ ಮಾಮೂಲಾಗಿ ಮಾತಾಡಿಸಿ ವಿಷಯ ತಿಳಿದ ಮೇಲೆಯೇ ರೌದ್ರಾವೇಶ ತಾಳಿದ್ದು.

ಬಾಗಿಲತ್ತ ಕೈ ತೋರಿಸಿದರು. "ದಯವಿಟ್ಟು ಹೋಗ್ಬಿಡಿ. ಮುಗಿದ ಕತೆಗೆ ಮುನ್ನುಡಿ ಯಾಕೆ? ನನ್ನ ಮಗ್ಳ ಭವಿಷ್ಯದ ಬಗ್ಗೆ ನಾನು ಚಿಂತಿಸ್ತೀನಿ. ಇನ್ನ ಒಂದೇ ತಿಂಗಳಲ್ಲಿ ಲಗ್ನಪತ್ರಿಕೆ ಹಿಡ್ದು... ನಿಮ್ಮಲ್ಲಿಗೆ ಬರ್ತಿನಿ. ಎಲ್ಲಾ ಬಂದು ಆಶೀರ್ವದಿಸಿ" ಕೋಪದಿಂದ ಅವರ ಕತ್ತಿನ ನರಗಳು ಉಬ್ಬಿದವು.

ಚಂದ್ರು ಮೇಲೆದ್ದ. ಹಿರಿಯರು ಯೋಚಿಸುವುದಕ್ಕಿಂತ ಭಿನ್ನವಾಗಿ ಚಿಂತಿಸಿದ್ದ. ಹೊಸ ಅಲೆ ಎಂದಾಗಲಿ, ತಾನೊಂದು ಕ್ರಾಂತಿ ಮಾಡಲು ಹೊರಟಿದ್ದೇನೆಂಬ ಭ್ರಮೆಯಲ್ಲೇನು ಇರಲಿಲ್ಲ. ಹಿರಿಯರು ಜೋಡಿಸಿದ ಮದುವೆ, ಹಣದ ಕಾರಣಕ್ಕಾಗಿ ನಿಲ್ಲಬಾರದೆಂದು ಮಾತ್ರ ಭಾವಿಸಿದ್ದ.

ಮೇಲೆದ್ದ ಚಂದ್ರು ಎರಡು ಕೈಗಳನ್ನು ಜೋಡಿಸಿದ. "ಬರ್ತೀನಿ, ನಮ್ತಂದೆ ಪರವಾಗಿ ನಾನು ಕ್ಷಮೆ ಕೇಳ್ತೀನಿ, ನಿಮ್ಮ ಪ್ರಕಾರ ಕೂಡ. ಅಷ್ಟನ್ನು ಬಿಟ್ಟು ಬೇರೇನು ಮಾಡ್ಲಾರೆ" ಒಮ್ಮೆ ಎಲ್ಲೆಡೆ ನೋಟ ಹರಿಸಿದ. ಸಂಬಂಧಪಟ್ಟ ವ್ಯಕ್ತಿ ಕಾಣಲಿಲ್ಲ.

ನಾರಾಯಣ್, ಹೇಮಲತ ಎದೆಗಳು ಕೂಡ ಭಾರವಾಯಿತು. ಎಂಥ ಹುಡುಗ ತಪ್ಪಿ ಹೋಗುತ್ತಾನಲ್ಲ ಎನ್ನುವ ವೇದನೆ, ಈಗ ಸಮಾಜದಲ್ಲಿ ಎದುರಿಸುತ್ತಿರುವ ನೋವು– ಎರಡು ಅವರ ಧೈರ್ಯವನ್ನು ಕುಸಿಯುವಂತೆ ಮಾಡಿತ್ತು. ಮತ್ತೆ ರಾಧಾಕೃಷ್ಣ ಕಾಲುಗಳನ್ನು ಹಿಡಿಯಲಾಗಲಿ ಇವನು ಸೂಚಿಸಿದ ಪರಿಹಾರ ಒಪ್ಪಿಕೊಳ್ಳಲಾಗಲೀ ಮನಸ್ಸು ಮಾಡರು. ಸಮ್ಮತವಲ್ಲದ ವಿಷಯ ಅದು.

ಹೆಜ್ಜೆಗಳು ತೀರಾ ಭಾರವೆನಿಸಿತು. ಕಾಲುದಾರಿಯ ಅನತಿ ದೂರದ ಹೊಂಗೆಯ

ಮರದ ನೆರಳಿನಲ್ಲಿ ಹೋಗಿ ಕೂತುಬಿಟ್ಟ. ಮುಂದೇನು? ತಂದೆ ಸತ್ಯವನ್ನು ಮೊದಲೇ ನುಡಿದಿದ್ದರು.

ಕೂದಲಿಗೆ ಕೈ ಹಾಕಿ ಕಿತ್ತ. ಅವನ ನಿರ್ಧಾರಕ್ಕೆ ಯಾವ ಪ್ರತಿಫಲವೂ ಇಲ್ಲ. ನಿಧಾನವಾಗಿ ನೋಟವೆತ್ತಿದ. ಅಂಜಲಿ ನಿಂತಿದ್ದಳು ಸ್ವಲ್ಪ ದೂರದಲ್ಲಿ.

"ನನ್ನ ಕ್ಷಮ್ಸಿಬಿಡಿ" ಎಂದ ಕಸಿವಿಸಿಯಿಂದ.

ಇನ್ನಷ್ಟು ಅವಳ ನೋಟ ತಗ್ಗಿ ಕೆನ್ನೆಯ ಮೇಲೆ ಅಶ್ರುಬಿಂದುಗಳು ಕಾಣಿಸಿಕೊಂಡಾಗ ಅವಳ ಅಸಹಾಯಕತೆಗೆ ಮರುಗಿದ. ಎದೆಗೊರಗಿಸಿಕೊಂಡು ಸಂತೈಸಲೆ, ಒಂದು ಕ್ಷಣ ಅನ್ನಿಸಿದ್ದುಂಟು.

ಅದೇ ಮಾತುಗಳನ್ನು ನಿರ್ಧಾರವನ್ನು ಮತ್ತೆ ಅವಳ ಮುಂದೆ ಉಸುರಿದ. "ನಾನು ನನ್ನ ತಾಂಯ್ತುಂದೆಯನ್ನ ವಿರೋಧಿಸ್ಬಂದೆ. ಇದಕ್ಕೆ ನಿನ್ನ ಹಿರಿಯರ ಸಹಕಾರ ಇಲ್ಲ, ನಿಶ್ಚಯವಾದ ವಿವಾಹದಲ್ಲಿ ನಾವಿಬ್ರೂ ಗಂಡು, ಹೆಣ್ಣುಗಳಾದ್ರೂ ಇಲ್ಲಿ ನಮ್ಮಗಳ ಭಾವನೆಗಳಿಗೆ ಪ್ರಾಮುಖ್ಯತೆ ಇಲ್ಲ, ಒಂದು ರೀತಿ ಅವ್ರು ಬಳಸೋ ವಸ್ತುಗಳಷ್ಟೆ" ನಿಟ್ಟುಸಿರು ಚಿಮ್ಮಿದ ಆ ನಿಟ್ಟುಸಿರಿನ ತೀವ್ರತೆ ಎಷ್ಟಿತ್ತೆಂದರೆ ಅಂಜಲಿ ಚಲಿಸಿಹೋದಳು.

ಕಡೆಯ ಸಲ ಎನ್ನುವಂತೆ ಅವಳತ್ತ ನೋಟ ಹರಿಸಿದಾಗ ಕಂಡಿದ್ದು ಅವಳ ಕಣ್ಣುಗಳಲ್ಲಿ ಉತ್ಸಾಹದ ಕೋಲ್ಮಿಂಚು. ಬೀಸಿ ಬಂದ ಗಾಳಿ ಒಂದಿಷ್ಟು ಉತ್ಸಾಹವನ್ನು ಹೊತ್ತು ತಂದು ಅವನನ್ನು ಪುಳಕಿತನನ್ನಾಗಿ ಮಾಡಿತು.

"ನಾನು ನಿರುದ್ಯೋಗಿ. ತಾಯ್ತಂದೆಯರ ಸಪೋರ್ಟ್ ಇಲ್ಲ. ಮನೆ, ಆಸ್ತಿ ಇರಲಿ, ಬ್ಯಾಂಕ್ ಬ್ಯಾಲೆನ್ಸ್‌ಗೂ ನಾನು ಬಾಧ್ಯಸ್ಥನಲ್ಲ. ನಂದು ಇಂತಹ ಸ್ಥಿತಿ. ಆದ್ರೂ.... ಛಲವಿದೆ, ವಿಶ್ವಾಸವಿದೆ. ಇಷ್ಟನ್ನೇ ನಂಬಿ ನನ್ನ ಮದ್ವೆಯಾಗೋದಾದ್ರೆ.... ನಾನು ಸಿದ್ಧ" ಸಧ್ಯದ ಸ್ಥಿತಿಯನ್ನು ವಿವರಿಸಿ ಒಪ್ಪಿಗೆ ಕೇಳಿದ.

ಅವಳ ಕಂಗಳು ತುಂಬಿಕೊಂಡವು ಸಮ್ಮತಿ ಸೂಚಿಸಿದಾಗ ಚಕಿತನಾದ. ಅವಳೇನು ಪ್ರೇಮಿಯಲ್ಲ, ಹಿರಿಯರ ಆಣತಿಯಂತೆ ಮದುವೆಗೆ ಒಪ್ಪಿದ್ದು. ಪರಿಚಯ, ಸಲಿಗೆಯೆಂದೂ ಇರಲಿಲ್ಲ. ಆದರೆ ಹಿರಿಯರು ಎಳೆದ ರೇಖೆಯನ್ನು ದಾಟಲು ಸಿದ್ಧಳಾದಳು.

ಸಂತೋಷದಿಂದ ತಬ್ಬಿಬ್ಬಾದ. ಆದರೂ ಬೇಗ ಚೇತರಿಸಿಕೊಂಡು ಇಟ್ಟ ಲಗ್ನಕ್ಕೆ ಮದುವೆಯಾಗುವುದೆಂದು ನಿಶ್ಚಯಿಸಿ ಅಂದಿನವರೆಗೂ ಕಾಯಬೇಕೆಂದು ಕೇಳಿಕೊಂಡ.

"ನನ್ನ... ನಂಬ್ತೀಯಾ ಅಂಜು?" ಕೇಳಿದ.

"ಖಂಡಿತ...." ಎಂದಳು ಕಂಪಿಸುವ ಸ್ವರದಲ್ಲಿ.

ಭರವಸೆಯನ್ನು ಹೊತ್ತೇ ಹಿಂದಿರುಗಿದ. ಎಲ್ಲಿಗೆ ಹೋಗುವುದು? ನೇರವಾಗಿ ಅಹಮದ್‌ನ ಅರಸಿಕೊಂಡು ಅವನ ಮನೆಗೆ ಅಂದರೆ ಮನೆಯಂತೆ ಕಾಣುವ ರೂಮಿಗೆ ಹೋದ. ಅವನು ಅಲ್ಲಿಗೆ ಹೋಗುತ್ತಿದ್ದುದು ಅಪರೂಪ. ಇವನನ್ನೇ

ಅರಸಿಕೊಂಡು ಬರುತ್ತಿದ್ದ ಅವನು. ಇಬ್ಬರು ಚಡ್ಡಿ ದೋಸ್ತುಗಳು. ಚಂದ್ರುಗೆ ಏಕೈಕ ಆತ್ಮೀಯ ಗೆಳೆಯ.

"ಮೈ ಗಾಡ್. ನೀನು... ಸಿಕ್ದೇ. ಎಲ್ಲೆಲ್ಲಿ ಹುಡ್ಕಬೇಕಿತ್ತೋ! ಒಂದಿಷ್ಟು ಅರ್ಜೆಂಟ್ ಮಾತಾಡೋದಿದೆ" ಅವನ ಭುಜದ ಮೇಲೆ ಕೈಯಿಟ್ಟು ಪಕ್ಕದಲ್ಲಿ ಕೂತಾಗ ಅವನು ನಕ್ಕುಬಿಟ್ಟ.... "ಇದೇನು, ಹೊಸ ರೀತಿಯಲ್ಲಿ ಮಾತಾಡ್ತ ಇದ್ದೀಯಾ! ಯಾರನ್ನಾದ್ರೂ ಕಳ್ಸಿದ್ರೆ... ಓಡ್ಬರ್ತಾ ಇದ್ದೆ. ನಿನ್ನಷ್ಟು ನಾನೇನು ಬಿಜಿಯಲ್ಲ" ಗೆಳೆಯನ ಕೈ ಹಿಡಿದುಕೊಂಡ. ಅವನಿಂದ ಎಷ್ಟೋ ಉಪಕೃತನಾಗಿದ್ದ ಅವನು ಸದಾ ಕೃತಜ್ಞ.

ಮೊದಲು ನಿಟ್ಟುಸಿರು ದಬ್ಬಿದ ಚಂದ್ರು "ನಮ್ಮದ್ವೇಗೆ ನೀನು ಪುರೋಹಿತನಾಗ್ಬೇಕು!" ಎಂದಾಗ ಅವನು ಬೆಚ್ಚಿಬಿದ್ದರೂ ಆರಾಮಾಗಿ ನಕ್ಕುಬಿಟ್ಟ. "ನಾನೊಬ್ಬ ಗೆಸ್ಟ್ ಆಗ್ಬಹುದು ನಿಮ್ಮದ್ವೇ. ಹೆಚ್ಚೂಂದ್ರೆ.... ಒಂದಿಷ್ಟು ಓಡಾಟವಿರ್ಬಹ್ದು. ಪುರೋಹಿತ ಪಟ್ಟ ನಂಗ್ಯಾಕೆ? ಬಹಳ ಸೀರಿಯಸ್ಸಾಗಿ ಕಾಣ್ತೀಯಾ, ಏನು ವಿಷ್ಯ?" ಸ್ನೇಹದಿಂದ ಕೇಳಿದ.

ಎಲ್ಲಾ ಅರ್ಥವಾಗುವಂತೆ ಬಿಡಿಸಿ ಹೇಳಿದ. ಲವ್ ಮ್ಯಾರೇಜ್‌ಗೆ ತೊಡಕು. ಗಲಾಟೆ, ಸುಖಾಂತ, ದುಃಖಾಂತ ಅನ್ನೋದು ಇರುತ್ತಾ ಇತ್ತು. ಇದೆಲ್ಲ ತೀರಾ ವಿಚಿತ್ರವಾಗಿ ಕಂಡಿತು. ಬೇರೆಯವರಿಂದ ಹಣ ಪಡೆಯಬೇಕಾದ ಸ್ಥಿತಿ ರಾಧಾಕೃಷ್ಣ ಕುಟುಂಬಕ್ಕೆ ಇರಲಿಲ್ಲ. ಈ ವಿಪರೀತ ಲೆಕ್ಕಾಚಾರದ ವಿಷಯದಲ್ಲಿ ತಲೆ ಕೆಡಿಸಿಕೊಳ್ಳುವುದು ಕೂಡ ಅಹಮದ್‌ಗೆ ತಪ್ಪೆನಿಸಿತು.

"ಪ್ರೇಮ ಅಂಥದ್ದೇನು ಇಲ್ವಲ್ಲ! ಆರಾಮಾಗಿದ್ಬಿಡು. ಅನ್ಯೋನ್ಯವಾಗಿದ್ದ ಸಂಬಂಧಗಳು ಹಾಳಾಗುತ್ತೆ. ಕುಟುಂಬ ಪ್ರೀತಿಯಿಂದ ವಂಚಿತನಾಗ್ತೀಯಾ! ಸಮಸ್ಯೆಗಳು ನಿನ್ನ ಸುತ್ತಿಕೊಳ್ಳುತ್ತೆ. ಇಷ್ಟೆಲ್ಲ ಯೋಚ್ಸಿದ್ದೀಯಾ?" ಸ್ನೇಹದಿಂದ ಗೆಳೆಯನ ಮನಸ್ಸನ್ನು ಬದಲಾಯಿಸಲು ನೋಡಿದ.

ಹೂಜಿಯಲ್ಲಿನ ನೀರನ್ನು ಗ್ಲಾಸ್‌ಗೆ ಬಗ್ಗಿಸಿಕೊಂಡು ಕುಡಿದವನು "ಅಹಮದ್, ಒಂದು ಕಪ್ ಟೀ ಮಾಡ್ಕೊಂಡ್ಬಾ" ಅವನನ್ನು ಅಡಿಗೆ ಮನೆಗೆ ಅಟ್ಟಿದ. ಹಾಲ್‌ನಲ್ಲಿ ಒಂದು ಗೋಡೆ ಹಾಕಿ ಅಡಿಗೆ ಮನೆಯನ್ನು ವಿಭಾಗಿಸಿದ್ದರಷ್ಟೆ. ಅಲ್ಲೇ ಇದ್ದ ಪೆನ್ಸಿಲ್‌ನಿಂದ ಪೇಪರ್ ಮೇಲೆ ರೇಖೆಗಳನ್ನು ಎಳೆದ. 'ಕುಟುಂಬ ಪ್ರೀತಿ ಕಳ್ಕೋಬೇಕಾಗುತ್ತೆ' ಈ ಮಾತು ಅವನನ್ನು ನೋಯಿಸಿತು, ವಿಪರೀತ. ಆ ಮನೆ ಅಪ್ಪ, ಅಮ್ಮಂದಿರನ್ನು ಬಿಟ್ಟು ದೂರವಿರಲು ಸಾಧ್ಯವೆ? ತಂದೆ ಎಸೆದ ಛಾಲೆಂಜ್‌ನ ಒಪ್ಪಿಕೊಂಡಿದ್ದ. ಹಿಂದಕ್ಕೆ ಸರಿಯಲಾರ. ಅದು ರಾಧಾಕೃಷ್ಣ ಗೌರವಕ್ಕೂ ಕುಂದು. ಹಿಡಿದ ಪಟ್ಟನ್ನ ಸಾಧಿಸದೆ ಬಿಡದಂಥ ವ್ಯಕ್ತಿಯ ಮಗ. ಪ್ರೀತಿ ಒಂದಿಷ್ಟು ಮರೆಯಾಗಬಹುದು. ಆದರೆ ಅವರ ಪೂರ್ಣ ಅಭಿಮಾನವನ್ನು ಕಳೆದುಕೊಳ್ಳಲಾರ.

ಎರಡು ಕಪ್ ಟೀ ಹಿಡಿದು ಬಂದ ಅಹಮದ್ "ಕುಡ್ದು ರಿಲ್ಯಾಕ್ಸ್ ಮಾಡ್ಕೋ. ನಂಗೇನೋ ನೀನು ಹೊರಟ ದಾರಿ ತೊಡಕು ಅನಿಸುತ್ತೆ. ವ್ಯರ್ಥ. ಯಾಕೆ ಗೊಂದಲದಲ್ಲಿ ಬೀಳ್ತೀಯಾ? ಅದೇ ಲಗ್ನಕ್ಕೆ ಇನ್ನೊಂದು ಹೆಣ್ಣನ್ನು ನಿಮ್ತಂದೆ

ನಿಶ್ಚಯಿಸಿದರೂ ಹೆಚ್ಚಲ್ಲ, ನೀವಿಬ್ರೂ ಪ್ರೇಮಿಗಳೇನು ಅಲ್ಲ" ಕಡೆಯ ವಾಕ್ಯವನ್ನು ಒತ್ತಿ ಹೇಳಿದ. ಅದಕ್ಕೆ ಚಂದ್ರು ತಲೆದೂಗಿದರೂ ಮಾತಾಡಲಿಲ್ಲ.

ಟೀ ಕುಡಿದಿಟ್ಟ ನಂತರವೆ ಬಾಯಿ ಬಿಟ್ಟಿದ್ದು. "ಯೂ ಆರ್ ಕರೆಕ್ಟ್, ನಾವು ಪ್ರೇಮಿಸಿಲ್ಲ. ನಿಶ್ಚಿತಾರ್ಥದ ದಿನ ಮಾತ್ರ ಅಂಜುನ ನೋಡಿದ್ದು. ಎರಡು ಕಡೆಯ ಹಿರಿಯರು ಸಂಬಂಧ ನಿಶ್ಚಯಿಸಿ ನಾವಿಬ್ರೂ ಹೃದಯದಲ್ಲಿ ಮಧುರವಾದ ಸುಂದರವಾದ ನವಿರಾದ ಕನಸುಗಳು ಟಿಸಿಲೊಡೆಯಲು ಕಾರಣರಾದರು" ಉದ್ವೇಗದಿಂದ ಅವನ ಕಂಠ ನಡುಗಿತು.

ಅಹಮದ್ ಸುಸ್ತಾದ. ಏನು ಹೇಳಬೇಕೋ ತಿಳಿಯಲಾರದೆ ಹೋದ. ಹತ್ತಿರದಿಂದ ಚಂದ್ರು ಮನೆಯವರನ್ನು ಬಲ್ಲ. ಡಿಗ್ರಿ ಮುಗಿದ ಮೇಲೆ ಚಂದ್ರುಗೆ ಎಂ.ಎಸ್ಸಿ. ಮಾಡುವ ಯೋಚನೆ ಇದ್ದರೂ ತಂದೆಯ ಮಾತಿಗೆ ವಿಧೇಯನಾಗಿ ಹೋಟಲ್ ಕಡೆ ಗಮನ ಹರಿಸಿದ.

ತಂದೆ, ಮಗನ ಮಧ್ಯದ ಬಾಂಧವ್ಯ ಅಷ್ಟೊಂದು ಉತ್ತಮವಾಗಿತ್ತು. ಅವರಾದರೂ ಅರ್ಥಮಾಡಿಕೊಂಡರೆ ಚೆನ್ನಾಗಿತ್ತು ಎಂದುಕೊಂಡ.

"ಆ ಹೆಣ್ಣು ಏನಾದ್ರೂ ಮೋಡಿ ಮಾಡಿದ್ದಾಳಾ?" ಹಾಸ್ಯ ಮಾಡಿದ ಅಹಮದ್. ಅಂಜು ಕಣ್ಣುಗಳನ್ನು ನೆನಪಿಸಿಕೊಂಡ. ಮೋಡಿ ಮಾಡುವಂಥ ಚಂಚಲ ಕಣ್ಣುಗಳಲ್ಲ. ಮುಗ್ಧ ಮನೋಹರ ಶಾಂತ ಸರೋವರಗಳಂಥ ನಯನಗಳು.

"ಸಾರಿ, ಅಹಮದ್....ಆ ಬಗ್ಗೆಯೆಲ್ಲ ವ್ಯಾಖ್ಯಾನ ಕೊಡ್ಲಾರೆ. ಕೆಲವು ಹೃದಯದ ಮನಸ್ಸಿನ ಮಾತುಗಳಿಗೆ ಭಾಷೆ ಇಲ್ಲ. ನಂಗೆ ಈಗ ನಿನ್ನ ಹೆಲ್ಪ್ ಬೇಕು" ಅವನ ಕೈ ಹಿಡಿದುಕೊಂಡ.

ಅಹಮದ್ ಎದೆ ತುಂಬಿ, ಕಂಠ ಬಿಗಿಯಿತು. ಆರ್ಥಿಕವಾಗಿ ಎಷ್ಟೋ ಸಹಾಯ ಮಾಡಿದ್ದ ಸ್ನೇಹಿತನಿಗಾಗಿ ಏನು ಬೇಕಾದರೂ ಮಾಡಲು ಸಿದ್ಧವಿದ್ದ.

ಹಿಡಿದ ಕೈಯನ್ನು ಭರವಸೆ ತುಂಬುವಂತೆ ಮೃದುವಾಗಿ ಅದುಮಿದ. "ನನ್ನಿಂದ ಏನಾದ್ರೂ ಸಾಧ್ಯವಾಗೋ ಹಾಗಿದ್ರೆ ಅದೃಷ್ಟಾಂತ ತಿಳ್ಕೋತೀನಿ" ಗದ್ಗದಿತನಾಗಿ ನುಡಿದ.

ಕಾಲಿಂಗ್ ಬೆಲ್ ಸದ್ದಿಗೆ ಎದ್ದು ಹೋದ. ಅವನ ಜೊತೆ ಬಂದಿದ್ದು ರಿಸೆಪ್ಷನಿಸ್ಟ್ ದಾಸ್. ವಿನಯ ವ್ಯಕ್ತಪಡಿಸಿ ವಿಶ್ ಮಾಡಿದ.

"ಅಮ್ಮಾವ್ರು ಕಳ್ಸಿದ್ರು?" ವಿಷಯ ಮುಟ್ಟಿಸಿದ.

ಇವನು ಏನಾದರೂ ಹೇಳುವ ಮುನ್ನ "ಕಾರು ಕಳ್ಸಿದ್ದಾರೆ. ಜೊತೆಯಲ್ಲೇ ಕರ್ಕೊಂಡ್ಬಾಂದ್ರು. ಡಾಕ್ಟ್ರು... ಬಂದ್ಹೋದ್ರು?" ವಿಷಯ ತಿಳಿಸಿದ. ಚಂದ್ರು ತಣ್ಣಗಾದ. ಎಲ್ಲಾ ಸಂಬಂಧಗಳಿಗೂ ಮೀರಿದ ಕರುಳು ಸಂಬಂಧ.

ಕಣ್ಣಲ್ಲಿಯೇ ಅಹಮದ್‌ಗೆ ಏನೋ ಸೂಚಿಸಿ ಹೊರಟ. ಹಿಂದಿನ ದಿನಗಳ ನೆನಪು ಚಲನಚಿತ್ರದಂತೆ ಅವನ ಮನದ ಪರದೆಯ ಮೇಲೆ ಬಿತ್ತು.

ಯಶೋದಮ್ಮ ಬೆಳಗಿನ ಜಾವ ನಾಲ್ಕಕ್ಕೆ ಎದ್ದರೆ ನೂರು ಚಪಾತಿ, ಐದು ಕೆ.ಜಿ. ಅಕ್ಕಿಯ ನಿಂಬೆಯ ಚಿತ್ರಾನ್ನ, ಮೊಸರನ್ನ, ಹುಳಿಯನ್ನ, ಸಾಗು, ಚಟ್ನಿ ಮಾಡಿ ಹನ್ನೆರಡಕ್ಕೆ ರೆಡಿ ಮಾಡಿಕೊಡುತ್ತಿದ್ದರು. ಅದರಲ್ಲಿ ರಾಧಾಕೃಷ್ಣ ಮಕ್ಕಳ ಸಹಾಯಹಸ್ತವಿದ್ದರೂ ಆಕೆಯೇ ಹೆಡ್‌ಕುಕ್. ಒಂದು ತಿಂಗಳು ರಾಧಾಕೃಷ್ಣ ಟೈಫಾಯ್ಡ್‌ನಲ್ಲಿ ಮಲಗಿದಾಗ ಹುಡುಗರೊಂದಿಗೆ ಆಟೋದಲ್ಲಿ ಇದನ್ನೆಲ್ಲ ಕೊಂಡೊಯ್ದು ಮೂರು ಗಂಟೆಯಲ್ಲಿ ಹಣ ಮಾಡಿಕೊಂಡು ಹಿಂದಿರುಗುತ್ತಿದರು. ಅರ್ಧ ದಿನ ಈ ಕೆಲಸವಾದರೆ ಮತ್ತೆ ನಡುರಾತ್ರಿಯವರೆಗೂ, ತರಕಾರಿ ಒದಗಿಸಿಕೊಳ್ಳುವುದು ಹಿಟ್ಟು ಸೋಸಿಟ್ಟುಕೊಳ್ಳುವುದರಲ್ಲಿ ಮುಗಿದು ಹೋಗುತ್ತಿತ್ತು.

ತಾವು ಇರುವ ಈ ಮಟ್ಟಕ್ಕೆ ತಾಯಿಯ ಹೆಚ್ಚಿನ ಶ್ರಮವೇ ಕಾರಣವೆಂದು ಅವನಿಗೆ ಗೊತ್ತು. ಅವರನ್ನು ನೋಯಿಸಬೇಕೆಂದರೆ ಹೃದಯ ಕಿತ್ತು ಬಾಯಿಗೆ ಬರುತ್ತಿತ್ತು.

ಮಗನನ್ನು ನೋಡಿದ ಕೂಡಲೆ ಯಶೋದಮ್ಮ ಮುಖ ಸಪ್ಪಗೆ ಮಾಡಿದರು. "ಎಲ್ಲಿಗೆ ಹೋಗಿದ್ದೆ? ಸೋನಾಪುರಕ್ಕೆ ಹೋಗ್ಲಿಲ್ಲ ತಾನೇ?" ಉದ್ವೇಗ ಆತಂಕ ಆಕೆಯ ಸ್ವರದಲ್ಲಿತ್ತು.

ಬೇಸರದ ಮುಖದಲ್ಲಿ ಉತ್ಸಾಹ ಮೂಡಿಸಲು ಅವನಿಂದಾಗಲಿಲ್ಲ. ಸ್ವಲ್ಪ ದೊಡ್ಡ ಮನಸ್ಸು ಮಾಡಿದ್ದರೆ? ತುಟಿ ಕಚ್ಚಿ ನಿಂತ ಮನದ ಆಂದೋಲನಕ್ಕೆ ತಟಸ್ಥನಾಗಿ.

ಚಂದ್ರು ರೆಟ್ಟೆ ಹಿಡಿದು ರೂಮಿಗೆ ಎಳೆದೊಯ್ದರು. ಲಗುಬಗೆಯಿಂದ ಬೆವರಿದ ಆಕೆಯ ಮುಖವನ್ನ ಕರ್ಚಿಫ್ನಿಂದೊತ್ತಿದ. "ಯಾಕೆ ಇಷ್ಟೊಂದು ಆತಂಕ? ನಾನೇನು ಹುಲಿ ಬಾಯಿಗೆ ಹೋಗ್ತಾ ಇಲ್ವಲ್ಲ. ನಾನು ಹೇಳಿಯೇ ತಾನೆ ಹೋಗಿದ್ದು!" ಎಂದ. ಮಗನ ರೆಟ್ಟೆ ಹಿಡಿದ ಆಕೆಯ ಕೈ ಸಡಿಲವಾಯಿತು. ಇದು ಸುಳ್ಳಾಗಲಿ ಅಂತ ದೇವರ ಮುಂದೆ ತುಪ್ಪದ ದೀಪ ಹಚ್ಚಿಟ್ಟಿದ್ದರು.

ಆಗಲೇ ರಾಧಾಕೃಷ್ಣ ನ್ಯೂಸ್ ತರಿಸಿಕೊಂಡು ಹೆಂಡತಿಯ ಕಿವಿಗೆ ಮುಟ್ಟಿಸಿದ್ದರು. "ನಿನ್ಮಗನಿಗೆ ಲೋಕಜ್ಞಾನ ಕಮ್ಮಿ. ಏನಿದೆ ಅವ್ನಲ್ಲಿ ಸ್ವಂತಿಕೆ? ಮನೆಯಿಂದ ಹೊರಬಿದ್ರೆ ಘಟ್ಪಾತ್ ಪಾಲು ಆಗ್ತಾನೆ. ಇಂಥ ಸ್ಥಿತಿಯಲ್ಲಿರೋ ಇವ್ನಿಗೆ ಏನು ನೋಡಿ ನಮ್ಮನ್ನ ವಿರೋಧಿಸಿ ಮಗ್ಳನ್ನ ಕೊಡ್ತಾನೆ? ಮಂಗಳಾರತಿ ಮಾಡ್ಸಿಕೊಂಡ್ಬಂದಿದ್ದಾನೆ. ಈಡಿಯಟ್..... ಸ್ವಲ್ಪ ಕೂಡ ಕಾಮನ್ಸೆನ್ಸ್ ಇಲ್ಲ" ಹಲ್ಮುಡಿ ಕಚ್ಚಿ ಅಬ್ಬರಿಸಿದ್ದರು.

ಮಗ ಹೊರಟ ಕೂಡಲೆ ಸಿ.ಐ.ಡಿ.ಯಂತೆ ಒಬ್ಬನನ್ನು ಕಳುಹಿಸಿದರು ಅವನ ಹಿಂದೆ. ಅವನು ಅಲ್ಲಿನ ಮಾತುಕತೆಗಳನ್ನು ರೆಕಾರ್ಡ್ ಮಾಡಿದಂತೆ ಸಂಗ್ರಹಿಸಿಕೊಂಡು ಬಂದಿದ್ದ. ಅವನಿಂದ ಒಂದೇ ತಪ್ಪು ಆಗಿತ್ತು. ಅಂಜು ಚಂದ್ರು ಮಾತಾಡಿದ್ದು ದೂರದಿಂದ ನೋಡಿದ್ದ. ಆಡಿದ ಮಾತುಗಳೇನು ಕೇಳಿಸಿರಲಿಲ್ಲ, ಬೈಗಳು ಬೇಡವೆಂದು ಆ ವಿಷಯ ಮುಚ್ಚಿಟ್ಟ. ಅದು ಒಂದು ತಿರುವಿಗೆ ನಾಂದಿಯಾಯಿತು.

ರಾಧಾಕೃಷ್ಣ ಸಮಾಧಾನಗೊಂಡರು ಮಾತ್ರವಲ್ಲ, ಮಗನ ಮದುವೆ ಆದಷ್ಟು

ಬೇಗ ನಿಶ್ಚಯಿಸಿ ಮುಗಿಸಲು ನಿರ್ಧಾರ ತೆಗೆದುಕೊಂಡರು. ಟೇಬಲ್ಲು ಮೇಲಿನ ಪೇಪರ್ ವೈಟ್‌ನ ಒಂದು ಕಡೆಯಿಂದ ಎತ್ತಿ ಮತ್ತೊಂದು ಕಡೆ ಇಡುವಷ್ಟೇ ಸುಲಭ.

"ಏನು.... ಹೇಳಿದ್ದು?" ತಾಳ್ಮೆ ಕಳೆದುಕೊಂಡು ಕೂಗಿದರು ಯಶೋದ.

"ಹೇಳಿಯೇ ಹೋಗಿದ್ದೆನಲ್ಲ. ಹೌದು ಸೋನಾಪುರಕ್ಕೆ ಹೋಗಿದ್ದುಂಟು..." ಅಲ್ಲಿ ಸುಳ್ಳು ಹೇಳುವ ಅಗತ್ಯ ಅವನಿಗೆ ಕಾಣಲಿಲ್ಲ. ವಿಷಯ ಮುಟ್ಟಿದ್ದರಿಂದ ಹೆಚ್ಚು ಕಡಿಮೆಯಾಗುವಷ್ಟು ಹೃದಯ ಬಡಿತವೇನು ಏರಲಿಲ್ಲ.

"ನಿಂಗೆ ನಾಚ್ಕೆ ಆಗ್ಬೇಕಿತ್ತು. ನೀನಾಗಿ ಹೋಗಿ ಹೆಣ್ಣು ಕೇಳೋ ಹಣೆಬರಹವೇನಿತ್ತು? ನಾವೇನು ಈಗ್ಲೂ ಪಾರ್ಕ್‌ನಲ್ಲಿ ಕೂತು ಅನ್ನ ಮಾರ್ತಾ ಇಲ್ಲ, ನಮ್ಗೂ ಸಮಾಜದಲ್ಲಿ ಸ್ಟೇಟಸ್ ಇದೆ" ರೇಗಿದರು. ಶಾಂತವಾಗಿಯೇ ಆಲಿಸಿದ.

"ಈಗ್ಲೂ ಅದೇ ಕೆಲ್ಸ ಮಾಡ್ತಾ ಇರೋದು, ಸ್ವಲ್ಪ ದೊಡ್ಡ ರೀತಿಯಲ್ಲಿ ಅಷ್ಟೆ. ಅಲ್ಲಿ ಪಾರ್ಕ್‌ನಲ್ಲಿ ಎಲೆ ಮೇಲೆ ತಿಂಡಿ ಹಾಕಿ ಕೊಟ್ಟು ನಾವೇ ಹಣ ಇಸ್ಕೋತಾ ಇದ್ವಿ. ಈಗ ಆ ಕೆಲ್ಸಗಳ್ನ ಬೇರೆಯವ್ರಿಗೆ ಒಪ್ಸಿ ಸಂಬಳ ಕೊಡ್ತಾ ಇದ್ರೂ ಆ ಹಣ ಎಣಿಸೋರು ನಾವೇ" ಎಂದವ ತನ್ನ ರೂಮಿಗೆ ಹೋಗಿಬಿಟ್ಟ.

ಹೇಗೋ ಸರಾಗವಾಗಿ ಹರಿಯುತ್ತಿದ್ದ ಪ್ರವಾಹಕ್ಕೆ ಒಂದು ಕಲ್ಲು ಬಿದ್ದು ಅದರ ಗತಿಯಲ್ಲೆ ಏರುಪೇರನ್ನುಂಟುಮಾಡಿತ್ತು. ಯಾಂತ್ರಿಕವಾಗಿ ಜಡ್ಡುಗಟ್ಟಿದ್ದ ಅವನ ಮಿದುಳಿಗೆ ಷಾಕ್ ಆಗಿತ್ತು. ಎರಡು ಕಡೆಯ ಹಿರಿಯರಿಗೂ ತಮ್ಮ ಮಾನ ಮರ್ಯಾದೆಯ ಪ್ರಶ್ನೆ. ಲಾಭನಷ್ಟಗಳ ತಾಕಲಾಟ. ಮದುವೆಯೆನ್ನುವ ವ್ಯವಸ್ಥೆ ದನಗಳನ್ನು ಮಾರುವ ಸಂತೆ ಆಗಿತ್ತು. ಎಷ್ಟು ಹಾಲು ಕೊಡುತ್ತದೆಯೆನ್ನುವ ನಿರ್ಧಾರದ ಮೇಲೆಯೇ ಹಸುವನ್ನು ತರುವ ಪದ್ಧತಿ.

ಇಡೀ ವ್ಯವಸ್ಥೆಯ ಬಗ್ಗೆಯೇ ಚಂದ್ರುಗೆ ಬೇಸರವಾಯಿತು.

ಮಲಗಿದ, ಎದ್ದ, ಅಡ್ಡಾಡಿದ, ಚಿಂತಿಸಿದ, ತಲೆ ಕೆಡಿಸಿಕೊಂಡ. ಮತ್ತೊಮ್ಮೆ ತಂದೆಯ ಬಳಿ ಮಾತಾಡಲೆ? ಚಿಕ್ಕಂದಿನಿಂದ ಅವರ ಸ್ವಭಾವ ಬಲ್ಲ. ಒಂದು ಹಂತಕ್ಕೇರಿದ ಮೇಲೆ ಅವರು ಮಾತಾಡುವುದು, ಮಕ್ಕಳು ಕೇಳುವುದಷ್ಟೆ ಅವನ ಅಣ್ಣನ ವಿಷಯದಲ್ಲಿ ಎಷ್ಟು ಕಠಿಣವಾಗಿದ್ದರೆಂದರೆ,

"ಪ್ರೇಮ, ಪ್ರೀತಿಯಂತೆ........ ನಾಳೆಯಿಂದ ಹೊರ್ಗೆ ಅಡ್ಡಾಡಿದರೆ ಕಾಲು ಮುರ್ದ್ರಿ ಕಾಸು ಎಣಿಸೋಕೆ ಕೂಡಿಸ್ತೀನಿ. ಒಂದು ಹೆಣ್ಣಿಗೆ ತಾಳಿ ಕಟ್ಟೋವರ್ಗೂ ಮನೆಯಲ್ಲಿ ಬಿದ್ದಿರು" ಎಂದು ಕೂಗಾಡಿದವರು ಮಗನ ಮೇಲೆ ಸರ್ಪಕಾವಲಿಟ್ಟಿದ್ದರು.

ಮದುವೆ ಮುಗಿದ ಎರಡನೇ ದಿನವೇ ಮುಂಬಯಿಗೆ ಅಟ್ಟಿ ಎಚ್ಚರಿಸಿದ್ದರು. "ಬಿ ಕೇರ್‌ಫುಲ್. ಹಿಂದಿನದೆಲ್ಲ ಮುಗ್ದುಹೋಯ್ತು. ಕಟ್ಟಿಕೊಂಡೋಳ್ನ ಪ್ರೀತಿ ಮಾಡ್ಕೊಂಡಿರು."

ಇದೆಲ್ಲ ಜ್ಞಾಪಕಕ್ಕೆ ಬಂದ ಮೇಲೆ ಮತ್ತೆ ಆ ಪ್ರಸ್ತಾಪ ಅವರ ಮುಂದೆ ಎತ್ತುವುದು

ಬೇಡವೆಂಬ ನಿರ್ಧಾರಕ್ಕೆ ಬಂದ.

* * *

ಇಟ್ಟ ಲಗ್ನಕ್ಕೆ ಚಂದ್ರು, ಅಂಜಲಿಯ ಮದುವೆ ಒಂದು ದೇವಸ್ಥಾನದಲ್ಲಿ ನಡೆದುಹೋಯಿತು. ಧಾರ್ಮಿಕವಾಗಿ ಸಂಪ್ರದಾಯದ ಅನುಗುಣವಾಗಿ ಮದುವೆ ನಡೆಯುವಂತೆ ಏರ್ಪಾಟು ಮಾಡಿದ್ದ ಅಹಮದ್.

ಪುರೋಹಿತರ ಮನೆಯವರ ಜೊತೆ ನಾಲ್ಕಾರು ಜನ ಗೆಳೆಯರು, ಪರಿಚಿತರು ಬಂದು ಪಾಲ್ಗೊಂಡರು. ಊಟದ ವ್ಯವಸ್ಥೆಯೂ ಇತ್ತು. ಊಟ ಮುಗಿಸಿ ಶುಭ ಹಾರೈಸಿ ಅವರೆಲ್ಲ ಹೋದಾಗ ಇವರಿಬ್ಬರ ಜೊತೆ ಉಳಿದಿದ್ದು ಅಹಮದ್ ಮಾತ್ರ.

ಹೋಟಲ್‌ನ ಕಾರು ಬಂದು ನಿಂತಿತು. ಚಂದ್ರು ಕಣ್ಣಲ್ಲಿ ಆಸೆ, ಉತ್ಸಾಹವೇನು ಮೂಡಲಿಲ್ಲ. ಇಳಿದಿದ್ದು ದಾಸ್ ಮಾತ್ರ. ಕಳವಳದ ಮುಖ, ಹತ್ತಿರಕ್ಕೆ ಬಂದು ನಿಂತ.

"ಹ್ಯಾಪಿ ಮ್ಯಾರೀಡ್ ಲೈಫ್. ಇದು ನನ್ನ ಶುಭ ಹಾರೈಕೆ ಮಾತ್ರ" ಎಂದ. ಮುಖದಲ್ಲಿ ವಿಷಾದ ಸೂಚಿಸುತ್ತ "ಥ್ಯಾಂಕ್ಯೂ.... ವೆರಿಮಚ್. ಇದು ನಿಮ್ಮ ವರ್ಕಿಂಗ್ ಅವರ್ ಅಲ್ವಾ, ಹೇಗೆ.... ಬಂದ್ರಿ?" ವಿಚಾರಿಸಿದ. ಮಾನಸಿಕವಾಗಿ ಅವನಿನ್ನು ರಾಧಾಕೃಷ್ಣ ಅವರ ಮಗನೇ ತಂದೆ ಹೊರಡಿಸಿದ ಜವಾಬ್ದಾರಿಗಳಿಂದ ಮುಕ್ತವಾಗಿರಲಿಲ್ಲ.

"ಯಜಮಾನ್ರು... ಕಳ್ಸಿದ್ರು" ಕೋಟು ಜೇಬಿನಿಂದ ಒಂದು ಕವರ್ ತೆಗೆದು ಅವನ ಮುಂದ್ದಿಡಿದ. "ಅವ್ರ ಕೋಪ ಮುಗಿಲು ಮುಟ್ಟಿದೆ. ಎಂದೂ ಈ ತಪ್ಪು ಕ್ಷಮಿಸಲಾರರೇನೋ" ಮೆಲ್ಲನೆ ಉಸುರಿದಾಗ ನೋಟವೆತ್ತಿ ಸೀರಿಯಸ್ಸಾಗಿ ಅವನತ್ತ ನೋಡಿ "ಮೈಂಡ್ ಯುವರ್ ಬಿಜಿನೆಸ್. ಬಂದ ಕೆಲ್ಸ ಮುಗೀತಲ್ಲ, ನೀವಿನ್ನು ಹೋಗ್ಬನ್ನಿ" ಎಂದ.

ಫಳಫಳ ಹೊಳೆಯುವ ಫಿಯೆಟ್ ಕ್ಷಣದಲ್ಲಿ ಕಣ್ಮರೆಯಾಯಿತು. ಅವನ ಓಡಾಟಕ್ಕೆಂದೇ ಕೊಡಿಸಿದ್ದರು ರಾಧಾಕೃಷ್ಣ. ಇಂದು ಅವನ ಹೊಟ್ಟೆ ಉರಿಯಲೆಂದೇ ಆ ಕಾರನ್ನು ಕಳಿಸಿದ್ದರು. ಕೋಪ, ಅವಮಾನದಿಂದ ಅವರು ತತ್ತರಿಸಿ ಹೋಗುತ್ತಿದ್ದರು.

ನಿಧಾನವಾಗಿ ಕವರ್ ಬಿಡಿಸಿದ. ಅದರಲ್ಲಿದ್ದಿದ್ದು ಒಂದು ಸಣ್ಣ ಪತ್ರ, ನಾಲ್ಕು ಸಾಲಿನ ವ್ಯವಹಾರಿಕ ವಾಕ್ಯಗಳು. ಅವರ ಹೆಸರು ವಹಿವಾಟನ್ನು ತೋರಿಸಿ ಸಾಲ ಕೇಳಕೂಡದೆಂದು ಎಚ್ಚರಿಸಿದ್ದರು. ಬ್ಯಾಂಕ್ ಮುಂತಾದ ಕಡೆ ಈಗಾಗಲೇ ತಿಳಿಸಿ ಅವನ ಅಕೌಂಟ್‌ನಲ್ಲಿನ ಹಣವನ್ನು ಕೂಡ ಡ್ರಾ ಮಾಡಬಾರದೆಂದು ತಗಾದೆಯ ನೋಟೀಸ್ ನೀಡಿರುವುದಾಗಿ ತಿಳಿಸಿದ ಒಕ್ಕಣೆಯಷ್ಟೇ ಇತ್ತು.

ನಿಧಾನವಾಗಿ ಅದನ್ನು ಮಡಚಿ ಕವರ್‌ನಲ್ಲಿಟ್ಟು ಜೇಬಿಗಿಟ್ಟುಕೊಂಡು ಅಂಜುನತ್ತ ನೋಟ ಹರಿಸಿದ. ಮುಗ್ಧತೆ ಸೂಸುವ ಕಣ್ಣುಗಳು, ಹೆದರಿಕೆ ಬೆರೆತ ಗಲಿಬಿಲಿ.

ಅಹಮದ್ ಅವನ ಕೈ ಹಿಡಿದುಕೊಂಡು "ಬಾಭೀನ ಮನೆಗೆ ಕರ್ಕೊಂಡ್ಹೋಗು" ಬೀಗದ ಕೀ ಬಂಚ್‌ನ ಅವನ ಕೈಯಲ್ಲಿಟ್ಟು ಪಕ್ಕಕ್ಕೆ ಕರೆದುಕೊಂಡು ಹೋಗಿ "ಹಿರಿಯರು ನಿಂತು ಮಾಡ್ದ ಮದ್ವೆಯಲ್ಲ. ಪ್ರೇಮಿಸಿ ಆದ ಸ್ನೇಹ ಸಲಿಗೆಯ ವಿವಾಹವಲ್ಲ. ಇದು ವಾಸ್ತವದ ಸ್ಥಿತಿ. ತುಂಬ ಜವಾಬ್ದಾರಿ ನಿನ್ಮೇಲಿದೆ. ಹೇಗೆ ಅವ್ರಿಗೆ ಧೈರ್ಯ ತುಂಬುತ್ತೀಯೋ. ವಿಶ್ ಯು ಆಲ್ ದಿ ಬೆಸ್ಟ್" ಕೈ ಕುಲುಕಿದ. ಮುಗುಳ್ನಗೆ ಸೂಚಿಸಿದ. ಕನಸಿನ ಬದುಕು ನೀರಗುಳ್ಳೆಯೆಂದು ಅವನಿಗೆ ಗೊತ್ತು. ಅಂಥ ದುರ್ಬಲತೆ ಅವನಲ್ಲಿಲ್ಲ.

ಆಟೋ ತಂದು ಅವರಿಬ್ಬರನ್ನು ಹತ್ತಿಸಿ ಕೈ ಬೀಸಿದ ಅಹಮದ್. ಮೂರನೆಯವರು ಅವರಿಬ್ಬರ ನಡುವೆ ಇರುವುದಕ್ಕಿಂತ ಅವರನ್ನು ಏಕಾಂತದಲ್ಲಿ ಬಿಡುವುದೇ ಸರಿಯೆನಿಸಿತ್ತು.

'ಥ್ಯಾಂಕ್ಯೂ ಮೈ ಫ್ರೆಂಡ್' ಎಂದುಕೊಂಡ ಮನದಲ್ಲಿ ಚಂದ್ರು. ಇದೊಂದು ದೊಡ್ಡ ಸಾಧನೆಯೇ ಅವನ ಪಾಲಿಗೆ. ನೂರೆಂಟು ಎಡರು ತೊಡರು.

ಬಂದ ಅಂಜು ಹಿಪ್ನಾಟಿಸಂಗೆ ಒಳಗಾದಂತಿದ್ದಳು. ಬಂದಾಗಿನಿಂದ ಒಂದು ಮಾತು ಕೂಡ ಆಡಲಿಲ್ಲ, ಕಲ್ಪನೆ ಕನಸಿಗಿಂತ ವಿಸ್ಮಿತವಾಗಿ ಕಂಡಿತ್ತು ಎಲ್ಲವು.

ಅಂದೇ ಒಂದು ಮಾತು ಹೇಳಿದ್ದ. "ಅಂಜು, ಒಡ್ವೆಗಳ್ನ ತರೋದ್ಬೇಡ. ಅದೆಲ್ಲ ಕೆಟ್ಟ ಅಭಿಪ್ರಾಯಕ್ಕೆ ದಾರಿಯಾಗುತ್ತೆ. ನಾನು ಮದ್ವೆಯಾಗೋದು ನಿನ್ನ ಮಾತ್ರ" ಅಂದೇ ಅವಳ ಗೌರವ ಅಭಿಮಾನದಲ್ಲಿ ಆಕಾಶದೆತ್ತರ ಬೆಳೆದಿದ್ದ.

ತನ್ನ ಮೈಮೇಲಿನ ಒಡವೆಗಳನ್ನೆಲ್ಲ ತೆಗೆದಿಟ್ಟು ಬಂದಿದ್ದಳು. ಐವತ್ತು ಸಾವಿರ ರೂಪಾಯಿಗಳಷ್ಟು ಚಿನ್ನ ಪ್ರಸ್ತುತ ಅವಳ ಸುಪರ್ದಿನಲ್ಲಿತ್ತು. ಅವಳಿಗೇನು ಕಾವಲು ಇರಲಿಲ್ಲ. ಆರಾಮಾಗಿ ತರಬಹುದಿತ್ತು. ಚಿನ್ನಕ್ಕಿಂತ ಮಗಳನ್ನು ಪ್ರೀತಿಸುವ ಅಪ್ಪ, ಅಮ್ಮ.

ಆಟೋ ನಿಂತಾಗ ಬೆಚ್ಚಿ ಅತ್ತಿತ್ತ ನೋಡಿದಳು. ಮುಗುಳ್ನಗೆ ಬೀರಿ ಕೆಳಗಿಳಿದ ಚಂದ್ರು ಇಳಿಯುವಂತೆ ಕಣ್ಣಲ್ಲೇ ಸೂಚಿಸಿ ಆಟೋದವನಿಗೆ ಹಣ ತೆತ್ತ.

ಗೊಂಬೆಯಂತೆ ನಿಂತ ಅವಳ ಭುಜದ ಮೇಲೆ ಕೈ ಇಟ್ಟ, ಬೆಚ್ಚಿಬಿದ್ದಳು. "ಅಂಜು ನನ್ನ ಕ್ಷಮ್ಸಬೇಕು. ಸಧ್ಯದ ಸ್ಥಿತಿಯಲ್ಲಿ ನಿಂಗೆ ಪ್ರೀತಿಯ ಆಸರೆ ಬಿಟ್ಟು ಏನು ಸಿಗದು" ಆಕಾಶದತ್ತ ನೋಟ ಚೆಲ್ಲಿ ನಿಟ್ಟುಸಿರು ದಬ್ಬಿದ. ಆದರೆ ಅವನು ಆತ್ಮಸ್ಥೈರ್ಯ ಕಳೆದುಕೊಳ್ಳಬಾರದು.

ನಲ್ವತ್ತು ಅರವತ್ತರ ದೊಡ್ಡ ಸೈಟ್‌ನಲ್ಲಿ ಹಿಂಭಾಗಕ್ಕೆ ಮೂರು ಚದರ ಮನೆ ಕಟ್ಟಿದ್ದರು. ಹಿಂದೆ ಚಂದ್ರು ಮನೆಯವರು ಬಡತನದ ರೇಖೆಯಲ್ಲಿದ್ದಾಗಲೂ ಇದಕ್ಕಿಂತ ಉತ್ತಮವಾದ ವಿಶಾಲವಾದ ಮನೆಯಲ್ಲಿದ್ದರು. ಇನ್ನು ಅಂಜಲಿ ಹುಟ್ಟಿ ಬೆಳೆದಿದ್ದು ಶ್ರೀಮಂತಿಕೆಯನ್ನು ಸೂಚಿಸುವ, ಅನುಕೂಲವಿದ್ದ ದೊಡ್ಡ ಮನೆಯಲ್ಲಿ. ಗಟ್ಟಿಮುಟ್ಟಾದ ಬಾಗಿಲುಗಳ ಕೆತ್ತನೆ ಕೆಲಸ ಇಂದಿಗೂ ಅದ್ಭುತವೆನಿಸುತ್ತಿತ್ತು.

"ನಂಗೆ ನಾಚ್ಕೆ ಸಂಕೋಚ ಕಣೋ ಚಂದ್ರು. ನಂಗೆ ಶಕ್ತಿ ಇಲ್ಲ" ಅಹಮದ್ ಮನೆಯ ವಿಷಯದಲ್ಲಿ ಕಣ್ಣು ಒದ್ದೆ ಮಾಡಿಕೊಂಡಿದ್ದ. ಚಂದ್ರು ಇಂಥ ಕಷ್ಟಗಳನ್ನೆದುರಿಸಲು ಸಿದ್ಧವಾಗಿದ್ದ.

ಬೀಗ ತೆಗೆದು ಒಳಗೆ ಕಾಲಿಡುವ ಮುನ್ನ "ಲೇಡಿಸ್ ಫಸ್ಟ್, ಅದು ಹೊಸ ಮದುಮಗಳು ಬಲಗಾಲಿಟ್ಟು ಪ್ರವೇಶಿಸಬೇಕೆನ್ನೋ ನಿಯಮ ಇದೆಯಲ್ಲ..." ಉಲ್ಲಾಸ ತುಂಬಿಕೊಂಡು ಹೇಳಿದ. ಅದನ್ನು ಸ್ವೀಕರಿಸುವ ಸ್ಥಿತಿಯಲ್ಲಿ ಅವಳಿರಲಿಲ್ಲ. ಇಲ್ಲಿನ ಗಳಿಕೆಗಿಂತ ಕಳೆದುಕೊಂಡ ಮಂಕುತನ ಅವಳನ್ನ ಆವರಿಸಿತ್ತು.

ಮುಗ್ಧತೆಯ ನೆರಳಿನಲ್ಲಿ ಬೆಳೆದ ಸುಂದರ ಮೊಗ್ಗು ಅವಳು. ಸಾಹಸವೋ, ಉತ್ಸಾಹವೋ ಅವೆಲ್ಲಕ್ಕೂ ಮೀರಿದ ಮತ್ತೊಂದು ಭಾವವೋ. ಚಂದ್ರು ಜೊತೆಯಲ್ಲಿ ಬಂದಿದ್ದಳು ನಿಶ್ಚಿಂತಳಾಗಿ. ಮುಂದೆ ಯಾವೊಂದು ಸ್ಪಷ್ಟ ಕಲ್ಪನೆಯು ಕೂಡ ಇಲ್ಲ.

"ನಡೀ.... ಅಂಜು" ಮತ್ತೊಮ್ಮೆ ಹೇಳಿದ.

ಬಲಗಾಲಿಟ್ಟು ಬಂದವಳು ಗೋಡೆಗೊರಗಿದವಳು ಜಾರಿದಂತೆ ಕುಸಿದು ಕೂತಳು. ಚಂದ್ರುವಿನ ನೇರ ಪರಿಚಯ ಸ್ನೇಹವೊಂದು ಇಲ್ಲ, ದಿಕ್ಕೆಟ್ಟಂತಾಗಿತ್ತು.

ಅರ್ಥಮಾಡಿಕೊಂಡ ಅವಳ ಮನಸ್ಥಿತಿಯನ್ನು. ಮೊದಲ ನೋಟದಲ್ಲಿಯೇ ಅಳೆದಿದ್ದ. ಅವನ ಫೈನಲ್ ಇಯರ್ ಕ್ಲಾಸ್‌ಮೇಟ್ ರಶ್ಮಿ ತನ್ನ ಬಾಯ್ ಫ್ರೆಂಡ್ ಬೈಕ್ ಏರಿ ಹೊರಟರೆ ಒಂದೆರಡು ದಿನಗಳ ನಂತರವೇ ಕಣ್ಣಿಗೆ ಬೀಳುತ್ತಿದ್ದುದು. ನಂತರ ಮತ್ತೊಬ್ಬ. ಇಂಥ ಹೆಣ್ಣುಗಳಿಗಿಂತ ತೀರಾ ವಿರುದ್ಧ ಭಿನ್ನ ವಾತಾವರಣ, ಮನಸ್ಥಿತಿಯಲ್ಲಿ ಬೆಳೆದ ಅಂಜು ಅವನಿಗೆ ಮೆಚ್ಚಿಗೆಯಾಗಿದ್ದಳು.

ಕ್ಯಾರಿಯರ್ ಸೂಟ್‌ಕೇಸ್‌ನತ್ತ ಅವನ ನೋಟ ಹರಿದಾಗ ತಟ್ಟನೆ "ಅಂಜು ಮೊದ್ಲು ಊಟ ಮಾಡ್ಬಿಡೋಣ, ಅಲ್ಲೇನು ತಿಂದಿಲ್ಲ. ಅದ್ಕೇ ಅಹಮದ್ ಇಲ್ಲಿಗೆ ಕ್ಯಾರಿಯರ್ ತರ್ಸಿಟ್ಟಿದ್ದಾನೆ" ಬೇರೆಡೆ ಅವಳ ಗಮನ ಸೆಳೆಯಲು ನೋಡಿದ. "ಪ್ಲೀಸ್ ಅಂಜು.... ನಿನ್ನ ಸಹಕಾರವಿಲ್ಲದಿದ್ರೆ.... ನನ್ನ ಸ್ಥಿತಿ ಮತ್ತಷ್ಟು ಕೆಟ್ಟದಾಗುತ್ತೆ" ಎಂದಾಗ ಮೇಲೆದ್ದಳು.

ಇಬ್ಬರು ಹೊರಗೆ ಬಂದರು. ಒಂದು ಪಕ್ಕಕ್ಕೆ ಬಾವಿ, ಅದಕ್ಕೆ ಹಗ್ಗದೊಂದಿಗೆ ಬಕೆಟ್. ಅಂತು ಮೊದಲ ಸಮಸ್ಯೆಗೆ ಪರಿಹಾರ.

ಸಂಸಾರದ ಪ್ರಾರಂಭದ ಅನುಭವಗಳು ರೋಮಾಂಚನಕಾರಿಯಲ್ಲ. ದಟ್ಟ ಪರಿಣಾಮ ಬೀರುವಂಥ ಸನ್ನಿವೇಶಗಳು, ಸಂದಿಗ್ಧತೆ.

ತಾನೇ ನೀರು ಸೇದಿ ಅವಳ ಬೊಗಸೆಯಲ್ಲಿ ಸುರಿದ. ಪಟ್ಟನೆ ಎರಡು ಕಂಬನಿಯ ಬಿಂದುಗಳು ಬಿತ್ತು ನೀರಿನೊಂದಿಗೆ. ಅವನ ಕೈಯಲ್ಲಿನ ಬಕೆಟ್ ಜಾರಿ ನೆಲದ ಅಂಚು ಸೋಕಿತು. ಅವಳ ಬೊಗಸೆಯಡಿ ತನ್ನ ಬೊಗಸೆಯೊಡ್ಡಿದ.

"ಆ ನೀರನ್ನು ನನ್ನ ಬೊಗಸೆಗೆ ಹಾಕ್ಬಿಡು. ಅಂಜು ಎಂದೂ ನಾನು ಈ

ಸುಂದರ ಕಣ್ಣುಗಳಿಂದ ಕಂಬನಿ ಜಾರೋಕೆ ಬಿಡೋಲ್ಲ" ಎಂದ. ತುಂಬು ಭರವಸೆ ಇತ್ತು ಅವನ ಕಂಠದಲ್ಲಿ.

ನೋಟವೆತ್ತಿದಳು. ಎರಡು ಕಣ್ಣುಗಳು ಒಂದಾದವು. ಪುರುಷ ಸಿಂಹದಂತೆ ಕಂಡ ಅವನ ಕಣ್ಣುಗಳಲ್ಲಿ ಜಗತ್ತನ್ನೇ ಜಯಿಸುವಂಥ ಧೈರ್ಯ ಉತ್ಸಾಹಗಳಿತ್ತು. ಒಮ್ಮೆಲೆ ಅಲ್ಲದಿದ್ದರೂ ನಿಧಾನವಾಗಿ ಅವಳ ಕೈಯಲ್ಲಿನ ನೀರು ಜಾರಿ ಚಂದ್ರು ಬೊಗಸೆ ತುಂಬಿದಾಗ ಪಕ್ಕದಲ್ಲಿನ ಗಿಡದ ಮೇಲೆ ಸುರಿದ.

"ನನ್ನ ಪ್ರಥಮ ಅನುಭವ. ನಿನ್ನ ಕಣ್ಣಲ್ಲಿ ನೀರು ಕಂಡ್ರೆ.... ನನ್ನೆದೆಯೊಡೆದು ಹೋಗುತ್ತೆ ಪ್ಲೀಸ್"

ಒತ್ತಿ ಹೇಳಿದ ಅಕ್ಷರಗಳನ್ನು ಅವಳೆದೆಯಲ್ಲಿ ಮುದ್ರೆಯೊತ್ತಿದಂತೆ ಅವಳ ಮುಖದಲ್ಲಿ ಮೃದು ಮಧುರವಾದ ಮಂದಹಾಸ ಇಣುಕಿತು.

ತಾನೇ ಇನ್ನೊಂದು ಕೋಣೆ ಪ್ರವೇಶಿಸಿದ. ಒಂದೆರಡು ತಟ್ಟೆ, ಪಾತ್ರೆ, ಸ್ಟೋವ್‌ನ ಜೋಡಣೆ. ಇದೆಲ್ಲ ಅಹಮದ್‌ನ ವ್ಯವಸ್ಥೆ. ಅವನೆದೆ ತುಂಬಿತು.

ಇವನ ಜೇಬು ತುಂಬಿದ್ದಾಗ ಅವನಿಗೆ ಸಹಾಯ ಮಾಡಿರಬಹುದು. ಅವನದು ಬವಣೆಯ ಬದುಕು. ಮೂರು ಜನ ಹೆಂಡತಿಯರ ಗಂಡನಾದ ಅವನಪ್ಪ ರೋಗಿ. ಹದಿನೈದು ಮಕ್ಕಳಲ್ಲಿ ಇವನು ಮೊದಲನೆಯವನು. ಕಲಿತವನು ಇವನೊಬ್ಬನೆ. ಇನ್ನ ನಾಲ್ಕು ಗಂಡು ಹುಡುಗರು ಮೆಕ್ಯಾನಿಕ್ ಷಾಪ್‌ನಲ್ಲಿ ದುಡಿದು ಅಷ್ಟಿಷ್ಟು ಪುಡಿಕಾಸಿನ ಸಹಾಯ ಮಾಡುತ್ತಿದ್ದರು ಮನೆಗೆ. ಮದುವೆಗೆ ನಿಂತ ಹೆಣ್ಣು ಮಕ್ಕಳ ಸಂಸಾರದ ಜವಾಬ್ದಾರಿ ಇವನೇ ಹೊರಬೇಕಿತ್ತು.

ತಟ್ಟೆ ತಂದು ಹಾಕಿ ತಾನೇ ಬಡಿಸಿದ. "ನೋಡಿ, ಭೂಮದ ಊಟ ಭರ್ಜರಿಯಾಗಿರ್ಬೆಕು." ಮದುವೆ ನಿಶ್ಚಯವಾದ ಮೇಲೆ ತಾಯಿ ಆಡಿದ ಮಾತುಗಳನ್ನು ನೆನಪಿಸಿಕೊಂಡ. 'ಛೆ...' ತಲೆ ಕೊಡವಿಕೊಂಡ.

ನೆನಪು ತೀರಾ ಕಹಿಯೆನಿಸಿತು. ಇಂದು ಸಂಭ್ರಮದ ದಿನವಾಗಬೇಕಿತ್ತು. ಎರಡು ಕುಟುಂಬಗಳಲ್ಲು ಈಗ ಕೋಲಾಹಲ, ಪ್ರತಿಷ್ಠೆಗಳ ಹಣಾಹಣಿ. ಇದರಲ್ಲಿ ಯಾರೂ ಊಟ ಮಾಡಿರಲಾರರು!

"ಯಾರಾದ್ರೂ ಉಪವಾಸವಿರ್ಲಿ, ನಾವಂತು ಹೊಟ್ಟೆ ಹಸಿದುಕೊಂಡು ಇರೋದ್ಬೇಡ. ಸಿಹಿಯಿಂದ ತಾನೇ ಊಟ ಪ್ರಾರಂಭವಾಗ್ಬೇಕು" ಎಂದು ನಗುತ್ತ ಮೈಸೂರ್ ಪಾಕ್ ತುಂಡನ್ನು ಅವಳ ತುಟಿಗಳ ಬಳಿಗೆ ಒಯ್ದವನು ತಡೆದ. "ನಿಂಗೆ ಹೆಣ್ಣಿನ ಅಗತ್ಯ. ಅದ್ಕೆ ಈ ದಾರಿ ಹಿಡಿದಿದ್ದೀಯ" ಅಂದು ತಂದೆ ಅವನನ್ನು ಕೆರಳಿಸಿದ್ದರು. ಮಗನ ಸ್ವಭಾವ ಬಲ್ಲವರು ಅವಮಾನದಿಂದಾದರೂ ಹಿಂದೆ ಸರಿಯಲಿ ಎನ್ನುವ ಉದ್ದೇಶವಾಗಿತ್ತು ಅವರದು ಅಷ್ಟೆ.

ಊಟ ಮುಗಿಸಿದ್ದು ಪ್ರಯಾಸದಿಂದಲೇ ಇಬ್ಬರೂನು. ಆ ಸಮಯದಲ್ಲಿ ತಲೆಯೆತ್ತಲಿಲ್ಲ. ಅಂಜು ಅವಳನ್ನು ನೋಡಿಯೇ ತಿಳಿಯಬಹುದಿತ್ತು. ಚೆಲ್ಲು ಚೆಲ್ಲು

ಹುಡುಗಿಯಲ್ಲ. ಅರ್ಥಪೂರ್ಣವಾದ ಕನಸು ಕಾಣಬಲ್ಲಳೇ ವಿನಃ ಕೈಗೆ ಎಟುಕದ ರಂಗುರಂಗಿನ ಕಸನುಗಳನ್ನು ಸ್ನೇಹ ಸಲಿಗೆ, ಸನ್ನಿಹ ನಂತರವೇ ಪ್ರಣಯವೆಂದು ನಿಶ್ಚಯಿಸಿಕೊಂಡ.

ಎರಡು ಕೋಣೆಗಳ ಪುಟ್ಟ ಮನೆ! ಮೊದಲ ಕೋಣೆಯಲ್ಲಿದ್ದುದು ಸುಮಾರಾದ ಒಂದು ಮರದ ಮಂಚ. ಅದರ ಮೇಲೊಂದು ಚಾಪೆ, ಕೊನೆಗೆ ಸುತ್ತಿಟ್ಟ ಒಂದು ಹೊಸ ಹಾಸಿಗೆ.

"ಅಂಜು ನಿನಗೆ ಹಸಿರು ಬಣ್ಣ ಇಷ್ಟ ಇರ್ಬೇಕಲ್ಲ" ಗೋಡೆಗೊರಗಿ ಕೂತು ಕೇಳಿದಾಗ ಆಶ್ಚರ್ಯದಿಂದ ಕಣ್ಣರಳಿಸಿದಳು.

"ಎರ್ಡು ಸಲ ನಿನ್ನ ನೋಡ್ದಾಗ ಉಟ್ಟಿದುದು ಹಸಿರು ಸೀರೆ. ಮೂರನೆ ಸಲವು ಅದೇ ಬಣ್ಣ ಆಯ್ಕೆ" ಎಂದ. ರಂಗೇರಿತು ಅವಳ ಕೆನ್ನೆಗಳು. ಬೆಳದಿಂಗಳಿನಂಥ ಸುಂದರ ನಗು ಅರಳಿತು ಅವಳ ತುಟಿಗಳ ಮೇಲೆ.

ಅಷ್ಟರಲ್ಲಿ ಅಹಮದ್ ಬಂದಿದ್ದರಿಂದ ಹೊರಹೋದ. "ವಿಷ್ಯ ಮುಟ್ಟಿ ಆಯ್ತು, ಗುರು. ಒಂದು ಫೋಟೋ ಪ್ರತಿನೂ ಕೊಟ್ಬಂದೆ. ನಾನೆಲ್ಲಿ ಅವ್ರು ಕೈಕಾಲು ಮುರ್ಸಿ ಕಳುಸ್ತಾರೆ ಅಂದ್ಕೊಂಡಿದ್ದೆ. ಹಾಗೇನೂ ಆಗ್ಲಿಲ್ಲ, ನಟರಾಜ ರಮೇಶ್ ಸೇಫಾಗಿ ಬಂದಿದ್ದಾರೆ. ಅಂತೂ ಒಂದು ಘಟ್ಟ ಮುಗೀತು?" ಎಂದ. ಒಂದು ರೀತಿಯಲ್ಲಿ ಪ್ರಾರಂಭ.

"ಬಂದೇ.... ಇರು" ಒಳಗೆ ಹೋದವನು ಮಂಚದ ತುದಿಯಲ್ಲಿದ್ದ ಹಾಸಿಗೆ ಉರುಳಿಸಿ "ಮಲಕ್ಕೋ ಅಂಜು.... ಒಂದಿಷ್ಟು ರೆಸ್ಟ್ ತಗೋ. ಈ ಮನೆ ನಿಂದು. ಈ ಚಂದ್ರು ನಿನ್ನವ್ನು. ಇನ್ನ ಯೋಚ್ನೇಗೆ ಅವಕಾಶವಿಲ್ಲ. ನಿದ್ದೆ ಮಾಡು ಸರಿ ಹೋಗುತ್ತೆ" ಬಾಗಿಲನ್ನು ಮುಂದಕ್ಕೆ ಹಾಕಿಕೊಂಡು ಹೊರಬಂದ.

"ಈಗೇನೋ ಆ ಮನೇನ ನೋಡಿಯೇ ನಟರಾಜ, ರಮೇಶ್ ಸುಸ್ತಾಗಿ ಬಿಟ್ರಂತೆ. ಅಂಥ ಮನೆಯಲ್ಲಿದ್ದ ಹುಡ್ಗೀ...." ಕಣ್ಣಲ್ಲಿ ಅಹಮದ್ ನೀರು ತುಂಬಿಕೊಂಡಾಗ ಚಂದ್ರು ಅವನ ಕೈಹಿಡಿದುಕೊಂಡ. "ಆ ಪೈಕಿ ಅಲ್ಲ ಬಿಡು ಅಂಜು" ಎಂದ. ಆಮೇಲೆ ಹತ್ತು ನಿಮಿಷ ಮಾತಾಡಿದರು.

ಗೆಳೆಯನನ್ನು ಬೀಳ್ಕೊಟ್ಟವನು ಅಲ್ಲಿಯೇ ನಿಂತ. ಇಂದು ನವವಧುವಾಗಿ ರಾಧಾಕೃಷ್ಣರ ಮನೆ ಬಾಗಿಲನ್ನು ಮೆಟ್ಟಿದ್ದರೆ, ಆರತಿ ಬೆಳಗಿ ನಗು ನಗುತ್ತಾ ಆಹ್ವಾನಿಸುವ ಯಶೋದಮ್ಮ, ಸುತ್ತಲೂ ಸುಹಾಸಿನಿಯರ ಹಿಂಡು. ಅಕ್ಕಿ ಹೊಸಲಲ್ಲಿಟ್ಟು ಚಿಮ್ಮಿಸುವ ಹಿರಿಯ ಮುತ್ತೈದೆಯರು, ಗೇಲಿ ಮಾಡುವ ಕನ್ಯೆಯರು ಎಲ್ಲವೂ ಇರುತ್ತಿತ್ತು. ಅಂಥ ಸಂಭ್ರಮ, ಸಂತಸ, ಸಡಗರವಿಲ್ಲದೆ ಒಂಟಿಯಾಗಿ ನಿಂತು ಕೈ ಹಿಡಿದವಳನ್ನು ಸ್ವಾಗತಿಸಿದ್ದ.

ತನ್ನನ್ನು ನಂಬಿ ಅಂಜು ಬಂದಿದ್ದು ಅವನಿಗೆ ಆಶ್ಚರ್ಯವೇ. ತರ್ಕಬದ್ಧವಾಗಿ ಮದುವೆಯಾಗಿದ್ದ. ಅವರಿಬ್ಬರು ಪತಿಪತ್ನಿಯರು. ಎರಡು ಕುಟುಂಬಗಳಿಗೆ ಇಷ್ಟವಿರಲಿ,

ಬಿಡಲಿ ಬೇರೇನು ಮಾಡಲು ಸಾಧ್ಯವಿರಲಿಲ್ಲ ಆದರೆ ರಾಧಾಕೃಷ್ಣ ಹತ್ತು ಹೆಜ್ಜೆ ಮುಂದೆ ಹೋಗಿ ಅವನಿಗೆ ಒಂದೇ ಒಂದು ರೂಪಾಯಿ ಸಿಗದಂತೆ ಮಾಡಿದ್ದರು. ಇನ್ನ ಅಂಜುವಿನ ತಂದೆಯ ಕಡೆಯಿಂದ ಅವನೇನು ಬಯಸಿರಲಿಲ್ಲ.

ಹತ್ತು ನಿಮಿಷದ ನಂತರ ಒಳಗೆ ಬಂದ. ಆರಾಮಾಗಿ ನಿದ್ರಿಸುತ್ತಿದ್ದಳು. ಮುಗ್ಧ ಮುಖ ದುಂಡು ಕೆನ್ನೆಗಳು, ಮುದ್ದಾದ ತುಟಿಗಳು, ತಿದ್ದಿದ ಹುಬ್ಬುಗಳು, ಯೌವನ ಚೆಲುವು ಬೇರೆ ಮೈಮಾಟ–ಇವೆಲ್ಲದರ ನಡುವೆಯು ಅವಳಲ್ಲಿ ಏನೋ ವಿಶೇಷವಿದೆಯೆನಿಸಿತು. ಅದು ಯಾವುದೆಂದು ತೀರ್ಮಾನಿಸಲಾರದೆ ಹೋದ.

ಅವನು ಬ್ರಹ್ಮಚಾರಿ. ಪರಿಶುಭ್ರ ಜೀವನ ಅವನದು. ಕೀಳು ಕಾಮನೆಯತ್ತ ಒಲವಿಲ್ಲ ದೃಢ ಮನಸ್ಕ. ಇಡೀ ದೊಡ್ಡ ಹೋಟಲ್‌ನ ನಿಭಾಯಿಸುವಷ್ಟು ಸಮರ್ಥ. ತಂದೆ ಮದುವೆ ಮುರಿದುಬಿತ್ತೆಂದು ಘೋಷಿಸಿದರೂ ಅಂಜು ಒಬ್ಬಳೇ ತನ್ನ ಪಾಲಿಗೆ ಹೆಣ್ಣೆಂದು ತಿಳಿದ ಆದರ್ಶವಾದಿ. ಇದು ಸಹಜವೆಂದು ಭಾವಿಸಿಯಾನೇ ವಿನಃ ಹೆಚ್ಚುಗಾರಿಕೆಯೆಂದು ತಿಳಿಯನು. ಇದ್ದ ಕಿಟಕಿಯಿಂದ ಹೊರಗೆ ನೋಡತೊಡಗಿದ.

ಮುಂದೇನು? ತಿರುವಿಗೆ ಬಂದು ನಿಂತಾಗಿತ್ತು. ಹೇಳಿದಂತೆ ನಡೆಯುವ ತಂದೆ. ತಂದೆಯ ಮಗನೇ ಇವನು. ಅತ್ತಿತ್ತ ಚಲಿಸಲಾರ. ಅವರೆಷ್ಟು ಎಚ್ಚೆತ್ತುಕೊಂಡಿದ್ದರೆಂದರೆ ವಿಷಯ ಒಂದು ಹಂತಕ್ಕೆ ಬಂದ ಕೂಡಲೇ ಹಣದ ಎಲ್ಲಾ ಬಾಗಿಲನ್ನು ಮುಚ್ಚಿಬಿಟ್ಟಿದ್ದರು. ಹಾಗಾದರೂ ಬಗ್ಗಿಸುವ ಛಲ ಅವರದಾಗಿತ್ತು. ಹಣದ ಬೆಲೆ ಗೊತ್ತಿದ್ದ ಜನ. ಕಷ್ಟ ಪಟ್ಟಿದ್ದ ಅವರು ಪ್ರತಿಯೊಂದರಲ್ಲೂ ಲಾಭದ ಚಿಂತನೆ ನಡೆಸಿದ್ದರು.

ಬರೀ ತಾನು ಪಡೆದಿದ್ದ ಸಾಮಾನ್ಯ ಡಿಗ್ರಿ ಸರ್ಟಿಫಿಕೇಟ್‌ನಿಂದ ಹಣ ಸಿಗದೆಂದು ಅವನಿಗೆ ಗೊತ್ತು. ಮುಂದೇನು? ಪ್ರಶ್ನೆ ಬೃಹದಾಕಾರವಾಗಿ ಬೆಳೆದು ನಿಂತಿತು. ಪ್ರಶ್ನೆ ಪ್ರಶ್ನೆಯಾಗಿಯೇ ಉಳಿಯಲು ಅವನು ಬಿಡಲಾರ.

"ನಿನ್ನ ಡಿಗ್ರಿಗೆ ಯಾರು ಕೊಡ್ತಾರೆ, ಕೆಲ್ಸ?" ಅವನಪ್ಪ ಹೀಯಾಳಿಸಿದ್ದರು.

"ನಾನೇನು ಬರೀ ಡಿಗ್ರಿನೇ ನಂಬಿಲ್ಲ. ತಲೆಯಲ್ಲಿ ಬುದ್ಧಿ ಇದೆ. ರಟ್ಟೆಗಳಲ್ಲಿ ಬಲವಿದೆ ಬದ್ಕಿ ತೋರಿಸ್ತೀನಿ" ಛಾಲೆಂಜ್ ಎಸೆದಿದ್ದ. ಅದನ್ನು ನಿಜ ಮಾಡಿ ತೋರಿಸಬೇಕಿತ್ತು. ಅವನ ಮನೋನಿಶ್ಚಯ ಯಾವಾಗಲೂ ದೃಢವೇ.

ಎಷ್ಟೋ ಹೊತ್ತು ಹಾಗೆಯೇ ನಿಂತಿದ್ದ.

ತೀರಾ ಆತುರ. ಆಲೋಚನೆ ಇಲ್ಲದ ಸ್ವಭಾವವಲ್ಲ ಅವನದು. ಪ್ರತಿಯೊಂದನ್ನು ಚಿಂತಿಸುತ್ತಿದ್ದ. ಏರಬೇಕಾದರೆ ಯಾವ ದಿಕ್ಕನ್ನು ಆರಿಸಿಕೊಳ್ಳಬೇಕು, ತಲುಪುವ ಗಮ್ಯ ತಲುಪಬೇಕಾದ ವೇಳೆ, ಅದಕ್ಕೆ ತಗಲುವ ಖರ್ಚು ವೆಚ್ಚ, ಹೆಜ್ಜೆಯೂರಲು ಬೇಕಾದ ಅವಕಾಶ – ಇದಿಷ್ಟನ್ನೂ ಮೊದಲು ಯೋಚಿಸುತ್ತಿದ್ದ. ಬದುಕಿಗೆ ಒಂದು ಸರಿಯಾದ ನೆಲೆ ಮುಖ್ಯ.

ಈಗ ಅಂಜುಗೆ ಭರವಸೆ ತಿರುಗಿದಾಗ ಮೋಹಕ ನಗೆ ಚೆಲ್ಲಿದ. ಅವಳ ತುಟಿಯಲ್ಲೂ ಕಂಡು ಕಾಣದಂಥ ಹೂ ನಗೆ. ಅವನೆದೆಯ ಭಾರ ಎಷ್ಟೋ ಕಡಿಮೆ

ಆಯಿತು.

"ಸ್ವಲ್ಪ ಹೊರ್ಗಡೆ ಹೋಗ್ಬರೋಣ" ತಿಳಿಸಿದ.

ಮೌನವಾಗಿಯೇ ತಲೆದೂಗಿದಳು. ಅಂದು ಹೊರ ನಡೆದಾಗ ಹಿಂಬಾಲಿಸಿ ತಾನೇ ನೀರು ಸೇದಿಕೊಡಲು ಬಕೆಟ್ ಬಿಟ್ಟಾಗ "ನಂಗೆ ನೀರು ಸೇದೋದು ಗೊತ್ತು" ಎಂದಳು. ತುಂಬಿದ ಬಕೆಟ್‌ನ ಅವಳ ಮುಂದಿಟ್ಟು "ನಿನ್ನ ಮೈಮಾಟ ನೋಡಿದಾಗ್ಲೇ ತಿಳ್ಕೊಂಡೆ" ಎಂದ ಅವಳ ಕಣ್ಸೆರೆ ಹಿಡಿಯುತ್ತ. ನಾಚಿದ ನೋಟ ಹುಚ್ಚಿಡಿಸಿದಂತಾಯಿತು ಅವನಿಗೆ.

ಸೋಪು ಬಾಕ್ಸ್ ಅವಳ ಮುಂದೆ ತೆರೆದಿಟ್ಟು ಒಂದು ಪಕ್ಕಕ್ಕೆ ಹೋಗಿ ನಿಂತು ಬೇರೆಡೆ ನೋಟ ಹರಿಸಿದ.

ನಾರಾಯಣ್ ದಂಪತಿಗಳ ಅಚ್ಚುಮೆಚ್ಚಿನ ಮಗಳು. ಅಷ್ಟಾಗಿ ಹೊರಜಗತ್ತಿನ ಪರಿವೆ ಇಲ್ಲದೆ ಅಂಜು ಬಂದಿದ್ದು ಉಟ್ಟ ಸಣ್ಣ ಬಾರ್ಡರ್ ಜರಿಯ ರೇಶಿಮೆಯ ಸೀರೆಯಲ್ಲಿ.

ಮುಖವನ್ನೊರೆಸಿಕೊಂಡು ಜಡೆ ಬಿಚ್ಚಿದಳು. ರಾಶಿಯಂತೆ ಕೂದಲು ಅವಳ ಬೆನ್ನ ಮೇಲೆ ಹರಡಿಕೊಂಡಿತು. ಮೆಚ್ಚುಗೆಯಿಂದ ನೋಡಿದ. ತಂದೆಯ ಪ್ರಕಾರ 'ದಂತದ ಗೊಂಬೆ'. ಭಾವೀ ಸೊಸೆಯ ಚೆಲುವನ್ನು ಮೆಚ್ಚಿಕೊಂಡಿದ್ದರು.

"ಸಿಟಿಯಲ್ಲಿ ಒಳ್ಳೆ ಸಂಬಂಧಗಳು ಸಿಕ್ತಾ ಇರ್ಲಿಲ್ವಾ!" ಯಶೋದಾ ರಾಗ ತೆಗೆದಾಗ ತಮ್ಮದೇ ಆದ ರೀತಿಯಲ್ಲಿ ಸಮಾಧಾನ ಹೇಳಿದ್ದರು ರಾಧಾಕೃಷ್ಣ "ಹುಡುಗಿ ಚೆಂದದ ಗೊಂಬೆ. ಇದೊಂದು ಕಾರಣ ಸಿಟಿಯ ಹುಡ್ಗಿಯರ ಕಲ್ಪನೆ ಮದ್ವೆಯೆಂದರೆ ಗಂಡ ಮಾತ್ರ. ಅಲ್ಲಿನದು ತುಸು ವಿಭಿನ್ನ. ವಿವಾಹವೆಂದರೆ ಎರಡು ಕುಟುಂಬಗಳ ನಡುವಿನ ಸಂಬಂಧ. ಜೊತೆಗೆ ವಿವಾಹವಾಗೋ ಹುಡ್ಗಿ ತಾಳಿ ಕಟ್ಟಿದ ಗಂಡನ್ನ ಮಾತ್ರವಲ್ಲ, ಅವ್ನ ಆಪ್ತರನ್ನು ಕೂಡ ಪ್ರೀತಿಸ್ತಾಳೆ. ಎರ್ಡು ಕಾರಣಕ್ಕೆ ಸೋನಾಪುರದ ಸಂಬಂಧ."

ಸುಂದರವಾದ ಚಿತ್ರದ ಮೇಲೆ ಷಾಯಿ ಸುರಿದು ಹಾಳಾಗಿತ್ತು. ಇಡೀ ಸಮೂಹ ಒಂದುಗೂಡದೆ ಅತ್ತಿತ್ತ ನಿಂತು ಇವರುಗಳು ಒಂಟಿಯಾಗಿದ್ದರು.

ಇಬ್ಬರು ಮನೆಯಿಂದ ಹೊರಬಿದ್ದಾಗ ತುಂತುರು ಮಳೆ. ಪ್ರಕೃತಿ ಆಶೀರ್ವದಿಸಿದಂತೆ ಕಂಡಿತು. ಅಕ್ಷತೆ ಕಾಳಿನಂತೆ ಉದುರಿತು, ವರ್ಷದ ಹನಿಗಳು. ಹೂವೆರಚಿದಂತ ಅನುಭವ.

"ಅಂಜು ಇಂಥ ಮಳೆ ನಿನ್ಮೇಲೆ ಏನು ಪರಿಣಾಮ ಬೀರೋಲ್ವಾ?" ಕೇಳಿದ. ಕೆಲವರಿಗೆ ತೀರ್ಥ ತೆಗೆದುಕೊಂಡರೆ ಶೀತ, ಮಂಗಳಾರತಿ ತಗೊಂಡರೆ ಉಷ್ಣ. ಅವನ ತಂಗಿ ನಾಲ್ಕು ಮಳೆ ಹನಿಗಳಲ್ಲಿ ನೆಂದರೆ ವಾರ ಮಲಗುತ್ತಿದ್ದಳು. ಅದಕ್ಕೆ ಈ ಪ್ರಶ್ನೆ.

"ಇಲ್ಲ..." ಎಂದಳು ಚುಟುಕಾಗಿ.

ಗದ್ದೆ, ತೋಟದಲ್ಲಿ ಓಡಾಡಿ ಬೆಳೆದವಳು. ಸೋನಾಪುರ ತೆಂಗಿನ ತೋಟವೆಂದರೆ

ಹತ್ತು ಊರಿಗೂ ಪ್ರಸಿದ್ಧಿ ಎಳನೀರಿನ ಆಸೆಗಾಗಿಯೇ ಎಷ್ಟೋ ಜನ ಅರಸಿಕೊಂಡು ಬರುತ್ತಿದ್ದರು ಅವಳ ತಂದೆಯನ್ನ.

ಒಂದಿಷ್ಟು ಲಗೇಜ್ನೊಂದಿಗೆ ಎದುರಾದ ಅಹಮದ್ "ಬೀಗದ ಕೈ ಕೊಡು. ಸಾನಿಷ್ಟು ನಿಮಗೋಸ್ಕರ ಕಾಯ್ತೀನಿ. ನೀವು ಹೋಗ್ಬನ್ನಿ." ಕೀಗಾಗಿ ಕೈಯೊಡ್ಡಿದಾಗ ಒಂದು ತರಹ ನೋಡಿದ ಚಂದ್ರು "ಈಗಾಗ್ಲೇ ಸಾಕಷ್ಟು ಮಾಡಿದ್ದೀಯ. ಸಧ್ಯಕ್ಕಂತು ರಿಟರ್ನ್ಸ್ ಸಾಧ್ಯವಿಲ್ಲ, ಪ್ಲೀಸ್ ಅಹಮದ್...." ಅವನ ದನಿ ತೀರಾ ಮೆತ್ತಗಾಯಿತು.

"ನೀನ್ಹೋಗು.... ಸುಮ್ನೇ" ಅಹಮದ್ ಬೀಗದ ಕೀನೊಂದಿಗೆ ಹೊರಟವನು ನಿಂತ. "ಯಾವ್ದೋ ಟ್ಯಾಕ್ಸಿ ನಿಂತಿದೆ" ತೋರಿಸಿದ. ದೊಡ್ಡ ಸೈಟುನ ಮುಂಭಾಗದಲ್ಲಿ ಟ್ಯಾಕ್ಸಿ ನಿಂತಿತ್ತು. ಅವನ ನಿರೀಕ್ಷೆ ಸರಿಯಾಗಿತ್ತು. "ಅಂಜು ತಂದೆಯವ್ರು... ಇರ್ಬೇಕು. ಕಾಯೋದ್ಬೇಡ... ನಾವು ಬರ್ತಿವಿ" ಅಂಜುನತ್ತ ತಿರುಗಿದ. ಅಧೈರ್ಯದ ಜೊತೆ ಕಂಬನಿಯ ಕೊಡಗಳಾಗಿದ್ದವು ಅವಳ ಕಣ್ಣುಗಳು.

ಪಕ್ಕಕ್ಕೆ ಸರಿದು ಉಸುರಿದ. "ಅಂಜು ನೀನು ಅಧೈರ್ಯಪಟ್ರೆ... ಪೂರ್ತಿ ಅಪರಾಧಿಯಾಗ್ಬಿಡ್ತೀನಿ. ಅದ್ರ ಪರಿಣಾಮ ಕೂಡ ಕೆಟ್ಟದಾಗಿರುತ್ತೆ. ನನ್ತಂದೆಯಲ್ಲ, ನಿನ್ತಂದೆ.... ನನ್ನೊತೆ ಬಂದಷ್ಟೇ ಧೈರ್ಯವಾಗಿ ಪರಿಸ್ಥಿತಿಯನ್ನೆದುರಿಸ್ಬೇಕು. ಬಿ ಚಿಯರ್" ಅವಳಲ್ಲಿ ಆತ್ಮವಿಶ್ವಾಸ ತುಂಬಿದ. ಗೋಣಾಡಿಸಿದಳು ಮೌನವಾಗಿ.

ಜೊತೆಯಾಗಿ ಬಂದವರನ್ನು ಎದುರುಗೊಳ್ಳುವವರಂತೆ ಬೀಗ ಹಾಕಿದ ಪುಟ್ಟ ಮನೆಯ ಬಳಿ ನಿಂತಿದ್ದರು. ಅವರ ಕಣ್ಣಲ್ಲಿನ ಬೆಂಕಿ ಮಗಳನ್ನು ನೋಡುತ್ತಿದ್ದಂಗೆ ಸ್ವಲ್ಪಮಟ್ಟಿಗೆ ಕರಗಿತು. ಆದರೂ ದುರುಗುಟ್ಟಿಕೊಂಡು ನೋಡಿದರು, ಇಬ್ಬರ ಮುಖಗಳನ್ನು ಬದಲಿಸಿ ಬದಲಿಸಿ.

"ನಿಮ್ಮಗಳ ತಪ್ಪು ಅರ್ಥವಾಗಿದ್ಯ?" ಕನಲಿದರು.

ಅತ್ಯಂತ ಶಾಂತವಾಗಿ ಗೌರವದಿಂದ ಅವರನ್ನು ನೋಡಿದ. "ತಪ್ಪೇ ಮಾಡ್ದೇ ಇರೋವಾಗ ಹೇಗೆ ಅರ್ಥಮಾಡಿಕೊಳ್ಳೋದು? ಹಿರಿಯರಿಂದಾದ ತಪ್ಪನ್ನು ನಾವು ತಿದ್ದಿದ್ದೀವಿ, ದಟ್ಸ್ ಆಲ್" ಬಹಳ ಹಗುರವಾಗಿ ನುಡಿದ.

ಹೌದೆನ್ನುವಂತೆ ತಲೆಯಾಡಿಸಿದ ಅಂಜು ಕುತ್ತಿಗೆಯಲ್ಲಿನ ಮಾಂಗಲ್ಯ ತೆಗೆದು ತೋರಿಸಿದಳು. "ನಿಮ್ಗೆ ನೋವಾಗಿದೆ ಅಪ್ಪ, ಇದು ಬಿಟ್ಟು ಬೇರೆ ದಾರಿ ಇರ್ಲಿಲ್ಲ. ಕ್ಷಮ್ಸಿ ಬಿಡಿ... ಅಮ್ಮಂಗೆ ಹೇಳಿ" ಮಗಳ ಬಾಯಿಂದ ಉದುರಿದ ಅಣಿಮುತ್ತುಗಳನ್ನು ಆಯ್ದುಕೊಳ್ಳಲಾರದೆ ತಬ್ಬಿಬ್ಬಾದರು ನಾರಾಯಣ್. ಮುಗ್ಧ ಮಗುವಿನಂತೆ ಓಡಾಡಿಕೊಂಡಿದ್ದ ತಮ್ಮ ಮಗಳೇ ಈ ಮಾತುಗಳನ್ನಾಡಿದ್ದು ಎನ್ನುವ ಆಶ್ಚರ್ಯವಾಯಿತು ಅವರಿಗೆ.

ಹೆಂಡತಿ ಅವರ ಮುಂದೆ ತಲೆ ಚಚ್ಚಿಕೊಂಡು ಗೋಳಾಡಿದ್ದರು. "ನಂಗ್ಯಾಕೋ ಅನುಮಾನ! ನಮ್ಮ ಅಂಜುಗೆ ಅಷ್ಟೆಲ್ಲ ಧೈರ್ಯವಿದ್ಯಾ? ಅವಳೆಲ್ಲಾದ್ರೂ... ಹೊರ್ಗೆ ಹೋಗಿದ್ದುಂಟಾ? ಒಂದೇ ಸಲ ನಿಶ್ಚಿತಾರ್ಥದಲ್ಲಿ ನೋಡಿದ್ದು ಇದೆಲ್ಲ ಹೇಗಾಯ್ತು?

ಎಲ್ಲೋ ಮೋಸವಿದೆ."

ಹೋಗಿ ಹೇಳಬೇಕಾದ ಉತ್ತರಕ್ಕೆ ಮಿಡುಕಿದರು. ನೇರವಾಗಿ ಟ್ಯಾಕ್ಸಿ ಹತ್ತಿ ಹೋಗುವೆ ಹೇಳಿದರು. ಅವರೆದೆ ಅವಮಾನದಿಂದ ಉರಿಯುತ್ತಿತ್ತು.

ನಿಶ್ಚಯಿಸಿದ ಮದುವೆ ಬೇರೆ ರೀತಿಯಲ್ಲಿ ನಡೆಯಬೇಕಿತ್ತು. ಅದರ ಕಲ್ಪನೆಯಿಂದ ಕಣ್ಣೀರು ತುಂಬಿಕೊಂಡಿತು. ಮುದ್ದಿನಿಂದ ಸಾಕಿದ ಒಬ್ಬಳೇ ಮಗಳು. ದಂತದ ಗೋಪುರದಲ್ಲಿರಿಸಬೇಕೆಂಬ ಕನಸು ಕಂಡವರು.

ಮಾರ್ಗ ಮಧ್ಯದಲ್ಲಿ ಟ್ಯಾಕ್ಸಿಯನ್ನು ನಿಲ್ಲಿಸುವಂತೆ ಹೇಳಿ ಇಳಿದರು. ಇಡೀ ಕೈಕಾಲುಗಳಲ್ಲಿ ಶಕ್ತಿ ಉಡುಗಿಹೋದಂತೆ ಭ್ರಮಿಸಿದರು.

"ಒಂದ್ನಿಮ್ಷ...." ಎಂದವರು ಪಕ್ಕದ ಮರದ ಬೊಡ್ಡೆಯ ಹಿಂಭಾಗಕ್ಕೆ ಹೋಗಿ ಕುಸಿದರು. "ಅಂಜು ಇವತ್ತು ನನ್ನ ಕೊಂದ್ಬಿಟ್ಟೆ. ಇರೋ ಬರೋದೆಲ್ಲ ಮಾರಿಯಾದ್ರೂ ರಾಧಾಕೃಷ್ಣನ ಅಪ್ಪನಂಥ ಶ್ರೀಮಂತನ ಮಗ್ನಿಗೆ ನಿನ್ನ ಕೊಟ್ಟು ಮದ್ವೆ ಮಾಡ್ತಾ ಇದ್ದೆ. ಆದರೆ...." ಬಿಕ್ಕಿ ಬಿಕ್ಕಿ ಅತ್ತರು. ತಮ್ಮೆದೆಯ ಆಕ್ರೋಶ, ದುಃಖ ಕಣ್ಣೀರಿನ ರೂಪದಲ್ಲಿ ಹರಿದು ಹೋಗುವಂತೆ ಬಿಕ್ಕಳಿಸಿದರು.

ಸಮಾಧಾನಕ್ಕೆ ಬಂದ ಮೇಲೆ ಮುಖವನ್ನೊರೆಸಿಕೊಂಡು ಬಂದು ಟ್ಯಾಕ್ಸಿಯಲ್ಲಿ ಕೂತರು ಸೋತವರಂತೆ. ಮಗಳು ಮಾಡಿದ್ದು ಅಕ್ಷಮ್ಯ ಅಪರಾಧಾ. ಸೋನಾಪುರದಲ್ಲಿ ಮುಖವೆತ್ತಿ ಓಡಾಡಲು ವರ್ಷಗಳೇ ಬೇಕೆಂದುಕೊಂಡರು.

ಇನ್ನೊಂದು ಆಘಾತದ ಸಂಗತಿ ಅವರಿಗೆ. 'ರಾಧಾಕೃಷ್ಣ ಹಣಕ್ಕೆ ಅವರದೇ ಆದ ರೀತಿಯಲ್ಲಿ ಬೆಲೆ ಇತ್ತು. ಮಾತಿನ ಸಂದರ್ಭದಲ್ಲಿ ಅಂದು ಅಂದ ಮಾತುಗಳಿಗೆ ಇಂದು ಅರ್ಥ ಸಿಕ್ಕಿತ್ತು.'

"ಮಿಸ್ಟರ್ ನಾರಾಯಣ್, ಹಣವಿಲ್ಲದೋನಿಗೆ ಸಮಾಜದಲ್ಲಿ ಬೆಲೆ ಇಲ್ಲ. ಲಕ್ಷ್ಮಿ ಹೇಗೆ ಬಂದ್ರೂ ಸ್ವೀಕಾರಾರ್ಹ. ಅದ್ಕೇ ಕೆಲವು ಅವಕಾಶಗಳುಂಟು. ಅದ್ನ ನಾನು ಕಳ್ದುಕೊಳ್ಳಲಾರೆ" ಎಂದಿದ್ದರು ಮಾತಿನ ನಡುವೆ.

ಇದು ಅವರಿಗೊಂದು ರೀತಿಯ ಪೆಟ್ಟೆ. ಇದನ್ನ ಸಾಧಾರಣವಾಗಿ ಸ್ವೀಕರಿಸಲಾರರು. ಕ್ಷಣ ಅವರು ಮೆತ್ತಗಾದರು. ಮುದ್ದಿನ ಮಗಳು ಎದುರಿಸಬಹುದಾದ ಪರಿಸ್ಥಿತಿ ನೆನೆದು ಕ್ಷಣ ಕಣ್ಣು ಮಂಜಾದರೂ, ಮರುಕ್ಷಣವೇ ಕಲ್ಲಾದರು. 'ಹಾಳಾಗ್ಲಿ ಇನ್ನು ನಾವು ಅವ್ಳ ಪಾಲಿಗಿಲ್ಲ' ದೃಢ ನಿಶ್ಚಯಕ್ಕೆ ಬಂದರು.

ಮನೆ ಮುಂದೆ ಟ್ಯಾಕ್ಸಿ ನಿಂತಾಗ ಇಳಿದರು. ಇಂದು ತಲೆ ಮೇಲೆತ್ತಿ ನಡೆಯಲಿಲ್ಲ. ಟ್ಯಾಕ್ಸಿಯವನಿಗೆ ಬಾಡಿಗೆ ತೆತ್ತು ಕಾಲೆಳೆಯುತ್ತ ಹಜಾರ ದಾಟಿ ಒಳಗೆ ಬಂದಾಗ ಮನೆಯವರೆಲ್ಲ ಸುತ್ತಲು ಕೂಡಿದರು.

"ಅವ್ಳು, ಮದ್ವೆ ಮಾಡ್ಕೊಂಡಿದ್ದಾಳೆ. ಅವ್ಳು ನಾವೆಲ್ಲ ಇಲ್ಲ ಅಂದ್ಕೊಂಡೇ ತಾನೇ ಹೋಗಿರೋದು. ನಮ್ಗೂ... ಅಷ್ಟೆ. ಅವ್ಳು ನಮ್ಮ ಪಾಲಿಗಿಲಿಲ್ಲ. ಎಲ್ಲಾ ಸ್ನಾನ

ಮಾಡ್ಕೊಳ್ಳಿ" ಎಂದವರೆ ತೊಟ್ಟ ಬಟ್ಟೆಯಲ್ಲಿ ಹಿತ್ತಲಿಗೆ ನಡೆದರು.

ಆವೇಶ ಬಂದವರೆ ಒಂದೇ ಸಮನೆ ಬಾವಿಯಿಂದ ನೀರು ಸೇದಿ ಸೇದಿ ತಲೆಯ ಮೇಲೆ ಸುರಿದುಕೊಳ್ಳತೊಡಗಿದಾಗ ಹೇಮಲತ ಬಂದು ತಡೆದರು.

"ಇದೇನಿದು?" ಬಿಂದಿಗೆ ಕಿತ್ತುಕೊಂಡಾಗ ಅತ್ತುಬಿಟ್ಟರು. "ಸೂತಕದ ಸ್ನಾನ ಕಣೇ ಮಡಿಲು ತುಂಬಿ ಗಂಡನ ಮನೆಗೆ ಕಳ್ಸಬೇಕಿದ್ದ ಅಂಜು.... ಮಸಣಕ್ಕೆ ಹೋದ್ಲು" ಅಂದಾಗ ಹೆತ್ತ ಕರುಳು ಕತ್ತರಿಸಿದಂತಾಯಿತು.

"ಅಯ್ಯೋ ಏನೇನೋ.... ಮಾತಾಡ್ಬೇಡಿ. ಹೇಗಾದ್ರೂ... ಸುಖವಾಗಿರ್ಲಿ" ಆಕೆಯ ಕಣ್ಣೀರು ಗಂಡನ ಕಣ್ಣೀರಿನೊಂದಿಗೆ ಬೆರೆಯಿತು.

ತಟ್ಟೆಯ ಮುಂದೆ ಕೂತರು. ಅನ್ನ ಗಂಟಲಲ್ಲಿ ಇಳಿಯಲಿಲ್ಲ ನಾರಾಯಣ್‌ಗೆ.

ತೀರಾ ಹಳ್ಳಿಯೂ ಅಲ್ಲದ ದೊಡ್ಡ ಗ್ರಾಮವು ಅಲ್ಲದ ಸೋನಾಪುರದಲ್ಲಿ ವಿದ್ಯಾವಂತರ ಸಂಖ್ಯೆ ಜಾಸ್ತಿ ಇತ್ತು. ಇವರ ಕುಟುಂಬಕ್ಕೆ ಅವರದೇ ಆದ ಗೌರವ ಪ್ರತಿಷ್ಠೆಗಳು ಇದ್ದವು. ಅದರ ಜೊತೆಗೆ ಒಳ್ಳೆಯತನವು ಸೇರಿ ಜನರಿಗೆ ತೀರಾ ಹತ್ತಿರವಾಗಿದ್ದರು.

ಸಂಪತ್ತು, ಸುಖ ನೆಲೆಸಿದ್ದ ಕುಟುಂಬವನ್ನು ದಾಯಾದಿಗಳು ಕೋರ್ಟು ಮೂಲಕವೇ ಆಹ್ವಾನಿಸಿದ್ದು. ಸಾಮರಸ್ಯ ಕಾಪಾಡಿಕೊಳ್ಳಲು ಒಂದಿಷ್ಟು ಕಳೆದುಕೊಳ್ಳಲು ಸಿದ್ಧವಿದ್ದ ಅವರನ್ನು ಅವಮಾನಪಡಿಸಿ ಕೆರಳಿಸಿದ್ದರು. ವ್ಯಾಜ್ಯ ಹದಿನೈದು ವರ್ಷದಿಂದ ಕೋರ್ಟಿನಲ್ಲಿತ್ತು. ಓಡಾಟದಲ್ಲಿಯೇ ಅರ್ಧ ಸಂಪತ್ತು ಕರಗಿತ್ತು.

ಇಲ್ಲದಿದ್ದರೆ ರಾಧಾಕೃಷ್ಣ ತಮ್ಮ ಸಂಬಂಧ ನಿರಾಕರಿಸುವಂಥ ಪರಿಸ್ಥಿತಿ ಉದ್ಭವವಾಗುತ್ತಿರಲಿಲ್ಲ.

"ಹಾಲಾದ್ರೂ... ಕುಡೀರಿ" ಹೆಂಡತಿ ಬಂದು ಪಕ್ಕದಲ್ಲಿ ಕೂತರು. "ಹುಚ್ಚಿ ಹಾಲು ಕುಡ್ಯೋ ಸ್ಥಿತೀನಾ! ಎದೆಯಲ್ಲಿ ಬೆಂಕಿ ಕಣೇ. ಅವ್ಳು ಯಾಕೆ ಹೆತ್ತವ್ರ ಬಗ್ಗೆ ಯೋಚಿಸ್ಸಿಲ್ಲ. ನಾವೇನು ಅಲ್ಲವಾಗ್ಬಿಟ್ವಾ!" ಭಾರವಾದ ಉಸಿರು ದಬ್ಬಿದರು. ಅದರ ಬಿಸಿಗೆ ಇಡೀ ವಾತಾವರಣ ಕಾದಂತಾಯಿತು.

ಈಚೆಗೆ ಸೋನಾಪುರದ ಜನ ಮದುವೆಯ ಸಂಭ್ರಮ ಕಾಣದಿದ್ದಾಗ ಕುತೂಹಲದಿಂದ ನೋಡುತ್ತಿದ್ದರು ಇವರತ್ತ. ಹೆಚ್ಚು ಸಲಿಗೆ ಆತ್ಮೀಯತೆಯುಳ್ಳವರು ಮನೆಗೆ ಹುಡುಕಿಕೊಂಡು ಬಂದಿದ್ದರು.

"ನಾವು ಕೇಳಿದ್ದು ನಿಜ್ವಾ! ಮದ್ವೆ ನಿಂತುಹೋಯಿತಂತಲ್ಲ!" ಸದಾ ತಲೆಯೆತ್ತಿ ಮಾತಾಡುತ್ತಿದ್ದವರ ತಲೆ ಬಗ್ಗಿತ್ತು. ಸುಳ್ಳು, ನಾಟಕ ಅವರಿಗೆ ಗೊತ್ತಿಲ್ಲ. "ಹೌದು...." ಅಷ್ಟೇ ಅವರ ಉತ್ತರ. ಏನಾದರೂ ಹಬ್ಬಲಿ, ಬೀಗರ ವಿಷಯದಲ್ಲಿ ಹಾರಾಡಿ ಆಪಾದನೆ ಹೊರಿಸಲಾರರು.

ಒಂದು ದಿನ ಶ್ಯಾನುಭೋಗರು ಮಂಜಣ್ಣ ಪತ್ರಿಕೆಯೊಂದಿಗೆ ಬಂದಿದ್ದರು.

"ಏನಪ್ಪಾ ಇದು! ನಿಮ್ಮ ಬೀಗರು ಪೇಪರ್‌ನಲ್ಲಿ ಪ್ರಕಟಣೆ ಕೊಟ್ಟಿದ್ದಾರಲ್ಲ– ಅನಿವಾರ್ಯ ಕಾರಣದಿಂದ ಮದುವೆ ನಿಂತಿದೆ, ಲಗ್ನಪತ್ರಿಕೆ ತಲುಪಿದ ಎಲ್ಲರಿಗೂ. ವೈಯಕ್ತಿಕವಾಗಿ ತಿಳಿಸಲಾಗಿಲ್ಲ. ದಯವಿಟ್ಟು ಪ್ರಕಟಣೆಯನ್ನು ಗಮನಿಸಬೇಕು" ಕೆಳಗೆ ಶ್ರೀಯುತ ರಾಧಾಕೃಷ್ಣ. ಅದರ ಕೆಳಗೆ ಒಂದಿಷ್ಟು ಬಿರುದಾವಳಿಗಳು.

"ಈಗಾಗ್ಲೇ ಲಗ್ನಪತ್ರಿಕೆ ಹಂಚಿದ್ದಾರೆ..." ಮುಂದಿನದನ್ನು ಹೇಳಲು ಇಷ್ಟಪಡಲಿಲ್ಲ, "ಗೊತ್ತಿದ್ದ...ವಿಷ್ಯವೇ..." ತೇಲಿಸಿದ್ದರು ಮಾತುಗಳನ್ನು.

ರಾಧಾಕೃಷ್ಣ ತಮ್ಮ ಬಂಧು ಸ್ನೇಹಿತರು ಮುಂತಾದವರಿಗೆ ಫೋನ್ನಲ್ಲಿ ವ್ಯಕ್ತಿಗಳ, ಪತ್ರಗಳ ಮೂಲಕ ಸಂಪರ್ಕಿಸಿ ವಿಷಯ ಮುಟ್ಟಿಸಿರುತ್ತಾರೆ. ಆದರೆ ಇದು ಇವರಿಗೆ ನೋಟೀಸ್ ಅಷ್ಟೆ.

ಈಗಾಗಲೇ ಕೋರ್ಟು ಕಛೇರಿ ಅಂತ ಅಲೆದು ಸೊರಗಿದ್ದರು. ಮತ್ತೆ ಅದೇ ದಾರಿ ತುಳಿಯಲಾರರು. ಅದಕ್ಕೆ ಈ ಮೌನ.

ಈ ವಿಷಯ ಚಿತ್ರ ವಿಚಿತ್ರ ರೂಪ ತಾಳಿ ಊರೆಲ್ಲ ಹರಡಿ ತಮ್ಮನ್ನು ಅಣಕಿಸಬಹುದು. ಅವಮಾನಪಡಿಸಬಹುದು. ಹೆದರಿಸಬಹುದು – ಗಡಗಡ ನಡುಗಿದರು.

"ನನ್ನ ಸ್ವಲ್ಪ ಹೊತ್ತು ಒಂಟಿಯಾಗ್ಬಿಡು" ಹೆಂಡತಿಯನ್ನು ಹೊರಗೆ ಕಳಿಸಿದರು. "ಅಂಜು....." ಗೋಡೆಗಂಟಿದಂತೆ ಕುಸಿದು ಕಣ್ಣೀರು ಸುರಿಸಿದರು.

* * *

ಇಬ್ಬರು ಮುಖ್ಯ ರಸ್ತೆಯಲ್ಲಿದ್ದ ದೇವಸ್ಥಾನದ ಬಳಿ ತಲುಪುವ ವೇಳೆಗೆ ಮಳೆ ಜಾಸ್ತಿಯಾಗಿತ್ತು. ಪೂರ್ತಿ ನೆಂದು ತೊಪ್ಪೆಯಾಗಿಬಿಡುವ ಸಾಧ್ಯತೆ ಇದ್ದುದ್ದರಿಂದ ಪ್ರಾಂಗಣದೊಳಕ್ಕೆ ಓಡಿದರು.

ಜೇಬಿನಿಂದ ಕರ್ಚೀಫ್ ತೆಗೆದು ಅವಳ ಮುಖದ ಒದ್ದೆಯನ್ನು ನವಿರಾಗಿ ಒತ್ತಿದ. ಪುಳಕಿತಳಾದಳು. ನೋಟವೆತ್ತಲು ಅವಳಿಂದಾಗಲಿಲ್ಲ.

"ನಿಂಗೆ ದೇವ್ರಲ್ಲಿ ತುಂಬ ನಂಬ್ಕೇ ಇರ್ಬೇಕಲ್ಲ" ಎಂದ. ಹೌದೆಂದು ತಲೆದೂಗಿದಳು. "ಮೊದ್ಲು ದೇವ್ರಿಗೆ ನಮಸ್ಕಾರ ಹಾಕ್ಬಂದರೇನೇ..... ಕಾಫಿ!" ದೊಡ್ಡ ಸಿಲ್ವರ್ ಪರಾತದಲ್ಲಿ ಗೋಧಿ ಹಿಟ್ಟು ಕಲೆಸುತ್ತಿದ್ದ ತಾಯಿಯ ನೆನಪಾಯಿತು ಚಂದ್ರುಗೆ. ತನ್ನ ಮಕ್ಕಳ ಉಜ್ವಲ ಭವಿಷ್ಯಕ್ಕಾಗಿ ದುಡಿದ ಆಕೆಗೆ ತಾನು ತೋರಿಸಿದ ಅವಿಧೇಯತೆ ಸರಿಯೇ? ಮೇಲ್ನೋಟಕ್ಕೆ ಅದು ತಪ್ಪೆನಿಸಿದರೂ ಅವರು ಮಾಡಿದ ತಪ್ಪನ್ನು ತಿದ್ದಿದ್ದ ಅಷ್ಟೆ. ಬಹಳ ಮೆಚ್ಚಿಕೊಂಡು ಆಯ್ಕೆ ಮಾಡಿದ ಹೆಣ್ಣೇ ಅಂಜು. ಆ ದ್ವಂದ್ವವನ್ನೇ ತಲೆಯಿಂದ ತೆಗೆದು ಹಾಕಿದ.

"ನನ್ನ ಪ್ರಶ್ನೆಗೆ ಉತ್ತರ ಸಿಕ್ಲಿಲ್ಲ" ನೋಟ ಹರಿಸಿದ ಅಂಜು ಅತ್ತ. ಮಳೆಯನ್ನು ದಿಟ್ಟಿಸುತ್ತಿದ್ದವಳು ಮೈ ಮರೆತಂತೆ "ತುಂಬ.... ತುಂಬಾ...." ಬಿಕ್ಕಿಬಿಟ್ಟಳು.

"ಏಯ್ ಅಂಜು ಮೋಡ ಕವಿದುಕೊಂಡಿದೆ. ಹೊರ್ಗೆ ದೇವಸ್ಥಾನಕ್ಕೆ ಹೋಗೋದ್ಬೇಡ. ಇಲ್ಲೇ ದೇವರ ಮನೆಯಲ್ಲಿ ಕೂತು... ದಾಸರ ಪದ ಹೇಳ್ಕೋ" ಒಂದಿಷ್ಟು ಆಕಾಶ ಕಪ್ಪಗಾಯಿತೆಂದರೆ ತಾಕೀತು ಮಾಡುತ್ತಿದ್ದರು. ಆ ನೆನಪು ಅವಳನ್ನು ನೋಯಿಸಿತು. ಹೇಮಲತಗೆ ಮಗಳ ಬಗ್ಗೆ ತುಂಬಾ ಅಕ್ಕರೆ.

ಅಪ್ಪಿಕೊಂಡು ಕಣ್ಣೀರು ತೊಡೆದ ಚಂದ್ರು. ಅಲ್ಲಿ ಯೌವನದ ಬಯಕೆಗಳ ಬಿಸಿ ಇರಲಿಲ್ಲ. ಶುದ್ಧ ಗಂಗೆಯಲ್ಲಿ ಹರಿಯುತ್ತಿತ್ತು ಪ್ರೇಮ.

"ಅಳ್ಬಾರ್ದು.... ನಿನ್ನ ಪಾಲಿಗೆ ಕಣ್ಣೀರು ಅಗ್ಗವೇನೋ. ನಂಗೆ ಮಾತ್ರ ಬಹಳ ದುಬಾರಿ" ನಗಿಸಿದ. ಕೆಂಪು ಹತ್ತಿದ ಕೆನ್ನೆಗಳ ಮೇಲೆ ನಗುವಿನ ಮಲ್ಲಿಗೆಗಳನ್ನು ಅರಳಿಸಿದ.

ಜೇಷ್ಠಮಾಸದ ಮಳೆ ನಿಮಿಷ ನಿಮಿಷಕ್ಕೂ ಹೆಚ್ಚಾಗುತ್ತಿತ್ತು. ಕೈಕಟ್ಟಿ ಮಳೆಯನ್ನೇ ನೋಡುತ್ತಿದ್ದವನು ಮುಚ್ಚಿದ ಗರ್ಭಗುಡಿ ಬಳಿ ಬಂದು ಸಣ್ಣ ಕಿಂಡಿಯಲ್ಲಿ ಇಣಕಿದ. ದೀಪ ಬೆಳಕಿನಲ್ಲಿ ದುರ್ಗೆಯ ಪ್ರತಿಮೆ ಪ್ರಜ್ವಲಮಾನವಾಗಿ ಮಿನುಗುತ್ತಿತ್ತು. ಅಲ್ಲೇ ಇದ್ದ ಕುಂಕುಮ ಪ್ರಸಾದವನ್ನ ಅಂಜುವಿನ ಹಣೆಗಿಟ್ಟವನು,

"ಅಂಜು, ಆ ಮನೆಗಿಂತ ಈ ಪ್ರಾಂಗಣವೇ ಚೆನ್ನಾಗಿದೆ. ಇಲ್ಲೇ ಇದ್ಬಿಡೋಣ್ವಾ" ಎಂದ ನಗುತ್ತ. ಅದು ಸತ್ಯವಾಗಿಯೂ ಇತ್ತು. ಗರ್ಭಗುಡಿಯ ಸುತ್ತಲಿನ ಪ್ರಾಂಗಣದ ನೆಲಹಾಸಿಗೆ ಅಮೃತಶಿಲೆ ಹೊದ್ದಿಸಿ ಅತ್ಯಂತ ಸ್ವಚ್ಛವಾಗಿಟ್ಟಿದ್ದರು. ತುಂಟ ನೋಟ ಹರಿಸಿದಾಗ ಮಳೆ ನೋಡುವಲ್ಲಿ ಮಗ್ನಳು ಅವಳು.

ಮಳೆಯ ಬಿರುಸು ಸ್ವಲ್ಪ ಕಮ್ಮಿಯೆನಿಸಿದಾಗ ಪ್ರಾಂಗಣದಿಂದ ಕೆಳಗಿಳಿದು ನೋಡಿದ. ಮಂಕು ವಾತಾವರಣ. ಸಂಜೆಯ ಸಮಯ. ಮಳೆ ಪೂರ್ತಿ ನಿಲ್ಲುವ ಸಾಧ್ಯತೆ ಕಡಿಮೆಯೆನಿಸಿತು.

ಕೈ ಚಾಚಿದ "ಹೊರಟುಬಿಡೋಣ, ಅಂಜು. ಇಲ್ಲೇ ರಾತ್ರಿ ಉಳಿದರೆ ಬೆಳಗಿನ ಹೊತ್ಗೇ ಸುದ್ದಿಯಾಗುತ್ತೆ" ಅವನ ಅಂಗೈಯಲ್ಲಿ ಕೈ ಇಟ್ಟಳು. ಬೆಚ್ಚಗಿನ ಸ್ಪರ್ಶ ಹೊಸ ಹುರುಪಿನ ಪುಳಕ.

ಆದರೆ ತೇಲಿ ಹೋಗುವಂಥ ಸ್ಥಿತಿಯಲ್ಲಿ ಅವರಿರಲಿಲ್ಲ. ಮನೆ ತಲುಪುವ ವೇಳೆಗೆ ಅರೆಬರೆ ನೆಂದಿದ್ದರು.

ಚಂದ್ರು ಅವಳತ್ತ ನೋಡಿ ಗಾಬರಿಗೊಂಡ. "ಮೈ ಗಾಡ್, ಶೀತವಾದ್ರೆ.... ಗತಿಯೇನು? ಬಟ್ಟೆ ಬದಲಾಯ್ಸು.... ಅಂಜು?" ಎಂದ.

ಕಿಟಕಿಯ ಬಳಿ ಹೋಗಿ ನಿಂತಳು. ಹನಿಗಳು ಹಾಗೊಂದು ಹೀಗೊಂದು ಉದುರುತ್ತಿದ್ದವು. ಒಡವೆಗಳನ್ನು ತರಬೇಡವೆಂದು ಹೇಳಿದ್ದ ಚಂದ್ರು. ಆದರೆ ಅವಳು ಬಂದಿದ್ದು ಉಟ್ಟ ಬಟ್ಟೆಯಲ್ಲಿ.

ಏನು ತೋಚಿರಲಿಲ್ಲ ಅಂಥ ಧೈರ್ಯದ ಹುಡುಗಿಯೇನು ಅಲ್ಲ. ದ್ವಂದ್ವದಲ್ಲಿ

ಬಿದ್ದು ನರಳಿದ್ದಳು.

ತಂದೆ ನಿಶ್ಚಯಿಸಿದ ಚಂದ್ರು ಅವಳೆದೆಯಲ್ಲಿ ಸ್ಥಿರವಾಗಿ ನಿಂತಾಗ ಬೇರೊಂದು ಯೋಚಿಸಲು ಸಾಧ್ಯವಾಗಿರಲಿಲ್ಲ.

'ಈಗ ಬಟ್ಟೆ ಬದಲಾಯಿಸುವುದು' ಒದ್ದೆ ಬಟ್ಟೆ ಮೈಗಂಟಿ ಹಿಂಸೆ ಕೊಡುತ್ತಿತ್ತು ಕಣ್ತುಂಬಿತು.

'ಅಂಜು....' ಕರೆದ ಅತ್ಯಂತ ಸಿಹಿಯಾಗಿ. ನವಿರಾಗಿ, ಕಂಬನಿ ಕೆನ್ನೆಯ ಮೇಲೆ ಹರಿಯದಂತೆ ಅಲ್ಲೇ ನಿಲ್ಲಿಸಿ ಹಿಂದಕ್ಕೆ ತಿರುಗಿದಳು. ನೇರವಾಗಿ ಅವನ ನೋಟವನ್ನೆದುರಿಸಲಾರದೆ ಹೋದಳು. "ಇದ್ರಲ್ಲಿ ಬಟ್ಟೆ ಇದೆ. ಚೂಸಿಂಗ್.... ನಂದೆ. ನಿಂಗೆ ಇಷ್ಟವಾಗುತ್ತೋ ಇಲ್ವೋ.... ಒಂದೂ ಗೊತ್ತಿಲ್ಲ?" ಹೊಸ ಸೂಟುಕೇಸ್ ಅವಳಿಗೆ ಕೊಟ್ಟ.

ಅಳು ಉಕ್ಕಿ ಬಂದರೂ ನುಂಗಿಕೊಂಡಳು.

ಇಡೀ ಮನೆ ಎರಡೂವರೆ ಚದರದಷ್ಟು. ಒಂದು ಹಾಲ್‌ನ ಮಧ್ಯೆ ನಾಲ್ಕು ಇಂಚಿನ ಗೋಡೆ ಹಾಕಿ ವಿಭಾಗಿಸಿದ್ದರು. ಒಂದು ಕಡೆ ಕುಕಿಂಗ್, ಬಾತ್ ಎಲ್ಲಾ, ಮತ್ತೊಂದು ಕಡೆ ಸಿಟ್ಟಿಂಗ್, ಡೈನಿಂಗ್ ಬೆಡ್ ರೂಂ ಕೂಡ. ಅಲ್ಲೇ ಇದ್ದಿದ್ದು ಒಂದು ಮಂಚ.

ಅಡಿಗೆ ಕೋಣೆಯಲ್ಲಿ ಹೋಗಿ ಸೂಟ್ಕೇಸ್ ಬಿಚ್ಚಿದಳು. ನಾಲ್ಕು ಜೊತೆ ಬಟ್ಟೆಗಳ ಜೊತೆ ಕ್ರೀಮ್, ಪೌಡರ್, ಕನ್ನಡಿ, ಹಣೆಗಿಡುವ ಸ್ಟಿಕರ್ಸ್, ಚಾಂದ್ ಎಲ್ಲಾ ಇತ್ತು.

ಮದುವೆ ಗೊತ್ತಾದ ಮೇಲೆ ಸಾಕಷ್ಟು ಸೀರೆ, ಒಡವೆಗಳನ್ನು ಅವಳಿಗಾಗಿ ತಂದಿದ್ದರು, ತಮ್ಮ ಶಕ್ತಿ ಮೀರಿ. ದೊಡ್ಡ ಜರಿಯ ಸೀರೆಯಿಂದ ಹಿಡಿದು ಕಡಿಮೆ ಬೆಲೆಯ ಗಾರ್ಡನ್ ಸೀರೆಯವರೆಗೂ ಹನ್ನೆರಡು, ಸೀರೆಗಳು ವಧುಗಾಗಿ ಕಾದು ಕೂತಿದ್ದವು.

ನೆನಪುಗಳು ಭಾರವಾಗಿ ಕಣ್ಣಂಚಿನ ಕಂಬನಿ ಇನ್ನು ಕಾಯಲಾರೆನೆಂದು ಕೆನ್ನೆಯ ಮೇಲೆ ಉರುಳಿತು. 'ಅಂಜು ಪ್ಲೀಸ್ ಅಳ್ಬಾರ್ದು' ಕಿವಿಯಲ್ಲಿ ಉಸುರಿದಂತಾಯಿತು ಚಂದ್ರು. ಕಣ್ಣೊರೆಸಿಕೊಂಡಳು.

ಚಂದ್ರು ಮಾತು, ಸ್ವಭಾವ, ಪ್ರೀತಿಯ ಜೊತೆ ಅಭಿಮಾನ ಆತ್ಮೀಯತೆಗೆ ಮೀರಿದ ಸ್ನೇಹಭಾವದಿಂದ ಅವಳ ಹೃದಯ ನವರಾಗಗಳನ್ನು ಮಿಡಿಯಿತು.

ಉಡುಪು ಬದಲಾಯಿಸುವ ವೇಳೆಗೆ ನೆತ್ತಿಯ ಮೇಲೊಂದು ತೊಟ್ಟು ಬಿತ್ತು. ತಲೆಯೆತ್ತಿದಳು. ಮತ್ತೊಂದು ತೊಟ್ಟು ಕೆನ್ನೆಯ ಮೇಲೆ ಬಿದ್ದು ಅಂಚಿಗೆ ಜಾರಿತು. ಮಳೆ ಹೆಚ್ಚಾದಂತೆ ಎಲ್ಲೆಡೆ ತೊಟ್ಟಿಕ್ಕತೊಡಗಿತು.

ನೆಲ ಅಲ್ಲಲ್ಲಿ ಒದ್ದೆಯಾಗಿದ್ದು ಅವಳ ಗಮನಕ್ಕೆ ಬಂತು. ಇಪ್ಪತ್ತು ಅಂಕಣದ ವಿಶಾಲವಾದ ಮನೆಯಲ್ಲಿ ಬೆಳೆದವಳು. ಇಂಥ ನೂರು ಮಳೆ ಸುರಿದರೂ

ಬಾಧಕವಾಗದಂಥ ಗಟಿಮುಟ್ಟಾದ ಮನೆ.

ಬೀಳುವ ಮಳೆಯ ಹನಿಗೆ ಕೈಯೊಡ್ಡಿ ಕೆನ್ನೆಗೊತ್ತಿಕೊಂಡಳು. ಭಯಗೊಂಡ. ಹತ್ತು ನಿಮಿಷ ಕಾದು ಚಂದ್ರು "ಅಂಜು...." ಕೂಗಿಕೊಂಡ. ವ್ಯವಹಾರದಲ್ಲಿ ರಾಧಾಕೃಷ್ಣ ಮಗನನ್ನು ಬೆಳೆಸಿದ್ದ. ಸಾಹಿತ್ಯ ಅವನ ಆಸಕ್ತಿ. ಅದರಲ್ಲಿ ಒಲವೇ ವಿನಃ ಅನಾವಶ್ಯಕವಾಗಿ ಹೆಣ್ಣುಗಳ ಬಗ್ಗೆ ತಲೆ ಕೆಡಿಸಿಕೊಂಡವನೇ ಅಲ್ಲ.

ಅಂಜು ಹೊರಗೆ ಬಂದ ಮೇಲೆಯೇ ಅವನೆದೆಯ ಬಡಿತ ಸಮಸ್ಥಿತಿಗೆ ಬಂದಿದು. "ಸಾರಿ ಅಂಜು. ಕೆಲವು ವಿಷ್ಯದಲ್ಲಿ ನಾನು ಇನ್ನೊಸೆಂಟ್. ಹೆಣ್ಣು ಮೇಕಪ್, ಉಡುಪು ತೊಡುವ ಕಾಲವ್ಯಯವನ್ನ ಓದಿ ತಿಳಿದಿದ್ದು. ಪ್ರಾಕ್ಟಿಕಲ್ಲಾಗಿ ಅದು ಕೆಲವರ ಬಗ್ಗೆ ಸುಳ್ಳು. ನಮ್ಮಮ್ಮ ಒಟ್ಟು ಅಲಂಕಾರ, ಎಲ್ಲಕ್ಕೂ ಐದು ನಿಮಿಷ ಕೂಡ ಬೇಕಾಗೋಲ್ಲ. ಒಂದು ಥಿಯರಿ. ಇನ್ನೊಂದು ಪ್ರಾಕ್ಟಿಕಲ್. ಇದನ್ನ ಬಿಟ್ಟು ಯಾವುದಾದ್ರೂ ಫಾರ್ಮುಲ... ಇದ್ಯಾ?" ನಕ್ಕುಬಿಟ್ಟ. ಈ ಮಾತುಗಳು ಅವನ ಮಟ್ಟಿಗೆ ಕೂಡ ಅಧಿಕವೆ. ಅವಳಿನ್ನು ಷಾಕ್‌ನಲ್ಲಿಯೇ ಇದ್ದಳು. ನಾರ್ಮಲ್ ಸ್ಥಿತಿಗೆ ತರಬೇಕಿತ್ತು. ಬರೀ ಅವಳ ಕೆನ್ನೆಗಳಲ್ಲಿ ಗುಲಾಬಿಗಳು ಅರಳಿತು. ಅವನಿಗೆ ಅಷ್ಟು ಸಾಕಿತ್ತು.

ಮಳೆಯ ರಭಸ ಜೋರಾಗಿದ್ದುದರಿಂದ ಅಲ್ಲೂ ತೊಟ್ಟಿಕ್ಕತೊಡಗಿತು. ಚಂದ್ರು ತಲೆಯೆತ್ತಿ ನೋಡಿದ. ಬೇಕಾಬಿಟ್ಟಿ ಹಾಕಿದ ಮೋಲ್ಡ್ ಸುವ್ಯವಸ್ಥಿತ ಸ್ಥಿತಿಯಲ್ಲಿರಲಿಲ್ಲ. ಬಹುಶಃ ಮೇಲೆ ಚುರಕಿ ಕೂಡ ಹಾಕಿರಲಾರರು. ಇಲ್ಲಿ ವಾಸ!

ಮಂಚಾನ ಅತ್ತಿಂದಿತ್ತ, ಇತ್ತಿಂದತ್ತ ಎಳೆದಾಡಿದರು. ಎಲ್ಲಾ ಕಡೆನೂ ಸೋರುತಿತ್ತು. ಇಡೀ ನೆಲವೆಲ್ಲ ಒದ್ದೆಯ ಮಯ.

ತನ್ನ ರೆಗ್‌ಜೆನ್ ಕೋಟನ್ನ ಅವಳಿಗೆ ಹೊದ್ದಿಸಿದ. "ಹೇಗಿದೆ... ಅನುಭವ? ಜೀವ್ನದಲ್ಲಿ ಮೊದ್ಲ ರಾತ್ರಿಯ ಅನುಭವ ಮರೆಯುವಂಥದಲ್ಲ ಅಂತಾರೆ. ಸ್ವಲ್ಪ ವ್ಯತ್ಯಾಸ. ಆದರೆ ಸದಾ ನೆನಪಿನಲ್ಲಿ ಇರೋಂಥದ್ದು." ಅವಳ ನೋಟದಲ್ಲಿ ನೋಟ ಸೇರಿಸಿದ. "ನಂಗೂ ಮಳೆ ಇಷ್ಟ. ಆದ್ರೆ, ಅಮ್ಮ ಹೊರ್ಗೆ ಹೋಗೋಕೆ ಬಿಡ್ತಾ ಇರ್ಲಿಲ್ಲ" ಎಂದಳು.

ಚಂದ್ರು ಕಣ್ಣರಳಿಸಿದ. "ಶಹಬಾಷ್! ಇನ್ನೇನು ಚಿಂತೆಯಿಲ್ಲ. ಹೊರ್ಗೆ ಹೋಗದೇನೇ ಮನಃಪೂರ್ವಕವಾಗಿ ಮಳೆಯ ಸುಖ ಅನುಭವಿಸ್ಬಹ್ದು" ಎಂದ. ಹಲ್ಲುಗಳನ್ನು ಕಚ್ಚಿ ಹಿಡಿದ ಚಳಿಯನ್ನು ತಡೆಯಲಾರದೆ.

ಅರ್ಧರಾತ್ರಿಯ ವೇಳೆಗೆ ಮಳೆ ನಿಂತಾಗ ನಿಟ್ಟುಸಿರುಬಿಟ್ಟ. ಅಷ್ಟು ಹೊತ್ತು ಮಳೆ ಹನಿಗಳಿಂದ ತಪ್ಪಿಸಿಕೊಳ್ಳಲು ಪರದಾಡಿಬಿಟ್ಟಿದ್ದರು. ಮುಂದೇನು, ಎನ್ನುವ ಪ್ರಶ್ನೆ. ಜೊತೆಗೆ ಸುಖವಾಗಿ ಬೆಳೆದ ಅಂಜುನ ಮೊದಲ ದಿನವೇ ಮಳೆಯಿಂದ ರಕ್ಷಿಸಿಕೊಳ್ಳಲಾರದಷ್ಟು ನಿಶ್ಶಕ್ತನಾದೆನಲ್ಲ ಎನ್ನುವ ಕೊರಗು. ಗದಗುಟ್ಟುವ ಚಳಿಯಲ್ಲಿ ಒಂದೇ ಕೋಣೆಯಲ್ಲಿದ್ದರು ಅವನು ಮಾಡಿದ್ದು ಭವಿಷ್ಯದ ಚಿಂತನೆಯನ್ನು.

ಮಳೆಯ ತೊಟ್ಟುಗಳು ಬೀಳುವುದು ವಿರಳವಾದಾಗ ಮಂಚದ ಕೆಳಗೆ ಸುತ್ತಿಟ್ಟಿದ್ದ

ಹಾಸಿಗೆಯನ್ನ ಹಾಸಿ ಮೈ ಮುರಿದ.

"ಮಲಕ್ಕೋ ಅಂಜು, ಬಹುಶಃ ಇನ್ನೇನು ಮಳೆ ಬರೋ ಹಾಗೆ ಕಾಣೋಲ್ಲ?" ಎಂದ. ಮದುವೆಯಾದ ಮಡದಿಯನ್ನು ತೋಳ ತೆಕ್ಕೆಯಲ್ಲಿ ತುಂಬಿಕೊಳ್ಳುವ ಬಯಕೆಯೇನು ಅವನನ್ನು ಕಾಡಲಿಲ್ಲ.

"ಪ್ಲೀಸ್.... ಅಂಜು.... ಇನ್ನು ನಿದ್ದೆಗೆಡೋದು ತೂಕಡಿಸೋದು ಅಪಾಯಕ್ಕೆ ಆಹ್ವಾನ ಕೊಟ್ಟಂತೆ. ಮಲಕ್ಕೋ...." ಮತ್ತೊಮ್ಮೆ ಹೇಳಿದ.

ಮನದ ಮಾತುಗಳನ್ನು ವ್ಯಕ್ತಪಡಿಸಲಾರದಷ್ಟು ನಾಲಿಗೆ ಸಂಕೋಚಿಸುತ್ತಿದ್ದನ್ನ ಅರಿತು ನಸುನಕ್ಕ. "ನಿಂಗೆ ನನ್ನ ಚಿಂತೆ ಬೇಡ. ನಂಗೆ ಮಲ್ಗಿಯೇ ನಿದ್ದೆ ಮಾಡ್ಬೇಕೂಂತೇನು ಇಲ್ಲ ಕೂತು... ನಿಂತು.... ಧಾರಾಳವಾಗಿ ನಿದ್ದೆ ಮಾಡ್ಬಲ್ಲೆ, ಇದು ನನ್ನ ಸ್ಪೆಷಾಲಿಟಿ.... ಮುಂದೆ ನಿಂಗೆ ಗೊತ್ತಾಗುತ್ತೆ. ಬೇಗ.... ಕ್ವಿಕ್.... ಹೇಗೂ ಎಲೆಕ್ಟ್ರಿಕ್ ಹೋಗಿದೆ. ಕ್ಯಾಂಡಲ್ ಕೆಳಗಿನ ತುದಿ ಕರಗೋದ್ರಲ್ಲಿ ನಿಂಗೆ ನಿದ್ದೆ ಬರ್ಬೇಕು" ಆತುರಪಡಿಸಿದ.

ಮುದುರಿ ಮಲಗಿದವಳ ಮೇಲೆ ಬ್ಲಾಂಕೆಟ್ ಹೊದ್ದಿಸಿದ. ಹಿಂದಿನ ದಿನ ಸ್ವಲ್ಪ ಖರೀದಿಸಿದ್ದ. ಅದರಲ್ಲಿ ಇದೊಂದು ಪ್ಲಾಸ್ಟಿಕ್ ಹಾಳೆಯಲ್ಲಿ ಸುತ್ತಿ ಇದನ್ನು ರಕ್ಷಿಸಿದ್ದ.

ಎರಡೇ ನಿಮಿಷದಲ್ಲಿ ನಿದ್ರಿಸಿದಳು. ಮೇಣದ ಬತ್ತಿ ಬೆಳಕಿನ ಮಂಕು ಮುಖ ದಿಟ್ಟಿಸಿದ. ಕಲ್ಮಷರಹಿತ ಮಗುವಿನ ಮುಖಭಾವ. ಆಗ ನೆನಪಾದದ್ದು ನಾರಾಯಣ್ ದಂಪತಿಗಳು. "ಇಂದು ನಮ್ಗೆ ಮಾತ್ರ ಜಾಗರಣೆಯಲ್ಲ..." ನೋವಿನ ನಗೆ. ಅವನ ತುಟಿಯಂಚಿನಲ್ಲಿ ಹಾದುಹೋಯಿತು. ತಾಯಿಯ ಕಣ್ಣೀರು ಕಡಲಾಗಿ ಎಲ್ಲಿ ತನ್ನನ್ನ ಕೊಚ್ಚಿಕೊಂಡು ಹೋಗಿಬಿಡುವುದೋ ಎಂದು ಹೆದರಿದ.

ಒಂದು ಮೂಲೆಯಲ್ಲಿ ಕೂಡಿಸಿದ್ದ ಹಳೆಯ ಪೇಪರ್‌ಗಳಿಂದ ನೆಲದ ಒದ್ದೆಯನ್ನು ಒತ್ತಿದ. ಮೂಲೆಯಲ್ಲಿದ್ದ ಚಾಪೆಯನ್ನು ಹಾಸಿದ. ಅದು ಅಹಮದ್ ಮುಂದಾಲೋಚನೆಯಿಂದ ಬಂದಿತ್ತು.

ಮದುವೆಯಾದ ಮೊದಲ ರಾತ್ರಿಯ ಸಂಭ್ರಮ! ಅವನಿಗೆ ನಗು ಬಂತು. ಎರಡು ಕೈ ಬೆಸೆದು ತಲೆಯ ಕೆಳಗಿಟ್ಟುಕೊಂಡ. ಚಿಕ್ಕಂದಿನ ದಿನಗಳು ಬಹಳ ಕಷ್ಟದ್ದೆ. ಆದರೆ ಬರೀ ಚಾಪೆಯ ಮೇಲೆ ಈ ಥಂಡಿ ಮಳೆಯಲ್ಲಿ ಮಲಗುವಂಥ ದೀನಾವಸ್ಥೆ ಇರಲಿಲ್ಲ.

"ಅವ್ನಿಗೆ ಸರ್ಯಾಗಿ ಹೊದ್ಸು!" ಅಪ್ಪನ ವರ್ಷಗಳ ಹಿಂದಿನ ಅಕ್ಕರೆಯ ನುಡಿ ಬಂದು ಅಪ್ಪಳಿಸಿದಂತಾಯಿತು. "ಬರೀ ಕಷ್ಟ.... ಅರೆ ಹೊಟ್ಟೆ ಊಟ ಇದೆ ಆಗಿ ಹೋಯ್ತು. ಮುಂದಿನ ದಿನಗಳು ಹಾಗಾಗ್ಬಾರ್ದು" ಅಂದಿನ ನುಡಿಗಳು ಇಂದಿಗೂ ಅವನ ನೆನಪಿನಲ್ಲಿ ಅಚ್ಚಳಿಯದೆ ಉಳಿದಿತ್ತು.

ಆ ಆಸೆ ಅವರನ್ನು ತೀರಾ ವ್ಯಾವಹಾರಿಕವಾಗಿ ಬೆಳೆಸಿತ್ತು. ಪ್ರಯೋಜನವಾಗದ ವ್ಯಕ್ತಿಗಳನ್ನು ಕಸಕ್ಕಿಂತ ಕಡೆಯಾಗಿ ಕಂಡಿದ್ದರು.

ನೆಲದ ಒದ್ದೆಗೆ ಚಾಪೆಯೇ ಒದ್ದೆಯಾಗಿ ಮಲಗಲು ಅಸಾಧ್ಯವೆನಿಸಿದಾಗ ಎದ್ದು ಕೂತ. ಮೇಣದ ಬತ್ತಿ ಪೂರ್ತಿ ಉರಿದು ಅಸ್ತಿತ್ವ ಮಾತ್ರ ಉಳಿಸಿತ್ತು ಬರೀ.... ಕತ್ತಲು.... ಬರೀ.... ಕತ್ತಲು....

ಎದ್ದು ಹೋಗಿ ಮುಚ್ಚಿದ ಕಿಟಕಿ ತೆಗೆದ. ರಪ್ಪೆಂದು ತಣ್ಣನೆಯ ಗಾಳಿ ರಾಚಿತು. ಅದು ಅಂಜುಗೆ ಸೋಕದಂತೆ ಅಡ್ಡವಾಗಿ ನಿಂತ. ಸುರಿದ ಮಳೆ ಆಹ್ಲಾದದ ಜೊತೆ ಭೀಕರತೆಯನ್ನುಂಟುಮಾಡಿತ್ತು.

ಎಷ್ಟು ಕುಟುಂಬಗಳು ಅನಿಶ್ಚಿತ ಸ್ಥಿತಿ!

ತಟ್ಟನೆ ಲೈಟು ಹತ್ತಿಕೊಂಡಾಗ ಅವನ ನೋಟ ಅಂಜುನತ್ತ ಹೊರಳಿತು. "ಅಮ್ಮ...." ಇನ್ನೊಂದು ಪಕ್ಕಕ್ಕೆ ಹೊರಳಿದಾಗ ತನ್ನ ರೆಗ್‌ಜಿನ್ ಕೋಟು ಕೂಡ ಹೊದ್ದಿಸಿ ಬಂದು ಕಿಟಕಿಯ ಬಳಿ ನಿಂತ.

ರೋಡಿನ ದೀಪಗಳು ಹತ್ತಿಕೊಂಡಿದ್ದವು. ಇಷ್ಟು ಹೊತ್ತು ಇದ್ದ ದಟ್ಟ ಕತ್ತಲು ಈಗ ಇರಲಿಲ್ಲ. ಆಹ್ಲಾದಕರವಾದ ಬೆಳಕು. ಹಿತವೆನಿಸಿತು ಮನಕ್ಕೆ. ಬದುಕು ಕೂಡ ಇಷ್ಟೆ. ಎಡೆಬಿಡದ ಏರಿಳಿತಗಳ ನಡುವೆಯೇ ಜೀವನ.

ಹಿಂದಕ್ಕೆ ತಿರುಗಿ ಅಂಜು ಮಲಗಿದ್ದ ತಾರಸಿಯತ್ತ ನೋಟ ಎತ್ತಿದ. ಮಡುವುಗಟ್ಟಿದ್ದ ನೀರು ತೊಟ್ಟಿಕ್ಕಲು ಸಿದ್ಧವಾಗಿತ್ತು. ತಕ್ಷಣ ಕಾರ್ಯೋನ್ಮುಖನಾದ. ತೊಟ್ಟಿಕ್ಕಲು ಸಿದ್ಧವಾದ ಕಡೆ ಟವಲಿಡಿದು ಅವಳಿಗೆ ಎಚ್ಚರವಾಗದಂತೆ ನೋಡಿಕೊಳ್ಳುವುದರಲ್ಲಿ ಬೆಳಕು ಹರಿದಿತ್ತು. ಮೇಲೆ ಕೆಳಗೆ ನೋಡಿ ನೋಡಿ ಅವನ ನೋಟ ಬಳಲಿತ್ತು.

ಮಳೆ ಪೂರ್ತಿ ನಿಂತಿತು. ಕಣ್ಣಿಗೆ ಹತ್ತಿದ ಜೊಂಪು ತಾಳಲಾರದೆ ಚಾಪೆಯ ಮೇಲೆ ಉರುಳಿಕೊಂಡ. ನಿದ್ದೆ ಆವರಿಸಲು ಯಾವುದನ್ನೂ ಗಮನಿಸಲಿಲ್ಲ.

ಅಂಜು ಎಚ್ಚೆತ್ತವಳು ಎದ್ದು ಕೂತ ನಂತರವೇ ಹಿಂದಿನ ದಿನ ನಡೆದು ಹೋದ ಘಟನೆಗಳೆಲ್ಲ ನೆನೆದು ಹೌಹಾರಿದಳು. ಅಷ್ಟೊಂದು ಧೈರ್ಯ ತನಗೆ ಹೇಗೆ ಬಂತು? ಅವಳು ಅವಳನ್ನೇ ಪ್ರಶ್ನಿಸಿಕೊಂಡಳು.

ಸಮಸ್ಥಿತಿಗೊಂಡ ಮನ ಈಗ ಭವಿಷ್ಯದ ಬಗ್ಗೆ ಮಾತ್ರ ಯೋಚಿಸುವಂತಾಯಿತು. ಒಂದೆಡೆ ಅವಳ ನೋಟ ನಿಂತಿತು. ತೊಯ್ದು ನೆಲದ ಮೇಲಿನ ಚಾಪೆಯ ಮೇಲೆ ಮಲಗಿ ನಿದ್ರಿಸುತ್ತಿದ್ದ ಚಂದ್ರು.

ನೆನ್ನೆಯ ಮುಂಜಾವು ಏನು ಅಲ್ಲದ ವ್ಯಕ್ತಿ. ಇಂದು ಅವನು ಸರ್ವಸ್ವ. ಬ್ಲಾಂಕೆಟ್‌ನ ಸದ್ದಾಗದಂತೆ ಹೊದ್ದಿಸಿದಳು. 'ಪ್ರತಿಯೊಂದು ಹೆಣ್ಣಿಗೂ ಗಂಡು ಪ್ರಾಣಿಯೊಂದು ಸಿಗುತ್ತೆ. ಆದ್ರೆ... ಎಲ್ರೂ ಮನುಷ್ಯರಾಗಿರೋಲ್ಲ, ದುರಾಸೆಯ ಪಿಶಾಚಿಗಳು ಒಂಟಿಯಾಗಿ ಸಿಕ್ಕ ಕೂಡ್ಲೇ ಪ್ರಾಣಿಗಳಂತೆ ಅಟ್ಯಾಕ್ ಮಾಡುತ್ತೆ'. ಮದುವೆಯಾಗಿ ಪಟ್ಟಣ ಸೇರಿದ ಅವಳ ಗೆಳತಿ ಹೇಳಿಕೊಂಡ ಆವೇಶದ ಮಾತುಗಳು. ಆದರೆ ಚಂದ್ರು ನಡೆದುಕೊಂಡ ರೀತಿ– ಮನುಷ್ಯರಲ್ಲಿನ ಸಂಯಮ ಅವರಲ್ಲಿತ್ತು. ಪ್ರಾಣಿಯಾಗಿ ನಡೆದುಕೊಂಡಿರಲಿಲ್ಲ.

ಅಂಜು ಎದೆಯಲ್ಲಿನ ಅನುರಾಗದ ಅಲೆಗಳಲ್ಲಿ ಅರಳಿದ್ದು ಅಭಿಮಾನ ಬೆರೆತ ಗೌರವದ ಪುಷ್ಪಗಳು. ಇದು ಬಹಳ ಜನಕ್ಕೆ ಸಿಗದು!

ಮೆಲ್ಲಗೆ ಬಾಗಿಲು ತೆಗೆದುಕೊಂಡು ಹೊರ ಬಂದಳು. ಹಸುರಿಗೆ ನವ ಶೋಭೆ. ಸೋನಾಪುರದ ನೋಟಕ್ಕೂ ಇಲ್ಲಿಗೂ ಅಜಗಜಾಂತರ. ಪ್ರಕೃತಿ ಪ್ರಸನ್ನವಾಗಿತ್ತು.

ಮನೆಯ ಸುತ್ತಲೂ ಅಲ್ಲಲ್ಲಿ ನೀರು ಮಡುವುಗಟ್ಟಿತ್ತು. ಪ್ರಯಾಸದಿಂದ ಹೆಜ್ಜೆ ಎತ್ತಿಟ್ಟು ಬಾವಿಯ ಕಟ್ಟೆ ಸೇರಿದಳು. ಸುರಿದ ಮಳೆಯಿಂದ ವಾತಾವರಣ ತಂಪಾಗಿದ್ದರಿಂದ ಗಟಗುಟ್ಟಿಸುವಂಥ ಚಳಿ.

"ಮುಖ ತೊಳ್ಕಂಡ್ ಬಾ. ಕಾಫೀ ಕೊಡ್ತೀನಿ" ಹೇಳುವ ಅಮ್ಮನಿರಲಿಲ್ಲ. ಹದವಾಗಿ ಹಂಡೆಯಲ್ಲಿ ಕಾದ ಬಿಸಿ ನೀರಿರಲಿಲ್ಲ. "ನಾನು ತೋಡಿ ಕೊಡ್ತೀನಿ ಇರೀ ಅವ್ವಾ..." ಓಡಿ ಬರುವ ಚೆನ್ನಿ ಇಲ್ಲ. ಕ್ಷಣ ಮಂಜಾಯಿತಷ್ಟೆ ಅವಳ ಕಣ್ಣುಗಳು.

ನೀರು ಸೇದಿ ಮುಖ ತೊಳೆಯಲು ಬಗ್ಗಿದಾಗ ದಪ್ಪ ಹರಿಶಿನ ದಾರದ ಮಾಂಗಲ್ಯ ಮುಂದಕ್ಕೆ ಬಿತ್ತು. ಅವಳ ಕಿವಿಯಲ್ಲಿದ್ದ ವಾಲೆಗಳನ್ನ ಬಿಟ್ಟರೆ ಏಕೈಕ ಬಂಗಾರವಿದು.

ಅಂಜು ಕೈಯಲ್ಲಿನ ನೀರು ಹಾಗೇ ಸುರಿದು ಹೋಯಿತು. ಕೈಯಲ್ಲಿ ಮಾಂಗಲ್ಯವಿಡಿದು ನೋಡಿದಳು. ಹೊಚ್ಚ ಹೊಸ ಹೊಳಪು ಕೋರೈಸಿದರೂ ಅದರ ಹಿಂದಿನ ಪವಿತ್ರ ಭಾವನೆ ಮಾತ್ರ ಅವಳಲ್ಲಿ ನಿಂತಿದ್ದು.

ಒಬ್ಬ ಅಪರಿಚಿತ ಗಂಡು ಹೆಣ್ಣನ್ನ ಒಂದಾಗಿಸಲು ತಾಳಿಯನ್ನ ಚಿಹ್ನೆಯಾಗಿಸಿದೆಯೇ ಸಮಾಜ? ಸಂಪ್ರದಾಯವೆನ್ನುವುದು ಒಂದು ನೆಪವಾಗಿರಿಸಿ ಸಮಾಜ ವ್ಯವಸ್ಥಿತವಾಗಿ ಸಾಗಲು ಹಿರಿಯರು ಹೊಸೆದಿಟ್ಟ ಕಟ್ಟಳೆಗಳು.

ಸದ್ದಿಗೆ ಅವಳ ನೋಟ ಅತ್ತ ಹರಿಯಿತು. ಹೋಟೆಲ್ ರಿಸೆಪ್ಷನಿಸ್ಟ್ ದಾಸ್ ಬೊಕ್ಕೆ ಹಿಡಿದು ಬಂದು ಶುಭ ಹಾರೈಸಿದ್ದರೂ ಗಮನಿಸಿರಲಿಲ್ಲ. ಅಪರಿಚಿತನಾಗಿಯೇ ಕಂಡ.

ಕೈ ಕೈ ಹೊಸೆದ ಮುಖದಲ್ಲಿ ಪ್ರಯತ್ನಪೂರ್ವಕವಾಗಿ ನಗು ತಂದುಕೊಂಡ. "ಚಿಕ್ಕೆಜಮಾನ್ರು.... ಬೈದಿ ಬೈ..." ತಲೆ ಕೆರೆದುಕಂಡು "ಚಂದ್ರಪ್ರಕಾಶ್ .... ಅವ್ರು.... ಇದ್ದಾರೆಯೇ?" ನಮ್ರತೆಯಿಂದ ಕೇಳಿದ. ಹ್ಞೂ ಗುಟ್ಟಿದಳು. ಸ್ವರವೇಳಲಿಲ್ಲ.

"ಸ್ವಲ್ಪ ಭೇಟಿ.... ಆಗ್ಬೇಕಿತ್ತಲ್ಲ ಮೇಡಮ್" ವಿನಯ ವ್ಯಕ್ತಪಡಿಸಿದ. ಬಕೆಟ್‌ನ ಸರಿಸಿಟ್ಟು ಒದ್ದೆ ಮುಖದಲ್ಲಿಯೇ ಒಳಗೆ ಬಂದಳು.

ಮಲಗಿದ್ದ ಕಡೆ ನಿಂತಳು. ದೀರ್ಘ ನಿದ್ದೆಯಲ್ಲಿದ್ದ. ಉಗುಳು ನುಂಗಿದಳು. ಗಂಟಲು ಸರಿಪಡಿಸಿಕೊಂಡಳು. ಚಂದ್ರು ಅಲುಗಾಡಲಿಲ್ಲ. ಹೊರಗೆ ದಾಸ್ ಮಾತಾಡುವುದನ್ನ ಕೇಳಿಯೇ ಎಚ್ಚೆತ್ತಿದ್ದ. ಇಬ್ಬರ ನಡುವೆ ಸಲುಗೆ, ಸ್ನೇಹ ಬೆಳೆಯುವ ಅಗತ್ಯವಿತ್ತು. ಗುಡ್ಡೆಗಳು ಅಲುಗಾಡದಂತೆ ಎಚ್ಚರವಹಿಸಿದ್ದ.

ಮನಸ್ಸಿಲ್ಲದಿದ್ದರೂ ಎಬ್ಬಿಸುವ ಅನಿವಾರ್ಯವಿತ್ತು. ಮೆಲ್ಲಗೆ ಕೈ ಮುಟ್ಟಿದಳು. ಆ

ಕೈ ಅವನ ಹಿಡಿಯಲ್ಲಿ ಸಿಕ್ಕಿಕೊಂಡಿತು. ನಿದ್ದೆಯಲ್ಲಿ ಯಾವ ಏರುಪೇರಿಲ್ಲ ಮೆಲ್ಲಗೆ ಬಿಡಿಸಿಕೊಳ್ಳಲು ನೋಡಿದಳು. ಹಿಡಿತ ಬಲವಾಗಿತ್ತು.

"ಯಾರೋ ಬಂದಿದ್ದಾರೆ" ತುಟಿಗಳಿಂದ ಸ್ವರ ಹೊರಬಿತ್ತು.

ಅಲುಗಾಡಲಿಲ್ಲ. ಚಂದ್ರು ಸಿದ್ದೆಯೋ ಅರೆ ಮಂಪರೋ ಅವಳಿಗೇನು ಅರ್ಥವಾಗಲಿಲ್ಲ. ಅತ್ತಿತ್ತ ನೋಡಿ ಉಗುಳು ನುಂಗಿದಳು.

"ಚಂದ್ರು...." ಸಂದಿಗ್ಧದಲ್ಲಿ ಕರೆದಾಗ ಎದ್ದು ಕೂತವನ ತುಟಿಗಳ ಮೇಲೆ ತುಂಟನಗು ಇತ್ತು. "ಥ್ಯಾಂಕ್ಯೂ.... ಅಂಜು!" ಅರ್ಥಪೂರ್ಣ ನೋಟ ಬೀರಿ ಎದ್ದ.

ಬಹಳ ಮದುವೆಗಳನ್ನ ನೋಡಿದ್ದಳು. ನೂತನ ದಂಪತಿಗಳು ಬಾಗಿಲಲ್ಲಿ ನಿಲ್ಲಿಸಿ ಹೆಸರು ಹೇಳಿಸುವುದೊಂದು ಪದ್ಧತಿ. ನೆರೆಯುವ ಸುಮಂಗಲೆಯರು, ಅಧಿಕ ನಗು, ಸಂಭ್ರಮ, ಸಡಗರ – ಆ ಕ್ಷಣಕ್ಕೊಂದು ಮಹತ್ವ ಕನಸಿನಲ್ಲಿ ಕರಗುವಂತಾಯಿತು ಅವಳಿಗೆ.

ಬ್ಲ್ಯಾಂಕೆಟ್ ಮಂಚದ ಮೇಲೆ ಹಾಕಿ ಟವಲಿನಿಂದ ಮುಖ ಉಜ್ಜಿದ. ಇನ್ನೆರಡು ದಿನಕ್ಕಾಗುವಷ್ಟು ನಿದ್ದೆಯ ಸ್ಟಾಕ್ ಇತ್ತು ಅವನಲ್ಲಿ, ಇಷ್ಟು ದಿನಗಳ ಆತಂಕ, ಆಂದೋಲನಕ್ಕೊಂದು ಮುಕ್ತಾಯ ಸಿಕ್ಕಿತ್ತು. ಅಂತೂ ಯುದ್ಧದ ನಂತರದ ಶಾಂತಿ.

ಹೊರಗೆ ಬಂದ. ದಾಸ್‌ನ ನೋಡಿದ ಕೂಡಲೇ ಅವನ ಹುಬ್ಬೇರಿತು. ಮತ್ತೆ ಯಾವ ಸಂದೇಶ ಕಳಿಸಿದ್ದಾರೆ ತಂದೆ? ಇದು ಅಪ್ಪನದಲ್ಲ, ಅಮ್ಮನದೆಂದು ನಂತರವೇ ಗೊತ್ತಾಗಿದ್ದು.

ದಾಸ್ ಮಾತಾಡಲು ಮಿಡುಕಿದ ವಿಷಯ ಅಂಥದ್ದೇ. ಒಂದಿಷ್ಟು ಧೈರ್ಯದ ಅಗತ್ಯವಿತ್ತು. ಕ್ರಾಪ್ ಸವರಿಕೊಂಡ, ಕೆನ್ನೆ ಉಜ್ಜಿದ, ಯಾಕೋ ಹೇಳಲು ಹಿಂಜರಿದ.

"ಏನು ವಿಷ್ಯ... ದಾಸ್!" ಚಂದ್ರು ನಾಲ್ಕು ಹೆಜ್ಜೆ ಮುಂದಕ್ಕೆ ಬಂದ. ಕತ್ತಿನ ಮೇಲೆ ಕೈಯಾಡಿಸಿದವನು ಸಂಕೋಚದಿಂದ "ಅಮ್ಮಾವ್ರು, ನೋಡ್ಕೊಂಡ್ಬಾಂದ್ರು..." ಉಗುಳು ನುಂಗಿದ.

"ಚೆನ್ನಾಗಿದ್ದೀವೀಂತ ಹೋಗ್ಹೇಳು...." ಬಿರುಸಾಗಿ ಹೇಳಿ ಹಿಂದಕ್ಕೆ ತಿರುಗಿಕೊಂಡಾಗ "ಇನ್ನೊಂದ್ಮಾತು...." ಎಂದಾಗ ಚಂದ್ರು ಅವನೊಂದಿಗೆ ಗೇಟಿನವರೆಗೂ ಹೋದ.

ಅತ್ತಿತ್ತ ನೋಡಿದ ದಾಸ್ ಸ್ವಲ್ಪ ಹಿಂಜರಿಕೆ, ಸಂಕೋಚದಿಂದಲೇ "ಆಗಿದ್ದು ಆಗ್ಹೋಯ್ತು. ಹುಡ್ಗೀನ ಅವ್ರಪ್ಪನ ಮನೆಗೆ ಕಳ್ಸೀ... ಬಂದು ದೊಡ್ಡ ಯಜಮಾನ್ರ ಕ್ಷಮೆ ಕೇಳ್ಬೇಕಂತೆ. ಆಮೇಲೆ ಮುಂದಿನದು ನಿಧಾನವಾಗಿ ಯೋಚ್ಸೋಣಾಂತ ಅಮ್ಮಾವ್ರು ಹೇಳಿ ಕಳ್ಸಿದ್ದಾರೆ." ಉಸುರಿದವನು ಹಿಂದಕ್ಕೆ ಸರಿದ.

ಚಂದ್ರು ಕಣ್ಣುಗಳು ಕೆಂಪಗಾಯಿತು. ಈ ಸಲಹೆ ಅವನನ್ನು ದಹಿಸಿತು. 'ಅದರ ಬದಲು ಅವರ ಇಡೀ ಕುಟುಂಬಕ್ಕೆ ಬೆಂಕಿ ಹಚ್ಚೆಂದರೆ ಚೆನ್ನಾಗಿತ್ತು' ಅಂದುಕೊಂಡ.

ಆದರೆ 'ತಾಯಿ' ನೆನಪು ಅವನನ್ನು ಕಠಿಣವಾಗಲು ಬಿಡಲಿಲ್ಲ. "ಎರ್ಡೂ

ಆಗೋಲ್ಲಾಂತ ಹೇಳು ಅಪ್ಪ ನನ್ನ ಅಲ್ಲಿಗೆ ಬರ್ಬೇಡಾಂತ ಹೇಳಿದ್ದಾರೆ. ಬರೋಲ್ಲ... ಆದ್ರೆ ಅಮ್ಮ ಇಲ್ಲಿಗೆ ಬರ್ಬಹ್ದು. ತಾಯಿ, ಮಕ್ಳ ಮಧ್ಯೆ ಯಾರು ನಿಲ್ಲಬಾರ್ದು" ಎಂದ ದೃಢವಾಗಿ.

ದಾಸ್ ಮನದಲ್ಲಿಯೇ 'ಭೇಷ್' ಎಂದುಕೊಂಡ. 'ರಿಯಲೀ ಯು ಆರ್ ಗ್ರೇಟ್, ಗಂಡು ಯಾವಾಗ಼್ಲೂ ಪುರುಷ ಸಿಂಹದಂತೆ ಇರ್ಬೇಕು. ಆಗ಼್ಲೇ ಬೆಲೆ' ಎಂದುಕೊಂಡು ಅಭಿಮಾನದಿಂದ ನೋಡಿದ ಚಂದ್ರುನ.

"ಎಕ್ಸ್‌ಕ್ಯೂಸ್ ಮಿ. ಸರ್.... ಅಮ್ಮಾವ್ರು ಹೇಳಿದ್ನ ಮಾತ್ರ ನಾನ್ಹೇಳಿದ್ದು. ಇಲ್ಲಿ ನಾನು ಮಾಡಿದ್ದು ಸರ್ವೆಂಟ್ ಕೆಲ್ಸ. ನನ್ಮೇಲೆ ಬೇಜಾರು ಬೇಡ" ಕಸಿವಿಸಿ ವ್ಯಕ್ತಪಡಿಸಿದಾಗ ದಾಸ್ ಅವನ ಭುಜದ ಮೇಲೆ ಸ್ನೇಹದಿಂದ ಕೈ ಹಾಕಿ "ಡೋಂಟ್ ವರೀ. ಎಲ್ಲಾ ಸರಿಹೋಗುತ್ತೆಂತ ಅಮ್ಮನಿಗ್ಹೇಳು" ತಾನೇ ಗೇಟು ತೆರೆದ. ಇನ್ನು ಹೋಗಲು ಅಪ್ಪಣೆ ಎನ್ನುವ ಅರ್ಥ.

ಪುಟ್ಟ ಮನೆಯಾದರೂ ಇಡೀ ಸೈಟಿಗೆ ಕಲ್ಲುಗಳನ್ನು ನಿಲ್ಲಿಸಿ ಒಂದು ಗೇಟು ಇಟ್ಟಿದ್ದರು, ನಾಮಕಾವಾಸ್ಥೆ.

ಹೊರಟ ಮಾರುತಿಯತ್ತಲೇ ನೋಡಿದ. ನಾಲ್ಕು ಕಾರುಗಳ ಮಾಲೀಕರು ರಾಧಾಕೃಷ್ಣ ತಮ್ಮ ಸ್ಟೇಟಸ್, ಪ್ರೆಸ್ಟಿಜ್‌ನ ಬಹಳ ಎಚ್ಚರದಿಂದ ನಿರ್ವಹಿಸುತ್ತಿದ್ದರು. ಫ್ಯಾಮಿಲಿ ಹೊರಟಾಗ ಒಂದು ಕಾರು. ಮಗನ ಸ್ವಂತಕ್ಕೆ ಒಂದು ಕಾರು. ಹೋಟಲ್‌ಗೆ ಹೋಗುವಾಗ ಒಂದು ಕಾರು. ಪಾರ್ಟಿ, ಮೀಟಿಂಗ್, ಸಭೆ, ಸಮಾರಂಭಗಳಿಗೆಂದೇ ಒಂದು ವಿದೇಶಿ ಕಾರು ಖರೀದಿಸಿದ್ದರು.

ಆಟೋಗೆ ಕಾಸು ಕೊಡಲಾರದೆ ತಿಂಡಿಗಳನ್ನು ಮಾರಿದ ಖಾಲಿ ಪಾತ್ರೆಗಳನ್ನು ಹೊತ್ತು ತರುತ್ತಿದ್ದ ರಾಧಾಕೃಷ್ಣ ಮೂರು ಸ್ಟಾರ್ ಹೋಟೆಲ್‌ನ ಮಾಲೀಕರು! ಲಕ್ಷಾಂತರ ತೆರಿಗೆ ತೆರುತ್ತಿದ್ದರು ಸರ್ಕಾರಕ್ಕೆ. ಅಂತೂ ಗಣ್ಯ ವ್ಯಕ್ತಿ ಸಮಾಜದಲ್ಲಿ.

ಹಿಂದಕ್ಕೆ ತಿರುಗಿದಾಗ ಅಂಜು ನೀರು ಸೇದುತ್ತಿದ್ದಳು. ದಪ್ಪ ಜಡೆ, ಬಳಕುವ ನಡು, ಎಲ್ಲಾ ಲಯಬದ್ಧವಾಗಿತ್ತು. ನೋಡುತ್ತಾ ನಿಲ್ಲಲಿಲ್ಲ.

"ಸಧ್ಯಕ್ಕೆ ಈ ಕೆಲ್ಸ ನಾನ್ಮಾಡ್ತೀನಿ. ನೀನು ಪಕ್ಕಕ್ಕೆ ಬಾ?" ಹಗ್ಗ ಕಿತ್ತುಕೊಂಡ. ಏನೋ ಹೇಳಲು ಹೊರಟವಳನ್ನ ಸುಮ್ಮನಾಗಿಸಿದ. ಸ್ನಾನಕ್ಕೆ... ನೀರು ಸೆಳೆದಿಟ್ಟ. ಬಕೆಟ್‌ನಲ್ಲಿ ಕೈ ಇಟ್ಟ. ಕೊರೆಯುವಂತಿತ್ತು. ಮಳೆಯ ವಾತಾವರಣ, ಬೀಸುವ ಕುಳಿರ್ಗಾಳಿ. ತಲೆ ಅತ್ತಿತ್ತ ಆಡಿಸಿದ್ದ. "ಈ ನೀರಿನಲ್ಲಿ ಸ್ನಾನಬೇಡ..." ಒಯ್ದು ಒಳಗಿಟ್ಟವನು ಯೋಚಿಸಿದ.

ಸೋನಾಪುರದ ಅವರ ಮನೆಯ ತಾಮ್ರದ ಹಂಡೆಯ ನೆನಪಾಯಿತು. ಬರಾಬರಿ ಮುವತ್ತು ಬಿಂದಿಗೆ ಹಿಡಿಸುವಂಥ ಹಳೆಯ ಕಾಲದ ಹಂಡೆ. ರಾಶಿ ಕಟ್ಟಿಗೆ ಒಡ್ಡಿದರು ಒಂದಿಷ್ಟು ಹೊಗೆ ಸುತ್ತಿಕೊಳ್ಳುತ್ತಿರಲಿಲ್ಲ. ಅಂಥ ವ್ಯವಸ್ಥೆ ಇತ್ತು.

ಒಳಗೆ ಬಂದ ಅಂಜು ಜಡೆ ಬಿಚ್ಚಿದಳು. ಸ್ನಾನದ ಹೊರತು ಏನು ಮಾಡುವಂತಿರಲಿಲ್ಲ. ಇದು ಅವರ ಮನೆಯ ಅಭ್ಯಾಸ. ಈಗ ಅವಳಿಗೆ ಒಂದು ತರಹ ಮುಜುಗರ.

"ಏನಾದ್ರೂ ಮಾಡೋಕೆ ಸಾಧ್ಯವೇನೋ ನೋಡ್ತೀನಿ. ಈ ತಣ್ಣೀರು ನನ್ಗಂತೂ ಬೇಡ" ಅವನ ನಿರಾಕರಣೆ ಬಲವಾಗಿತ್ತು. ಅವನ ಮನೆಯ ಸೌಕರ್ಯ ಸೋಫಿಸ್ಟಿಕೇಟೆಡ್. ಪ್ರತಿಯೊಂದು ಬೆಡ್ ರೂಂಗೂ ಸಪರೇಟ್ ಬಾತ್‌ರೂಂ. ಗೀಸರ್, ಬಾತ್‌ಟಬ್ 'ಜೈ...' ಎಂದುಕೊಂಡ.

ತುಟಿಕಚ್ಚಿ ಮುಷ್ಟಿಬಿಗಿ ಹಿಡಿದು ಗೋಡೆಗೆ ಗುದ್ದಿದ. "ಏನು ಆಗೋಲ್ಲ. ಮೊದ್ಲು ಚಳಿಯೆನಿಸಿದ್ರೂ ಆಮೇಲೆ ಸರಿಹೋಗುತ್ತೆ" ಎಂದಳು, ಅವನನ್ನ ಸಂಕಷ್ಟದಿಂದ ಪಾರು ಮಾಡುವವಳಂತೆ. ಅವನು ಅಡ್ಡಡ್ಡ ತಲೆಯಾಡಿಸಿಬಿಟ್ಟ. "ಹಿರಿಯರು ಬರೀ ಗಂಡನ್ನ ನೋಡೇ ಮಗ್ಳನ್ನ ಕೊಡೋಲ್ಲ. ಅಲ್ಲಿ ರೂಪ, ಗುಣಗಳಷ್ಟೇ ಅಲ್ಲ. ಅದ್ಕಿಂತ ಮುಖ್ಯವಾಗಿ ತಮ್ಮ ಮಗಳ್ನ ಎಷ್ಟು ಸುಖವಾಗಿ ನೋಡಿಕೊಳ್ಳಬಲ್ಲರು ಅನ್ನೋದೇ ಅವ್ರಿಗೆ ಮುಖ್ಯವಾಗೋದು. ಅಂದಿನ ಅವ್ರ ನಿರಾಕರಣೆ ಸರಿ ಇರ್ಬಹ್ದು" ಹೊರಗೆ ಹೋಗಿಬಿಟ್ಟ. ಅವಳಲ್ಲಿ ಮಾತುಗಳಿಲ್ಲ.

ಮನಸನ್ನ ಬಿಚ್ಚಿಡುವಷ್ಟು ಸ್ನೇಹ ಸಲಿಗೆಯಾಗಲಿ ದಾಕ್ಷಿಣ್ಯಕವಾಗಲಿ ಇಲ್ಲ ಅವಳಲ್ಲಿ.

ಏನೋ ನೆನಸಿಕೊಂಡು ಬಂದ ಚಂದ್ರು ಮೂಲೆಯಲ್ಲಿದ್ದ ಜಾಕಾಯಿ ಪೆಟ್ಟಿಗೆಯನ್ನು ತೆರೆದು ನೋಡಿದ. ಹಳೆಯ ಬರೆದು ಎಸೆದ ಪೇಪರ್‌ಗಳು. ಹಿಂದೆ ಇದರಲ್ಲಿ ವಿದ್ಯಾರ್ಥಿಗಳು ವಾಸವಾಗಿದ್ದರೆಂದು ಅಹಮದ್ ಹೇಳಿದ್ದ.

ಹೊರಗೆ ಹೋಗಿ ಮೂರು ಕಲ್ಲು ತಂದು ಒಲೆಯಾಕಾರ ನೀಡಿದ. ಇದ್ದ ಒಂದೆರಡು ಪಾತ್ರೆಗಳಲ್ಲಿ ದೊಡ್ಡದಾದ ಪಾತ್ರೆಯಲ್ಲಿ ನೀರು ತುಂಬಿ ಅದರ ಮೇಲಿಟ್ಟು ಕೆಳಗೆ ಪೇಪರ್ ತುಂಬಿ ಕಡ್ಡಿ ಗೀರಿ ಹಚ್ಚಿದ.

ಪೇಪರ್ ಉರಿದಂತೆ ಹೊಗೆ ವಾಸನೆಯ ಜೊತೆಗೆ ಕರಕಾದ ಪೇಪರ್‌ನ ಅವಶೇಷ ಇಡೀ ಮನೆಯಲ್ಲೆಲ್ಲ ಹರಡಿ ಅದನ್ನು ತೆಗೆದೆಸೆಯುವ ವೇಳೆಗೆ ಇಬ್ಬರ ಕೈ ಮುಖಗಳು ಕಪ್ಪಗಾದವು.

ಅಂತೂ ನೀರು ಬಿಸಿಯಾಯಿತು! ಬಕೆಟ್‌ಗೆ ಸುರಿದಿಟ್ಟು "ನೀನು ಸ್ನಾನ ಮುಗ್ಸು ಅಂಜು. ಅದು ತಣ್ಣಗಾದ್ರೆ ಕಷ್ಟ" ಹೊರಗೆ ಹೋದ.

ಇವೆಲ್ಲ ಅನಿರೀಕ್ಷಿತವೇನಲ್ಲ, ಆದರೆ ಕಲ್ಪನೆ ಊಹೆಗಿಂತ ವಾಸ್ತವ ಬಹಳ ಕಠಿಣವೆನಿಸಿತು. ಮುಂದೇನು?

ಉತ್ತರ ಕಾಲ್ಪನಿಕವಾಗಿ ಸುಂದರ ಸುಲಭವಿರಬಹುದು. ಆದರೆ.... ಹೊರಬಂದು ನಿಂತ ಮುಂದಿನ ವಿಶಾಲ ಜಾಗ ಅವನ ಗಮನ ಸೆಳೆಯಿತು.

ವಿಶಾಲವಾದ ಹೊರ ಪ್ರದೇಶ. ಹಿಂದೆ ಪುಟ್ಟ ಮನೆ. ಮುಂದೆ ದೊಡ್ಡ ಕಟ್ಟಡ

ಅದು ಔಟ್‌ಹೌಸ್ ಆಗಬಹುದು. ಖಾಲಿ ಜಾಗದಿಂದ ತಾನೇನಾದರೂ ಉಪಯೋಗ ಪಡೆದುಕೊಳ್ಳಬಹುದೆ? ಚಿಂತಿಸುತ್ತ ನಿಂತ.

"ಏನ್ಮಾಡ್ತಾನೆ ನಿಮ್ಮಗ.... ಕೆಲ್ಲವಂತು ಸಿಕ್ಕೋಲ್ಲ, ನನ್ನ ಹೆಸರು ಉಪಯೋಗ್ಸಿಕೊಂಡು.... ಎಲ್ಲಾದ್ರೂ ಗುಮಾಸ್ತನ ಕೆಲ್ಸ ಸಂಪಾದಿಸ್ಕೋಬೇಕು. ಇಲ್ಲಾ ನನ್ನ ಪ್ರಾರಂಭನ... ಅವ್ನು ಷುರು ಮಾಡ್ಕೋಬೇಕು ಹೇಗೂ.... ಅನುಭವ ಇದೆ" ಮಡದಿಗೆ ಕೇಳಲಿಯೆಂದೇ ದೊಡ್ಡ ದನಿಯಲ್ಲಿ ಅಣಕವಾಡಿದ್ದರು ರಾಧಾಕೃಷ್ಣ.

ಅವರ ಪ್ರಕಾರ ತಾನು, ಅಂಜು ತಿಂಡಿ ಕೊಂಡೊಯ್ದು ಪಾರ್ಕಿನಲ್ಲಿ ಕೂತು ಮಾರಬೇಕು! ಅದೇನು ತಪ್ಪೆನಿಸಲಿಲ್ಲ. ತಂದೆ ಬೆಳೆಸಿಕೊಂಡ ಸ್ಟೇಟಸ್‌ಗಾಗಿ ಬಹಳ ತಪನಪಡುತ್ತಿದ್ದರು. ಅದರಿಂದ ವಂಚಿತರನ್ನಾಗಿಸಿ ನಾಲ್ಕು ಜನ ಪರಿಹಾಸ್ಯ ಮಾಡುವಂಥ ಪರಿಸ್ಥಿತಿಗೆ ಅವರನ್ನ ದೂಡಲಾರ.

* * *

ದಾಸ್ ಬಂದು ವಿಷಯ ಮುಟ್ಟಿಸಿದಾಗ ಉರಿದುಬಿದ್ದರು ರಾಧಾಕೃಷ್ಣ ಇದು ಅವರ ಪ್ಲಾನೇ. ತಾಯಿ ಮಾತೆಂದರೂ ಮಗ ಮೆತ್ತಗಾಗುತ್ತಾನೆಂದು ತಿಳಿದಿದ್ದರು.

ಮಗನ ಮೇಲಿನ ಕೋಪ ನಾರಾಯಣ್ ಅತ್ತ ತಿರುಗಿತು.

"ಅಸ್ತ್ರಕ್ಕೆ ಪ್ರತಿ ಅಸ್ತ್ರ, ಕಾಸು ಖರ್ಚಿಲ್ದೇ ಮಗ್ಳನ್ನ ಮನೆ ದಾಟಿಸ್ಬಿಟ್ಟ. ಇವ್ನು ಬೆಪ್ಪುತಕ್ಕಡಿ. ತಲೆ ಕಮ್ಮಿ. ಚೆನ್ನಾಗಿ ಉಪಯೋಗ್ಸಿಕೊಂಡ." ಸಹಸ್ರನಾಮ ಷುರುಮಾಡಿದರು. ಅವಮಾನ, ನೋವಿನ ಜೊತೆ ದೊಡ್ಡ ನಷ್ಟ ಕೂಡ. ಆ ನಷ್ಟವನ್ನು ಹಣದಿಂದ ಕೂಡ ಲೆಕ್ಕ ಹಾಕಲು ಸಾಧ್ಯವಿರಲಿಲ್ಲ.

"ನೀವೇ ಅಂದ್ರಿ... ಅವ್ರು ಮಗ್ಳುನ ಕೊಟ್ಟು ಮದ್ವೆ ಮಾಡೋಲ್ಲಾಂತ" ಮೆಲ್ಲಗೆ ನೆನಪಿಸಿದರಷ್ಟೆ. ಹಾರಿ ಬಿದ್ದರು ಹೆಂಡತಿಯ ಮೇಲೆ– "ರುಕ್ಮಿಣಿ ಅಪಹರಣ.... ಸಂಯುಕ್ತ ಅಪಹರಣ.... ಅಂತ ಪುರಾಣ, ಇತಿಹಾಸ ಕತೆಗಳ ಇನ್ಸ್‌ಪಿರೇಶನ್ ನಿಮ್ಮಗನಿಗೆ. ಈಗಿನ ಸಿನಿಮಾಗಳು..." ಎಲ್ಲಾ ಸೇರಿಕೊಂಡು ಮಗನನ್ನ ಬಯ್ದರು. ಆದರೆ ಯಶೋದಾಗೆ ಆ ಕುಟುಂಬದ ತಪ್ಪೇನು ಕಾಣಲಿಲ್ಲ. ಅವರು ಕೂಡ ಸಮಾನ ದುಃಖಿಗಳು ಎಂದುಕೊಂಡರು.

ಹೆತ್ತ ಕರುಳು ಮಗನಿಗಾಗಿ ಹಂಬಲಿಸಿತು. ತಾವು ಇಷ್ಟಪಟ್ಟ ಹುಡುಗಿಯೇ. ನಡೆದದ್ದು ನಡೆದುಹೋಗಿದೆ. ಒಂದಿಷ್ಟು ಏಕೆ ರಾಜಿಯಾಗಬಾರದೆಂದು ಅವರ ಮನ ಬಯಸಿತು.

"ಈಗೇನು... ಮಾಡೋದು?" ಮೆಲ್ಲಗೆ ರಾಗ ತೆಗೆದರು.

"ಏನಿದೆ... ಮಾಡೋಕೆ? ತಪ್ಪು ಮಾಡಿದ್ದಾನೆ. ಅನುಭವಿಸಿಕೊಳ್ಳಿ. ಐದು ಲಕ್ಷ ಕೊಡೋಂಥ ಸಂಬಂಧ ಸಿಕ್ಕಿತ್ತು. ಜನ ಎಂಥವ್ರು ಗೊತ್ತಾ? ಎಷ್ಟೋ ಕನಸುಗಳು ನನಸು ಆಗ್ತಾ ಇತ್ತು. ನಾನು ಅಲ್ಲಿ ಎಡವಿದೆ. ಅದ್ಕೆ ಕಾರಣ ಗೊತ್ತಾ?" ಹೆಂಡತಿಯನ್ನು

ಕೇಳಿದರು.

"ಗೊತ್ತಿಲ್ಲ ನಂಗೂ ಅನ್ನಿಸ್ತು. ಎಷ್ಟೋ ಸಂಬಂಧಗಳು ಹುಡ್ಕಿಕೊಂಡ್ಬಂದ್ರು.... ಸೋನಾಪುರ ಹುಡ್ಗೀನ ನಿಶ್ಚಯಿಸಿದ್ರಿ. ಯಾಕೆ?" ಅಂದಿನ ಪ್ರಶ್ನೆಯನ್ನು ಇಂದು ಎತ್ತಿದಗು.

ಒಮ್ಮೆ ಈ ಪ್ರಶ್ನೆಗೆ ಉತ್ತರ ಸಿಕ್ಕಿತ್ತು.

ತುಟಿ ಕೊಂಕಿಸಿದರೂ, ಮೊದಲ ಸಲ ಹೆಂಡತಿಯ ಬುದ್ಧಿಕೂಡ ಚುರುಕೆಂದುಕೊಂಡರು.

"ನಾರಾಯಣ್ ಸಿಟಿಗಳ ಹಾಗೆ ದೊಡ್ಡ ಗಾತ್ರದ ಬಂಗ್ಲೆ ಕಾರು ಇಲ್ಲದಿದ್ರೂ.... ನಾಲ್ಕು ಪಟ್ಟು ಶ್ರೀಮಂತ್ರು. ಬಂದ ನೆಂಟರಿಷ್ಟರಿಗೆ ಬೆಳ್ಳಿ ತಟ್ಟೆಯಲ್ಲಿ ಬಡಿಸುವಂಥ ಸಿರಿ ಅವ್ರ ಮನೆಯಲ್ಲಿತ್ತು. ಇದೆಲ್ಲ ಕೇಳಿದ್ದು. ಮೊದ್ಲು ಮೋಸ ಮಾಡಿದ್ದು ಮನೆ. ಎರಡನೆಯದು ಆ ಹೆಣ್ಣಿನ ಮುಖದಲ್ಲಿನ ಮುಗ್ಧತೆ, ಮಾಧುರ್ಯತೆ. ಅವ್ಳು ಎಂದೂ ನನ್ಮಗ್ನ ನನ್ನಿಂದು ಸೆಳ್ದುಕೊಳ್ಳಲಾರಳೆಂಬ ನಂಬ್ಕೆ. ಅದೇ ಕೈಕೊಡ್ತು" ಕೈ ಕೈ ಹಿಸುಕಿಕೊಂಡರು. ಮಗನ ಮೇಲೆ ಮಾತ್ರವಲ್ಲ ಮಗನನ್ನು ತಮ್ಮಿಂದ ಸೆಳೆದುಕೊಂಡ ಅಂಜುವಿನ ಮೇಲೆ ಕೂಡ ಕೋಪ.

"ಈಗೇನ್ಮಾಡೋದು?" ಆಕೆಯ ಸ್ವರದಲ್ಲಿ ಕಳವಳ.

ಹೆಂಡತಿಯತ್ತ ನೋಡಿದವರೇ "ಹೋಗಿ ಕರ್ಕೊಂಡ್ಬಂದು ಆರತಿ ಎತ್ತಿ ಮನೆ ತುಂಬಿಸ್ಕೋತೀಯಾ? ಅದೆಂದಿಗೂ.... ಆಗ್ದು. ನಾಲ್ಕು ದಿನ ಉಪವಾಸ ಬೀಳ್ಲಿ, ಆಗ ಅವ್ನ ಆದರ್ಶ ಸಾಯುತ್ತೆ. ಹೇಗೂ ಮಗ ಹೇಳಿ ಕಳ್ಸಿದ್ದಾನೆ. ಅಲ್ಲಿಗೆ ಹೋಗ್ಬಿಡು. ನಿನ್ನ ಮೈಯಲ್ಲಿ ಕಸುವಿದ್ರೆ.... ರಾತ್ರಿಯೆಲ್ಲ ನಿದ್ದೆಗೆಟ್ಟು ತಿಂಡಿ ಬೇಯಿಸಿಕೊಡು, ಅದ್ನ ಅವ್ರು ಮಾರಿಕೊಂಡ್ಬರ್ತಾರೆ" ರೇಗಿ ಕಾಲು ಅಪ್ಪಳಿಸುತ್ತ ಆಚೆಗೆ ಹೋದರು.

ಆಕೆಯ ಕಣ್ಣಲ್ಲಿ ನೀರು ಒಸರಿತ್ತು. ಹಿಂದಿನ ಕಷ್ಟ ಕಾರ್ಪಣ್ಯದ ಬದುಕು ನೆನೆಯಲಾರದಷ್ಟು ಸುಖವಾಗಿದ್ದರು. ಮನೆಯಲ್ಲಿ ಆಳುಕಾಳು, ಅಡಿಗೆಯವರು, ಓಡಾಟಕ್ಕೆ ಕಾರು, ಸಮಾಜದಲ್ಲಿ ಪ್ರತಿಷ್ಠೆ ಇದೆಲ್ಲ ಅವರ ಪಾಲಿಗೆ ಸ್ವರ್ಗ.

ಹೋಟಲ್ ಚಂದ್ರ ಪ್ರಕಾಶ್ ಸ್ಟಾರ್ ಹೋಟಲ್. ಇಡೀ ಸಿಟಿಯಲ್ಲಿಯೇ ಹೆಸರಾದದ್ದು. ವಿದೇಶಿಯರು ಕೂಡ ಅದರಲ್ಲಿ ಬಿಡಾರ ಹೂಡುತ್ತಿದ್ದರು.

ಮಂಕಾಗಿ ಸುಮ್ಮನೆ ಕೂತುಬಿಟ್ಟರು. ಅಡಿಗೆಯವ ಬಂದು ನಮ್ರವಾಗಿ ನಿಂತ. "ಅಡ್ಗೆ.... ಏನ್ಮಾಡ್ಲೀ...." ಹೋಗುವಂತೆ ಸನ್ನೆ ಮಾಡಿ ಕಣ್ಣೀರು ತೊಡೆದುಕೊಂಡರು.

ಮಗನಿಗೆ ಮದುವೆಯಾದ ಕೂಡಲೇ ಸೊಸೆಯ ಜೊತೆ ಮುಂಬಯಿಗೆ ಅಟ್ಟಿದ್ದರು. ಅವನು ಬರುವುದು ಅಪರೂಪ. ಅಲ್ಲಿನ ಹೋಟಲ್‌ನ ಆಡಳಿತ ನಡೆಯುವುದು ಫೋನ್‌ನ ಮೂಲಕ. ಪ್ರತಿದಿನ ರಾತ್ರಿ ಹತ್ತರ ನಂತರ ಮಗನ ವರದಿ ಕೇಳಿಸಿಕೊಂಡು ಸಲಹೆ ಕೊಡುತ್ತಿದ್ದರು ರಾಧಾಕೃಷ್ಣ.

"ಒಂದ್ನಾಲ್ಕು ದಿನ ಬಂದು ಅವ್ರುಗಳು ಇದ್ದೋಗ್ಲಿ..." ಗಂಡನ ಮುಂದೆ ತಮ್ಮ ಕೋರಿಕೆ ವ್ಯಕ್ತಪಡಿಸಿದಾಗ ಅವರ ನಿರಾಕರಣೆ ಬಲವಾಗಿರುತ್ತಿತ್ತು. "ಬೇಕಾದ್ರೆ ಫೋನ್ನಲ್ಲಿ ಮಾತಾಡು.... ಈಗಿನ ಕಾಂಪಿಟೇಷನ್ ಯುಗದಲ್ಲಿ ಸ್ವಲ್ಪ ಎಚ್ಚರ ತಪ್ಪಿದ್ರೂ ಭೂಗತವಾಗ್ಬಿಡ್ತೀವಿ." ಸುಮ್ಮನಾಗಿಸುತ್ತಿದ್ದರು. ಆದರೆ ಚಂದ್ರು ಮದುವೆ ನಿಶ್ಚಯವಾದಾಗ ಈಕೆಗೆ ಖುಷಿ. ಈ ಮನೆಯಲ್ಲಿ ಇನ್ನೊಂದು ಹೆಣ್ಣು ಓಡಿಯಾಡುತ್ತಾಳೆ. ಇನ್ನಷ್ಟು ಜವಾಬ್ದಾರಿಯಿಂದ ಮುಕ್ತವಾಗಬಹುದು.

ಅಷ್ಟರಲ್ಲಿ ಮತ್ತೆ ಬಂದ ರಾಧಾಕೃಷ್ಣ ಹೆಂಡತಿಯ ಬಗ್ಗಿದ ಮುಖವನ್ನು ತನ್ನ ತೋರು ಬೆರಳಿನಿಂದ ಎತ್ತಿದವರು "ಸ್ವಲ್ಪ ಕೇಳು, ನಂಗೂ.... ನೋವಿದೆ. ಅವ್ನು ಆದಷ್ಟು ಬೇಗ ಹಿಂದಿರುಗಬೇಕಾದ್ರೆ.... ನಿನ್ನಿಂದ ಯಾವ್ದೇ ಸಹಾಯ ಕೂಡ್ದು. ಅವನನ್ನ ನಾವು ಕಳ್ಕೋಬಾರ್ದು" ಭಾರವಾದ ದನಿಯಲ್ಲಿ ಹೇಳಿ ಕೈ ನೀಡಿದರು. ಇಲ್ಲಿ ತಾಯ್ತನ ದುರುಪಯೋಗವಾಗುತ್ತದೆಯೆಂಬ ಭಯ ಅವರದು. ಛಲವಾದಿ. ಇಲ್ಲಿ ಜಯ ಅವರ ಪಾಲಾಗಬೇಕೆಂಬ ಸ್ವಾರ್ಥ.

ತೆರೆದ ಗಂಡನ ಅಂಗೈಯಲ್ಲಿ ತಮ್ಮ ಕೈ ಇಟ್ಟರು. "ಖಂಡಿತ... ಇಲ್ಲ" ಹೆಂಡತಿಯ ಭುಜ ಸವರಿ ಹೊರಗೆ ಹೋದರು. ಮಗ ಬೇಗ ಹಿಂದಕ್ಕೆ ಬರಲು ಬೇಕಾದ ಪ್ಲಾನ್‌ಗಳನ್ನು ಈಗಾಗಲೇ ಮಾಡಿದ್ದರು.

ನಿರ್ಜೀವ ಪ್ರತಿಮೆಯಂತೆ ಕೂತರು ಯಶೋದ. ಒಂದು ರೂಪಾಯಿಗೆ ಒಂದು ಸೌಟು ಚಿತ್ರಾನ್ನ, ಹುಳಿಯನ್ನ, ಮೊಸರನ್ನ ಮಾರುತ್ತಿದ್ದ ದಿನಗಳಲ್ಲಿ ಎಷ್ಟು ಜೋಪಾನವಾಗಿರುತ್ತಿದ್ದರೆಂದರೆ ಒಂದು ಸ್ಪೂನ್ ಅನ್ನ ಹೆಚ್ಚಿಗೆ ಬೀಳದಂತೆ ಮುತುವರ್ಜಿ ವಹಿಸುತಿದ್ದರು. ಅದೆಲ್ಲ ನೆನಪಿಲ್ಲವೇ ಚಂದ್ರುಗೆ. 'ಐದು ಲಕ್ಷ' ಮಾತು.... ನೋವು ಆಕೆಯ ಮುಖದ ಮೇಲೆ ಮಿನುಗಿತು. ಐದು ರೂಪಾಯಿ ಗಳಿಕೆಗೆ ಇಡೀ ಸಂಸಾರ ಪಾಡುಪಟ್ಟಂಥ ದಿನಗಳನ್ನು ಕಂಡ ಅವರು ಮಗನನ್ನು 'ದುರದೃಷ್ಟವಂತ, ಬುದ್ಧಿಹೀನ' ಅಂದುಕೊಂಡರು. ಆಕೆಯ ಚಿಂತನೆಯ ಮಟ್ಟವೇ ಅಷ್ಟು. ಒಳಹೊಕ್ಕು ಅವಲೋಕಿಸಲಾರರು. ಅದೆಲ್ಲ ವ್ಯರ್ಥ ಯಶೋದಮ್ಮನ ಮಟ್ಟಿಗೆ.

ಮೂರು ದಿನ ಕಳೆಯುವ ವೇಳೆಗೆ ರಾಧಾಕೃಷ್ಣ ಸುಸ್ತು. ಆದರೆ ಅದನ್ನು ಒಪ್ಪಿಕೊಳ್ಳಲಾರರು. ಎಲ್ಲಾ ವಹಿವಾಟು ಚಂದ್ರು ನೋಡಿಕೊಳ್ಳುತ್ತಿದ್ದ. ಇವರು ಪ್ರತಿಷ್ಠಿತ ಜನ, ಸಂಘ ಸಂಸ್ಥೆಗಳ ಓಡಾಟದಲ್ಲಿ ಅರ್ಧ ಸಮಯ ವ್ಯಯಿಸಿ ಮಿಕ್ಕವನ್ನು ಸ್ವಂತಕ್ಕೆ ಉಪಯೋಗಿಸುತ್ತಿದ್ದರು. ಈಗ ಪೂರ್ಣ ಸಮಯ ತಮ್ಮ ವಹಿವಾಟಿಗೆ ಬೇಕೇನೋ ಎಂದು ದಿಗ್ಭ್ರಮೆಗೊಂಡರು. ಮರುಕ್ಷಣ ತಳ್ಳಿಹಾಕಿದರು.

ತಿಳಿಸಲು ವಹಿಸಿದ್ದ ಜನ ಕೂಡ ಮಗನ ವಿಷಯವನ್ನು ಸರಿಯಾಗಿ ಮುಟ್ಟಿಸಿರಲಿಲ್ಲ, ಅದೊಂದು ರೀತಿಯ ಟೆನ್ಷನ್. ಡಾಕ್ಟರ್ ಬಿ.ಪಿ. ಜಾಸ್ತಿಯಾಗಿದೆಯೆಂದು ಹೇಳಿ ಹೋದರು.

ಸ್ವಲ್ಪ ದಾಸ್ ಬಗ್ಗೆ ನಂಬಿಕೆ. ಫೋನ್ ಹಚ್ಚಿದರು. "ಡ್ಯೂಟಿ ಮುಗ್ಸಿಕೊಂಡ್....

ಮನೆಗ್ಬಾ" ಎಂದರು. ಇಂದು ಎಲ್ಲೂ ಹೊರಗೆ ಹೋಗಲು ಇಚ್ಛಿಸಲಿಲ್ಲ.

ಗೆಳೆಯರೆನಿಸಿಕೊಳ್ಳುವ ಕೆಲವರು ಪ್ರಶ್ನಿಸಿದ್ದರು, "ಏನು ವಿಷ್ಯ? ನೀವೇ ನಿಶ್ಚಯ ಮಾಡ್ದ ಹುಡ್ಗೀ.... ಇದೆಲ್ಲ ಯಾಕೆ? ವರದಕ್ಷಿಣೆ... ಆಸೆಗೋಸ್ಕರಾನಾ?" ನಕ್ಕು ತಮ್ಮ ಹುಳುಕನ್ನು ಮುಚ್ಚಿಕೊಂಡಿದ್ದರು.

"ಅಂಥ ಅಗತ್ಯ ಈ ರಾಧಾಕೃಷ್ಣಂಗೆ ಉಂಟಾ? ನಂಗೆ ಅವ್ರ ಮನೆತನದ ವಿಷ್ಯವಾಗಿ ಸಮಾಧಾನ ಇರ್ಲಿಲ್ಲ. ಅದ್ಕೇ.... ಬೇಡ ಅಂದೆ. ಸಾಕಷ್ಟು ಹಣ ಖರ್ಚು ಆಗಿತ್ತು. ಆದ್ರೂ... ಕೇರ್ ಮಾಡ್ಲಿಲ್ಲ. ಬಿಸಿರಕ್ತ... ನನ್ಮಗ ಆದರ್ಶಕ್ಕೆ ಜೋತುಬಿದ್ದ" ಆ ಮಾತುಗಳನ್ನ ತಳ್ಳಿ ಹಾಕಿದ್ದರು.

ಕೆಲವರು ಇದನ್ನ ನಂಬಿದ್ದರು. ಮತ್ತೆ ಹಲವರು ನಂಬಿದಂತೆ ನಟಿಸಿದರು. ಮಿಕ್ಕವರ ಕಣ್ಣುಗಳಲ್ಲಿ ಕುತೂಹಲ. ನಂಬಿಕೆ ಬಾರದು. ಏನೋ ನಡೆದಿದೆಯೆನ್ನುವ ಅನುಮಾನದ ಜೊತೆ ಬಾಯಿಗೆ ಬಂದಿದ್ದು ಹಬ್ಬಿಸಿದ್ದರು.

ಅವರಿರುವ ವರ್ಗದ ಸೊಸೈಟಿಯಲ್ಲಿ ಇಂಥ ಮಾತುಗಳಿಗೆ ಮಹತ್ವವಿಲ್ಲ. ಅಷ್ಟು ಪುರಸತ್ತು ಕೂಡ ಇಲ್ಲ, ಟೆನ್ಷನ್ ಬಿಜಿಯ ನಡುವೆ ಅವರುಗಳ ನರಳಾಟ.

ಅರ್ಧ ಗಂಟೆಯಲ್ಲಿ ಮೂರು ಸಲ ಟೀ ತರಿಸಿಕೊಂಡು ಕುಡಿದಾಗ ಗಾಬರಿಯಿಂದ ಬಂದರು ಯಶೋದ. "ಬೆಳಗಿನ ತಿಂಡಿ ಕೂಡ ಸರ್ಯಾಗಿ ತಗೊಳಿಲ್ಲ. ಬರೀ.... ಟೀ..... ಡಾಕ್ಟ್ರುಗಾದ್ರೂ ಫೋನ್ ಮಾಡ್ಲಾ?" ಆತಂಕವಿತ್ತು ಆಕೆಯ ದನಿಯಲ್ಲಿ, ಎರಡು ದಿನದಲ್ಲಿಯೇ ಸೊರಗಿದ ಹೆಂಡತಿಯ ಬಗ್ಗೆ ಕನಿಕರದ ಜೊತೆ ಕೋಪ ಕೂಡ.

"ಅಪರೂಪದ ಮಗನನ್ನು ಹೆತ್ತೆ. ಆ ಈಡಿಯೆಟ್‌ಗೆ ಸ್ವಲ್ಪವಾದ್ರೂ ಕಾಮನ್‌ಸೆನ್ಸ್.... ಇದ್ಯಾ? ಸ್ವಲ್ಪ ಬುದ್ಧಿ ಹೇಳ್ಬೇಕಿತ್ತು?" ಹೆಂಡತಿಯ ಮೇಲೆ ಕನಲಿದರು.

ಕಂಬನಿ ತುಂಬಿತು ಯಶೋದ ಕಣ್ಣುಗಳು. "ವೃಥಾ ಯಾಕೆ ನನ್ಮೇಲೆ ಅಪರಾಧ ಹೊರಿಸ್ತೀರಾ? ನನ್ಮಾತು ಕೇಳೋ ಸ್ಥಿತಿಯಲ್ಲಿ ಇದ್ನಾ?" ಅಳು ಸ್ವರ. ತಪ್ಪೆನಿಸಿತು ಅವರಿಗೂ ಕೂಡ. ಸನ್ನೆ ಮಾಡಿದರು ಹೊರಹೋಗುವಂತೆ.

ಕೆನ್ನೆಯೊತ್ತಿಕೊಳ್ಳುತ್ತ ಹೊರಗೆ ಬಂದರು. ಅಂದಿನ ದಿನಗಳಲ್ಲಿ ಬಡತನ ಒಂದು ಶಾಪ. ಶ್ರೀಮಂತರೆಲ್ಲ ಸುಖವಾಗಿರುತ್ತಾರೆಂದುಕೊಂಡಿದ್ದರು. ಯಾಕೋ ದಿನ ಕಳೆದಂತೆ ಅದು ಭ್ರಮೆಯೆನಿಸತೊಡಗಿತು.

"ಮೇಡಮ್...." ದಾಸ್‌ನ ನಮ್ರ ಸ್ವರ ಕೇಳಿಸಿದಾಗ ಯಶೋದ "ಮುಂದಿನ ಆಫೀಸ್ ರೂಮಿನಲ್ಲಿದ್ದಾರೆ. ಚಂದ್ರು... ವಿಷ್ಯ ಏನಾದ್ರೂ ಗೊತ್ತಾಯ್ತ?" ಗಂಡ ಇದ್ದ ಕೋಣೆಯ ಕಡೆ ದೃಷ್ಟಿ ನೆಟ್ಟು ದನಿ ತಗ್ಗಿಸಿ ಕೇಳಿದರು.

ಗೊತ್ತಿಲ್ಲವೆಂದು ತಲೆಯಾಡಿಸಿದ ದಾಸ್. ಅವನಿಗೆ ತನ್ನ ಮಿತಿ ಗೊತ್ತು. ಅದು ಬಿಟ್ಟು ಹೆಚ್ಚಿನ ಪ್ರವೇಶ ಗಂಡಾಂತರಕಾರಿಯೆಂಬ ಅರಿವಿತ್ತು.

ಬಾಗಿಲ ಬಳಿ ಸದ್ದಾದಾಗ "ಯೆಸ್ ಕಮಿನ್..." ಎಂದರು ರಾಧಾಕೃಷ್ಣ

ಎದೆಯಲ್ಲಾ ಒಂದು ರೀತಿಯ ಭಾರ. ಡಾಕ್ಟರ್‌ಗೆ ಫೋನ್ ಮಾಡುವುದು ಸರಿಯೇನೋ ಅಂದುಕೊಂಡರೂ ಮರುಕ್ಷಣ ತಳ್ಳಿಹಾಕಿದರು.

"ಕೂತ್ಕೋ....." ಎಂದರು.

ದಾಸ್ ಕೂಡಲಿಲ್ಲ ನಿಂತೇ ಇದ್ದ. ಹತ್ತು ವರ್ಷದಿಂದ ಅವರ ಬಳಿಯಲ್ಲಿ ಇದ್ದ. ಲೋಟ ತಟ್ಟೆ ತೆಗೆಯಲು ಪ್ರಾರಂಭಸಿ ಹಾಗೆಯೇ ಬಡ್ತಿ ಹೊಂದಿ ಈ ಹುದ್ದೆಗೆ ಬಂದಿದ್ದ. ಪ್ರೈವೇಟ್‌ನಲ್ಲಿ ಡಿಗ್ರಿ ಮುಗಿಸಿದ್ದ. ಸ್ಫುರದ್ರೂಪ. ಆಕರ್ಷಕವಾಗಿ ಮಾತಾಡುವಿಕೆ ಕೂಡ ಕಾರಣವಾಗಿತ್ತು.

"ಚಂದ್ರು... ಎಲ್ಲಿದ್ದಾನೆ?" ಕೇಳಿದರು.

ಈ ಪ್ರಶ್ನೆ ಹಲವಾರು ಸಲ ಕೇಳಿ ಉತ್ತರ ಪಡೆದಿದ್ದರು. ಆದರೂ ಸಮಾಧಾನವಿಲ್ಲ. ಅದೇ ಉತ್ತರ ಅಷ್ಟೆ.

"ಆ ಹುಡ್ಗೀನು..... ಇತ್ತಾ?" ಇದು ಕೂಡ ಹಳೇ ಪ್ರಶ್ನೆ.

"ಇದ್ರು ನಾನ್ಹೋದಾಗ ನೀರು ಸೇದ್ತಾ ಇದ್ರು. ಅವ್ರೇ ಹೋಗಿ ಚಿಕ್ಕೆಜಮಾನ್ರುನ ಕರ್ಕೊಂಡ್ಬಂದಿದ್ದು" ಎಂದ. ಇದಿಷ್ಟನ್ನು ಒಂದು ಐದು ಬಾರಿಯಾದರೂ ಹೇಳಿದ್ದ. ಆದರೆ ಸಮಾಧಾನವಿಲ್ಲ ರಾಧಾಕೃಷ್ಣರಿಗೆ.

ಐದು ನಿಮಿಷ ಮೌನವಹಿಸಿದರು ರಾಧಾಕೃಷ್ಣ ಈಗೇನು ಮಾಡುವುದು? ತಾವೇ ಹೋಗಿ ಅವನನ್ನು ಕರೆತರುವುದು. ಛಿ...... ಇದನ್ನು ಮಾತ್ರ ಅವರು ಒಪ್ಪಲಾರರು.

ಹಣದ ನಷ್ಟದ ಜೊತೆ ಅಪಮಾನ ಅನುಭವಿಸಿದ್ದರು. ಇಷ್ಟು ಚಿತ್ತಕ್ಷೋಭೆಗೊಳಿಸಿದ ಮಗನನ್ನು ಅರ್ಥಾತ್ ಸೊಸೆಯನ್ನು ಕ್ಷಮಿಸಲಾರರು.

"ನೀನು ಎರ್ಡು ದಿನ ಲೀವ್ ಹಾಕು. ನೀನೇ ಪರ್ಸನಲ್ಲಾಗಿ ಒಂದಿಷ್ಟು ಚಂದ್ರು ಬಗ್ಗೆ ಡೀಟೈಲ್ಸ್ ಕಲೆಕ್ಟ್ ಮಾಡ್ಕೊಂಡ್ಬಾ. ಇದು ಅವ್ನ ಅರಿವಿಗೆ ಬರಬಾರ್ದು. ಬಿ ಕೇರ್‌ಫುಲ್." ಎಚ್ಚರಿಕೆಯಿಂದ ಹತ್ತರ ಒಂದು ಸಾವಿರದ ಕಟ್ಟನ್ನು ಕೊಟ್ಟರು. ಅನಾವಶ್ಯಕವಾಗಿ ಒಂದು ಪೈಸೆ ಹೆಚ್ಚಿಗೆ ಕೊಡದ ರಾಧಾಕೃಷ್ಣ ಸಾವಿರ ಕೊಟ್ಟರು ಎಂದರೆ ಅವರ ಮನಸ್ಥಿತಿಯನ್ನ ಲೆಕ್ಕಹಾಕಬಹುದಿತ್ತು.

ದಾಸ್ ಹೋದ ಮೇಲೆ ನಿಡುಸುಯ್ದರು. ತಮ್ಮ ಬುದ್ಧಿವಂತಿಕೆಗೆ ತಾವೇ ಬೆನ್ನು ತಟ್ಟಿಕೊಂಡು ದಿನಗಳಾಗಿತ್ತು. ಇಂದು ಮಾತ್ರ ಭ್ರಮೆಯಿಂದ ಮುಕ್ತರಾಗಿ ಚಿಂತಿಸಿದರು.

* * *

ದಿನ ಬರುತ್ತಿದ್ದ ಅಹಮದ್ ಎರಡು ದಿನಗಳಿಂದ ಬಂದಿರಲಿಲ್ಲ. ಯಾವುದೇ ನಿರ್ಧಾರಕ್ಕೆ ಬರದ ಒದ್ದಾಟವಾಗಿತ್ತು ಚಂದ್ರುದು. ಕೆಲವು ಯೋಜನೆಗಳಿತ್ತು ಮನದಲ್ಲಿ, ಅದಕ್ಕೆ ಒಂದಿಷ್ಟು ಸಹಾಯ, ಸಹಕಾರದ ಅಗತ್ಯವಿತ್ತು.

ಹೋಟಲ್ ಚಂದ್ರಪ್ರಕಾಶ್ ಮಾಲೀಕರ ಮಗನಾಗಿ ಅವನಿಗೂ ಸಾಕಷ್ಟು

ಪರಿಚಿತರು ಸ್ನೇಹಿತರೆಂದುಕೊಂಡಿರುವವರು ಗೊತ್ತಿತ್ತು. ಅವರ ಸಹಾಯ ಸಹಕಾರ ಪಡೆದುಕೊಳ್ಳಲಾ? ಇದು ಅವನ ತಂದೆಗೆ ಮಾಡುವ ಅವಮಾನ. ಮಗನಾಗಿ ಮಾನಸಿಕವಾಗಿ ಅವರನ್ನ ಕಾಡಲಾರ. ಸಮಾಜದಲ್ಲಿ ಅವರ ಪ್ರತಿಷ್ಠೆಗೆ ಭಂಗ, ತರಲಾರ.

ಜೋಪಡಿಯೆನ್ನುವ ಅಹಮದ್ ಮನೆಗೆ ಬಂದಾಗ ಬಾಗಿಲು ಮುಚ್ಚಿತ್ತು. ಆದರೆ ಒಳಗಿನ ಮಾತುಕತೆ ಕೇಳಿಸುತ್ತಿತ್ತು.

ಬೆರಳಿನಿಂದ ತಟ್ಟಿದ. ಒಂದಲ್ಲ, ಎರಡಲ್ಲ ಮೂರು ಸಲ. ನಂತರವೇ ಬಾಗಿಲು ತೆಗೆದಿದ್ದು. ಅಹಮದ್ ಅಲ್ಲ ಇನ್ನೊಬ್ಬ ವ್ಯಕ್ತಿ.

"ಯಾರು....?" ಎಂದ ಸ್ವಲ್ಪ ಅಸಹನೆಯಿಂದಲೇ. ಹುಬ್ಬು ಗಂಟಿಕ್ಕಿ "ಅಹಮದ್‌ನ ನೋಡ್ಬೇಕಿತ್ತು!" ಶಾಂತವಾಗಿ ಹೇಳಿದ.

"ಅವನಿಲ್ಲ..." ಬಾಗಿಲು ಮುಚ್ಚಿದಾಗ ತಡೆದು ಅದುಮಿ ಹಿಡಿದ.

"ಕರೀ.... ಅವನನ್ನ" ಅವನು ಸ್ವಲ್ಪ ದನಿಯೇರಿಸಿದ. ಬಲವಂತವಾಗಿ ಮುಚ್ಚಲು ಹೋದವನನ್ನು ಕತ್ತುಪಟ್ಟಿ ಹಿಡಿದು ಹೊರಕ್ಕೆಳೆದ. "ನೀನು.... ಯಾರು?" ಕತ್ತುಪಟ್ಟಿ ಬಲವಾಗಿ ಹಿಡಿದ. "ಏಯ್..." ಕೊಸರಿಕೊಳ್ಳಲು ಕೈಯೆತ್ತಿದಾಗ ಆ ಕೈಯನ್ನು ಹಾಗೆಯೇ ಹಿಡಿದು,

"ಏಯ್.... ಅಹಮದ್" ಕೂಗಿದ.

ಎರಡೇ ಕ್ಷಣದಲ್ಲಿ ಹೊರಗೆ ಬಂದ ಅಹಮದ್‌ನ ಮುಖ ಬೆಳ್ಳಗಾಯಿತು. ಷರಟಿನ ಪಟ್ಟಿ ಬಿಟ್ಟು ದೂರಕ್ಕೆ ತಳ್ಳಿದವನು ಗೆಳೆಯನತ್ತ ತೀಕ್ಷ್ಣ ನೋಟ ಹರಿಸಿದ.

"ಏನು ನಡೀತಾ ಇದೆ... ಒಳ್ಗೆ?" ಒರಟಾಗಿತ್ತು ಚಂದ್ರು ದನಿ.

ಅವನ ತೋಳ್ಹಿಡಿದ ಅಹಮದ್ "ಏನಿಲ್ಲ... ಏನಿಲ್ಲ... ನೀನು ಬಾ" ಒಳಗೆ ಎಳೆದೊಯ್ದ. ಕೂತ ಮತ್ತಿಬ್ಬರ ಕೈಗಳಲ್ಲಿ ಇಸ್ಪೀಟ್ ಎಲೆಗಳು ಇತ್ತು.

ಚಂದ್ರುಗೆ ಗೊತ್ತಿದ್ದಂಗೆ ಅಹಮದ್ ಸಭ್ಯ. ಆ ಮನೆಯಲ್ಲಿ ಯಾವುದೇ ಸವಲತ್ತುಗಳು ಪಡೆಯದಿದ್ದರೂ ತಂದೆಯ ದೊಡ್ಡ ಪರಿವಾರಕ್ಕಾಗಿ ದುಡಿಯುತ್ತಿದ್ದ. ಅದೆಲ್ಲ ಅವನಿಗೆ ಗೊತ್ತಿದ್ದುದೇ.

ಅದೇನು ಹೇಳಿದನೋ ಅವರುಗಳೆಲ್ಲ ಕಾಲು ಕಿತ್ತರು. ಸುಮ್ಮನೆ ಒಂದು ಕಡೆ ಕೂತ ಚಂದ್ರು. ಸ್ಟಾರ್ ಹೋಟಲ್‌ನ ಮಾಲೀಕ. ಶ್ರೀಮಂತ ಜನರ ಮೋಜು, ಚಟಗಳು ಅವನು ಬಲ್ಲ. ವ್ಯವಹಾರದ ಇನ್ವಾಲ್ಮೆಂಟ್ ಅಷ್ಟೆ ಅಲ್ಲಿ.

ಬಾಗಿಲು ಮುಚ್ಚಿ ಬಂದ ಅಹಮದ್ ಅಪರಾಧಿಯಂತೆ ಅವನ ಮುಂದೆ ತಲೆಬಗ್ಗಿಸಿ ನಿಂತ.

"ಎಷ್ಟು ದಿನದಿಂದ ನಡೀತಾ ಇದೆ. ಇದೆಲ್ಲ?" ಎಂದ ಶಾಂತವಾಗಿ. ಮಂಜು ಸ್ಪರ್ಶಿಸಿದಂತಾಯಿತು ಅಹಮದ್‌ಗೆ.

"ಇಲ್ಲ, ಇದೇ ಮೊದಲ್ನೇ ಸಲ... ನಂಗೆ ಹಣದ ಅಗತ್ಯವಿದೆ" ಅಪರಾಧಭಾವವಿದ್ದರೂ ಸಮರ್ಥಿಸಿಕೊಂಡ.

ಒಂದು ಆಂಗ್ಲ ದೈನಿಕದ ವ್ಯಂಗ್ಯ ಚಿತ್ರ ನೆನಪಾಯಿತು. 'ಸಮಾಜವನ್ನು ಕೆಡಿಸಲು ಕ್ಯಾಸಿನೋಗೆ ಅವಕಾಶ ಕೊಡುವುದು ಭಾರತೀಯ ಸಂಸ್ಕೃತಿಗೆ ವಿರೋಧ. ನಾವು ಭಾರತೀಯರು' ಎಂದು ಹೇಳುವ ಚಿತ್ರದ ಕೆಳಗೆ ಕೆಲವು ಭಾರತೀಯರು ಕೂತು 'ಇಸ್ಪೀಟು' ಆಡುತ್ತಿದ್ದರು.

ಅದನ್ನು ನೆನಸಿಕೊಂಡು ಜೋರಾಗಿ ನಕ್ಕಿದ್ದಲ್ಲದೆ, ಗೆಳೆಯನಿಗೆ ವಿವರಿಸಿದ ಕೂಡ. ತಕ್ಷಣ ಗಂಭೀರವಾದವನ ಮುಖದ ಮೇಲೆ ವಿಷಣ್ಣತೆ ಇಣುಕಿತು.

"ಮಹಾಭಾರತದ ಎಲ್ಲಾ ದುರ್ಗುಣಗಳಿಗೂ ಧರ್ಮರಾಯನ ಜೂಜು ಕಾರಣವಾಯಿತು. ಶಕುನಿ, ದುರ್ಯೋಧನ, ದ್ರೌಪದಿಯವರತ್ತ ಕೈ ತೋರಿಸಿದ್ರೂ... ತರ್ಕಕ್ಕೆ ಬಂದಾಗ ಧರ್ಮರಾಯ ಖಂಡಿತ ಪಾರಾಗೋಲ್ಲ" ಹರೆಯದ ಅಭಿಮನ್ಯು ಹತನಾದದ್ದು ಮುಖ್ಯ ದುರಂತ.

"ವೆರಿ ಬ್ಯಾಡ್. ಅಹಮದ್.... ಜಗತ್ತಿನ ಜೂಜಾಟದ ಸಿಟಿಗಳನ್ನೆಸಿದ ಲಾಸ್ ವೇಗಾಸ್, ಅಟ್ಲಾಂಟಿಕ್‌ಗಳಲ್ಲಿ ಇಪ್ಪತ್ತನಾಲ್ಕು ಗಂಟೆಗಳು ನಿದ್ರೆಗೆಟ್ಟು ಹಣ ಗಳಿಸುವುದ್ರಲ್ಲೋ ಕಳೆದುಕೊಳ್ಳುವುದರಲ್ಲೋ ಇರ್ತಾರೆ. ಇದೊಂದು ಅಮಲು. ದೆಹಲಿಯಲ್ಲಿ 'ಕ್ಯಾಸಿನೋ' ಬೇಡಾಂತ ಅಲ್ಲಿನ ಮುಖ್ಯಮಂತ್ರಿ ಹೇಳಿದ್ದಾರೆ..."

ಮುಂದುವರಿಸಲು ಬಿಡದೆ ಅಹಮದ್ ಅವನೆರಡು ಕೈಗಳನ್ನು ಹಿಡಿದುಕೊಂಡ. "ಬೇಡ ಫ್ರೆಂಡ್, ನಾನು ಖಂಡಿತ ಅಮಲಿನಲ್ಲಿಲ್ಲ. ನಂಗೆ ಹಣದ ಅಗತ್ಯವಿದೆ..." ತಂದೆ ಬರೆದ ಕಾಗದಗಳನ್ನೆಲ್ಲ ತಂದು ಅವನ ಮುಂದೆ ಚೆಲ್ಲಿದ.

"ಹಣ... ಹಣ... ಹಣ.... ಎಲ್ಲಿತರ್ಲೀ. ಮಕ್ಳು ಇವ್ರಿಗೆ ಹಣದ ಪೂರೈಕೆಗಳ ಯಂತ್ರಗಳು ಅಷ್ಟೆ" ಕುಕ್ಕರುಗಾಲಿನಲ್ಲಿ ಕೂತು ಕೂದಲನ್ನು ಕಿತ್ತ ಮಂಡಿಯಲ್ಲಿ ಮುಖವನ್ನು ಹುದುಗಿಸಿ ಬಿಕ್ಕಿ ಬಿಕ್ಕಿ ಅತ್ತ.

ಗೆಳೆಯನ ಹೆಗಲ ಮೇಲೆ ಕೈಯಿಟ್ಟ. "ರಿಲ್ಯಾಕ್ಸ್... ರಿಲ್ಯಾಕ್ಸ್..... ನೀನು ಹಿಡಿದಿರೋ ದಾರಿ ಅದಕ್ಕೊಂದು ಪರಿಹಾರವಲ್ಲ, ಅದು ನಿನ್ನ ಅಪಾಯಕ್ಕೆ ತಳ್ಳುತ್ತೆ. ಮಾನಸಿಕವಾಗಿ ನಿನ್ನ ಚಿತ್ರವಧೆ ಮಾಡುತ್ತೆ. ಇದು ಒಳ್ಳೆ ದಾರಿ ಅಲ್ಲ" ಸಂತೈಸಿದ.

ಅಲ್ಲಿಂದ ಚಂದ್ರು ಹೊರಟಾಗ ಅರ್ಧ ಗಂಟೆಯ ಮೇಲಾಗಿತ್ತು. ಅಂದಿನ ಕಾರಿನ ಓಡಾಟವಿಲ್ಲವೆಂದು ಅವನೇನು ಕಂಗೆಟ್ಟಿರಲಿಲ್ಲ.

ನೋಡಿ ಪಕ್ಕದ ರೋಡಿಗೆ ನುಗ್ಗಿದ ದಾಸ್ ಇವನ ಕಣ್ಣಿಂದ ತಪ್ಪಿಸಿಕೊಳ್ಳಲಾರದೆ ಸಂಕೋಚದಿಂದ ಸ್ಕೂಟರ್ ತಳ್ಳುತ್ತ, "ಹಲೋ..." ಎಂಬ ಹಣೆಯಂಚಿಗೆ ಮೂಡಿದ ಬೆವರನ್ನೊತ್ತಲು ಹೋಗದ ದಾಸ್ ಪೆಚ್ಚು ನಗೆಯನ್ನು ಮುಖದ ಮೇಲೆ ತಂದುಕೊಂಡ. "ಇಲ್ಲಿ ನಮ್ಮ ಅಂಕಲ್ ಮನೆಗೆ ಬಂದಿದ್ದೆ" ಎಂದಾಗ ಚಂದ್ರು ಮುಗುಳ್ನಕ್ಕ. ತಂದೆಯ ಸ್ವಭಾವ ಬಲ್ಲ, ಸುಮ್ಮನೆ ಕೂಡಲಾರರು. ತನ್ನ ಚಲನವಲನಗಳ ಮೇಲೆ ಅವರ ಕಣ್ಣು

ಇದ್ದೇ ಇರುತ್ತದೆಯೆಂದು ಅವನಿಗೆ ಗೊತ್ತು.

"ಓಕೆ ಏನಾಯ್ತು ನಿನ್ಮಗನ ಸೀಟಿನ ವಿಷ್ಯ" ಅವನ ಮಗನ ಬಗ್ಗೆ ವಿಚಾರಿಸಿದ.

"ಯಜಮಾನ್ರು ವಹಿಸ್ಕೊಂಡಿದ್ದಾರೆ. ನಂಗೆ ಒಂದು ತರಹ ನಿಶ್ಚಿಂತೆ. ಯಾವಾಗ ಮನೆಗೆ ಬರ್ತೀರಾ?" ಎಂದ ಕೂಡಲೇ ಇವನ ಕಣ್ಣುಗಳು ಕೆಂಪಗಾಯಿತು.

"ಮೈಂಡ್ ಯುವರ್ ಟಂಗ್. ಸಂಬಂಧಪಡದ ಮಾತುಗಳ್ನ ಆಡ್ಬೇಡ" ಎಂದವನು ದನಿ ತಗ್ಗಿಸಿ "ದಾಸ್, ಇದೆಲ್ಲ ನಂಗೆ ಇಷ್ಟವಾಗೋಲ್ಲ ನಮ್ಮನೆಗೆ ನಾನು ಬರೋಕೆ... ಬೇರೆಯವ್ರ ಮಧ್ಯಸ್ಥಿಕೆ ಬೇಕಾಗೊಲ್ಲ" ಹೇಳಿ ತನ್ನ ಪಾಡಿಗೆ ತಾನು ನಡೆದ.

ಆ ಮಮತೆಯಿಂದ ಅವನೇನು ಕಳಚಿಕೊಂಡಿರಲಿಲ್ಲ. ತಂದೆಯೇ ಒಂದು ಗೆರೆ ಎಳೆದಿದ್ದರು. ಅದನ್ನು ದಾಟಿ ಬರಬಾರದೆಂಬ ಆಜ್ಞೆ, ಅದನ್ನು ಇವನು ಉಲ್ಲಂಘಿಸಲಾರ ಕೂಡ.

ಕಾಣುವವರೆಗೂ ಅಲ್ಲೇ ನಿಂತು ನೋಡುತ್ತಿದ್ದ ದಾಸ್ ಸ್ಕೂಟರ್ ಹತ್ತಿದ. ತಂದೆಗಿಂತ ಮಗ ಅವನಿಗೆ ಇಷ್ಟವಾದ ವ್ಯಕ್ತಿ. ಬರೀ ಹಣ, ಸ್ಟೇಟಸ್‌ಗೆ ರಾಧಾಕೃಷ್ಣ ಅಂಟಿಕೊಂಡಿದ್ದರೂ ಚಂದ್ರು ಹೃದಯದಲ್ಲಿ ಔದಾರ್ಯಕ್ಕೆ ಜಾಗವಿತ್ತು.

ಎರಡು ಸಲ ದಾಸ್ ಒಂಟಿಯಾಗಿ ತಿರುಗಿ ವಿಷಯ ಸಂಗ್ರಹಿಸಿದರೂ ಅಷ್ಟೇನು ಉತ್ಸಾಹ ಮೂಡಲಿಲ್ಲ ಅದೇ ಮನೆ... ಅಲ್ಲಿ ಇದ್ದಿದ್ದು ಅಂಜು, ಚಂದ್ರು ಮಾತ್ರ. ಎಷ್ಟು ಜಾಲಿಸಿದರೂ ಇಷ್ಟೇ ವಿಷಯ. ಇಷ್ಟನ್ನು ಹಿಡಿದು ಹೋದರೆ ಛೀಮಾರಿ ಹಾಕಬಹುದು ಮತ್ತೇನು ಮಾಡುವುದು?

ನೇರವಾಗಿ ಅಹಮದ್‌ನ ಹುಡುಕಿಕೊಂಡು ಅವನ ಆಫೀಸ್ ಬಳಿ ಹೋದ.

ಸ್ವಲ್ಪ ಹೆದರಿದ ಅಹಮದ್. ತಾನು ಮಗನ ಹೆಲ್ಪ್‌ಗೆ ನಿಂತಿದ್ದು ಎಂದು ತಿಳಿದರೆ ಕೈಕಾಲು ಮುರಿಸಲು ರಾಧಾಕೃಷ್ಣ ಹಿಂಜರಿಯಲಾರರೆಂದು ಅವನಿಗೆ ಗೊತ್ತು. ಆದರೆ ಹಿಂಜರಿಯಲಾರದಷ್ಟು ಸ್ನೇಹದಿಂದ ಉಪಕೃತನಾಗಿದ್ದ ಅವನು.

"ಅಹಮದ್, ಒಂದಿಷ್ಟು ಮಾತಾಡೋದು ಇತ್ತು" ಎಂದಾಗ "ಜಸ್ಟ್ ಎ ಮಿನಿಟ್..." ಒಳಗೆ ಪರ್ಮಿಷನ್ ಪಡೆದು ಬಂದು ಅವನ ಜೊತೆಗೂಡಿದ.

ಇಬ್ಬರು ಬಂದು ಎದುರಿನ ಹೋಟಲ್‌ನಲ್ಲಿ ಮೂಲೆಯ ಖಾಲಿ ಟೇಬಲ್ ಹಿಡಿದು ಕಾಫೀಗೆ ಹೇಳಿ ಕೂತರು.

"ಡೋಂಟ್ ಮೈಂಡ್, ವಿಷ್ಯ ಸಿಕ್ರೇಟ್ ಆಗಿರ್ಬೇಕು" ದಾಸ್ ಕೈ ಮುಂದಕ್ಕೆ ಚಾಚಿದಾಗ ಸಿಟೆದುಕೊಂಡು ಕೂತ. "ಬೇಡ, ಚಂದ್ರು ನನ್ನ ಆತ್ಮೀಯ ಮಿತ್ರ..." ಮೇಲೆದ್ದ. ದಾಸ್ ಕೈ ಹಿಡಿದು ಕೂಡಿಸಿದ.

"ಆ ವಿಷ್ಯ ನಂಗೂ ಗೊತ್ತು. ನಾನು ಕೂಡ ಚಿಕ್ಕ ಯಜಮಾನರ ವೆಲ್‌ವಿಷರ್. ಬಂಗ್ಲೆಯಲ್ಲಿದ್ದ ಜನ ಈಗ ಜೋಪಡಿ ಸೇರಿದ್ದಾರೇಂದ್ರೆ ಕಣ್ಣಲ್ಲಿ ನೀರು ಬರೋ ವಿಷ್ಯ. ಅವ್ರು ಮತ್ತೆ ಬಂಗ್ಲೆ ಸೇರ್‌ಬೇಕು, ನೆಮ್ದೀ ನೆಲೆಸ್ಬೇಕು. ಇಷ್ಟೇ ನನ್ನ ಆಶಯ"

ಸ್ಪಷ್ಟಪಡಿಸಿದ ಮೃದು ದನಿಯಲ್ಲಿ.

ಅಹಮದ್‌ನ ಗಂಭೀರ ಮುಖದಲ್ಲಿ ಕಾರ್ಮೋಡಗಳು ತೇಲಾಡಿದವು. ದಾಸ್ ಸಿಗರೇಟು ಪ್ಯಾಕ್ ತೆಗೆದು ಅವನ ಮುಂದ್ಹಿಡಿದ.

"ನೋ, ಬೇಡ.... ಸಿಗರೇಟು ಸೇದೋ ಮೂಡ್‌ನಲ್ಲಿಲ್ಲ. ಯಾಕೆ ರಾಧಾಕೃಷ್ಣ ಅವ್ರಿಗೆ ಅಷ್ಟು ಕೆಟ್ಟ ಹಟ.. ಅವನೇನು ಮನೆ ಬಿಟ್ಟೋಗಿ ಲವ್ ಮ್ಯಾರೇಜ್ ಮಾಡ್ಕೊಂಡಿಲ್ವಲ್ಲ. ನಡೆದದ್ದು ನಡ್ದುಹೋಯಿತಲ್ಲ. ಈಗಲಾದ್ರೂ ಮಗ ಸೊಸೇನ ಕರ್‍ಸಿಕೊಳ್ಳಿ...." ಎಂದ ಗದ್ದಕ್ಕೆ ಕೈಯಿತ್ತು ಅಹಮದ್ ಆವೇಶದಿಂದ.

ದಾಸ್ ಬುದ್ಧಿವಂತ. ಮಾತುಗಳ ಮಧ್ಯೆಯೇ ಒಂದಿಷ್ಟು ವಿಷಯ ಸಂಗ್ರಹ ಮಾಡಿದ. ಅದು ಕೂಡ ಅಂಥ ಉಪಯುಕ್ತವಾದುದೇನೂ ಅಲ್ಲ. ತೀರಾ ಖಾಲಿ ಚೊಂಬು ಎಂದುಕೊಳ್ಳುವುದರ ಬದಲು ತಳದಲ್ಲಿ ಒಂದರ್ಧ ಕಪ್ ನೀರು.

"ಹೇಗೂ ಮದ್ವೆಯಾಗಿದೆಯಲ್ಲ ಕೆಲವು ದಿನ ಆ ಹುಡ್ಗೀನ ಸೋನಾಪುರಕ್ಕೆ ಕಳ್ಸೀ.... ನಂತರ ಯೋಚ್ಸಬಹುದಿತ್ತು. ಆ ವೇಳೆಗೆ ಯಜಮಾನ್ರು ಕೂಡ ಒಂದಿಷ್ಟು ಮೆತ್ತಗೆ ಆಗ್ತಾರೆ."

ಲೋಕಾಭಿರಾಮವಾಗಿ ಅಂದ ದಾಸ್ ಮಾತುಗಳು ಅಹಮದ್‌ನ ಎದೆಯಲ್ಲಿ ನೆಲೆಯಾಗಿ ನಿಂತವು. ಇದೊಂದು ತಾತ್ಕಾಲಿಕ ಪರಿಹಾರವೆನಿಸಿತು ಕೂಡ.

ಕಾಫೀ ಹಣ ತೆತ್ತ ಅಹಮದ್ "ಹೋಗೋಣ ಅಮ್ಮಾವ್ರು ಹೇಗಿದ್ದಾರೆ?" ಕೇಳಿದ. ಚಂದ್ರು ಜೊತೆಗೆ ಹೋದಾಗ ಇಂದಿಗೂ ಬಿಂಕ ಬಿಗುಮಾನ ತೋರದೆ ಮಾತಾಡಿಸುತ್ತಿದ್ದ ಆಕೆಯ ಬಗ್ಗೆ ಗೌರವವೇ.

"ಇದ್ದಾರೆ, ಆದ್ರೂ ತಾಯಿ ಕರುಳು ಅಲ್ವಾ. ಹೆಣ್ಣಿಗೆ ಸ್ವಂತಿಕೆ ಎಲ್ಲಿದೆ? ಒಂದ್ಕಡೆ ಗಂಡ, ಮತ್ತೊಂದ್ಕಡೆ ಮಗ. ಅವ್ರಿಗೆ ಅವರದ್ದೇ ಆದ ಹಟಗಳು. ಇಬ್ರ ಮಧ್ಯೆ ನೋಯೋದು ಹೆಣ್ಣು ಜೀವ" ಆಕೆಯನ್ನು ನೆನಪು ಮಾಡಿಕೊಂಡು ನುಡಿದ ದಾಸ್. ಮಾಮೂಲಾಗಿ ಓಡಾಡುತ್ತಿದ್ದರೂ ಅದರಲ್ಲಿ ಜೀವಂತಿಕೆ ಇಲ್ಲವೆಂಬ ಅರಿವು ಯಾರಿಗಾದರೂ ಆಗುತ್ತಿತ್ತು.

* * *

ಚಂದ್ರು ಬಹಳ ಯೋಚಿಸುತ್ತಿದ್ದ. ತಂದೆ ಪರಿಚಿತರು, ಸ್ನೇಹಿತರು ಮತ್ತು ಅವರ ನೆರಳು ಬೀಳದ ಕಡೆಯಿಂದಲೇ ಅವನು ಬದುಕು ಪ್ರಾರಂಭಿಸಬೇಕಿತ್ತು. ಅದನ್ನು ಸಫಲ ಮಾಡಿ ತೋರಿಸಬೇಕಿತ್ತು ಕೂಡ. ಆರ್ಥಿಕವಾಗಿ ಅವನನ್ನು ಬಹಳ ನಿರ್ಬಲವಾಗಿರಿಸಿದ್ದ ರಾಧಾಕೃಷ್ಣ.

ಅಂತೂ ಇಂತು ಒಬ್ಬ ಲಾಯರ್ ಆಫೀಸ್‌ನಲ್ಲಿ ಟೈಪಿಂಗ್ ಕೆಲಸ ಹಿಡಿದ. ಒಂದು ರೀತಿ ದಿನಗೂಲಿ, ಅದು ಕೂಡ ನಿಖರವಲ್ಲ, ಅಂದಿನ ಸಂಪಾದನೆ ಅನುಸರಿಸಿ ಕೈ ಕೆಳಗಿನವರಿಗೆ ಸಂಬಳ ಕೊಡುತ್ತಿದ್ದರೇನೋ!

ಮೊದಲ ದಿನದ ಕೆಲಸ. ಅಭ್ಯಾಸವಿಲ್ಲ, ಬೆರಳುಗಳು ನೋಯುತ್ತಿತ್ತು. ಒತ್ತಿಕೊಳ್ಳುತ್ತ ಅಡ್ವೋಕೇಟ್ ಆಫೀಸ್ ಇಳಿದು ರೋಡಿಗೆ ಬಂದ.

ಹೋಟಲ್ ಚಂದ್ರಪ್ರಕಾಶ್ ಇಡೀ ಸಿಟಿಯಲ್ಲೇ ದೊಡ್ಡ ಹೆಸರಿತ್ತು. ಹಿಂದೆ ಅಲ್ಲೊಂದು ಹೋಟಲ್ ಇತ್ತು. ಅದು ದಿವಾಳಿಯಾದಾಗ ಸುಲಭ ಬೆಲೆಗೆ ಅದರ ಷೇರುಗಳನ್ನು ಕೊಂಡಿದ್ದರು ರಾಧಾಕೃಷ್ಣ.

ಅದರ ಮ್ಯಾನೇಜ್‌ಮೆಂಟ್ ಇವರ ಕೈಗೆ ಬಂದ ಮೇಲೆ ಅತ್ಯಾಧುನಿಕವಾಗಿ ಸಿಂಗರಿಸಿದ್ದರು. ಡಿಗ್ರಿ ಮುಗಿಸಿದವರು ಆ ಹೋಟಲ್‌ನಲ್ಲಿ ಸರ್ವಯರ್ ಆಗಿ ಕೆಲಸ ಮಾಡುತ್ತಿದ್ದರು. ಇಂಥ ದೊಡ್ಡ ಹೋಟಲ್ ಮಾಲೀಕ ದಿನಗೂಲಿಗಾಗಿ ಟೈಪಿಸ್ಟ್ ಆಗಿದ್ದ. ಇದು ಅವನ ಮಟ್ಟಿಗಂತೂ ಅವಮಾನವಲ್ಲ. ಅವನು ವಾಸಿಸುವ ರೋಡು ತಲಪುವ ವೇಳೆಗೆ ಪೂರ್ತಿ ಕತ್ತಲಾಗಿತ್ತು. ಗೇಟು ರೋಡಿನ ಮಧ್ಯೆ ಸಾಲಾಗಿ ನಾಲ್ಕಾರು ವೆಹಿಕಲ್‌ಗಳು ನಿಲ್ಲಿಸಿಕೊಂಡು ಜೋಕ್ ಹೊಡೆಯುತ್ತಿದ್ದ ಯುವವೃಂದ.

ಅವನಿಗೆ ಒಂದು ರೀತಿಯ ಷಾಕ್! ಇವೇನು ಅಪರೂಪದ ನೋಟಗಳಲ್ಲ ಸಿಟಿಗಳಲ್ಲಿ.

"ಲಕ್ಷ್ಮಿ, ಸರಸ್ವತಿ, ದಮಯಂತಿ, ಸಾವಿತ್ರಿ ಅಂಥವರನ್ನ ನೀವು ಯಾರಾದ್ರೂ ನೋಡಿದ್ದೀರಾ! ಅದೆಲ್ಲಾ ಪುಸ್ತಕದಲ್ಲಿ ಓದಿದ್ದು ತಾನೇ! ಅಂಥ ಹೆಣ್ಣನ ತೋರಿಸ್ತೀನೀಂತ ಬೆಟ್ ಕಟ್ಟಿ ಕರ್ಕೊಂಡ್ಬಂದಿದ್ದಾನೆ. ಅದ್ಕೆ ನೀವುಗಳು ಸಾಕ್ಷಿ. ಈ ಹತ್ತು ಸಾವಿರ ಅವ್ನ ಪಾಲಾಗದಿದ್ರೆ.... ನಿಮ್ಗೆಲ್ಲ ಪಾರ್ಟಿ" ಬೆಂಕಿಕಡ್ಡಿ ಹಚ್ಚಿದ ಬೆಳಕಿನಲ್ಲಿ ಅವನ ಮುಖ ಕಂಡಿತು.

ಗುಳಿ ಬಿದ್ದ ಕಣ್ಣುಗಳು. ಆಳಕ್ಕೆ ಸೇರಿದ ಕೆನ್ನೆಗಳು. ಅವನ ಉಡುಪು ಸ್ಟೈಲ್ ಮತ್ತು ಕೂದಲನ್ನು ನೋಡಿಯೇ ಯುವಕ ಎನ್ನಬಹುದಿತ್ತು. ಅವನ ಸುತ್ತಲು ನೆರೆದಿದ್ದವರು ಅಂಥವರೆ.

ಷರಟಿನ ಎರಡು ತೋಳುಗಳನ್ನು ಹಿಂದಕ್ಕೆ ಮಡಚಿ ಮನೆಯತ್ತ ನೋಡಿದ. ಮುಚ್ಚಿದ ಬಾಗಿಲು, ಪುಟ್ಟ ಕಿಟಕಿಯಿಂದ ಒಳಗಿನ ವಿದ್ಯುತ್ ದೀಪದ ಬೆಳಕು ಕಾಣುತ್ತಿತ್ತು.

ಷರಟಿನ ಕಾಲರ್ ಸರಿಮಾಡಿಕೊಳ್ಳುತ್ತ ಬಂದವ, ಹುಸಿ ಕೆಮ್ಮು ಕೆಮ್ಮಿ ಎಲ್ಲರನ್ನು ಒಮ್ಮೆ ಎಚ್ಚರಿಸಿದ.

ಹೀರೋನಂತೆ ಬೈಕ್ ಮೇಲೆ ಕೂತಿದ್ದವನು ನಿರಾಸಕ್ತ ನೋಟ ಬೀರಿ ಬಾಯಲ್ಲಿನ ಸಿಗರೇಟು ಹೊಗೆ ಭುಸ್ ಎಂದು ದಬ್ಬಿದ.

"ಹಲೋ ಫ್ರೆಂಡ್, ಇನ್ನೊಂದು ಬೆಟ್ ಕಟ್ಟೋಕೆ ರೆಡಿಯಾಗು. ಐದು ನಿಮಿಷದಲ್ಲಿ ನೀವೆಲ್ಲ ಖಾಲಿಯಾಗದಿದ್ರೆ ಇಲ್ಲಿ ಒಳ್ಳೆ ಸೀನ್ ಕ್ರಿಯೇಟ್ ಆಗುತ್ತೆ, ಹಲವರ ಹಲ್ಲುಗಳಾದ್ರು ನೆಲಕ್ಕೆ ಉದುರುತ್ತೆ" ಮುಷ್ಟಿ ಬಿಗಿದು ನಿಂತ.

ಅವರಲ್ಲೊಬ್ಬ ಮೂರು ದಿನದ ಹಿಂದೆ ಹಲ್ಲುಗಳನ್ನು ಒಟ್ಟಿಗೆ ಕಿತ್ತಿಸಿಕೊಂಡಿದ್ದ. ಆ ನೋವಿನಿಂದ ಅವನಿನ್ನು ಮುಕ್ತವಾಗಿರಲಿಲ್ಲ. 'ಹಲ್ಲು' ಅಂದ ಕೂಡಲೇ ಅವನ ತೊಡೆಯಲ್ಲಿ ನಡುಕ ಷುರುವಾಯಿತು.

"ಅಯ್ಯೋ...." ಎಂದು ಕಿರಿಚಿದವನು ಓಡಿಬಿಟ್ಟ.

ಇವರದು ಪುಂಡರ ದಂಡೆ ಏನು ಅರ್ಥವಾಗದೆ ಕಕ್ಕಾಬಿಕ್ಕಿಯಾಗಿ ಒಬ್ಬರ ಮುಖವನ್ನೊಬ್ಬರು ನೋಡಿಕೊಳ್ಳುವ ವೇಳೆಗೆ ಬೆಟ್ ಕಟ್ಟಿದವನು ತನ್ನ ವಾಹನವೇರಿ ಪರಾರಿಯಾದ. ಮಿಕ್ಕವರದು ಅದೇ ಪಾಡು.

ಆಕಸ್ಮಿಕವಾಗಿ ಪಾರಾಗಿದ್ದಷ್ಟೆ. ಸಿನಿಮಾ ಹೀರೋನಂತೆ ಅಷ್ಟು ಜನರ ಜೊತೆ ಹೊಡೆದಾಡುವ ಶಕ್ತಿಯಂತೂ ಅವನಿಗೆ ಇರಲಿಲ್ಲ.

ರೋಡಿನ ಮಧ್ಯೆ ಬಂದು ನಿಂತು ಅತ್ತಿತ್ತ ನೋಡಿದ. ಕತ್ತಲಾದ ಮೇಲೆ ಇಲ್ಲಿ ಓಡಾಟ ಕಡಿಮೆಯೇ. ನ್ಯೂ ಏರಿಯಾ. ಮನೆಗಳು ಕೂಡ ವಿರಳ. ಅಪಾಯ ಕೂಡ ಇಂಥ ಕಡೆ ಹೆಚ್ಚು.

ಗೇಟಿನ ಬಳಿಗೆ ಬಂದವ ನಿಂತ. ಭದ್ರ ಕೋಟೆಯಂಥ ಭವ್ಯ ಬಂಗ್ಲೆಯನ್ನು ನೋಡಿಯೇ ನಾರಾಯಣ್ ಮಗಳನ್ನು ಕೊಡಲು ಒಪ್ಪಿದ್ದು. ಈಗಿನ ಸ್ಥಿತಿ! ಭಾರವಾದ ಉಸಿರೆಳೆದು ದಬ್ಬಿದ.

ಆದರೆ ಅಂಜು ಮಾತ್ರ ಅವನೊಬ್ಬನನ್ನೆ ನಂಬಿ ಬಂದಿದ್ದು.

ಮುಷ್ಟಿ ಬಿಗಿ ಮಾಡಿ ಗಾಳಿಯಲ್ಲಿ ಗುದ್ದಿದ. ಅವನು ನಿರಾಶವಾದಿಯಲ್ಲ. ಅವನು ತಿಳಿದಿದ್ದಕ್ಕಿಂತ ವಾಸ್ತವ ಸ್ಥಿತಿ ಮತ್ತಷ್ಟು ಭೀಕರವಾಗಿತ್ತು. ಅಂತು ಅವನು ನಿಂತಿದ್ದು ಪ್ರವಾಹ ಮಧ್ಯದಲ್ಲಿ ಆದರೆ ಒಂಟಿಯಾಗಲ್ಲ ಜೊತೆಯಲ್ಲಿ ಅಂಜು ಇದ್ದಳು. ಅವಳೊಡನೆ ದಡ ಸೇರಬೇಕಿತ್ತು.

ಸಶಬ್ಧವಾಗಿ ಗೇಟನ್ನು ತೆಗೆದುಕೊಂಡು ಬರುವ ವೇಳೆಗೆ ಕಿಟಕಿಯಲ್ಲಿ ಅವಳ ಮುಖ ಇಣಕಿದ ನಂತರವೆ ಬಾಗಿಲು ತೆಗೆದದ್ದು.

"ಬಾಭೀ, ಇದು ಸೋನಾಪುರವಲ್ಲ ಯಾರದ್ದಂದ್ರೂ ತಕ್ಷಣ ಬಾಗ್ಲು ತೆಗ್ದುಬಿಡ್ಬೇಡಿ. ಸದ್ಯಕ್ಕೆ ಚಂದ್ರು ಬಂದರೆ.... ಮಾತ್ರ ತೆಗೆಯಿರಿ" ನಗೆಯಾಡುತ್ತ ಅಹಮದ್ ಹೇಳಿದ್ದ. ಅದರಲ್ಲಿ ಎಚ್ಚರಿಕೆ ಕೂಡ ಇತ್ತು.

ಹಸನ್ಮುಖ ನೋಟ ಹರಿಸಿದ. ಅದೇ ಮುಗ್ಧಮುಖ, ಪ್ರೇಮಮಯ ಕಣ್ಣುಗಳು. ಆದರೆ ಭಯದ ನೆರಳಿನಿಂದ ಮುಕ್ತವಾಗಿರಲಿಲ್ಲ ಅವಳು.

ಸ್ವಾತಿ ಸಿಲ್ಕ್‌ನ ಲಕ್ಷ್ಮಣ್ ಇವನ ಕ್ಲಾಸ್‌ಮೇಟ್. ಮೊನ್ನೆ ಸಿಕ್ಕಾಗ ಜೋಕ್‌ಗೆ ಒಂದು ಮಾತು ಹೇಳಿದ್ದ.

"ಎಲ್ಲಾ ತಿಳೀತು! ಆ ಬಗ್ಗೆ ನಾನು ಕಾಮೆಂಟ್ಸ್ ಮಾಡ್ಲಾರೆ. ಒಂದು ಹೆಲ್ಪ್ ಮಾಡ್ಬಲ್ಲೆ. ನಿನ್ನ ವೈಫ್‌ಗೆ ಇನ್ನೊಸೆಂಟ್ ಫೇಸ್ ಇದೆ. ರವಿವರ್ಮನ ಆರ್ಟ್‌ನಂಥ

ಮುಖ. ಸೇಲ್ಸ್ ಗರ್ಲ್ ಹಾಗೆ ಅಪಾಯಿಂಟ್ ಮಾಡ್ಕೋತೀನಿ."

ಕುತ್ತಿಗೆ ಪಟ್ಟಿ ಹಿಡಿದ ಚಂದ್ರು "ಚಂದ್ರಪ್ರಕಾಶ್ ಟರ್ನ್ ಓವರ್ ವರ್ಷಕ್ಕೆಷ್ಟು ಗೊತ್ತಾ? ನಿನ್ನ ಬೇಕಾದ್ರೆ ತಟ್ಟೆ ತೊಳೆಯೋಕೆ ಇಟ್ಕೋತೀನಿ. ಬಿ ಕೇರ್‌ಫುಲ್" ಎಚ್ಚರಿಸಿದ್ದ.

ಇಂಥ ಮಾತುಗಳು ಅನರ್ಥಕಾರಿಯಲ್ಲದಿದ್ದರೂ ತೀರಾ ಅಪರೂಪ. ವಸ್ತುಗಳಿಗೆ ಒಂದು ಚೌಕಟ್ಟು, ರಕ್ಷಣೆ ಬೇಕಿತ್ತು. 'ನನ್ನ ಭಾವೀ ಸೊಸೆ ದಂತದ ಗೊಂಬೆ. ಈ ಮನೆಯಲ್ಲಿ ಓಡಾಡುತ್ತ ಇದ್ದರೆ ಸದಾ ಬೆಳದಿಂಗಳಿನಂತೆ ಇರುತ್ತೆ' ಇದು ರಾಧಾಕೃಷ್ಣ ಅಂದ ಮಾತುಗಳೇ.

"ತುಂಬ ಬೋರಾಯ್ತ ಅಂಜು?" ಎನ್ನುತ್ತಲೇ ಒಳಗೆ ಅಡಿಯಿಟ್ಟವನು "ಒಂದ್ನಿಮಿಷ...." ಚಪ್ಪಲಿ ಬಿಟ್ಟು ಟವಲು ಹಿಡಿದು ಹಿಂದಕ್ಕೆ ಹೋದ.

ಬಾವಿಯಿಂದ ನೀರು ಸೇದಿ ಮುಖ ಕೈಕಾಲುಗಳನ್ನು ತೊಳೆದು ಒಳ ಬಂದ". ಎರಡು ಕೋಣೆಗಳ ಈ ಪುಟ್ಟ ಮನೆಯಲ್ಲಿ ಇಡೀ ದಿನ ಅಂಜು ಹೇಗೆ ದಿನ ದೂಡಬೇಕು? ಕಸಿವಿಸಿಯಾಯಿತು.

ಆ ಮನೆಯಲ್ಲಿ ಆಗಿದ್ದರೆ ಅವನಮ್ಮ ಇರುತ್ತಿದ್ದರು. ತಂಗಿ ಶಿಲ್ಪಾ... ಅಡಿಗೆಯವರು ಆಳುಕಾಳುಗಳು – 'ಛೆ ತಾನೇನಾದರೂ ದುಡುಕಿ ಅವಳ ಜೀವನವನ್ನು ಕತ್ತಲು ಮಾಡಿದನೆ?'

ಒದ್ದೆಯ ಮುಖವನ್ನೊತ್ತಿ ಆರಾಮಾಗಿ ನೆಲದ ಮೇಲೆಯೇ ಕೂತುಬಿಟ್ಟ.

ತಟ್ಟೆ ಪಾತ್ರೆಗಳನ್ನು ಹಿಡಿದು ಬಂದಳು. ಎದ್ದು ಹೋಗಿ ನೀರು ಲೋಟಗಳನ್ನು ತಂದ.

"ಕೂತ್ಕೊಂಡ್....ಬಿಡು" ಲೋಟಕ್ಕೆ ನೀರು ಸುರಿದವ "ಅಹಮದ್.... ಬಂದಿದ್ನಾ?" ಕೇಳುತ್ತ ನೋಟವೆತ್ತಿದವನು ಅವಳಲ್ಲಿ ನೆಟ್ಟ ಅಪೂರ್ವ ಕಲಾಕೃತಿಗೆ ಸೆರೆಗೊಳ್ಳಿದ್ದಂತೆ ಕಂಡಿತು.

'ಫೆಂಟಾಸ್ಟಿಕ್....' ಮನ ಒತ್ತಿ ಹೇಳಿತು.

ತಾನೇ ಸಾರು ಅನ್ನದ ಪಾತ್ರೆ ತೆಗೆದ. ಮಾಡಿಟ್ಟಿದ್ದು ಮಾಡಿಟ್ಟ ಹಾಗೆಯೇ ಇತ್ತು.

"ಅಂಜು, ಒಪ್ಪತ್ತು... ಎರಡ್ಹೊತ್ತು ಅಂತಾರಲ್ಲ, ಇವತ್ತು ಗುರುವಾರ, ಶನಿವಾರ, ಸೋಮವಾರ ಅಂಥದೇನು ಇಲ್ವಲ್ಲ. ಯಾಕೆ ಈ ನಿರಶನ?" ಮೇಲ್ಮುಖಕ್ಕೆ ಮಾತು ತಮಾಷೆಯಾಗಿ ಕಂಡರೂ ಅದರೊಳಗಿನ ಖಾರ, ಕಹಿ, ನೋವು ಮುಖಕ್ಕೆ ರಾಚಿದಂತಿತ್ತು.

ಫಳಕ್ಕೆಂದಿತು ಅವಳ ಕಣ್ಣಲ್ಲಿ ಕಂಬನಿಯ ಮುತ್ತು. "ನಂಗೆ.... ಊಟ ಮಾಡೋಕ್ಕಾಗೊಲ್ಲ?" ಎಂದ ಕೂಡಲೇ ಪಾತ್ರೆಗಳನ್ನು ಯಥಾಸ್ಥಿತಿಯಲ್ಲಿ ಮುಚ್ಚಿಟ್ಟು "ಆಮೇಲೆ ಊಟ ಮಾಡೋಣ, ಈಗ ಹೊರ್ಗೆ... ಹೋಗೋಣ" ಎದ್ದೇಬಿಟ್ಟ.

ಅವನಿಗೆ ಹಸಿವಿತ್ತು. ಪ್ರಾಣಿಯಲ್ಲ, ಬುದ್ಧಿ ಇರುವ ಮನುಷ್ಯ. ಊಟದಲ್ಲಿ ತೃಪ್ತಿ ಬೇಕು. ಹೊರಬಂದರು. ಶುಭ್ರ ಆಕಾಶದಲ್ಲಿ ಅಲ್ಲಲ್ಲಿ ನಕ್ಷತ್ರಗಳು.

"ಅಲ್ಲಿ ಕೂತ್ರೆ... ಹೇಗೆ?" ಬಾವಿಯ ಕಟ್ಟೆಯ ಕಡೆ ತೋರಿಸಿದ. "ಚೆನ್ನಾಗಿದೆ..." ಎಂದಳು. ಎಷ್ಟು ಬೇಗ ಗೆಲುವಾದಳಲ್ಲ ಎಂದು ಆಶ್ಚರ್ಯಗೊಂಡ.

ಅಲ್ಲಿ ಕೂತು ಇಬ್ಬರು ಆಕಾಶ ನೋಡಿದರು. ಆಗಾಗ ಅಂಜು ಅತ್ತ ನೋಟ ಹರಿಸುತ್ತಿದ್ದ. ಬಹುಶಃ ಅಂಜು ಇದನ್ನೆಲ್ಲ ಯೋಚಿಸಿರಲಾರಳೆಂದುಕೊಂಡ.

"ಅಂಜು...." ಎಂದ ನವಿರಾಗಿ.

"ಹಾ....." ಎಂದಳು ತಟ್ಟನೆ. ಆಮೇಲೆ ಚಿಂತಿಸುವಂತೆ "ಕೂಗಿದ್ರಾ...." ಕೇಳಿದಳು. ನಕ್ಕುಬಿಟ್ಟ. ಆ ನಗುವಿನಲ್ಲಿನ ಮೋಹಕತೆ ಅವಳನ್ನ ಸೆರೆಹಿಡಿಯಿತು.

"ನಿಂಗೆ ಏನು ಅನ್ನಿಸ್ತಾ ಇದೆ?" ಕೇಳಿದ.

ಈ ಪ್ರಶ್ನೆಗೆ ತಬ್ಬಿಬ್ಬಾದಳು. ಮನದ ಎಲ್ಲಾ ಭಾವನೆಗಳನ್ನು ಮಾತುಗಳಿಂದ ವ್ಯಕ್ತಪಡಿಸಲು ಸಾಧ್ಯವಿಲ್ಲ. ಅವನ ನೇರ ನೋಟವನ್ನೆದುರಿಸಲಾರದೆ ತಲೆ ತಗ್ಗಿಸಿದಳು.

"ಯಾವ ಭಾವೋದ್ವೇಗಕ್ಕೆ ಒಳಗಾಗಿ ಅಂದು ಒಪ್ಗೆ ನೀಡಿದ್ಯೋ? ಹೇಗೆ ಹೊರಟು ಬಂದ್ಯೋ? ಆದರೆ ಇಲ್ಲಿನ ಸ್ಥಿತಿ ಅಷ್ಟೊಂದು ಸುಮುಖವಾಗಿಲ್ಲ. ಭವಿಷ್ಯದ ಬಗ್ಗೆ ನಿರಾತಂಕವಿಲ್ಲ. ನಿಂಗೆ ಪಶ್ಚಾತ್ತಾಪವಾಗಿರಬಹುದಲ್ಲ!" ಎಂದ. ಅವಳ ಎದೆಯಲ್ಲಿನ ಗಾಢತೆಯನ್ನು ತಿಳಿ ಮಾಡಬೇಕಿತ್ತು.

ಸ್ತಬ್ಧಳಾಗಿಬಿಟ್ಟಳು. ಚಂದ್ರು ಹೇಳದಿದ್ದರೂ ಅವಳಿಗೆ ಪರಿಸ್ಥಿತಿಯ ಅರಿವಿತ್ತು. ವ್ಯವಹಾರದಲ್ಲಿ ಅವಳ ತಿಳಿವಳಿಕೆ ಸ್ವಲ್ಪ ಕಮ್ಮಿಯೆ. ಅದಕ್ಕೆ ನಿರ್ದಿಷ್ಟ ಕಾರಣವಿತ್ತು. ನಾರಾಯಣ್ ಲಾಭ ನಷ್ಟ, ಆರ್ಥಿಕ ಸ್ಥಿತಿ, ತಾವು ಈಗ ಎದುರಿಸುತ್ತಿರುವ ಪರಿಸ್ಥಿತಿಯ ಬಗ್ಗೆ ಮಗಳ ಮುಂದೆ ಮಾತಾಡುತ್ತಿರಲಿಲ್ಲ, ಅದರ ಅರಿವು ಮದುವೆ ನಿಂತ ವಿಷಯ ಹೊರಬಿದ್ದ ನಂತರವೇ ಅಷ್ಟಿಷ್ಟು ಗೊತ್ತಾಗಿದ್ದು.

"ಯಾಕೆ, ಹಾಗೆ..... ತಿಳಿದ್ರೋ! ನಮ್ಮದಾಗಿದ್ರೆ ಇಡೀ ಜಗತ್ತೇ ಅಂಜುಗೆ ಕೊಟ್ಟುಬಿಡ್ತಾ ಇದ್ವಿ" ಅವಳಮ್ಮ ಅತ್ತಾಗ ಆ ಮೇಲಿನ ಚಿತ್ರಣದಿಂದ ಪರಿಸ್ಥಿತಿಯ ಅರಿವಾಯಿತಷ್ಟೆ. ಅದು ಪೂರ್ಣವಾಗಿಯೇನು ಅಲ್ಲ.

ಭ್ರಮೆಯಲ್ಲಿದ್ದವಳನ್ನ ಎಚ್ಚರಿಸಿದ. "ಅಂಜು, ನಿನ್ನ ಮೌನಾನ ಸಮ್ಮತವೆಂದು ತಿಳಿಯಲಾ?" ಎಂದಾಗ ಬೆದರಿದಳು ಪೂರ್ತಿ.

"ಖಂಡಿತ.... ಇಲ್ಲ ನಂಗೇನು ಪಶ್ಚಾತ್ತಾಪವಾಗಿಲ್ಲ. ನೀವು..." ಲಜ್ಜಿತಳಾದಳು.

ಆ ಮುಖವನ್ನೇ ನೋಡಿದ. ಲಜ್ಜೆಯಿಂದ ಅಲಂಕಾರಗೊಂಡ ಮುಖದಲ್ಲಿ ಕಾಮನಬಿಲ್ಲಿನ ನರ್ತನ. ಕ್ಷಣ ಪರವಶನಾದರೂ ಎಚ್ಚರಗೊಂಡ. ಪೂರ್ಣವಾಗಿ ಸವಿಯುವ ಸ್ಥಿತಿ ಅವನದಲ್ಲ. ವಾಸ್ತವ ಕಠೋರವಾಗಿತ್ತು.

"ಗುಡ್. ಥ್ಯಾಂಕ್ಯೂ.... ಅಂಜು.... ಇಲ್ಲೇ ಯಾಕೆ ಊಟ ಮಾಡ್ಬಾರ್ದು?"

ಅವಳು ಪ್ರತಿಕ್ರಿಯಿಸುವ ಮುನ್ನ ಹೋಗಿ ಪಾತ್ರೆಗಳನ್ನು ಹಿಡಿದು ಬಂದ. "ಆದ್ರೆ ಒಂದು ಕಂಡೀಷನ್..." ಅವಳ ಮುಂದೆ ಕೈಚಾಚಿದ. "ಸದ್ಯಕ್ಕೆ ಒಪ್ಪೊತ್ತು ಎರಡ್ಹೊತ್ತೂಂತ ಮಾಡ್ತಾರಲ್ಲ. ಅದೆಲ್ಲ... ಖರ್ಚಿನ ಬಾಬತ್ತು. ದೂರದ ಅಜ್ಜಿಯೊಂದಿತ್ತು ನಮ್ಮ ಮನೆಯಲ್ಲಿ. ಆಕೆ ಫಲಹಾರ ಪೂರೈಸಲಾರದೆ ನಮ್ಮಪ್ಪ ಒಂದ್ಹೊತ್ತೆ ಕಾವಿ ಬಾಡಿಗೆಗೆ ತಂದು ಹಾಕ್ಕೊಂಡ್ಬಂದ್ರು. ಒಂದಿಷ್ಟು ಅನ್ನಕಾಸು ಇಟ್ಕೊಂಡಿದ್ದ ಅಜ್ಜಿ, ಮಾರನೆಯ ದಿನವೇ ರೈಲು ಹತ್ತಿಬಿಡ್ತು. ಉಪವಾಸ... ನಿರಶನ ಅಂಥದ್ದೆಲ್ಲ ಬೇಡ. ಸಮಯಕ್ಕೆ ಸರ್ಯಾಗಿ ಊಟ ಮಾಡ್ಬೇಕು" ಮಾತಿನಲ್ಲಿಯೇ ಮೋಡಿ ಮಾಡಿದ.

"ಹ್ಞೂ..." ಎಂದಳು.

"ಅಷ್ಟೇ ಸಾಕು. ನಿನ್ಮೇಲೆ ನಂಗೆ ನಂಬ್ಕೇ ಇದೆ" ಕೈ ಹಿಂದಕ್ಕೆ ತಗೊಂಡ. "ನೀನು ಅಂದು ಕಣ್ಣಲ್ಲಿ ಒಪ್ಗೆ ಸೂಚಿಸಿದಾಗ ನಂಗೆ ಆಶ್ಚರ್ಯ. ಆದ್ರೆ.... ನನ್ನ ನಂಬ್ಕೆ ನೀನು ಸುಳ್ಳು ಮಾಡ್ಲಿಲ್ಲ ಅಂಜು. ಹತ್ತು ವರ್ಷ ಅಲ್ಲಿ ಇಲ್ಲಿ ಸುತ್ತಿ ಓಡಾಡಿ ಪ್ರೀತಿ ಅನ್ನೋದೊಂದು ಭ್ರಮೆ ಅನ್ನಿಸ್ತು" ಎಂದ ಭಾವುಕನಾಗಿ. ಅವಳ ಮೌನವೇ ಉತ್ತರ.

ನಕ್ಷತ್ರಗಳ ಬೆಳಕಿನಲ್ಲಿ ಊಟ ಮಾಡಿದರು. ಈ ಪ್ರದೇಶ ಕ್ಷಣ ಇಷ್ಟವೆನಿಸಿದರೂ ಅಪಾಯದ ಅರಿವಾಗಿ ಸ್ವಲ್ಪ ಚಿಂತಿತನಾದ ಚಂದ್ರು.

ಎರಡು ಮೂರು ಮೋಟಾರ್ ಬೈಕ್‌ಗಳ ಸದ್ದು ಒಟ್ಟಿಗೆ ಕೇಳಿಸಿದಾಗ "ಒಳಗಡೆ ಹೋಗೋಣ..." ಎಲ್ಲಾ ಪಾತ್ರೆಗಳನ್ನು ಒಟ್ಟಿಗೆ ಸರಿಸಿಕೊಟ್ಟು "ಒಳಗಡೆ.... ಇಡು" ಗೇಟಿನತ್ತ ನಡೆದ.

ಅದೇ ಯುವಕರ ಹಿಂಡು ಅನ್ನಿಸಿತು. ಮನೆಗೆ ಎದುರಾಗಿ ನಿಲ್ಲಿಸಿಕೊಂಡು ನಿಂತವರು ಸಿಗರೇಟು ಹೊಗೆ ಚೆಲ್ಲತೊಡಗಿದರು ಗಾಳಿಗೆ.

ಸ್ವಲ್ಪ ಹೊತ್ತು ನಿಂತ. ಒಬ್ಬ ಇತ್ತ ಬಂದವನು ಅರ್ಧದಲ್ಲಿಯೇ ನಿಂತ. ಹಿಂದಿನವರ ನಗು ಬಂದು ಅಪ್ಪಳಿಸಿದಂತಾಯಿತು. ಮತ್ತೆ ನಾಲ್ಕು ಹೆಜ್ಜೆ ಮುಂದಕ್ಕೆ ಬಂದವನು ನಿಂತ.

ಆಮೇಲೆ ಏನನ್ನಿಸಿತೋ ವೇಗವಾಗಿ ಮುಂದೆ ಬಂದ.

"ಒಂದು ಅಡ್ರೆಸ್ ಬೇಕಿತ್ತು?" ಒಂದು ವಿಳಾಸದ ಕಾರ್ಡು ಇವನ ಮುಂದ್ಹಿಡಿದರೂ ನೋಟ ಹಿಂದಕ್ಕೆ ಹರಿದಿದ್ದು ಇವನ ಗಮನಕ್ಕೆ ಬಂತು. "ಇವ್ರು ನನ್ನ ಕ್ಲೋಸ್ ರಿಲೆಟಿವ್. ಈ ಕಡೆ ನೇರವಾಗಿ ಹೋಗಿ. ಲೆಫ್ಟ್‌ನಲ್ಲಿ ನಾಲ್ಕನೆ ಮನೆ. ಗೇಟಿನಲ್ಲಿ ಒಂದು ಬೋರ್ಡ್ ನೇತು ಹಾಕಿದ್ದಾರೆ. ಅದ್ನ ಗಮನಿಸಿ ಒಳ್ಗೆ ಅಡಿ ಇಡಿ" ಕಾರ್ಡು ಹಿಂದಕ್ಕೆ ಕೊಟ್ಟ.

ಅವನಿಗೆ ಒಂದು ರೀತಿಯ ಪೇಚು. ಸರಸರ ಹೋಗಿ ಅವರುಗಳನ್ನು ಕೂಡಿಕೊಂಡ. ಅವರುಗಳ ಮಾತುಕತೆಗಳ ನಂತರ ಐದು ನಿಮಿಷದ ಮೇಲೆ ಕಣ್ಣುಮರೆಯಾಯಿತು ಬೈಕುಗಳು, ಸದ್ದು ಮಾಡುತ್ತ.

ಸದ್ಯಕ್ಕೆ ಪಾರಾದೆನೆನಿಸಿದರೂ ಈ ಮನೆ ಬೇಡವೆನಿಸಿತು. ಅದೇ ಇವನ ಸಮಸ್ಯೆಗಳಿಗೆ ಬಾಗಿಲು ತೆಗೆಯುವ ಅದೃಷ್ಟವಾಗುತ್ತದೆಯೆಂದು ಆ ಕ್ಷಣ ಅರಿವಾಗಲಿಲ್ಲ.

ಮಂಚದ ಮೇಲೆ ಹಾಸಿಗೆ ಬಿಡಿಸಿಟ್ಟ ಅವಳು ಇನ್ನೊಂದು ಗೋಡೆಯಂಚಿಗೆ ಚಾಪೆ ಹಾಸಿಕೊಂಡವಳು ಚಂದ್ರು ತಂದು ಹಾಕಿದ ದಿನಪತ್ರಿಕೆ ನೋಡುತ್ತಿದ್ದಳು.

ಈ ವ್ಯವಸ್ಥೆ ಅವನು ಒಪ್ಪಲಾರ.

"ಅಂಜು... ಮಂಚದ ಮೇಲಕ್ಕೆ ಹೋಗು" ಎಂದ ಅಧಿಕಾರದ ಸ್ವರದಲ್ಲಿ. ಅವಳ ಕೈಯಲ್ಲಿದ್ದ ಪೇಪರ್ ಕೆಳಕ್ಕೆ ಸರಿಯಿತು. "ನೀವು..." ಪೂರ್ತಿ ಮಾಡಲು ಬಿಡಲಿಲ್ಲ ಅವನು. ದಿನ ಚರ್ಚೆ, ಮುಜುಗರ, ಸಂಕೋಚ ಇದಕ್ಕೊಂದು ಮುಕ್ತಾಯ ಹಾಡಬೇಕೆಂದ.

ಚಾಪೆಯ ಬಳಿ ಹೋಗಿ ತನ್ನ ಕೈಗಳನ್ನು ಅವಳ ಮುಂದ್ಹಿಡಿದ. "ಮುಟ್ಟಿ ನೋಡು... ಇದು ಜೋಕ್ಕಾಗಿಯಲ್ಲ.. ಪ್ಲೀಸ್ ಮುಟ್ಟು..." ಪ್ರೋತ್ಸಾಹಿಸಿದ.

ಮೊದಲು ಹಿಂಜರಿದರೂ ಕಂಪಿಸುವ ಕೈಯಲ್ಲಿ ಮುಟ್ಟಿದಳು. "ನಿನ್ನ ಕೈ ಮುಟ್ಟಿ ನೋಡ್ಕೋ..." ಅಂದ. ತಕ್ಷಣಕ್ಕೆ ಅವಳಿಗೇನು ಅರ್ಥವಾಗಲಿಲ್ಲ.

"ಈಗ ಅರ್ಥವಾಯ್ತ ಡಿಫರೆನ್ಸ್.... ನನ್ನ ಶರೀರ ನಿನ್ನದಕ್ಕಿಂತ ಗಟ್ಟಿಯಾಗಿದೆ. ಒರಟಾಗಿದೆ. ಹೋಗಿ ಹಾಸ್ಗೆ ಮೇಲೆ ಮಲಕ್ಕೋ" ಜೋರು ಮಾಡಿದ. ಅದರಲ್ಲಿ ನಯವಿತ್ತು. ತುಂಬು ಆತ್ಮೀಯವಿತ್ತು. ಅವೆರಡಕ್ಕೂ ಮೀರಿದ ಪ್ರೇಮವಿತ್ತು.

ಆರಾಮಾಗಿ ಮಲಗಿದ. ಬಹುಶಃ ಬೇಗ ನಿದ್ರಿಸಿಬಿಟ್ಟಳು ಅಂಜು. ಮೊದಲು ಸ್ವಲ್ಪ ಆತಂಕದಿಂದ ಹೊರಳಾಡುತ್ತಿದ್ದಳು ಒಂದೆರಡು ದಿನಗಳು. ಈಗ ಪರವಾಗಿಲ್ಲ.

ಹೊರಳಾಡಿ ನಿದ್ದೆ ಬರದೆ ಕಿಟಕಿಯ ಬಳಿ ಬಂದು ನಿಂತ. ಇದು ಸುರಕ್ಷಿತ ಜಾಗವೆನಿಸಲಿಲ್ಲ. ಮತ್ತೆಲ್ಲಿಗೆ ಹೋಗುವುದು? ತನ್ನ ಚಿಕ್ಕಂದಿನ ಬಡತನದ ದಿನಗಳು ನೆನಪಿನಲ್ಲಿತ್ತು. ಆಗ ಸ್ನೇಹಿತರಾಗಿದ್ದ ಒಂದಿಬ್ಬರು ಅಲ್ಲೇ ಎಲ್ಲೋ ಕೆಲಸ ಮಾಡಿಕೊಂಡಿದ್ದರು. ಇವನ ಶ್ರೀಮಂತಿಕೆ ಕಂಡು ಸಂಕೋಚದಿಂದ ದೂರ ಸರಿದಿದ್ದರು. ಇವನಾಗಿ ಮಾತಾಡಿಸಿದರೆ ಮಾತು ಅಷ್ಟೆ.

ಆಮೇಲೆ ಗೆಳೆಯರಾದವರು ಆತ್ಮೀಯತೆ ತೋರಿಸಿದರು. ಆಡಂಬರ ಸಂಸ್ಕೃತಿಯ ಜನ. ನಾಟಕೀಯ ಬಣ್ಣದ ಮಾತುಗಳು 'ಹಲೋ... ಹಲೋ....'ಗೆ ಲಾಯಕ್ ಅಷ್ಟೆ.

ಅಹಮದ್ ಒಬ್ಬನೇ ಗೆಳೆಯ! ವಿಶ್ವಾಸ ತೋರಬಲ್ಲ. ಡೈನಾಮಿಕ್ ಪರ್ಸನಾಲಿಟಿಯಲ್ಲ. ಒಂದು ರೀತಿ ವೀಕ್. ಬೇಗ ಹಣ ಗಳಿಸುವ ಒಂದಂಕಿ ಲಾಟರಿಗಳ ಬಗ್ಗೆ ಗಮನ. ಆದರೂ ಭಯ. ಪ್ರಾಮಾಣಿಕತೆಯ ಬದುಕು ಬೇಕೆಂಬ ಅಭಿಲಾಷೆ ಮನಸ್ಸು ಅವನದು.

ಬಹಳ ಹೊತ್ತು ಎದ್ದೇ ಇದ್ದ. ಕೆಲವೇ ಅಡಿಗಳಲ್ಲಿ ಅಂಜು. ಬಯಕೆಗಳು ಅವನಲ್ಲಿ ಇರಲಿಲ್ಲವೆಂದಲ್ಲ, ಸದ್ಯಕ್ಕೆ ಅದನ್ನು ಮೆಟ್ಟಿ ಬೆಳೆದ ನಂತರವೇ ಮಾಮೂಲಿ

ಜೀವನ.

ಅರ್ಧರಾತ್ರಿಯ ನಂತರವೇ ಅವನಿಗೆ ನಿದ್ದೆ ಬಂದಿದ್ದು. ಎಚ್ಚೆತ್ತಾಗ ಒಗ್ಗರಣೆಯ ವಾಸನೆ ಬರುತ್ತಿತ್ತು. ದಟ್ಟವಾಗಿ ಪದಾರ್ಥಗಳ ಮಿತಿಯಲ್ಲಿಯೇ ಅಡಿಗೆ ಮಾಡುವಂಥ ಜಾಣತನವಿತ್ತು. ಅದನ್ನು ಇಲ್ಲಿಗೆ ಬಂದ ಮೇಲೆ ಬಲವಂತವಾಗಿ ರೂಢಿಸಿಕೊಂಡಿದ್ದು.

ಮೆಲ್ಲಗೆ ಬಾಗಿಲು ತಳ್ಳಿದ ಶಬ್ದ. "ಬಾ... ಅಹಮದ್...." ಎಂದ. ಅವನ ನಿರೀಕ್ಷೆ ಸರಿಯಾಗಿಯೇ ಇತ್ತು. ಬಂದ ಅಹಮದ್ ಪೆಚ್ಚು ಮುಖದಲ್ಲಿ ನಗೆ ಅರಳಿಸಿದ. "ಸಾರಿ..... ಸಾರಿ... ಎಕ್ಸ್‌ಕ್ಯೂಜ್ ಮಿ. ನೀನ್ಬಂದ್ಮೇಲೆ ಅತ್ತುಬಿಟ್ಟೆ. ಮುಂದೆಂದು.... ಇಂಥದಾಗೋಲ್ಲಾಂತ ಭರವಸೆ ಕೊಡ್ತಾ ಇದ್ದೀನಿ" ಅವನೆರಡು ಕೈಗಳನ್ನು ಹಿಡಿದುಕೊಂಡ.

ಮುಗುಳ್ನಕ್ಕ ಚಂದ್ರು ಎದ್ದು ಹೋಗಿ ಮುಖ ತೊಳೆದು ಬಂದ. "ರಾತ್ರಿ ಸರ್ಯಾಗಿ ನಿದ್ದೆ ಬರ್ಲಿಲ್ಲ. ಸುಪ್ರಭಾತ ನಿಧಾನ. ಇಡೀ ದಿನದ ಕೆಲಸಗಳು ಏರುಪೇರು. ಕಳ್ದುಕೊಂಡ ವೇಳೇನ ಯಾರು ಗಳಿಸಿಕೊಳ್ಳೋಕ್ಕಾಗೋಲ್ಲ" ಟವಲಿನಿಂದ ಒದ್ದೆ ಮುಖವನ್ನೊತ್ತಿ ಚಾಪೆ ಸುತ್ತಿಟ್ಟ.

ಅಹಮದ್ ಹೊಟ್ಟೆಯಲ್ಲಿ ಗರಗಸ ಆಡಿಸಿದಂತಾಯಿತು. ಅಪರೂಪಕ್ಕೆ ಹೋದಾಗ ಒಂದೆರಡು ಸಲ ಬೆಡ್‌ರೂಂಗೂ ಎಳೆದೊಯ್ದಿದ್ದ.

ಏರ್ ಕಂಡೀಷನರ್ ಕೋಣೆ. ಚಿತ್ತಾರದ ಕೆಲಸಮಾಡಿದ ವಿಶಾಲವಾದ ಮಂಚ. ನೆಲಹಾಸು, ಗೋಡೆಗೆ ಹಚ್ಚಿದ ಪೈಂಟ್ ಎಲ್ಲವು ಒಂದಕ್ಕಿಂತ ಒಂದು ಸುಂದರ. ಆದರೆ ಇಲ್ಲಿನ ಸ್ಥಿತಿ!

ಮತ್ತೆ ಏನು ಅನ್ನಿಸಿತೋ "ಅಹಮದ್ ಒಂದ್ನಿಮ್ಷ ಬಂದೆ..." ಟವಲು ಸೋಪು ಹಿಡಿದು ನಡೆದ. ಈಗ ಬಾವಿಯ ಬಳಿಯಲ್ಲಿ ತಣ್ಣೀರಿನ ಸ್ನಾನವೇ ಅಭ್ಯಾಸ! ಅಂಜುಗೆ ಮಾತ್ರ ಬಿಸಿ ನೀರು ಕಾಯಿಸಿಕೊಡುತ್ತಿದ್ದ.

ಸೇದಿ ಒಂದೇ ಸಮನೆ ಎರಡು ಮೂರು ಬಕೆಟ್ ನೀರು ಹೊಯ್ದುಕೊಂಡ ನಂತರವೇ ಸೋಪಿನ ಬಾಕ್ಸಿಗೆ ಕೈ ಹಾಕಿದ್ದು.

ನಿಂತ ಅಹಮದ್‌ನ ಕಣ್ಣುಗಳು ಒದ್ದೆಯಾಯಿತು.

"ನನ್ನಿಂದ ನೋಡೋಕ್ಕಾಗೋಲ್ಲ" ಒಂದು ಕಡೆ ಕೂತುಬಿಟ್ಟಾಗ ಸೋಪು ಹಚ್ಚುತ್ತಿದ್ದ ಚಂದ್ರು ಅವನ ಮುಖದಲ್ಲಿ ಮಿನುಗಿದ ನೋವನ್ನು ಅರ್ಥಮಾಡಿಕೊಂಡು ನಸುನಕ್ಕ.

"ಮಧ್ಯದ ಕೆಲವು ವರ್ಷಗಳು ಏನನ್ನೋ ಕಳ್ದುಕೊಂಡೆ. ಅದೇ ಇಂಥ ಸುಖೀ ಅನುಭವಗಳ್ನ, ನನ್ನ ತೀರಾ ಚಿಕ್ಕಂದಿನ ದಿನಗಳಲ್ಲಿ ಬೆಳಗಿನ ಜಾವವೇ ನಮ್ಮಪ್ಪನ ಜೊತೆ ನಲ್ಲಿ ಬಳಿಗೆ ಹೋಗಿ ಸ್ನಾನ ಮಾಡ್ಕೊಂಡ್ ಬರ್ತಾ ಇದ್ದೆ" ಹಿಂದಿನದನ್ನ ನೆನಪಿಸಿಕೊಂಡ. ತಂದೆ ಬೆಳೆದ ರೀತಿಯ ಬಗ್ಗೆ ಅವನಿಗೆ ಅಭಿಮಾನವಿತ್ತು. ಸಾಧನೆ,

ಪ್ರಾಮಾಣಿಕತೆಯ ಬಗ್ಗೆ ಗೌರವವಿತ್ತು. ಹಣವೇ ಜಗತ್ತು ಎಂದು ತಿಳಿದ ಅವರ ಸ್ವಭಾವದ ಬಗ್ಗೆ ಮಾತ್ರ ಬೇಸರ.

ಕಾಲಂಚಿನ ಪುಟ್ಟ ಪುಟ್ಟ ಕಲ್ಲುಗಳನ್ನು ಒಂದೆಡೆ ಎಸೆಯುತ್ತ ಕೂತ ಅಹಮದ್ ಇವನು ಬಂದು ಎಬ್ಬಿಸಿದಾಗಲೇ ಎದ್ದಿದ್ದು.

"ಬಾ... ತಿಂಡಿ ತಗೋಳೋಣ. ಘಮ ಘಮ ವಾಸ್ನೆ" ಎಬ್ಬಿಸಿಕೊಂಡು ಹೋದ. ವಗ್ಗರಣೆ ಅವಲಕ್ಕಿ ಹೊಗೆಯಾಡುತ್ತಿತ್ತು. ಒಂದು ತಟ್ಟೆ ಎತ್ತಿ ಅವನಿಗೆ ಕೊಟ್ಟ. "ತಗೋ ಅಂಜು ಕೈ ಅಡ್ಗೆ ತುಂಬ ರುಚಿ. ನಮ್ಮಮ್ಮ ಕೂಡ ಅಡ್ಗೆಯಲ್ಲಿ ಅಚ್ಚುಕಟ್ಟು. ಈಚೆಗೆ ಅಡ್ಗೆಯವ್ರು ಬಂದ್ಮೇಲೆ.... ಹೋಟಲ್ ಊಟ ಅದು ಎರ್ಡು ಒಂದೇ. ಕೆಲವು ಸಂಪಾದ್ನೇ ಆದಾಗ ಕೆಲವನ್ನು ಕಳ್ಕೋತೀವಿ. ಇದು ಅನಿವಾರ್ಯ" ಎಂದ ಲಾಜಿಕ್ ಮಾಡುತ್ತ.

ತಟ್ಟೆಗಳು ಖಾಲಿಯಾದ ನಂತರ ಒಳಗೆ ಹೋದ. ಅವಲಕ್ಕಿ ಹಾಗೆ ಇತ್ತು. ಅತ್ತಿತ್ತ ನೋಡಿದವನು ಸ್ವಲ್ಪ ಅಂಜು ಸನಿಹಕ್ಕೆ ಸರಿದು ಕೇಳಿದ.

"ಒಂದ್ಮಾತು, ನಿಮ್ಮಮ್ಮ ಊಟ, ತಿಂಡಿಯೆಲ್ಲ ತಾವೇ ತಿನ್ನಿಸ್ತಾ ಇದ್ರಾ?" ತಟ್ಟನೆ ತಲೆಯೆತ್ತಿದವಳ ಕಣ್ಣುಗಳಲ್ಲಿ ಗಾಬರಿರಹಿತ ಬೆರಗು. "ಅಂದ್ರೆ..." ಎಂದಾಗ ಮೋಹಕ ನಗೆ ಬೀರಿದ. "ಆ ಕೆಲ್ಸ ಮಾಡೋಕೆ ನಂಗೂ ಇಷ್ಟಾನೇ. ನಿನ್ನ ಅಭ್ಯಂತರವಿರ್ಬಾರ್ದು" ದನಿಯಲ್ಲಿ ಸಿಹಿಯನ್ನು ಬೆರೆಸಿದ. ಸದ್ಯಕ್ಕೆ ಅವನು ಮಾಡಬಹುದಾದದ್ದು ಇಷ್ಟೆ.

"ತಿಂತೀನಿ ಕಾಫೀ..." ಬಿಸಿ ಕಾಫಿಯನ್ನು ಎರಡು ಲೋಟಕ್ಕೆ ಬಗ್ಗಿಸಿ "ಅಹಮದ್..." ಎಚ್ಚರಿಸಿದಳು.

ಚಿಂತಿತನಾಗಿ ಕೂತಿದ್ದ ಅಹಮದ್ ಮುಂದೆ ಒಂದು ಲೋಟವಿಟ್ಟ. "ಜಗತ್ತೆಲ್ಲ ಹೊತ್ತಂಗೆ ಯೋಚಿಸ್ತ ಇದ್ದೀಯಾ. ಬೇಗ ಒಂದಿಷ್ಟು ಕೆಲ್ಸ ಇದೆ" ಎಚ್ಚರಿಸಿದ.

ಹೊರಗೆ ಬಂದ ನಂತರ ಒಂದು ಸಮಸ್ಯೆಯನ್ನು ಅವನ ಮುಂದಿಟ್ಟ. "ಈಗ ಏರಿಯಾ.... ಅಂಥ ಬಿಜಿ ಇಲ್ಲ!" ಹಿಂದಿನ ರಾತ್ರಿಯ ಸಮಾಚಾರವನ್ನು ಹೇಳಿದ. "ಬಹುಶಃ ಮನೆ ಬದಲಾಯ್ಸಬೇಕು. ಅಂಜು ಒಬ್ಳೇ ಇರ್ಬೆಕಾದ್ರೆ.... ಇಂಥ ಪರಿಸ್ಥಿತಿಗಳ್ನ ನಿಭಾಯಿಸೋದು ಕಷ್ಟ. ಸೋನಾಪುರದಲ್ಲು... ಇಂಥ ಜನ ಇರಬಹುದು. ಪರಿಸ್ಥಿತಿಯಂತು ಹೀಗಿರೋಲ್ಲ"

ಅವರ ಮನೆಯ ಇಂಚು ಇಂಚನ್ನು ನೆನಪು ಮಾಡಿಕೊಂಡ. ಭದ್ರವಾದ ಕೋಟೆಯಂಥ ಮನೆ.

ಅಹಮದ್ ಮುಖ ಮಂಕಾಯಿತು. ಹೇಗೆ.... ಹೇಗೆ? ಅವನಿಗೊಂದು ಪರಿಹಾರ ಹೊಳೆಯಿತು. ಅಳುಕುತ್ತಲೇ ಅವನ ಮುಂದಿಟ್ಟ.

"ಹೇಗೂ ನಿಮ್ಮಿಬ್ರ ಮದ್ವೆ ಆಗಿದೆ. ನಿನ್ನ ಮಾವನವ್ರು ಕೂಡ ರದ್ದು ಮಾಡೋಕ್ಕಾಗೋಲ್ಲ, ಹೆಣ್ಣುಮಗು.... ಈಗ ಅವ್ರು ಸ್ವಲ್ಪ ಮೆತ್ತಗಾಗಿರ್ತಾರೆ. ಇಲ್ಲಿ

ನಿನ್ನ ಸ್ಥಿತಿ ಸುಧಾರಿಸೋವರ್ಗೂ ಬಾಭೀನ ಅಲ್ಲಿಗೆ ಕಳ್ಸಿಬಿಡು."

ತಕ್ಷಣ ಅಹಮದ್‌ನ ಕತ್ತಿನಪಟ್ಟಿ ಹಿಡಿದವನು ನಿಧಾನವಾಗಿ ಬಿಟ್ಟ. "ಇಂಪಾಜಿಬಲ್. ನಿನ್ನ ಮಾತುಗಳಿಗೆ... ಏನರ್ಥ? ಇದು ಯಾರ್ಗೂ ಮರ್ಯಾದೆ ತರೋಂಥ ವಿಷ್ಯವಲ್ಲ. ಅದೆಂದೂ ಸಾಧ್ಯವೂ ಇಲ್ಲ?" ಖಡಾಖಂಡಿತವಾಗಿ ತಳ್ಳಿ ಹಾಕಿದ.

"ಸಾರಿ ಫ್ರೆಂಡ್.... ಏನೋ ತೋಚಿದ್ದು ಹೇಳ್ದೆ" ಕ್ಷಮೆಯಾಚಿಸಿದ.

"ಬೇರೆ ಮನೆ ಹುಡ್ಕೋಣ.... ಅದ್ವರ್ಗೂ...." ಸೂಚಿಸಲು ಹಿಂದೆಗೆದ. ಅವನು ವಾಸಿಸುವ ಏರಿಯಾ ಅಷ್ಟೇನು ಚೆನ್ನಾಗಿರಲಿಲ್ಲ.

ಅಂದು ಸ್ವಲ್ಪ ಬೇಗನೆ ಮನೆಗೆ ಬಂದ ಚಂದ್ರು. ಒಂದು ನಾಲ್ಕು ಪತ್ರಿಕೆಗಳು ಇತ್ತು. ಓದನ್ನೆ ಸದ್ಯಕ್ಕೆ ಅಂಜುನ ಸಂಗಾತಿ ಮಾಡಿಸುವ ಪ್ರಯತ್ನ.

"ಹೊರ್ಗಡೆ ಹೋಗೋಣ ಅಂಜು. ಬೇಗ... ರೆಡಿಯಾಗು..." ಸೂಚಿಸಿದ.

ಅವನು ಮನೆಗೆ ಬರುವಾಗ ತಂದೆಯ ವಿದೇಶಿ ಕಾರು ಸನಿಹದಲ್ಲಿಯೇ ಹಾದುಹೋಗಿತ್ತು. ರಾಧಾಕೃಷ್ಣರಿಗೆ ಸ್ವಲ್ಪ ಆತ್ಮೀಯರೆನಿಸಿಕೊಂಡಿದ್ದ ಭಾರ್ಗವ ಅವರು ಅವನನ್ನು ಬರಮಾಡಿಕೊಂಡು ಬುದ್ದಿ ಹೇಳಿದ್ದರು.

"ರಾಧಾಕೃಷ್ಣನದು ಒಂದು ರೀತಿಯ ಕೆಟ್ಟ ಹಟ. ಈಗ ಆಗಿದ್ದು... ಆಗ್ಹೋಯ್ತು. ಆರಾಮಾಗಿ ಆ ಹುಡ್ಗೀನ ಕರ್ಕೊಂಡ್ಹೋಗಿ ಸೋನಾಪುರಕ್ಕೆ ಬಿಡು. ಹಿರಿಯರ ನಡುವೆ ಮಾತುಕತೆಯಾಗ್ಲಿ, ನಿಧಾನವಾಗ್ಬಹ್ದು. ಅಂತೂ ಒಂದು ತೀರ್ಮಾನಕ್ಕೆ ಬರ್ತಾರೆ."

ತಲಾಯಾಡಿಸಿಬಿಟ್ಟಿದ್ದ. ರಾಧಾಕೃಷ್ಣ ಅಂತೂ ಬಗ್ಗಲಾರರು. ಹೆಣ್ಣು ಹೆತ್ತ ತಪ್ಪಿಗೆ ನಾರಾಯಣ್ ಬಂದು ಇವರ ಕಾಲು ಹಿಡಿಯಬೇಕು ಯಾವ.... ತಪ್ಪಿಗೆ?

"ಆಗೋಲ್ಲ... ಅಂಕಲ್! ಇದು ಯಾವ ರೀತಿಯ ಲೆಕ್ಕಾಚಾರ. ಮದ್ವೆಯಾದ್ಮೇಲೆ ಹಿರಿಯರು ಕೂತು ಮಾತಾಡೋದೇನಿದೆ. ನಾನು ಕೂಡ ಕೆಟ್ಟ ಹಟದ ರಾಧಾಕೃಷ್ಣನ ಮಗ್ನೇ" ಎದ್ದು ಬಂದಿದ್ದ. ಇದೆಲ್ಲ ಅವರಪ್ಪನ ಪ್ಲಾನ್ ಎಂದು ಅವನಿಗೆ ಗೊತ್ತು.

ಅಂಜೂ, ಚಂದ್ರು ನಡೆದೇ ಪಾರ್ಕ್ ತಲುಪಿದಾಗ ಸ್ವಲ್ಪ ಕತ್ತಲು ಆವರಿಸಿ ಸುತ್ತಮುತ್ತಲಿನ ವಿದ್ಯುತ್ ದೀಪಗಳು ಹತ್ತಿಕೊಂಡವು. ಸ್ಪಷ್ಟವಾಗಿ ಪ್ರಜ್ವಲಿಸಿದ್ದು ಹೋಟಲ್ ಚಂದ್ರ ಪ್ರಕಾಶ್ ಮೂರು ಅಂತಸ್ತಿನ ಭವ್ಯ ಕಟ್ಟಡ.

"ದೊಡ್ಡ ದೊಡ್ಡ ಹೋಟಲ್‌ಗಳ ಒಡೆಯರು. ಕೋಟ್ಯಾಂತರ ಆಸ್ತಿ" ಅವಳಪ್ಪ ಹೇಳಿದ ಮಾತುಗಳು. ಅದೇ 'ಹೋಟಲ್ ಚಂದ್ರ ಪ್ರಕಾಶ್'. ಅವರ ಕಣ್ಣುಗಳು ಮಿನುಗಿದವು. ಮರ್ಕ್ಯುರಿ ಬೆಳಕಲ್ಲಿ ಮಿನುಗಿ ಅಕ್ಷರಗಳು ಸರಿದು ಹೋಗುತ್ತಿದ್ದವು.

"ಇಲ್ಲಿ ಕೂತ್ಕೊಳ್ಳೋಣ ಅಂಜು" ಹುಲ್ಲುಹಾಸಿನ ಮೇಲೆ ಕೂತ. ಎದುರಿನಲ್ಲಿ ಹೋಟೆಲ್ ಚಂದ್ರಪ್ರಕಾಶ್ ಪ್ರಜ್ವಲಿಸುತ್ತಿತ್ತು. ಅವಳ ನೋಟ ಅತ್ತ ಇರುವುದನ್ನು ಗಮನಿಸಿ ನಕ್ಕ. "ಇದೇ ಹೋಟೆಲ್ ಚಂದ್ರ ಪ್ರಕಾಶ್. ನಮ್ತಂದೆಯ ಸ್ವಸಾಮರ್ಥ್ಯದ ಕೂಸು. ಶ್ರದ್ಧೆಯ ಫಲ, ಅಭಿರುಚಿಯ ಸಾಕಾರ. ಒಮ್ಮೆ ಬೇಕಾದ್ರೆ.... ನಾವು ಹೋಗ್ಬಹ್ದು.

ಸ್ಟಾರ್ ಹೋಟಲ್ ಸ್ವಲ್ಪ ಕಾಸ್ಟ್ಲೀ. ಸಧ್ಯಕ್ಕೆ ಕಾಫೀ ಕುಡಿಬಹುದ್ದು" ಎಂದ ನಗುತ್ತ.

"ಬೇಡ. ನಂಗೆ ಅಂಥ ಹೋಟಲ್‌ಗೆ ಹೋಗೇ ಅಭ್ಯಾಸವಿಲ್ಲ. ತುಂಬ ಚೆನ್ನಾಗಿ ಕಾಣುತ್ತೆ" ಎಂದಳು ಮುಕ್ತವಾಗಿ. ಅದರ ರೂಪುರೇಶೆ ಅವಳಿಗೆ ಹಿಡಿಸಿತ್ತು.

'ಹೋಟಲ್ ಚಂದ್ರ ಪ್ರಕಾಶ್' ಅಂದರೆ ರಾಧಾಕೃಷ್ಣರಿಗೆ ಜೀವ. ಸದಾ ಲೆಕ್ಕಾಚಾರದ ಮನುಷ್ಯ. ಇದರ ನವೀನತೆಯ ಬಗ್ಗೆ ಧಾರಾಳವಾಗಿದ್ದ ಮನಸ್ಸಿಗೆ ಬಂದಿದ್ದನ್ನು ಖರ್ಚು ವೆಚ್ಚದ ಮುಖ ನೋಡದೆ ಮಾಡಿ ಮುಗಿಸುತ್ತಿದ್ದರು. ಅದು ಅವರ ಅಭಿಮಾನದ ಕೂಸು. ಮೆಹನತ್ತಿನ ಫಲ.

"ಹೌದು, ತುಂಬ ಚೆನ್ನಾಗಿದೆ. ಮಾಲೀಕರು ಗಟ್ಟಿ ಕುಳ ಬಿಡು" ನುಡಿದಾಗಿ ಹುಲ್ಲಿನ ಮೇಲೆ ಮಲಗಿ ಒಂದು ಹುಲ್ಲಿನ ಎಸಳು ಕಿತ್ತು ಹಲ್ಲಿನಲ್ಲಿ ಕಚ್ಚಿ "ನಿನ್ನನ್ನೊಂದು ಪ್ರಶ್ನೆ ಕೇಳ್ಲಾ? ಈಗಾಗ್ಲೇ ಈ ಪ್ರಶ್ನೆ ನಿನ್ಮುಂದೆ ಬಂದಿರಬಹುದ್ದು. ನೀನು ಉತ್ತರ ಹೇಳಿರ್ಬಹುದ್ದು ಆದ್ರೆ..." ನಿಲ್ಲಿಸಿದ.

ಚಂದ್ರು ಅತ್ತ ಹರಿದ ಅವಳ ನೋಟ ನಿಂತಿತು. ತೀರಾ ಸಹನಿದಲ್ಲಿ ಮಲಗಿದ್ದ. ಒಂದು ಕ್ಷಣ ಉದ್ವೇಗದಿಂದ ಅವಳ ಉಸಿರಾಟ ಏರುಪೇರಾದರೂ ಸಮಸ್ಥಿತಿಗೆ ಬಂತು, ಬಹಳ ಬೇಗನೆ.

"ಅಂಜು, ನಮ್ದು ಲವ್ ಮ್ಯಾರೇಜ್ ಅಲ್ಲ. ಹಿರಿಯರು ಫಿಕ್ಸ್ ಮಾಡ್ದ ಮದ್ವೆಯೇ. ಅವರಿಬ್ರು ಸೇತುವೆಯಾಗಿದ್ರೂ ನಮ್ಮಿಬ್ಬರನ್ನ ಒಂದುಗೂಡಿಸಲು ಸೇತುವೆ ಮುರ್ದುಬಿತ್ತು. ಅದಿಲ್ದೇ ಕಾಲಿಡೋದು ನಿಂಗೆ ಅಪಾಯ ಅನ್ನಿಸ್ಲಿಲ್ವಾ?" ತೀರಾ ಅರ್ಥಗರ್ಭಿತವಾಗಿತ್ತು ಅವನ ಮಾತುಗಳು. ತಲೆತಗ್ಗಿಸಿದಳು.

ಕೆಲವು ನಿಮಿಷಗಳ ಮೌನದ ನಂತರ ಅವಳ ತುಟಿಗಳು ಅಲುಗಿದವು. "ಅದೇ ಪ್ರಶ್ನೆ ನಿಮ್ಮನ್ನ ಕೇಳಿದ್ರೆ." ನವಿರಾದ ದನಿ ಬಂದು ಅವನ ಕ್ರಾಪ್ನ ಸವರಿದಂತಾಯಿತು. ಎದ್ದು ಕೂತ.

ಹೊಳೆಯುವ ಅವಳ ಕಣ್ಣುಗಳನ್ನು ದಿಟ್ಟಿಸಿದ. ಚುರುಕಾಗಿ ಕಂಡವು. ಅವನು ಅನುಭವಿಸಿದ ತೊಳಲಾಟವನ್ನು ಮಾತುಗಳ ರೂಪದಲ್ಲಿ ಬಿಚ್ಚಿಡುವುದು ಪ್ರಯಾಸವೆನಿಸಿತು.

"ಹೇಳೋ ರೀತಿಯಲ್ಲಿ ಹೇಳಿದ್ರೆ... ಚೆನ್ನ. ತೀರಾ ಅರಸಿಕತನ ಕಷ್ಟವಾಗುತ್ತೆ" ಅವಳ ಕೈಬಡಿದು ತುಟಿಗೊತ್ತಿಕೊಂಡು ತಕ್ಷಣ ಬಿಟ್ಟವನು ಗಂಭೀರವಾದ. "ಅಂದು ಹಿರಿಯರು ಸೇರಿ ಮಾಡಿದ್ದು ನಂಗೆ ಬರೀ ನಿಶ್ಚಿತಾರ್ಥ ಅನ್ನಿಸ್ಲಿಲ್ಲ. ಮುಂದೆ ನಡ್ಯೋ ಮದ್ವೆ ಬರೀ ಸಮಾಜಕ್ಕಾಗಿ ಅನ್ನಿಸ್ತು. ಅಂದೇ ನನ್ನ ಹೃದಯದಲ್ಲಿ ಅಂಜು ಪ್ರತಿಷ್ಠಾಪನೆಗೊಂಡಿದ್ದಳು. ಅಂಥದ್ದರಲ್ಲಿ ನಿನ್ನ ಬೇರೆಯವ್ರಿಗೆ ಪಾಲು ಮಾಡೋದಾಗ್ಲಿ, ನನ್ನ ಮನಸಾಕ್ಷಿ ವಿರೋಧವಾಗಿ ನಿನ್ನ ಬೇರೆಯವ್ರಿಗೆ ಒಪ್ಪಿಸೋದಾಗ್ಲಿ ಇಷ್ಟವಾಗ್ಲಿಲ್ಲ" ಮನ ಬಿಚ್ಚಿ ತೋಡಿಕೊಂಡ. ಆ ತಣ್ಣನೆಯ ವಾತಾವರಣದಲ್ಲಿ ಕ್ಷಣ ಅವನ ಮನ ಹಕ್ಕಿಯಾಯಿತು. ನಕ್ಷತ್ರಗಳ ನಡುವೆ ಅಂಜುವಿನ ಜೊತೆ ವಿಹರಿಸುವ ಮನದಾಸೆ!

"ನಾನು...ಬರದಿದ್ರೆ..." ತುಂಟತನವಿತ್ತು ಅವಳ ಮೃದು ದನಿಯಲ್ಲಿ ತಟ್ಟನೆ ಎದ್ದು ಕೂತ. ಮುಗ್ಧವಾಗಿ ಕಾಣುವ ಮೌನ ಗೌರಿ ತುಟಿ ಬಿಚ್ಚಿದರೆ ಎಷ್ಟು ರಸಮಯವೆನಿಸಿತು. ರೆಪ್ಪೆ ಬಡಿಯದೆ ನೋಡಿದ. "ಬರ್ದಿದ್ರೇನು, ಅಪಹರಣ... ನಂತರ ಸಿನಿಮಾ ತರಹ ಒಂದಿಷ್ಟು ಕ್ಲೈಮ್ಯಾಕ್ಸ್ ಸುಖಾಂತವೋ ದುಃಖಾಂತವೋ... ಅಂತು ನನ್ನ ಹುಡ್ಗೀ ಬೇರೆಯವ್ರ ಪಾಲು ಆಗೋಕೆ ಬಿಡ್ತಾ ಇರ್ಲಿಲ್ಲ" ದೃಢತೆ ಇತ್ತು ಅವನ ಸ್ವರದಲ್ಲಿ, ಬಹುಶಃ ಈ ತೀರ್ಮಾನಕ್ಕೆ ಬರುತ್ತಿದ್ದನೇನೋ ಕಡೆಯಲ್ಲಿ.

ಅವಳ ರೆಪ್ಪೆಗಳು ಅಲುಗಾಡದೆ ನಿಂತವು.

ರಾಧಾಕೃಷ್ಣ ಅವರಿಂದ ಒಪ್ಪಿಗೆ ಬಂದಾಗ ಅವಳಮ್ಮ ಸ್ವಲ್ಪ ಅನುಮಾನದ ಸ್ವರವೆತ್ತಿದರು. "ತುಂಬ ಶ್ರೀಮಂತರು. ಅವ್ರ ಸಮ ಕೊಡು ಬಿಡೋಕ್ಕಾಗುತ್ತ, ಯೋಚ್ಸಿ. ಹೆಣ್ಣು ಹೆತ್ತವರು ಇಂಥ ಸಂಬಂಧಗಳಿಗಾಗಿ ಲಕ್ಷಲಕ್ಷ ಸುರ್ಯೋಕೆ ಸಿದ್ಧವಾಗಿರ್ತಾರೆ."

ನಾರಾಯಣ್‌ಗೂ ಹೆಂಡತಿ ಮಾತು ಸರಿಯೆನಿಸಿದರೂ ತಳ್ಳಿಹಾಕಿದರು. "ಬಹಳ ಕಷ್ಟಪಟ್ಟು ಮೇಲಕ್ಕೆ ಬಂದ ಜನ. ಹಿರಿಯ ಮಗ ಮುಂಬಯಿಯಲ್ಲಿದ್ದಾನೆ. ಇಲ್ಲೂ ಏನು ಕೊರತೆ ಇಲ್ಲ. ಅಂಥದ್ರಲ್ಲಿ ನಮ್ಮಿಂದ ಏನು ಬಯಸೋಲ್ಲ?" ಆತ್ಮವಿಶ್ವಾಸದಿಂದ ನುಡಿದರು.

ಅವೆಲ್ಲ ತಿರುಗುಮುರುಗಾಗಿತ್ತು. ಅವಮಾನಿತರಾಗಿದ್ದರು. ಸಾಕಷ್ಟು ಸಲ ಅವರ ಮನೆ ಬಾಗಿಲು ತುಳಿದು ಕೈ ಜೋಡಿಸಿದ್ದುಂಟು. ಇವೆಲ್ಲ ಗೊತ್ತು ಅವಳಿಗೆ.

ಮ್ಲಾನವದನಳಾದ ಅಂಜುನ ಎಚ್ಚರಿಸಿದ. "ಏನು ಕನಸು ಕಾಣ್ತಾ ಇದ್ದೀಯಾ? ಕನಸುಗಳು ಕಲ್ಪನೆಗಳು ಅಗತ್ಯ. ಅವಿಲ್ಲದಿದ್ರೆ... ಬದ್ಕೇ ನಿಸ್ಸಾರ, ಹೋಗೋಣ" ಪ್ಯಾಂಟ್‌ಗೆ ಅಂಟಿದ್ದ ಹುಲ್ಲನ್ನು ಕೊಡವಿ ಮೇಲೆದ್ದ.

ನಾಲ್ಕು ಹೆಜ್ಜೆ ನಡೆಯುವ ವೇಳೆಗೆ ನಲವತ್ತರ ವಯಸ್ಸಿನ ವ್ಯಕ್ತಿ ಆತುರಾತುರದಿಂದ ಬಂದ. ಚಂದ್ರು ಮುಖ ಅರಳಿತು. "ಅರೇ, ಪಂಡಿತ್.... ಇದೇನಿದು?" ತಕ್ಷಣ ಅವನ ಹಿಂದಕ್ಕೆ ನೋಟ ಹರಿದು ನಿಂತಿತು. ಮೂವತ್ತು ಮೂವತ್ತೈದರ ಅಥವಾ ಇನ್ನು ಒಂದೆರಡು ವರ್ಷ ಹೆಚ್ಚಿನ ವಯಸ್ಸಿನ ಹೆಣ್ಣು ಇದ್ದಳು.

"ನಮಸ್ಕಾರ..... ಯಜಮಾನ್ರೇ" ವಿನಯದಿಂದ ಕೈ ಜೋಡಿಸಿದಾಗ ಸ್ನೇಹದಿಂದ ಅವರೆಡು ಕೈಗಳನ್ನು ಹಿಡಿದುಕೊಂಡು ನಕ್ಕುಬಿಟ್ಟ. "ಎಂದಿನಿಂದ ನಾನು ಈ ಪಾರ್ಕ್‌ಗೆ ಯಜಮಾನನಾದದ್ದು? ಆ ಗೌರವವೆಲ್ಲ ಬೇಡ. ಹೇಗಿದ್ದಿ? ಊರಿಗೆ ಹೋಗಿದ್ಯಾ?" ಕೇಳಿದ ಆತ್ಮೀಯತೆಯಿಂದ.

ಹಿಂದೆ ಇದ್ದ ಹೆಂಡತಿನ ಪರಿಚಯಿಸಿದ. "ಊರಿಗೆ ಹೋಗಿದ್ದೆ. ಅಪ್ಪ ರೇಗಾಡಿ ತಾಳಿ ಕಟ್ಸಿದ್ರು. ಕರ್ಕೊಂಡ್ಬಂದೆ" ತುಂಬ ಸಂಕೋಚದಿಂದ ತಿಳಿಸಿದಾಗ ಆ ಹೆಣ್ಣು ಮತ್ತಷ್ಟು ಸೆರಗೆಳೆದುಕೊಂಡು ಪೂರ್ತಿ ನೋಟ ತಗ್ಗಿಸಿ ಕೈ ಜೋಡಿಸಿದಳು.

ಅವರಿಬ್ಬರನ್ನ ಅಂಜುಗೆ ಪರಿಚಯಿಸಿದ. ಪಂಡಿತ್ ಊರಿನಿಂದ ಬಂದ

ಮೇಲೆ ವಿಷಯ ತಿಳಿದಿದ್ದು. ಹೋಟಲ್‌ನ ಆಡಳಿತ ವರ್ಗ, ಕಾರ್ಮಿಕ ವರ್ಗ ಇಷ್ಟಪಡುತ್ತಿದ್ದುದು ದೊಡ್ಡ ಯಜಮಾನರು ರಾಧಾಕೃಷ್ಣಗಿಂತ ಚಿಕ್ಕ ಯಜಮಾನರನ್ನೆ, ಅವರ ಕಷ್ಟಗಳಿಗೆ ಬೇಗ ಸ್ಪಂದಿಸುತ್ತಿದ್ದವನು ಇವನೊಬ್ಬನೆ.

ಜೇಬಿನಲ್ಲಿದ್ದ ಐವತ್ತರ ಒಂದು ನೋಟನ್ನು ಪಂಡಿತ್ ಕೈಯಲ್ಲಿ ತುರುಕಿದ. "ಇದು ಸಿನಿಮಾಗೆ! ನೆನಪಿದ್ಯಾ..." ಹಾಸ್ಯ ಮಾಡಿದ. ಅವನು ಏನೋ ಹೇಳಲು ಹೊರಟಾಗ ತಡೆದ. "ಏನು ಮಾತಾಡೋದ್ಬೇಡ, ನಿನ್ನ ಹೆಂಡ್ತೀನ ಕರ್ಕೊಂಡ್ ಮನೆಗೆ ಹೋಗಿ ಅಮ್ಮನ ಆಶೀರ್ವಾದ ಪಡ್ಕೋ" ಕಳಿಸಿದ.

ಗೊಂಬೆಯಂತೆ ನಿಂತಿದ್ದ ಅಂಜುಗೆ ಹೇಳಿದ. "ಹೋಟಲ್ ಶಿಲ್ಪಾದ ಕುಕ್ಕಿಂಗ್ ವಿಭಾಗದಲ್ಲಿ ಇವ್ನ ಕೆಲಸ. ದೊಡ್ಡ ಸಂಸಾರ. ಧರ್ಮಸ್ಥಳದ ಬಳಿಯ ಉಜಿರೆ ಇವ್ನ ಊರು. ನಾಲ್ಕು ಹೆಣ್ಣು ಮಕ್ಳ ನಂತರ ಇವ್ನ ಮದ್ವೆ ಮಾಡೋ ವೇಳೆಗೆ ನಲ್ವತ್ತು ಆಗಿಹೋಯ್ತು. ಆಗಾಗ ಮನೆ ಕೆಲ್ಸಕ್ಕೂ ಬರ್ತಾ ಇದ್ದ. ಅಮ್ಮನ ಸಹಾಯ ಕೂಡ ಅಷ್ಟಿಷ್ಟು ಇವ್ನಿಗೆ" ವಿವರಿಸಿದ.

ಹೋಟಲ್ ಚಂದ್ರ ಪ್ರಕಾಶ್ ಮುಂದಿನ ದೊಡ್ಡ ರೋಡು ಹಾದು ಒಂದು ನಾಲ್ಕು ಮಾರು ಕ್ರಮಿಸಿರಬೇಕು. ದಾಸ್ ಓಡಿ ಬಂದ. ಮಾತಾಡಿಸದೆ ಅವರನ್ನ ಹಿಂಬಾಲಿಸಿದವನು ಬಸ್ ಸ್ಟಾಪಿನಲ್ಲಿ ಅವರು ನಿಂತಾಗ ಕಾಣಿಸಿಕೊಂಡ.

"ಹಲೋ.... ಸರ್..." ಅದೇ ವಿನಯ.

ಹಸನ್ಮುಖತೆಯಿಂದ ದಾಸ್ ಹೆಗಲ ಮೇಲೆ ಕೈಯಿಟ್ಟ. "ನಂಗೂ ಹೆಸರಿದೆ ದಾಸ್. ಆ ಅಂತರಗಳು ಅಲ್ಲೇ ಇರ್ಲಿ. ಈಗ ನಾನೇನು ಮಾಲೀಕ ಅಲ್ಲ ಹೇಗಿದ್ದಿ?" ವಿಚಾರಿಸಿದ.

"ಪರ್ವಾಗಿಲ್ಲ ಸರ್..." ಉಗುಳು ನುಂಗಿದ.

"ಮತ್ತೆ ಅದೇ ಸಂಬೋಧನೆ. ಅದೆಲ್ಲ ಏನು ಬೇಕಿಲ್ಲ, ಎನಿಥಿಂಗ್.... ರಾಂಗ್? ಮನೆಗೆ ಹೋಗಿದ್ಯಾ? ಅಮ್ಮ ಹೇಗಿದ್ದಾರೆ?" ಅವನ ಮನ ತಡೆಯದೆ ವಿಚಾರಿಸಿದ. ಅವನೊಬ್ಬನಿಂದ ಮನೆಯ ವಿಷಯ ತಿಳಿಯಬೇಕಿತ್ತು.

ದಾಸ್ ಮುಖ ಸಪ್ಪಗಾಯಿತು. "ತುಂಬ ಡಲ್ ಆಗ್ಬಿಟ್ಟಿದ್ದಾರೆ. ದಿನ ಡಾಕ್ಟ್ರು..... ಬಂದ್ಹೋಗ್ತಾ ಇದ್ದಾರೆ. ಶಿಲ್ಪಾ ಅವ್ರದಂತೂ ಮೂರ್ಹೊತ್ತು.... ಅಳು" ಎಂದ. ತುಟಿ ಕಚ್ಚಿದ ಚಂದ್ರು.

ತಕ್ಷಣ ಮಾತು ಬದಲಾಯಿಸಿ ಇನ್ನೇನೋ ಕೇಳಿದ ಅವನ ಸ್ವಂತದ ಬಗ್ಗೆ.

"ಇಲ್ಲಿವರ್ಗೂ ಬಂದಿದ್ದೀರಾ. ಬನ್ನಿ ಸರ್.... ಹೋಟಲ್‌ಗೆ...." ವಿನಂತಿಸಿದ. ಉಸಿರು ಬಿಗಿ ಹಿಡಿದ ಚಂದ್ರು ನಿಧಾನವಾಗಿ ದಬ್ಬಿದ. "ಖಂಡಿತ, ಹೋಟಲ್ ಚಂದ್ರ ಪ್ರಕಾಶ್‌ಗೆ ಬರೋಕೆ ಯಾರ ಪರ್ಮಿಷನ್ ಬೇಕಾಗೋಲ್ಲ, ಎಂದಾದ್ರೂ ಶ್ರೀಮತಿಯವ್ರು ಮುನಿದು ಅಡ್ಗೆ ಕೆಡ್ಸಿದಾಗ.... ಅವ್ರ್ನ ಪ್ರಸನ್ನಗೊಳಿಸೋಕೆ ಖಂಡಿತ

ಬರ್ತೀನಿ. ಇಂದ್ಬೇಡ" ಮುಗುಳ್ನಕ್ಕ.

ಸಪ್ಪಗಾದ ದಾಸ್. ಹಿಂದೆ ಕೆಲವು ಸಮಸ್ಯೆಗಳೇ ಇರಲಿಲ್ಲ. ಇದ್ದರೂ ಬೇಗ ಪರಿಹಾರವಾಗುತ್ತಿತ್ತು. ಮಾಲೀಕರು ಕಾರ್ಮಿಕರ ನಡುವಿನ ಅಂತರ ಚಂದ್ರು ಕಡಿಮೆ ಮಾಡಿದ್ದ. ವಿಶ್ವಾಸದಿಂದ ಕಾಣುತ್ತಿದ್ದ ಕೆಲಸಗಾರರನ್ನು. ಈಗ ಅದು ಪೂರ್ತಿ ಏರುಪೇರು!

"ಬರ್ತೀನಿ ಸರ್. ಅಮ್ಮಾವ್ರನ್ನ ಒಂದ್ಸಲ ನಮ್ಮ ಮನೆಗಾದ್ರೂ ಕರ್ಕೊಂಡ್ಬನ್ನಿ ಸರ್. ಇದೇನು ತಪ್ಪಾಗ್ಲಿಲ್ವಲ್ಲ" ಸಂಕೋಚಿಸಿದ ದಾಸ್.

ನಕ್ಕುಬಿಟ್ಟ ಚಂದ್ರು. "ಈ ವಿಪರೀತಗಳು ನಂಗೆ ಇಷ್ಟವಾಗೋಲ್ಲ, ಒಂದು ದಿನ ಖಂಡಿತ ಬರ್ತೀವಿ" ಅಂಜು ಕಡೆ ತಿರುಗಿದ. ತೀರಾ ಸಪ್ಪಗಾಗಿದ್ದಳು. ತನ್ನ ತಪ್ಪಿನ ಅರಿವಾಗಿತ್ತು.

ಮನೆಗೆ ಬಂದ ಅಂಜು ಒಂದು ಕಡೆ ಕೂತುಬಿಟ್ಟಳು. ದಾಸ್ ಹೇಳಿದ ಒಂದೊಂದು ಪದವೂ ಅವಳನ್ನು ನೋಯಿಸಿತ್ತು, ವ್ಯಥಿತಳನ್ನಾಗಿ ಮಾಡಿತ್ತು.

'ಇದರಲ್ಲಿ ತನ್ನ ತಪ್ಪೆಷ್ಟು....' ಯೋಚಿಸುತ್ತಿದ್ದಳು.

ಸುಖದ ಸುಪ್ಪತ್ತಿಗೆಯಲ್ಲಿದ್ದ ಚಂದ್ರು ಕಷ್ಟದ ಮಡುವಿಗೆ ಇಲ್ಲಿ ಸಿಕ್ಕಿದ್ದೇನು? ನೊಂದವರೆಷ್ಟು? ಮೊದಲು ನೆನಪಾಗಿದ್ದು ಚಂದ್ರು ತಾಯಿ, ಆಮೇಲೆ ತನ್ನ ಅಮ್ಮನನ್ನು ನೆನೆಸಿಕೊಂಡು ಮಗುವಿನಂತೆ ಬಿಕ್ಕಿ ಬಿಕ್ಕಿ ಅಳತೊಡಗಿದಳು.

ಸ್ವಲ್ಪ ಹೊತ್ತು ಅಳಲು ಬಿಟ್ಟು ತಾನೇ ಹೋಗಿ ಅನ್ನಕ್ಕೆ ಇಟ್ಟು ಬಂದ. ಅವಳೆದೆಯ ಭಾವನೆಗಳಲ್ಲಿ ಇಳಿದು ನೋಡಬಲ್ಲ ಕೆಲವು ಹುಡುಗಿಯರಿಗಿಂತ ಭಿನ್ನ. ಬರೀ ತಾಳಿ ಕಟ್ಟಿದ ಗಂಡನನ್ನು ಮಾತ್ರ ಪ್ರೀತಿಸಬಲ್ಲ ಸಣ್ಣ ಮನಸ್ಸು ಅವಳದಲ್ಲ.

ಮಡದಿಯ ಬಳಿ ಹೋಗಿ ಕೂತವನು "ಪ್ಲೀಸ್, ಅಳ್ಬೇಡ..." ಕಣ್ಣೀರು ತೊಡೆದು ತನ್ನೆದೆಗೆ ಆನಿಸಿಕೊಂಡ. ಕಣ್ಣೀರು ತೋಯಿಸಿತು ಅವನ ಹೃದಯವನ್ನು.

"ತಪ್ಪಾಗಿದೆ?" ಬಿಕ್ಕಳಿಕೆಯಲ್ಲಿ ನುಡಿದಳು.

ಬೆಚ್ಚಿಬಿದ್ದ ಈ ಮನೋಭಾವ ಪಾತಾಳಕ್ಕೆ ತಳ್ಳಬಹುದೆಂದು ಹೆದರಿದ.

"ಯಾರು ಹೇಳಿದ್ದು? ಇದು ತಪ್ಪು ಅಂದ್ಕೊಂಡ್ರೆ... ಜಗತ್ತಿನಲ್ಲಿ ಒಳ್ಳೇದು ಅನ್ನೋದೇ ಇಲ್ಲ" ಸ್ವಲ್ಪ ಖಾರ ಇಣಕಿತು ಅವನ ದನಿಯಲ್ಲಿ.

ಹೆದರಿದ ಹರಿಣಿಯಂತೆ ನೋಟವೆತ್ತಿದಳು. ಬಹಳ ಸೀರಿಯಸ್ಸಾಗಿತ್ತು ಚಂದ್ರು ಮುಖ.

"ಹಿರಿಯರು ಮಾಡ ಹೋದ ತಪ್ಪನ್ನ ನಾವು ತಿದ್ದಿದ್ದೀವಿ. ನಾವು ಜೀವ ಇರೋ ಜನರೇ ವಿನಃ ಅವ್ರುಗಳು ಉಪಯೋಗ್ಸೋ ಟೂಲ್ಸ್ ಅಲ್ಲ, ಬೇಕೆನಿಸಿದಾಗ... ಬೇಕಾದ ಕಡೆ ಇಡೋಕೆ. ವಯಸ್ಸಿಗೆ ಅನುಗುಣವಾಗಿ ಒಳ್ಳೆಯತನ ಚಿಂತನೆಗಳು ಬೆಳೀಬೇಕು" ತಾಳ್ಮೆ ಕಳೆದುಕೊಂಡು ಹೇಳಿದ. ಉಸಿರು ಬಿಗಿಹಿಡಿದು ಕೂತಳು.

ಇನ್ನೊಂದು ಕಣ್ಣೀರಿನ ಬಿಂದು ಜಾರಲಿಲ್ಲ ಕೆನ್ನೆಯ ಮೇಲೆ.

ಎದ್ದು ಹೋದ. ತಾನೇ ಅನ್ನ ಇಳಿಸಿ ತಟ್ಟೆ ಹಾಕಿದ. ಬಡಿಸಿದ. ಬಲವಂತ ಮಾತು ಒಂದು ಇಲ್ಲ. ಸೇರಿದಷ್ಟು ತಿಂದು ಎದ್ದು ಹೋದ.

ಈಗ ಒಂದು ಹೊಸ ಸಮಸ್ಯೆ ಅವನನ್ನು ಕಾಡಿತು. ಪಶ್ಚಾತ್ತಾಪದ ಬೆಂಕಿಯಲ್ಲಿ ನಿಂತರೆ ಅಂಜು... ಕತ್ತಲು ಗಪ್ಪನೆ ಬಂದು ಆವರಿಸಿದಂತಾಯಿತು.

ಅದಕ್ಕೆ ಅವಕಾಶ ಕೊಡಬಾರದೆಂಬ ನಿರ್ಧಾರಕ್ಕೆ ಬಂದ. ಚಾಪೆ ಬಿಡಿಸಿಕೊಂಡು ಮಲಗಿಬಿಟ್ಟ, ಒಂದೂ ಮಾತಾಡದಂತೆ.

"ಅಮ್ಮನಿಗೆ ಹುಷಾರಿಲ್ಲಾಂತ ಹೇಳಿದ್ರಲ್ಲ" ಪದಗಳು ಹೊರಗೆ ಉರುಳಿದಾಗ ಎದ್ದು ಕೂತ.

"ದಾಸ್ ಹೇಳ್ದ ವಿಷ್ಯನಾ! ಡಾಕ್ಟ್ರು ಒಂದಲ್ಲ ಒಂದು ಕಾರಣಕ್ಕೆ ಬರ್ತಾರೆ. ಅದು ಶ್ರೀಮಂತಿಕೆಯ ಒಂದು ಭಾಗ ಕೂಡ. ತಲೆ ನೋವು, ಕಾಲು ಉಳುಕಿದೆ, ಅಕಸ್ಮಾತ್ ಬಿಸಿ ನೀರು ಕೈಮೇಲೆ ಬಿತ್ತು, ಇವಕ್ಕೆಲ್ಲ ಮನೆಯಲ್ಲಿ ವೈದ್ಯವಿದ್ರೂ... ಡಾಕ್ಟರರ ಅಭ್ಯಾಸವಾಗಿ ಹೋಗಿದೆ. ಅದೇನು ಸೀರಿಯಸ್ ವಿಷ್ಯವಲ್ಲ. ಅದ್ಕೆ ನೀನು ತಲೆ ಕೆಡ್ಸಿಕೊಳ್ಳಬೇಕಾದ ಅಗತ್ಯವಿಲ್ಲ?" ತಿಳಿಸಿ ಹೇಳಿದ.

ಗದ್ದಕ್ಕೆ ಕೈಯೊತ್ತಿ ಕೂತವಳನ್ನೇ ನೋಡಿ ನಕ್ಕುಬಿಟ್ಟ.

"ನಿದ್ದೆ ಬರೋಲ್ವಾ, ಲಾಲಿ... ಹಾಡ್ಲಾ? ಸಿನಿಮಾದಲ್ಲಾದ್ರೆ... ಒಂದು ಹಾಡು ಷುರುವಾಗಿರೋದು. ಡೈರೆಕ್ಟರ್ ಮರ್ಜಿ ಅನುಸರಿಸಿ ಹಾಡು. ಅದು ಪ್ಯಾಥೆಟಿಕ್ ಸಾಂಗ್ ಆಗಿದ್ರೂ ಹೆಚ್ಚಲ್ಲ. ನಂಗಂತೂ ಹಾಡೋಕೆ ಬರೋಲ್ಲ?" ತಮಾಷೆ ಮಾಡಿದ.

"ಶಿಲ್ಪಾ... ಬರೋಲ್ವಾ?" ಕೇಳಿದಳು.

"ಯಾಕೆ ಬರೋಲ್ಲ. ಅವ್ಳು ಬರದೇ ಇರೋಕೆ ಅಂಥ ಕಾರಣವೇನು ಇಲ್ಲ. ಈಗ ಆ ಸುದ್ದಿಗಳು ಬೇಡ" ಮಲಗಿದ. ಯಾಕೋ ಇನ್ನು ಮಾತಾಡುವ ಹುಮ್ಮಸ್ಸು ಅವನಿಗೆ ಇರಲಿಲ್ಲ.

"ನನ್ನ ಬಗ್ಗೆ ನಂಗೆ ಯೋಚ್ನೆ ಇಲ್ಲ ನೀವು... ಕಷ್ಟಕ್ಕೆ ಸಿಕ್ಕಿ ಹಾಕ್ಕೊಂಡ್ರಿ..." ಎಂದಾಗ ಅಂಜು. ಮತ್ತೆ ಎದ್ದು ಕೂತ. ಇಂದು ಹೆಚ್ಚಿಗೆ ಮಾತಾಡಿದ್ದಳು. ಇದು ಒಂದು ರೀತಿಯಲ್ಲಿ ಒಳ್ಳೆಯದೆ.

ತೋರು ಬೆರಳಿನಿಂದ ಅವಳ ಗಲ್ಲವನ್ನೆತ್ತಿ "ಇವೆಲ್ಲ ಕಷ್ಟವೇ ಅಲ್ಲ. ದಾಂಪತ್ಯಕ್ಕೆ ಬೇಕಾಗಿರೋದು ಪ್ರೀತಿ, ಪ್ರೇಮ, ಒಬ್ಬರಲ್ಲೊಬ್ಬರಿಗೆ ನಂಬಿಕೆಯೇ ಹೊರ್ತು ಶ್ರೀಮಂತಿಕೆಯ ಸೌಲಭ್ಯಗಳಲ್ಲ. ಇವು ಇದ್ದವರೆಲ್ಲ ಸುಖವಾಗಿಲ್ಲ. ತಪ್ಪು ಮಾಡದ ನಾವು ಅನಾವಶ್ಯಕವಾಗಿ ಪಶ್ಚಾತ್ತಾಪಪಡ್ಬಾರ್ದು" ಸಂತೈಸಿದ.

ಅಂದು ಇಡೀ ರಾತ್ರಿ ಅವನು ನಿದ್ರಿಸಲಿಲ್ಲ. ಒಂದು ಸತ್ತ ಕತ್ತೆ ಬಿದ್ದರೂ ಅಲೆಗಳ ನಡುವೆ ತೇಲಿ ಹೋಗುತ್ತೆ. ಅಲೆಗಳ ವಿರುದ್ಧ ಈಜುವುದೇ ಥ್ರಿಲ್. ಕಷ್ಟವೆನಿಸಿದರೂ

ದಡ ಸೇರುವ ಬಗ್ಗೆ ಅವನಿಗೆ ನಂಬಿಕೆ ಇತ್ತು.

* * *

ಭಾನುವಾರವಾದುದ್ದರಿಂದ ಅಹಮದ್ ಬೆಳಿಗ್ಗೆ ಬೆಳಿಗ್ಗೆಯೇ ಬಂದಾಗ ಒಬ್ಬ ವ್ಯಕ್ತಿಯೊಡನೆ ಮಾತಾಡುತ್ತಿದ್ದ ಚಂದ್ರು.

ಪ್ಲಾನ್ ಹಿಡಿದೇ ಅವನಿಗೆ ವಿವರಿಸುತ್ತಿದ್ದರು. "ಈ ಜಾಗ ಅತ್ಯಂತ ಸೂಕ್ತ. ದಯವಿಟ್ಟು ಈ ಸೈಟಿನ ಮಾಲೀಕರನ್ನು ಭೇಟಿ ಮಾಡ್ಸಿ" ಅವರ ರಿಕ್ವೆಸ್ಟ್.

ಚಂದ್ರುಗೆ ಕೂಡ ಈ ಸೈಟು, ಮನೆಯ ಓನರ್ ಬಗ್ಗೆ ಗೊತ್ತಿಲ್ಲ. ಅಹಮದ್ ಅಡ್ವಾನ್ಸ್ ಕೊಟ್ಟಿದ್ದು ಕೂಡ. ಆದರೆ ಅವನ ಮಿದುಳು ಕೆಲಸ ಮಾಡಿತು.

"ಎರ್ಡು ದಿನ ಬಿಟ್ಬನ್ನಿ. ಅವ್ರು... ಇಲ್ಲಿಲ್ಲ" ಹೇಳಿದ.

ಮತ್ತೆ ಮತ್ತೆ ಆ ವ್ಯಕ್ತಿ ಆ ಜಾಗದ ಉಪಯುಕ್ತತೆ ಬಗ್ಗೆ ತಿಳಿಸಿದರು. ತಾವು ಇಳಿದುಕೊಂಡ ಹೋಟಲ್ ವಿಳಾಸದ ಕಾರ್ಡು ಕೊಟ್ಟು ರೂಂ ನಂಬರ್ ತಿಳಿಸಿದರು.

ಕಾರ್ಡ್ ಕೈಯಲ್ಲಿ ಹಿಡಿದು ಯೋಚಿಸಿದ. "ಅಹಮದ್, ಈ ಸೈಟು ಪಕ್ಕದ ಜಾಗದ ಓನರ್ ಒಬ್ರೇನಂತೆ. ಅವ್ರು ಎಲ್ಲಿರೋದು? ಇಲ್ಲೊಂದು ಪರ್‌ಫ್ಯೂಮ್ ಫ್ಯಾಕ್ಟರಿ ಮಾಡೋ ಯೋಜನೆ ಅವ್ರುದು. ಅಂತು ತೀರಾ ಲೆಕ್ಕಾಚಾರದ ಮನುಷ್ಯನ ಹಾಗೆ ಕಾಣ್ತಾನೆ. ನಮ್ಗೆ ಏನಾದ್ರೂ ಅನ್ಕೂಲವಾಗುತ್ತಂತ ಯೋಚ್ನೆ ಮಾಡ್ಬೇಕು" ಎಂದ. ಸದ್ಯಕ್ಕೆ ಅವನಿಗೆ ಕೆಲಸ ಬೇಕು ಯಾವ ಕಷ್ಟಕ್ಕೂ ಹಿಂಜರಿಯಲಾರ.

"ಸಿಟಿಗಿಂತ ಸ್ವಲ್ಪ ದೂರ. ಮನೆಯ ಹಿರಿಯನದಂತೆ ಆಸ್ತಿ. ಆದರೆ ಕೆಲಸಕ್ಕೆ ಹೋಗೋ ಸೊಸೆ ದರ್ಬಾರು ಮನೆಯಲ್ಲಿ. ಮಗ ಅಂಜುಕುಳಿ, ಸಂಭಾವಿತ. ಬೇಕಾದ್ರೆ... ಹೋಗ್ಬರೋಣ. ಹೇಗೂ.... ನಾನು ಫ್ರೀ...." ಹೊಸದಾಗಿ ಹಿಡಿದು ಬಂದ ಪತ್ರಿಕೆಯನ್ನು ಗೆಳೆಯನಿಗೆ ಕೊಟ್ಟ ಅಹಮದ್.

ಅವಕಾಶ ಬಂದಾಗ ತಕ್ಷಣ ಉಪಯೋಗಿಸಿಕೊಳ್ಳುವುದು ಜಾಣತನವೆಂದು ಅವನಿಗೆ "ಈಗ್ಲೇ........ ಹೋಗೋಣ?" ಕಾರ್ಡ್ ಅವನ ಕೈಯಲ್ಲಿಟ್ಟು ಹೋದವನು ಐದು ನಿಮಿಷಗಳ ನಂತರ ಬಂದ. "ಕ್ವಿಕ್, ಯಾರಾದ್ರೂ ಎಸ್ಟೇಟ್ ಏಜೆಂಟ್‌ನ ಹಿಡಿದ್ರೆ... ಅವರ ಕೆಲ್ಸ ಸುಲಭವಾಗುತ್ತೆ" ಅವಸರಿಸಿದ.

ಚಂದ್ರು ಮನದಲ್ಲಿ ಒಂದು ಪ್ಲಾನ್ ಇದೆಯೆಂದು ಅಹಮದ್‌ಗೆ ಗೊತ್ತಾದರೂ ಇಂಥಹುದೇ ಎಂದು ಕ್ಯಾಚ್ ಮಾಡುವಷ್ಟು ಶಕ್ತನಲ್ಲ.

ಆಟೋ ಹತ್ತುವ ಮುನ್ನ ಒಂದು ದಿನಪತ್ರಿಕೆ ಕೊಂಡ ಚಂದ್ರು. "ನೂರಾರು ರೂಪಾಯಿ ಪತ್ರಿಕೆಗಳಿಗೆ ಸುರಿದ್ರೂ... ಓದ್ತಾ ಇದ್ದಿದ್ದು ಅಗತ್ಯವಾದ ನ್ಯೂಸ್ ಮಾತ್ರ. ಹೋದ ಸಂಡೇ ಕೊಂಡ ಪೇಪರ್‌ನಲ್ಲಿ ಫ್ರಂಟ್ ಪುಟದಿಂದ ಹಿಡ್ದು ಹಿಂದಿನ ಕ್ರೀಡಾ ಪುಟದವರ್ಗೂ ಓದಿದ್ದೇ. ಅಬಿಚ್ಯುರಿ ಕಾಲಂ ಕಡೆ ಕೂಡ ಕಣ್ಣಾಡಿಸಿದ್ದೆ. ಅಂತು

ಕೊಟ್ಟ ಕಾಸ್‌ಗೆ ಪೂರ್ಣ ಪ್ರಯೋಜನ" ಎಂದು ನಕ್ಕ.

ಹೋಟಲ್ ಚಂದ್ರಪ್ರಕಾಶ್, ಶಿಲ್ಪಾಗಳ ಆಡಳಿತ ಪೂರ್ತಿ ಅವನ ಜವಾಬ್ದಾರಿಯಲ್ಲೇ ಇತ್ತು. ಕ್ಷಣಗಳಿಗೂ ಕೂಡ ಬೆಲೆ ಇತ್ತು. ಈಗ ಆ ಪೂರ್ಣ ಒತ್ತಡವನ್ನು ತಂದೆ ಹೇಗೆ ಸಹಿಸಬಲ್ಲರು? ಕೆಲವೊಮ್ಮೆ ಅವನ ತಲೆ ಕೆಡುತ್ತಿತ್ತು ಈ ವಿಷಯದಲ್ಲಿ.

ಈ ವಯಸ್ಸಿನಲ್ಲಿ ಅವರನ್ನು ಸುಖವಾಗಿ, ಆರಾಮವಾಗಿ ನೋಡಿಕೊಳ್ಳಬೇಕಾದ್ದು ಅವನ ಕರ್ತವ್ಯ ಕೂಡ. ಆದರೆ.... ರಾಧಾಕೃಷ್ಣ ದಂಡನೆ ವಿಧಿಸಿದ್ದರು ಅವನಿಗೆ. ಅದರ ಕಾವು ಹೆಚ್ಚು ಅವರಿಗೇನೆ!

ತಕ್ಷಣ ಆಟೋಗೆ ಬ್ರೇಕ್ ಬಿತ್ತು. ಸುಮಾರು ಜನ ಸೇರಿಬಿಟ್ಟಿದ್ದರು ಡ್ರೈವರ್ ಸಹಿತ ಇವರಿಬ್ಬರು ಇಳಿದರು ಕೆಳಗೆ. ಜನರ ನಡುವೆ ಜಾಗ ಮಾಡಿಕೊಂಡು ಇಣಕಿದರು.

ಹಾಕಿದ್ದ ನಾಲ್ಕು ಕುರ್ಚಿಗಳ ಮೇಲೆ ಗೌರವಾನ್ವಿತರಂತೆ ಕಾಣುವ ನಾಲ್ಕು ಜನ ಕೂತಿದ್ದರು. ಸುತ್ತಲೂ ಜನಸಂದಣಿ. ಯಾವುದೋ ಪೈಪೋಟಿ.

"ಜಾತ್ರೆಯಲ್ಲಿ ಒಂದು ಕೊಳಗ ನೀರು ಕುಡ್ದು ನೂರು ರೂಪಾಯಿ ಸಂಪಾದ್ಸಿಕೊಂಡಿದ್ದ ಮಾದ ಇಂದು ದೊಡ್ಡ ಕೊಳದಪ್ಪಲೆ ನೀರು ಕುಡ್ದು ಸಾವಿರ ರೂಪಾಯಿ ಸಂಪಾದಿಸೋಕೆ ಹೊರಟಿದ್ದಾನೆ" ಒಬ್ಬ ಹಿರಿಯ ಖುಷಿಯಿಂದ ಹೇಳಿದ. ಒಂದು ರೀತಿಯಲ್ಲಿ ಆ ಪ್ರಸಂಗ ಬಿಟ್ಟಿ ಮನರಂಜನೆ, ಮುಂದಿನ ಅಪಾಯದ ಬಗ್ಗೆ ಯಾರಿಗೂ ಯೋಚನೆ ಇಲ್ಲ.

"ಅರರೇ ಏನ್ರಿ..... ತಮಾಷ! ಅಷ್ಟು ನೀರು ಕುಡ್ದು ಏನಾದ್ರೂ ಹೆಚ್ಚು ಕಡ್ಮೆಯಾದರೆ..... ಸುಮ್ನೇ ನೋಡ್ತಾ ಇದ್ದೀರಲ್ಲ ಛೆ...." ಅಹಮದ್ ಮುಖ ಕಿವಿಚಿದ. ಅನಾಗರಿಕವಾಗಿ ಕಂಡಿತು ಅವನಿಗೆ ಇದೆಲ್ಲ ಕ್ಷಣ. ಸ್ವಲ್ಪ ಗೊಣಗಿದ ಜೋರಾಗಿಯೇ.

ಬೇರೆಯವರ ಗಮನ ಇತ್ತ ಹರಿಯಲಿಲ್ಲ.

"ಹೋಗೋಣ....ಬಾ!" ಚಂದ್ರು ಅವನ ಭುಜ ತಟ್ಟಿ ಹಿಂದಕ್ಕೆ ಕರೆದ.

"ಅಪಾಯವಿದ್ದ ಕಡೆಯೇ ರಂಜನೆ ಹೆಚ್ಚು. ಅದ್ಕೆ ಜನ ಮುಗೀಬೀಳೋದು. ಇದೊಂದು ಕಠೋರ ಸತ್ಯ. ವೈಭವ, ಖ್ಯಾತಿ ದಕ್ಕೋದು ಇಂಥದ್ದರಿಂದ್ಲೇ...." ಸತ್ಯ ಬಿಡಿಸಿಟ್ಟ.

ಅಹಮದ್ ಗೆಲುವಾಗಲಿಲ್ಲ. ಕರೆದಾಗ ಆಟೋದವನು "ಸ್ವಲ್ಪ ಇರೀ, ಸರ್...." ಎಂದು ಅವರಲ್ಲಿ ಒಂದಾಗಿ ಹೋದಾಗ, ಇಬ್ಬರು ಒಂದು ಬಂಡೆಯ ಮೇಲೆ ಕೂತರು.

"ತೀರಾ ಅನಾಗರಿಕ ಜನ. ಈ ಜನರ ಕೇಕೆ, ನಗು ಜಯಕಾರಕ್ಕೆ ಅವನೇನಾದ್ರೂ ಕುಡ್ದು... ಸತ್ತರೆ" ಅಹಮದ್ ಪೇಚಾಡಿಕೊಂಡ. ಆ ಕೊಳದಪ್ಪಲೆಯ ನೀರು ಕಣ್ಣಿಗೆ ಕಟ್ಟಿದಂತಿತ್ತು ಅವನಿಗೆ.

ಕಾಲಿನ ಬಳಿಯಲ್ಲಿನ ಸಣ್ಣ ಕಲ್ಲನ್ನೆತ್ತಿ ಮೇಲೆಸೆದು ಕ್ಯಾಚ್ ಹಿಡಿದ ಚಂದ್ರು

"ಸಾಯಬಹುದು. ಇಂಥ ಸಾವುಗಳ ನಂತರವೂ ಇವೆಲ್ಲ ನಿಲ್ಲೋಲ್ಲ. ಬುಲ್ ಫೈಟಿಂಗ್, ಕಾರು ರೇಸ್, ಬಾಕ್ಸಿಂಗ್ ಎಲ್ಲ ಅಪಾಯಕಾರಿಯೆ. ಅಷ್ಟೆ ಹಣ, ಖ್ಯಾತಿ ಅದ್ರಲ್ಲಿ ಇದೆ." ತಟ್ಟನೆ ಈಚೆಗೆ ಯೂರೋಪ್‌ನ ಮಹಾನ್ ಕಾರ್ ರೇಸಾದ 'ಫಾರ್ಮುಲಾ ಒಂದು' ರೇಸಿನಲ್ಲಿ ಅಪಮೃತ್ಯು ಹೊಂದಿದ ಅಯರ್ಟನ್ ಸೆನ್ನಾನ ನೆನಪಾಯಿತು.

ಚಂದ್ರು ಮುಖದಲ್ಲಿ ದುಗುಡ ಇಣಕಿತು.

'ಸೆನ್ನಾ ಸಾವಿಗೆ ಇಡೀ ಜಗತ್ತಿನ ಜನ ಮರುಗಿರಬಹುದು. ಆದ್ರೆ.... ಅಂಥ ಅಪಾಯಕಾರಿ ಕಾರು ರೇಸ್ ನಿಲ್ಲುತ್ತದೆಯೇ?' ತನಗೆ ತಾನೇ ಪ್ರಶ್ನೆ ಹಾಕಿಕೊಂಡ.

ಆಟೋದವನು ಅವರಲ್ಲಿ ಒಂದಾದವನು ಕೇಕೆ ಹಾಕತೊಡಗಿದಾಗ ಚಂದ್ರು ಮೇಲೆದ್ದ. "ಮುಗಿಯೋವರ್ಗೂ ನೋಡೋರ ಕುತೂಹಲ ತಣಿಯದು. ನಡೆದೇ.... ಹೋಗೋಣ" ಹೊರಟರು,

ಮೌನಿಯಾದ ಚಂದ್ರು. ಮೈ ನವಿರೇಳಿಸುವ ಕಾರು ರೇಸ್‌ನ ಬಗ್ಗೆ ಅವನಿಗೆ ವಿಪರೀತ ಕುತೂಹಲ, ಕ್ರೇಜ್. ಬ್ರೆಜ್ಜ್ ಸ್ಟಾರ್ ಸೆನ್ನಾನ ಅಭಿಮಾನಿ ಅವನು. ಮೂವತ್ತುನಾಲ್ಕು ವರ್ಷದ ಯುವಕ ಬ್ರೆಜಿಲ್ ಆತ್ಮಾಭಿಮಾನದ ಸಾಹಸದ ಸಂಕೇತವಾಗಿದ್ದ. ಮೂರು ಸಲ ಗೆದ್ದು ವಿಶ್ವ ಚಾಂಪಿಯನ್ ಆಗಿದ್ದ ಸೆನ್ನಾ. ನಾಲ್ಕನೆ ಸಲ ಹತೋಟಿ ತಪ್ಪಿ ತಿರುವಿನಲ್ಲಿದ್ದ ಕಲ್ಲುಗೋಡೆಗೆ ತಲೆಯೊಡೆದು ಸತ್ತ. ಅವನ ಸಾವಿಗೆ ಕಾರಣ ಹುಡುಕಿ ರಿಲಿಯಮ್- ರೆನಾಲ್ಡ್ ಕಾರನ್ನು ಕೆಲವರು ಟೀಕಿಸಿದರೆ, ಕಲ್ಲುಗೋಡೆಯನ್ನು ಬೈಯ್ದರು. ಆದರೆ ಕ್ಷಿಪಣಿಯಂತೆ ನುಗ್ಗಿಸಿದ 290 ಕಿ.ಮೀ. ವೇಗದ ಸೆನ್ನಾ ಜನರ ಹೃದಯಗಳಲ್ಲಿ ಅಪ್ಪಿದ್ದು ವೀರ ಮರಣ. ಅಪಾಯ, ಹಣ, ರಂಜನೆ ಬೆರೆತೇ ಇರುತ್ತದೆಯೆನಿಸಿತು.

ನೀರು ಕುಡಿಯುತ್ತಿರುವಾಗ ವ್ಯಕ್ತಿಗೆ ಸಾವಿರ ಗಳಿಸುವ ಹುಮ್ಮಸ್ಸಿನ ಜೊತೆ ಇಷ್ಟು ಜನರ ಆಕರ್ಷಣೆಯ ಬಿಂದು ತಾನೆಂಬ ಸೊಕ್ಕು ಕೂಡ.

"ಅಲ್ಲಿ ಕಾಣೋ ಮನೇನೆ. ಹೆಣ್ಣುಮಾತ್ರ ಸಿಡಿಲಿನ ಹಾಗೆ. ಮಾತಿನಲ್ಲೆ ಅಪ್ಪಳಿಸಿಬಿಡ್ತಾಳೆ" ಎಚ್ಚರಿಸುತ್ತ ನಗೆ ತೋರಿದ ಅಹಮದ್.

ಇವರು ಹೋದಾಗ ಇದ್ದಿದ್ದು ಒಬ್ಬ ವಯಸ್ಸಾದ ವ್ಯಕ್ತಿ ಮಾತ್ರ. ವಯಸ್ಸಿಗೆ ಮೀರಿ ಹಣ್ಣಾದ ಜೀವಿ. ತಟ್ಟಾಡುತ್ತ ಬಂದು ಬಾಗಿಲು ತೆರೆದರು.

"ಯಾರು? ಕನ್ನಡಕ ಮುರಿದಿದೆ. ಸರ್ಯಾಗಿ ಗುರ್ತು ಸಿಗೋಲ್ಲ, ಯಾರೂಂತ್ಹೇಳಿ...." ದನಿ ತೀರಾ ಮೆತ್ತಗಾಗಿತ್ತು. ಹೆಗಲ ಮೇಲಿನ ವಸ್ತ್ರ ಕೂಡ ಅಲ್ಲಲ್ಲಿ ಹರಿದಿತ್ತು.

ಅಹಮದ್, ಅವನು ಮುಖ ಮುಖ ನೋಡಿಕೊಂಡರು. ಚಂದ್ರು ಅವರನ್ನು ಕೈಹಿಡಿದು ಮೆಟ್ಟಿಲು ಮೇಲೆ ಕೂಡಿಸಿ ಸೂಕ್ಷ್ಮವಾಗಿ ವಿಷಯ ವಿವರಿಸಿದ.

"ಅದೆಲ್ಲ ನಂದೇ ಕಣಪ್ಪ?" ಕಣ್ಣೀರು ಸುರಿಸಿದ ಆ ವ್ಯಕ್ತಿ.

ಆಮೇಲೆ ಸೂಕ್ಷ್ಮವಾಗಿ ತನ್ನ ವಿಷಯ ಹೇಳಿಕೊಂಡ. ಒಬ್ಬನೇ ಮಗ. ಸೊಸೆಯಾಗಿ ಬಂದ ನಳಿನಿ ಮಾತ್ರ ಹೆಮ್ಮಾರಿ. ನಾರಿ ಎನ್ನುವ ಮಾರಿ. ತೀರಾ ಮೃದು ಸ್ವಭಾವದ ಮಗ ತುಟಿ ತೆರೆಯಲಾರದಷ್ಟು ನಿಸ್ಸಹಾಯಕ.

ಕಣ್ಣೀರಾಗಿ ಹರಿದು ಬಂತು ಕಥೆ!

ಅಪರಿಚಿತರೆನ್ನುವ ಆತಂಕ ತೋರದೆ ಇಬ್ಬರನ್ನು ಒಳಗೆ ಕರೆದೊಯ್ದು ಮುಚ್ಚಿದ್ದ ಹಳೇ ಪೇಪರನ್ನು ತೆಗೆದರು ನರಹರಿ. ಒಂದಿಷ್ಟು ಅನ್ನ ಸುರಿದಿತ್ತು. ಅದರ ಮೇಲೆ ಒಂದು ಕಡೆ ಸಾರು.

ಮತ್ತೊಂದು ಕಡೆ ಮಜ್ಜಿಗೆ ಸುರಿದಂಥ ನಿಕೃಷ್ಟ ಊಟ.

ನಿಕೃಷ್ಟ ಊಟ! ಈ ಮನೆಯಲ್ಲಿ ಆ ವ್ಯಕ್ತಿ ಭಿಕ್ಷುಕನಾಗಿದ್ದ!

"ರಾತ್ರಿಯವರೆಗೂ ಏನು ಹಾಕೋಲ್ಲ ನಂಗೆ ಹೊಟ್ಟೆ ಹಸಿವು ಜಾಸ್ತಿ. ಅದ್ಕೆ, ಎರಡು ಗಂಟೆ ಹೊತ್ಗೆ ಊಟ ಮಾಡ್ತೀನಿ" ಹೇಳಿಕೊಂಡಾಗ ಇಬ್ಬರ ಉಸಿರು ನಿಂತಂತಾಯಿತು.

ಕ್ಷಣ ಭಯ ಆವರಿಸಿದ್ದುಂಟು. ಹೆಣ್ಣು ರೂಪ ಹೊತ್ತ ರಾಕ್ಷಸಿ!

ಮುದುಕ ಮಾರಲು ಸಿದ್ಧವಿದ್ದ. ಈ ವಯಸ್ಸಿನಲ್ಲಿ ಇಂಥ ಸ್ಥಿತಿಯಲ್ಲಿ ಆಸ್ತಿಯ ವ್ಯಾಮೋಹವಿಲ್ಲ. ಆದರೆ ಈ ನರಕದಿಂದ ಪಾರಾಗಬೇಕೆಂಬ ತಹತಹ.

"ನನ್ನ ಈ ನರಕದಿಂದ ಪಾರು ಮಾಡಿ. ಯಾವುದಾದ್ರೂ ವೃದ್ಧಾಶ್ರಮ ಸೇರಿಸಿದ್ರೂ ಸಾಕು, ನಂಗೆ ಹೊಟ್ಟೆ ತುಂಬ ಊಟ ಬೇಕು. ಅವ್ಳು ಬದ್ಕಿದ್ದಾಗ ರುಚಿ ರುಚಿಯಾಗಿ ಮಾಡಿ ಹಾಕ್ತ ಇದ್ಲು" ಮತ್ತಷ್ಟು ಕಣ್ಣೀರುಗರೆದರು.

ಅಹಮದ್‌ನ ಪಕ್ಕಕ್ಕೆ ಕರೆದು ಹೇಳಿದ ಚಂದ್ರು– "ಹೋಗಿ, ಅವ್ರಿಗೆ ಏನಾದ್ರೂ ತಿನ್ನೋಕೆ ತಗೊಂಡ್ಬಾ. ಅಷ್ಟು ಹೊತ್ಗೇ ಇನ್ನಷ್ಟು ವಿಷ್ಯ ಸಂಗ್ರಹವಾಗಿರುತ್ತೆ. ಏನ್ಮಾಡ್ಬಹುದೋ... ನೋಡೋಣ" ಅವನನ್ನು ಕಳುಹಿಸಿದ.

ಅಷ್ಟು ಬಿಟ್ಟು ಜಾಗದ ಬೆಲೆಯ ಸೂಕ್ಷ್ಮ ಕಲ್ಪನೆ ಕೂಡ ಅವರಿಗೆ ಇರಲಿಲ್ಲ. ಕೆಲವು ಲಕ್ಷಗಳ ಸ್ಥಿರಾಸ್ತಿ. ಅದರ ಸಂಪಾದನೆಗೆ ಪಾಡುಪಟ್ಟ ಜೀವ.

"ನಿಮ್ಗೆ ಒಬ್ನೇ ಮಗನಾ?" ಕೇಳಿದ.

ಆತನ ಕಣ್ಣಿಂದ ಕಂಬನಿ ಗಂಗಾ ಪ್ರವಾಹದಂತೆ ಧಾವಿಸಿತು.

"ಒಬ್ಳು ಮಗ್ಳು ಇದ್ದಾಳೆ. ಇಂಟರ್‌ಕ್ಯಾಸ್ಟ್ ಮ್ಯಾರೇಜ್. ಕೆಲವೊಮ್ಮೆ ಬಂದಾಗ ಛೀಮಾರಿ ಹಾಕಿ ಕಳಿಸ್ದೆ. ವರ್ಷಗಳಗಟ್ಲೇ ಆಯ್ತು ಅವ್ಳನ್ನ ನೋಡಿ. ಹೊರ್ಗೆ ಹೋಗೋ ಚೈತನ್ಯವಿಲ್ಲ. ಈ ಮುದಿ ಜೀವಾನ ಸೊಸೆ ಬಂಧನದಲ್ಲಿಟ್ಟಿದ್ದಾಳೆ" ತೋಡಿಕೊಂಡರು.

ಮೊದಲಿನಷ್ಟು ಕೋಪ ಇರಲಿಲ್ಲ ಮಗಳ ಮೇಲೆ. ಸ್ವಲ್ಪ ಕರಗಿದ್ದರು. ಎದುರಿಗೆ ಬಂದರೆ ಪೂರ್ತಿ ಕರಗಿ ಹೋಗಬಲ್ಲರು.

"ನಿಮ್ಗೆ ಮಗ್ಳ ಜೊತೆ ಇರೋ ಇಷ್ಟ ಇದ್ಯಾ?" ಕೇಳಿದ. ಆತನ ಮುಖದ ಸುಕ್ಕುಗಳು ವಿಜೃಂಭಿಸಿದವು. "ಹೇಗೆ.... ಸಾಧ್ಯ? ನನ್ಮಾತು ಕೇಳ್ದೇ ಹೊರಬಿದ್ದು ಯಾರದ್ದೋ ಕೈ ಹಿಡಿದೋಳು. ನಂಗೂ, ಅವ್ಳಿಗೂ ಸಂಬಂಧವೇ ಇಲ್ಲ. ಮುಖ ನೋಡೋ ಇಷ್ಟವೇ ಇಲ್ಲ ಇನ್ನ ಅವ್ಳ ಜೊತೆ ಇರ್ತೀನಾ?" ಕನಲಿದರು.

ಕೈಹಿಡಿದು ಸಾಂತ್ವನಿಸಿದ. ತಿಳಿವಳಿಕೆ ಹೇಳಿದ. ಮಗಳ ಮೇಲಿನ ಅವರ ಪ್ರೇಮವನ್ನು ಜಾಗೃತಗೊಳಿಸಿದ.

"ನಿಮ್ಮ ಮಗ್ಳುನ ಕರ್ಕೋಂಡ್ಬರ್ಲಾ?" ಕೇಳಿದ.

"ಬರೋಲ್ಲ..." ಎಂದರು ತಟ್ಟನೆ.

ಚಂದ್ರುಗೆ ನಗು ಬಂತು. "ಅಕಸ್ಮಾತ್.... ಬಂದರೆ....?" ಪ್ರಶ್ನಿಸಿದ. ಆತನ ಮುಖ ತೀರಾ ಇಳಿದುಹೋಯಿತು. "ನನ್ನ ಸೊಸೆ... ಒಳ್ಗೆ ಸೇರಿಸೋಲ್ಲ. ಇದ್ಕೆಲ್ಲ ನಾನೇ ಕಾರಣಾಂತ... ಅಂದು ಕೊಂದುಬಿಡ್ತಾಳೆ" ಕಂಠ ನಡುಗಿತು.

ಚಂದ್ರು ದಿಗ್ಭ್ರಾಂತನಾದ. ಅಂತೂ ಗಂಡನ ತಂದೆಯನ್ನು ಇಟ್ಟ ರೀತಿಗೆ ಹೆದರಬೇಕಾದ್ದೇ.

ಇಂಥ ಕೆಟ್ಟ ಪರಿಸ್ಥಿತಿಯಲ್ಲಿ ದಿನ ದೂಡುವ ಬದಲು ಮಗಳ ಮನೆಯಲ್ಲಿ ದಿನ ದೂಡುವುದು ಹಾಯೆನಿಸಿತು. ಆದರೆ ಮಗಳು.... ಅಳಿಯ... ಅಲ್ಲಿನ ಪರಿಸ್ಥಿತಿಯನ್ನು ಅರಿಬೇಕಿತ್ತು.

ಬಂದ ಅಹಮದ್ ಬಿಸಿ ರವೆ ಇಡ್ಲಿ ಸಾಗು ಕಟ್ಟಿಸಿಕೊಂಡು ಬಂದಿದ್ದ. ಎಷ್ಟೋ ದಿನ ತಿಂಡಿ ಕಾಣದವರಂತೆ ಮುಕ್ಕಿದಾಗ, ಹೃದಯ ಕಿತ್ತು ಬಾಯಿಗೆ ಬಂದಂತಾಯಿತು.

ಮಿಡಲ್ ಸ್ಕೂಲ್ ಹೆಡ್ ಮಾಸ್ಟರ್ ಆಗಿ ರಿಟೈರ್ ಆದವರು. ಈಗಿರುವ ಮನೆ ಪಿತ್ರಾರ್ಜಿತ. ಅಲ್ಲಿನ ಜಾಗ ಪುಟ್ಟ ಔಟ್‌ಹೌಸ್‌ನಂಥ ಮನೆ. ಇವರ ಸ್ವಂತ ಸಂಪಾದನೆ. ಬೇಸತ್ತು ತಮ್ಮೊಬ್ಬರಿಗಾಗಿ ಕಟ್ಟಿಕೊಂಡ ಪುಟ್ಟ ಮನೆ. ಅಲ್ಲಿ ಹಾಯಾಗಿ ಕಳೆಯಬೇಕೆಂಬ ಆಸೆ ಇತ್ತು ಅವರಿಗೆ.

"ಏನ್ಬೇಡ. ಅದನ್ನ ಯಾರಿಗಾದ್ರೂ ಬಾಡ್ಗೇ ಕೊಟ್ಟರಾಯ್ತು. ನಾವಿಬ್ರೂ ಬೆಳಿಗ್ಗೆ ಹೋದ್ರೆ ರಾತ್ರಿಗೇ ಬರೋದು. ಮನೆ ಹತ್ರ ಯಾರು... ಇರ್ತಾರೆ?" ಸೊಸೆ ತಡೆದಿದ್ದಳು. ಪೆನ್ಷನ್ ಹಣ ಬೇಕಾಬಿಟ್ಟಿ ಖರ್ಚಾಗುವುದು ಬೇಕಿರಲಿಲ್ಲ ಅವಳಿಗೆ.

"ಬರ್ತೀವಿ. ಮೊದಲು ನಿಮ್ಮ ಮಗ್ಳುನ ಭೇಟಿ ಆಗ್ಬೇಕು" ಮೇಲೆದ್ದಾಗ ಎರಡು ಕೈಗಳನ್ನು ಹಿಡಿದುಕೊಂಡರು.

"ನಂಗೆ ಈ ನರಕದಿಂದ ಪಾರಾಗ್ಬೇಕಿದೆ. ಪ್ಲೀಸ್..." ಅಂಗಲಾಚಿತು ಆ ಹಿರಿಯ ಜೀವ.

"ಖಂಡಿತ, ನಾವು ಬಂದ ವಿಷ್ಯ ಯಾರ್ಗೂ ಹೇಳ್ಬೇಡಿ. ವಿಷ್ಯ ಗುಟ್ಟಾಗಿ ಇರ್ಲಿ" ಚಂದ್ರು ಪೂರ್ತಿ ಭರವಸೆಯಿಂದ ಅವರ ಕೈಗಳನ್ನು ಅದುಮಿದ.

ಇಬ್ಬರು ನಡೆದೇ ಜನಸಂದಣಿ ಇದ್ದ ಸ್ಥಳಕ್ಕೆ ಬಂದಾಗ ಪೂರ್ತಿ ಖಾಲಿ ಆಗಿತ್ತು. ಪಕ್ಕದಲ್ಲಿ ಗಿಡ ಕೀಳುತ್ತಿದ್ದ ಒಬ್ಬನನ್ನು ಚಪ್ಪಾಳೆ ಹೊಡೆದು ಹತ್ತಿರಕ್ಕೆ ಕರೆದ ಚಂದ್ರು.

"ಆ ಮನುಷ್ಯ ನೀರು ಕುಡ್ದು ಗೆದ್ನಾ?"

ತಲೆಯ ಮೇಲಿನ ಮುಂಡನ್ನು ತೆಗೆದು ಮುಖವನ್ನೊರೆಸಿಕೊಂಡು ಹೆಗಲ ಮೇಲಾಕಿಕೊಂಡ. ರಂಜನೆ ಅನುಭವಿಸುವ ಜನರಲ್ಲಿ ಇವನು ಒಬ್ಬನಾಗಿದ್ದ. ಈಗ ಆ ಉತ್ಸಾಹ ಇರಲಿಲ್ಲ.

"ಕುಡಿದೋನು ನೆಲಕ್ಕೆ ಬಿದ್ದೋದ. ಬೋರಲು ಮಲಗ್ಗಿ ಅದುಮಿ ನೀರು ತೆಗೆದ್ರು. ಜ್ಞಾನ.... ಬರ್ಲಿಲ್ಲ... ಆಸ್ಪತ್ರೆಗೆ ತಗೊಂಡ್ಹೋದ್ರು" ಎಂದ ವಿಷಾದದಿಂದ.

ಅಹಮದ್, ಚಂದ್ರು ಆ ಪ್ರದೇಶದಲ್ಲಿನ ರೇಟು ವಿಚಾರಿಸಿಕೊಂಡೇ ಹೋಟಲ್ ಮುಟ್ಟಿದ್ದು.

ಆ ರೂಂನಲ್ಲಿ ನಾಲ್ಕು ಜನರ ಒಂದು ಮೀಟಿಂಗ್ ನಡೆದಿತ್ತು.

"ಜಸ್ಟ್ ಎ ಮಿನಿಟ್..." ಅವರುಗಳನ್ನು ಕಳಿಸಿಯೇ ಇವರತ್ತ ಗಮನ ಕೊಟ್ಟಿದ್ದು. "ಓನರ್... ಸಿಕ್ಕಿದ್ರಾ?" ಅವರ ದನಿಯಲ್ಲಿನ ಆತುರವನ್ನು ಗಮನಿಸಿದ. ತಲೆದೂಗಿದ ಚಂದ್ರು.

ವ್ಯವಹಾರವೆಲ್ಲ ಮಾತಾಡಿದ ನಂತರ "ಅವ್ರು ಊರಲಿಲ್ಲ.. ಇನ್ನೆರಡು ದಿನದಲ್ಲಿ ತಿಳಿಸ್ತೀವಿ. ನೀವು ಬೇರೆಯವ್ರನ್ನ ಕಾಂಟ್ಯಾಕ್ಟ್ ಮಾಡೋದ್ಬೇಡ" ಅವರ ಮುಂದೆ ಒಂದು ಲಕ್ಷ್ಮಣರೇಖೆ ಎಳೆದ.

ಅಹಮದ್ ತನ್ನ ತಲೆಯನ್ನೊಡಿಸಿದ. "ಬೇರೆ ಕಡೆಯಿಂದ ಪ್ರೊಪೋಸಲ್ ಇದೆ. ಒಂದೆರಡು ಲಕ್ಷಗಳು ಹೆಚ್ಚಿಗೆ ತೆರಬೇಕಾಗುತ್ತೆ. ಅಥ್ವಾ ಅದು ಬೇರೆಯವ್ರ ಪಾಲಾಗುತ್ತೆ" ಎಂದ.

ಅವನು ಕಮೀಷನ್ ಆಗಿ ಬರುವ ಹಣದ ಲೆಕ್ಕವನ್ನು ಮಾಡುತ್ತಿದ್ದ ಆಗಲೇ.

ಆದರೆ ಚಂದ್ರುವಿನ ಯೋಚನೆಯೇ ಬೇರೆ ಇತ್ತು. ಹೇಗೆ ನರಹರಿಯವರನ್ನು ಪಾರು ಮಾಡುವುದು? ಆ ಬಗ್ಗೆ ದೀರ್ಘ ಚಿಂತನೆ ನಡೆಸಿದ್ದ.

ಇಬ್ಬರು ನೇರವಾಗಿಯೇ ಮನೆಗೆ ಬಂದಿದ್ದು. ಆಕಾಶದಲ್ಲಿ ಕಪ್ಪನೆಯ ಮೋಡಗಳು ಕವಿದು ವೇಳೆಗೆ ಮೊದಲು ಮಬ್ಬು ಆವರಿಸಿತ್ತು ವಾತಾವರಣದಲ್ಲಿ ಬಾಗಿಲಿನವರೆಗೂ ಬಂದ ಅಹಮದ್ ನಿಂತ "ನಾನ್ಹೋಗ್ತೀನಿ. ಬೇಕಾದ್ರೆ... ಒಂದೆರಡು ದಿನ ರಜ ಹಾಕ್ತೀನಿ. ಹೇಳಿದಷ್ಟು ಮಾಡ್ತೀನಿ. ಏನಾದ್ರೂ ಅನ್ಕೂಲವಾಗೋ... ಹಾಗಿದ್ರೆ" ಎಂದ. ಚಂದ್ರು ಇದ್ದಿದ್ದು ಅದೇ ಗುಂಗಿನಲ್ಲಿಯೇ.

"ಅದು ಹೇಗಾದ್ರಾಗ್ಲಿ. ಅವ್ರನ್ನ ಪಾರು ಮಾಡ್ಬೇಕು. ಅವ್ರು ಹೇಳೋ ರೀತಿ ನೋಡಿದ್ರೆ... ಆ ಸೊಸೆ ನಾರಿ ರತ್ನವನ್ನು ಎದುರಿಸ್ಬೇಕಾದ್ರೆ... ಸಕಲ ಆಯುಧಗಳು, ಭೇದೋಪಾಯಗಳು ಬೇಕೂಂತ ಅನ್ನಿಸುತ್ತೆ. ನೋಡೋಣ... ಮೊದ್ಲು ಅವರ

ವಿಳಾಸ ಪತ್ತೆ ಆಗ್ಬೇಕು. ಐದು ವರ್ಷದಿಂದ ಮಗ್ಳ ಬಗ್ಗೆ ಏನು ಗೊತ್ತಿಲ್ಲಾಂತಾರೆ. ಆ ಹಿಂದಿನ ವಿಳಾಸ ಹೇಳಿರೋದು?" ತಲೆ ಕೆರೆದುಕೊಂಡ. ಆದರೂ ಸಮಸ್ಯೆಯೆಂದು ತಿಳಿಯಲಾರ. ಒಂದು ರೀತಿ ಛಲದ ವ್ಯಕ್ತಿಯೇ. ಇದನ್ನ ಹಿಂದೆ ಮೆಚ್ಚುತ್ತಿದ್ದ ರಾಧಾಕೃಷ್ಣ ಈಗ ಅದಕ್ಕೆ ಹೆದರುತ್ತಿದ್ದರು.

"ಬೆಳಿಗ್ಗೆ ನೋಡೋಣ...." ಹೊರಟ ಅಹಮದ್‌ನ ಅಂಜು ಸ್ವರ ಹಿಡಿದು ನಿಲ್ಲಿಸಿತು.

"ಕಾಫೀ.... ಕುಡ್ದು... ಹೋಗ್ಬಹ್ದು...." ಹಿತವೆನಿಸುವಂಥ ಆತ್ಮೀಯತೆ, ಸೋಗು ಇಲ್ಲದ 'ಒರಿಜಿನಲ್' ಸ್ವಭಾವ.

ಅವನ ಹೆಜ್ಜೆಗಳು ಹಿಡಿದು ನಿಂತವು.

"ಶ್ರೀಮತಿಯವ್ರ ಹುಕುಂ.... ಬಾ.... ಬಾ..." ಕೈಹಿಡಿದು ಒಳಗೆ ಎಳೆದೊಯ್ದ. ಅಚ್ಚುಕಟ್ಟಾಗಿತ್ತು ಮನೆ. ಹಾಸಿದ್ದ ಚಾಪೆಯ ಮೇಲೆ ಇಬ್ಬರು ಕುಕ್ಕರಿಸಿದಾಗ ಅಹಮದ್ ನೆನಪಿಸಿಕೊಂಡ. "ನಾವು ಇವತ್ತು ಊಟ ಮಾಡಿದ್ದೇನೋ? ಹೋಟಲ್‌ನಲ್ಲಿ ಎರ್ಡು ಬಿಸ್ಕತ್.... ಒಂದು ಟೀ...." ಉಸುರಿದ.

ಕಾಫಿಯೊಂದಿಗೆ ಬಂದ ಅಂಜು ಹಿಂದಕ್ಕೆ ಒಯ್ದಳು. ಅವಳ ಅಮ್ಮನ ಯೂನಿವರ್ಸಿಟಿಯಲ್ಲಿ ಪಾಸಾದವಳು. ಅತಿಥಿ ಸತ್ಕಾರ, ಅಭಿಮಾನ, ಆತ್ಮೀಯತೆ ಪಾಠಗಳಲ್ಲಿ ಪಾಸಾದವಳು.

ಹುಳಿಯನ್ನ, ಮೊಸರನ್ನ ಕಲೆಸಿ ಎರಡು ತಟ್ಟೆಗಳಲ್ಲಿ ಹಾಕಿಕೊಂಡು ಬಂದಾಗ ಇನ್ನೊಂದು ಅನ್ನದ ತಟ್ಟೆ ಧುತ್ತೆಂದು ಅವರ ಪಕ್ಕ ಬಂದು ಅಲಂಕರಿಸಿದಂತಾಯಿತು. ಅದು ನರಹರಿಯ ಮುಂದೆ ಕಂಡ ತಟ್ಟೆ. ನರಹರಿಯವರಿಗಾಗಿ ಸೊಸೆ ಇರಿಸಿದ್ದ ಅನ್ನದ ತಟ್ಟೆ. ಒಟ್ಟು ಅನ್ನವನ್ನು ಎರಡು ಭಾಗ ಮಾಡಿ ಒಂದು ಕಡೆ ಹುಳಿ ಒಂದು ಕಡೆ ಮಜ್ಜಿಗೆಯ ಕಾಲುವೆ ಹರಿಸಿದ್ದಳು.

"ಹೋಗೋವಾಗ ತಟ್ಟೆಗೆ ಹಾಕಿಟ್ಟು, ಅಡ್ಗೇ ಮನೆಗೆ ಬೀಗ ಹಾಕ್ಕೊಂಡ್... ಹೋಗ್ತಾಳೆ" ಅವರ ಬಿಸಿಯುಸಿರಿನ ಕಾವು ಇಲ್ಲಿವರೆಗೂ ರಾಚಿ ಬಂದಂತಾಯಿತು. ನೆನಪು ನೋಯಿಸಿತು ಅವನನ್ನ. ಅಹಮದ್ ಎದ್ದ "ಈಗ್ನೋಡು ಹೊಟ್ಟೆಯ ತಹತಹ.... ಕೈಕಾಲು" ಹೊರಗೆ ನಡೆದ.

ಹಸಿವು ಎಂಥಾ ಭಯಂಕರ! ಕಡು ಕಷ್ಟ ಅನುಭವಿಸಿರಬಹುದು. ಆದರೆ ಮಕ್ಕಳನ್ನು ಹಸಿವಿನಲ್ಲಿ ಕೆಡವಿರಲಿಲ್ಲ ರಾಧಾಕೃಷ್ಣ ದಂಪತಿಗಳು. ಸಾಮಾನ್ಯ ಜನ. ಸಾಧಾರಣ ಸ್ವಭಾವ. ಹಣ ಬೇಕೆಂಬ ಸಮಾಜದಲ್ಲಿ ಬೆಳೆಯಬೇಕೆಂಬ ಸ್ವಾರ್ಥ ಇರಬಹುದು. ಆದರೆ.... ನರಹರಿಯ ಸೊಸೆ ತೀರಾ ಹೇಸಿಗೆಯೆನಿಸಿತು.

"ಏಯ್.... ಚಂದ್ರು" ಅಹಮದ್‌ನ ಕೂಗಿಗೆ ಎದ್ದ. ಕೈ ಕಾಲು ಜೊತೆ ಮುಖವನ್ನು ಒದ್ದೆ ಮಾಡಿಕೊಂಡಿದ್ದ ಅವನು ಗೆಳೆಯನಿಗಾಗಿ ನೀರು ಸೇದಿಟ್ಟಿದ್ದ. "ಬಾ.... ಬಾ.... ನಂಗಂತೂ ಹೊಟ್ಟೆಯಲ್ಲಿ ಭೂತ ಹೊಕ್ಕಂತಾಗಿದೆ. ಅನ್ನ ದೇವರ

ಮುಂದೆ ಯಾವ ದೇವ್ರು ಇಲ್ಲ. ದೇವರು ಕೂಡ ಅನ್ನದ ರೂಪದಲ್ಲೇ ಹುಟ್ಟಿ, ಬರ್ಬೇಕೂಂತ ಗಾಂಧೀಜಿ ಹೇಳ್ತಾ ಇದ್ದಿದ್ದು ಎಷ್ಟೊಂದು ನಿಜ. ಹಸಿದವ್ನ ಮುಂದೆ ಅಲ್ಲಾ ಪ್ರತ್ಯಕ್ಷವಾದ್ರೂ ಅವ್ನು ಕೇಳೋದು... ಅನ್ನಾನೆ" ಗಡಬಡಿಸಿಕೊಂಡು ಹೇಳಿದವನ ಮುಖ ದಿಢೀರಾಗಿ ಗಂಭೀರವಾಗಿ ಮ್ಲಾನವದನಕ್ಕೆ ತಿರುಗಿದ್ದು ಚಂದ್ರುಗೆ ಆಶ್ಚರ್ಯ ತರಿಸಿತು.

"ಯಾಕೆ ಮುಖದ ಬಣ್ಣಾನೆ ಬದಲಾಯಿತಲ್ಲ, ನರಹರಿಯ ಸೊಸೆಯಂಥ ಬೀಬಿ ಬಂದ್ರೆ ಹೇಗೇಂತ ಯೋಚಿಸ್ತಾ... ಇದ್ದೀಯಾ?" ತಮಾಷೆ ಮಾಡಿದಾಗ ಅಲ್ಲವೆಂದು ತಲೆಯಾಡಿಸಿದವನು ಗೆಳೆಯನ ಕೈ ಹಿಡಿದುಕೊಂಡ. "ಅಂದಿನ ಹಸಿವೆ ದಿನಗಳಲ್ಲಿ ನೀನು ನಂಗೆ... ಹಣವಿಲ್ದೇ ಅನ್ನ ಕೊಟ್ಟು ಕೆಲವು ಸಲ ಬೈಸಿಕೊಂಡಿದ್ದೀಯ. ಅದು ನೆನಪಾದ್ರೆ.... ನನ್ನ ಚಂದ್ರು ಆಕಾಶದೆತ್ತರ ಬೆಳ್ದುಬಿಡ್ತಾನೆ" ಎಂದ ಭಾರವಾದ ಕಂಠದಿಂದ.

"ಸಾಕು ನಡೀ, ಇವೆಲ್ಲ ನನ್ನ ನಿನ್ನ ನಡ್ವೇ ಬೇಡ" ಎಂದ ಸಹಜವಾಗಿ.

"ಥ್ಯಾಂಕ್ಯೂ ಯಾರ್, ಆ ದೊಡ್ಡತನ ನಿಂಗಿದೆ" ತುಂಬಿಟ್ಟ ಬಕೆಟ್‌ನ ನೀರನ್ನು ಅವನ ಕೈಗಳಿಗೆ ಸುರಿದ ಅಹಮದ್.

ಆರಾಮಾಗಿ ನಿಧಾನವಾಗಿ ಮುಗಿಸಿದರು, ತಟ್ಟೆಯಲ್ಲಿನ ಅನ್ನವನ್ನು. ಅಂತು ಹೊಟ್ಟೆ ತೃಪ್ತಿಗೊಂಡಿತು.

ಅಹಮದ್‌ನ ಗೇಟಿನವರೆಗೂ ಬಿಟ್ಟು ಹಿಂದಿರುಗುವಾಗಲೇ 'ಪಟ್' ಎಂದು ಒಂದು ಮಳೆಯ ಹನಿ ರಾಚಿತು ಅವನ ಕೆನ್ನೆಯ ಮೇಲೆ. ಮಳೆಯ ಅಪಾಯ... ಇಡೀ ಮನೆ ತೊಟ್ಟಿಕುತ್ತಿತ್ತು.

ಒಳಗೆ ಬಂದ ನಂತರ ಖಾಲಿ ಹಾಳೆಯನ್ನ ಮುಂದೆ ಹಾಕಿಕೊಂಡು ಒಂದು ಹೆಣ್ಣಿನ ಚಿತ್ರ ಬಿಡಿಸಿ ಅದಕ್ಕೆ ಕೆದರಿದ ಒರಟು ಕೂದಲು ಜೊತೆ ಕೋರೆ ಹಲ್ಲುಗಳನ್ನು ಬಿಡಿಸಿ ಭೀಕರತೆಯನ್ನು ಸೃಷ್ಟಿಸಿದ.

"ಅಂಜು....ಇಲ್ಬಾ" ಕೂಗಿದವನು ಅವಳ ಮುಂದಿಟ್ಟ ಆ ಹಾಳೆಯನ್ನು. "ನಿಂಗೆ.... ಏನು ಅನ್ನಿಸುತ್ತೆ?" ರೆಪ್ಪೆಗಳು ಪಟಪಟನೆ ಬಡಿದುಕೊಂಡವು. 'ಯಾರನ್ನ ಮನಸ್ಸಿನಲ್ಲಿಟ್ಕೊಂಡ್ ಈ ಚಿತ್ರ ರಚಿಸಿದ್ದು?' ಸ್ವಲ್ಪ ತಬ್ಬಿಬ್ಬಾಯಿತು ಅವಳಿಗೆ.

ಎಲ್ಲಾ ವಿವರಿಸಿದ. ಕೆಲವನ್ನ ಬಿಟ್ಟು.

ಅವಳದು ಮೆಟೀರಿಯಲಿಸ್ಟಿಕ್ ಮೈಂಡ್ ಅಲ್ಲ. ತಕ್ಷಣ ಪ್ರತಿಕ್ರಿಯಿಸಿದಳು. "ನಾವು ಯಾಕೆ ಅವ್ರನ್ನ ತಂದು ಮನೆಯಲ್ಲಿ ಇಟ್ಕೋಬಾರ್ದು?" ತುಂಬಿದ ಮನೆಯಲ್ಲಿ ಬೆಳೆದವಳು. ಹಿರಿಯರನ್ನು ಬಯಸಿತು ಮನೆಗೆ.

"ಈ ರಾಕ್ಷಸಿ ಬೆನ್ನಟ್ಟಿಕೊಂಡ್ಬರ್ತಾಳೆ. ಅವ್ರಿಗೂ ಬೇರೆಯವ್ರ ಮನೆಯಂದ್ರೆ ಸಂಕೋಚ. ಮಗ್ಳು ಮನೆಯಲ್ಲಾದ್ರೆ.... ಸುಖವಾಗಿರಬಹುದೇನೋ!"

ಮನಃಪೂರ್ವಕವಾಗಿ ಅವನೇನು ಹೇಳಲಿಲ್ಲ.

ಸ್ವಂತ ವಿಷಯಗಳನ್ನು ಬಿಟ್ಟು ಇಡೀ ರಾತ್ರಿ ನರಹರಿಯ ವಿಷಯವನ್ನು ಯೋಚಿಸಿದರು ಇಬ್ಬರೂನು.

ತುಂಬಿದ ಮನೆ, ಒಳಗೆ ನೆಂಟರಿಷ್ಟರು ಜಾಸ್ತಿ. ಯಾರಾದರೂ ತುಂಬಿಕೊಂಡೇ ಇರುತ್ತಿದ್ದರು. ಅಂಥ ಮನೆಯಲ್ಲಿ ಬೆಳೆದವಳು ಅಂಜು. ಇಲ್ಲಿ ಒಂದು ರೀತಿ ಒಂಟಿ ಪಕ್ಷಿ. ಜನರನ್ನು ಬಯಸಿತು ಅವಳ ಮನ.

ತಲೆ ಬಾಚುತ್ತ ಒಂದು ದಿನ ಅವಳಮ್ಮ "ಅವ್ರ ಮನೆಯಲ್ಲು ಆಳುಕಾಳುಗಳ ಜೊತೆ..... ನಿಂಗೊಬ್ಬ ನಾದಿನಿ ಇದ್ದಾಳೆ. ತುಂಬ ಒಳ್ಳೇ ಹುಡ್ಗಿ. ಚೆನ್ನಾಗಿ ಹೊಂದಿಕೋತಾಳೆ." ಅವಳ ಮುಂದೆ ಶಿಲ್ಪಾಳ ಕನಸನ್ನು ಇಟ್ಟಿದರು. ಹಂಬಲಿಸುತ್ತಿತ್ತು ಅವಳ ಒಡನಾಟಕ್ಕೆ ಕೂಡ.

* * *

ರಾಧಾಕೃಷ್ಣ ಮಗನಿಲ್ಲದ ಟೆನ್ಷನ್ ತಾಳಿಕೊಳ್ಳಲು ಕಷ್ಟಪಟ್ಟರೂ ನಂತರ ಹೊಂದಿಕೊಂಡರು. ಕಷ್ಟಪಟ್ಟು ಕಟ್ಟಿದ ಸಾಮ್ರಾಜ್ಯ ಅದು ಉಳೀಬೇಕು, ಬೆಳೀಬೇಕು. ಯಾರಿಗೆ ಆ ಯೋಚನೆ ಇತ್ತೋ ಇಲ್ಲವೋ ಅವರಿಗಂತೂ ಇತ್ತು.

ಬೆಳಗಿನ ವಾಕ್ ಮುಗಿಸಿಕೊಂಡು ಬರುವ ವೇಳೆಗೆ ಡಾಕ್ಟರ್ ಕಾದು ಕೂತಿದ್ದರು. "ಸಾರಿ, ಹತ್ತು ನಿಮಿಷ ನಾನೇ ಲೇಟು. ಒಬ್ಬ ದೋಸ್ತಿ ಸಿಕ್ಕಿ ಲೇಟಾಯ್ತು. ಹೇಗಿದ್ದೀರಾ?" ಅವರನ್ನೇ ವಿಚಾರಿಸುತ್ತ ಕೂತಾಗ ನಕ್ಕುಬಿಟ್ಟರು.

"ಈಗ್ಗೇಳ್ತೀನಿ......" ಬ್ಲಡ್ ಪ್ರೆಷರ್ ಚೆಕಿಂಗ್ ಆಪರೇಟಸ್ ಹೊರಗೆ ತೆಗೆದರು.

ಹತ್ತು ನಿಮಿಷದ ಚೆಕ್‌ಅಪ್ ನಂತರ "ನಥಿಂಗ್ ಟು ವರೀ. ಒಂದಿಷ್ಟು ಕಂಪ್ಲೀಟ್ ರೆಸ್ಟ್ ಜೊತೆ ಸಮ್ ಚೇಂಜ್ ಕೂಡ ಬೇಕು. ಹೇಗೂ ನಮ್ಮ ಫ್ಯಾಮಿಲಿ ಮಡಿಕೇರಿಗೆ ಹೋಗ್ತಾ ಇದ್ದೀವಿ. ತುಂಬ ಗುಡ್ ಪ್ಲೇಸ್. ಯು ವಿಲ್ ಲೈಕ್ ಇಟ್. ನೀವು.... ಬನ್ನಿ" ಒಂದು ಆಹ್ವಾನವನ್ನು ಕೂಡ ಕೊಟ್ಟರು ಡಾಕ್ಟರ್.

ಈ ಫ್ಯಾಮಿಲಿಯ ಡಾಕ್ಟರ್ ಅವರು. ವಾರಕ್ಕೆರಡು ಸಲ ಬರುವುದಿತ್ತು. ಪಾರ್ಟಿಗಳಲ್ಲಿ ಆಗಾಗ ಮೀಟ್ ಮಾಡುತ್ತಿದ್ದರಿಂದ ಪರಿಚಯ ಹೆಚ್ಚಾಗಿ ಬೆಳೆದು ಸ್ವಲ್ಪ ಸ್ನೇಹವಾಗಿ ಏನಾದರೂ ಹೇಳುವ ಅಧಿಕಾರ ಪಡೆದುಕೊಂಡಿದ್ದರು.

ಆ ಆಹ್ವಾನ ರಾಧಾಕೃಷ್ಣ ಅರಗಿಸಿಕೊಳ್ಳಲಾರದೆ ಹೋದರು. ಬಹುಶಃ ಚಂದ್ರು ಇದ್ದಿದ್ದರೆ ಈ ಆಹ್ವಾನ ಒಪ್ಪಿಕೊಳ್ಳುವುದು ಕಷ್ಟವೇನೂ ಆಗುತ್ತಿರಲಿಲ್ಲ. ಈಗ ಸಾಧ್ಯವಿಲ್ಲ.

"ಈಗೆಲ್ಲಿ ನಿಮ್ಮಷ್ಟು ಪುಣ್ಯ ನಾವು ಕೇಳ್ಕೊಂಡ್.... ಬರ್ಬೇಕಲ್ಲ ಇನ್ನೊಮ್ಮೆ... ಬರ್ತಿನಿ ಹೆಂಡ್ತಿ ಸಮೇತ" ನಗೆಯಾಡಿದರು.

ಇತ್ತೀಚಿನ ಬೆಳವಣಿಗೆ ಡಾಕ್ಟರ್‌ಗೆ ಗೊತ್ತು. ಪ್ರಸ್ತಾಪಿಸಲು ಹಿಂಜರಿಕೆ. ಇಂಥ

ಸಿಟಿ ಪ್ರದೇಶದಲ್ಲಿದ್ದು ಸಾಕಷ್ಟು ಪ್ರತಿಷ್ಠಿತರ ಪರಿಚಯವಿದ್ದು ಸೋನಾಪುರದಂಥ ಊರಿನಲ್ಲಿ ಹೋಗಿ ಹೆಣ್ಣು ನಿಶ್ಚಯಿಸಿಕೊಂಡು ಬಂದಾಗ ಎಲ್ಲರಿಗೂ ಆಶ್ಚರ್ಯ.

ಲಾಯರ್ ಅವಿನಾಶ್ ಕ್ಲಬ್‌ನಲ್ಲಿ ಒಂದು ಪೆಗ್ ಏರಿಸಿಯೇ ನುಡಿದಿದ್ದರು. "ನೋ ಡೌಟ್, ಪಟ್ಟಣದ ಶ್ರೀಮಂತಿಕೆ ಕಾರು, ಫ್ರಿಜ್, ಸೋಫಾಸೆಟ್, ವಿ.ಸಿ.ಆರ್.ನಲ್ಲಿ ಮುಗ್ದುಹೋಗುತ್ತೆ. ಆದರೆ.... ಗ್ರಾಮಾಂತರ ಪ್ರದೇಶದ ವಿಷ್ಯ ಹಾಗಲ್ಲ. ಹೊರನೋಟಕ್ಕೆ ಸಾಮಾನ್ಯವಾಗಿ ಕಂಡ ಜನ ಸಾವಿರಾರು ಎಕರೆ ಭೂಮಿ, ತೋಟಕ್ಕೆ ಮಾಲೀಕರಾಗಿರ್ತಾರೆ. ಲಕ್ಷ್ಮಿ ಕಬ್ಬಿಣದ ಪೆಟ್ಟಿಗೆಯಲ್ಲಿ ಮಗುಮ್ಮಾಗಿ ಕೂತಿರ್ತಾಳೆ. ಈ ಸೀಕ್ರೆಟ್ ರಾಧಾಕೃಷ್ಣ ಅಂತ, ಚಾಣಕ್ಯರಿಗೆ ಗೊತ್ತು" ಲಾಜಿಕ್ ಮಾಡಿದ್ದರು. ಇದು ಎಲ್ಲರಿಗೂ ಸರಿಯೆನಿಸುತ್ತೆ.

ಆದರೆ ಆಮೇಲಿನ ವಿದ್ಯಮಾನಗಳು ಎಡವಟ್ಟಾಗಿ ಯಾವುದು, ಏನು ಯಾರಿಗೂ ಅರ್ಥವಾಗಿರಲಿಲ್ಲ.

ಟೀ ಹಿಡಿದು ಬಂದ ಕುಕ್ ಹಿಂದೆಯೇ ಬಂದ ಯಶೋದಮ್ಮ ತೋಡಿಕೊಂಡರು. "ಈಚೆಗೆ ವಿಪರೀತ ಕೋಪ ಡಾಕ್ಟ್ರೆ. ಪ್ರತಿಯೊಂದಕ್ಕೂ ರೇಗಾಡ್ತಾರೆ. ಸುಮ್ನೆ ಬಿ.ಪಿ. ಜಾಸ್ತಿ ಮಾಡ್ಕೋತಾರೆ. ನೀವಾದ್ರೂ... ಹೇಳಿ" ನಿವೇದನೆ ಮಾಡಿಕೊಂಡರು. ಪದೇ ಪದೇ ಬರುತ್ತಿದ್ದ ಡಾಕ್ಟರಲ್ಲಿ ನೆಂಟರಿಷ್ಟರಲ್ಲಿ ಬೆಳೆಯುವಂಥ ವಿಶ್ವಾಸ ಬೆಳೆದಿತ್ತು.

ಏನೋ ಹೇಳಲು ಹೊರಟ ಡಾಕ್ಟರ್ ರಾಧಾಕೃಷ್ಣ ಮುಖ ನೋಡಿ ತೆಪ್ಪಗಾದರು. ಕಣ್ಣಲ್ಲಿಯೇ ಹೆಂಡತಿಯನ್ನು ಗದರುತ್ತಿದ್ದರವರು.

"ಎಲ್ಲಾ ಹೇಳಿದ್ದೀನಿ. ಈಗ ಮೊದ್ಲಿನ ಹಾಗಲ್ಲ. ಕಾಂಪಿಟೇಷನ್ ಜಾಸ್ತಿ. ಆ ಟೆನ್ಷನ್ನಿಂದ ತಪ್ಪಿಸಿಕೊಳ್ಳೋಕಾಗೋಲ್ಲ ಆರೋಗ್ಯ ಎಲ್ಲಕ್ಕಿಂತ ಇಂಪಾರ್ಟೆಂಟ್ ಅಂತ ಯಜಮಾನ್ರು ಅರ್ಥಮಾಡ್ಕೋಬೇಕಷ್ಟೆ. ನಾವು ಮಡಕೇರಿಗೆ ಹೋಗ್ತಾ ಇದ್ದೀವಿ. ನೀವುಗಳು ಒಂದು ಪ್ರೋಗ್ರಾಂ ಹಾಕ್ಕೊಳ್ಳಿ" ತಮ್ಮ ಕಿಟ್ ಸರಿಮಾಡ್ಕೊಂಡು ಸ್ಟೆಥೋಸ್ಕೋಪ್ ಜೇಬಿಗೆ ಸೇರಿಸಿ ಮೇಲೆದ್ದರು.

ಡಾಕ್ಟರ್ ಹೊರಟ ಮೇಲೆ ಹೆಂಡತಿಯನ್ನು ತರಾಟೆಗೆ ತೆಗೆದುಕೊಂಡರು. "ಸ್ವಲ್ಪ ಕೂಡ ಕಾಮನ್ಸೆನ್ಸ್ ಇಲ್ಲ ನಿಂಗೆ. ಒಳ್ಗೇ ಕೂತು ಟಿ.ವಿ. ನೋಡ್ಕೊಂಡ್ ರೇಷ್ಮೆ ಸೀರೆ, ಕಾರಿನ ಓಡಾಟ ಇಷ್ಟೇ ಜಗತ್ತೂಂತ ತಿಳ್ಕೊಂಡಿದ್ದೀಯಾ. ಇದ್ನ ಉಳ್ಸಿಕೊಳ್ಳೋಕೆ ಎಷ್ಟೊಂದು ಪಡಿಪಾಟಲು ಪಡ್ಬೇಕು. ಏರಿದ ಏಣಿನ ಯಾರಾದ್ರೂ ಸ್ವಲ್ಪ ನೂಕಿದ್ರೂ... ಭೂಶಾಯಿಯಾಗ್ಬೇಕಾಗುತ್ತೆ" ರೇಗಾಡಿದರು.

ಆಕೆ ಒಂದಿಷ್ಟು ಕಣ್ಣೀರು ಸುರಿಸಿದರಷ್ಟೆ. ಕೆಲಸ ಮಾಡುವ ಉತ್ಸಾಹವಿದ್ದರೂ ವಯಸ್ಸು, ದಣಿದ ದೇಹ ಸಹಕಾರ ನೀಡುತ್ತಿಲ್ಲವೆಂದು ಆಕೆಗೂ ಗೊತ್ತು.

"ನೀವೇ ಚಂದ್ರುಗೆ ಹೇಳಿಕಳ್ಸೀ. ಒಬ್ರ ಕೈಯಲ್ಲೇ ಇಷ್ಟೆಲ್ಲ ಸಾಧ್ಯವಿಲ್ಲ" ಭಯಪಡುತ್ತಲೇ ಅಂದರು. ರಾಧಾಕೃಷ್ಣ ಕಣ್ಣುಗಳು ಕೆಂಪಗಾದವು. "ಛಿ, ಎಂಥ ಸಲಹೆ ನೀನು ನಂಗೆ ಕೊಡೋದು! ಸೆಡ್ಡೊಡೆದು ಮದ್ವೆಯಾದ. ಬರಲೀ....

ಅವನಾಗೇ. ಸಮಾಜದಲ್ಲಿ ಮುಖ ತಗ್ಗಿಸೋ ಹಾಗೆ ಮಾಡ್ಬಿಟ್ಟ. ನಾನು ಸತ್ರೂ.... ರಾಜಿಯಾಗೋಲ್ಲ" ಗುಡುಗಿದರು.

ಸುಸ್ತಾದಂತೆ ಕೂತರು ಯಶೋದಮ್ಮ. ಮಗನಿಗಾಗಿ ಆಕೆಯ ಹೃದಯ ಹಂಬಲಿಸುತ್ತಿತ್ತು. ತಂದೆ, ಮಗನ ಹಟದ ಮಧ್ಯೆ ಹೆಂಡತಿಯ ಮುಖ ನೋಡಿ ರಾಧಾಕೃಷ್ಣಗೆ ಅಯ್ಯೋ ಅನ್ನಿಸಿತು. ಈ ಸ್ಟೇಜ್‌ಗೆ ಬರಲು ಹೆಂಡತಿಯ ಸಹಕಾರವೇ ಕಾರಣವೆಂದು ಅವರಿಗೆ ಗೊತ್ತು. ನೋಯಿಸಲಾರರು.

"ಏನೇನೋ ಮಾತಾಡ್ದೇ ಯಶೋದಾ" ಹೆಂಡತಿಯ ಪಕ್ಕ ಕೂತು ಬಾಹುಗಳಲ್ಲಿ ಅಡಗಿಸಿಕೊಂಡು ಎದೆಗಾನಿಸಿಕೊಂಡರು.

"ನೀನೇನು ಯೋಚ್ನೇ ಮಾಡ್ಬೇಡ. ಅವ್ನ ಮೇಲೆ ನಂಗೇನೂ ಪ್ರೀತಿ ಇಲ್ವಾ. ನಾರಾಯಣ್ ಕಡೆಯಿಂದ ಯಾವ ಹೆಲ್ಪ್ ಸಿಕ್ಕಲಾರ್ದು. ಸಹಾಯ ಮಾಡೋ ಸ್ನೇಹಿತರಂತು ಈ ದಿನಗಳಲ್ಲಿ ಇಲ್ಲ. ಒಂದಿಷ್ಟು ಹಣ ಇರ್‍ಬಹ್ದು. ಖರ್ಚಾದ್ಮೇಲೆ... ಬರ್ತಾನೆ. ಚಿಕ್ಕಂದಿನ ಕಷ್ಟದ ದಿನಗಳ್ನ ಮರೆತಿದ್ದಾನೆ. ಅನ್ನದೇವ್ರ ಮುಂದೆ ಯಾವ ದೇವ್ರು ಇಲ್ಲ, ಅವ್ನಿಗೆ ತನ್ನ ತಪ್ಪಿನ ಅರಿವಾಗ್ಲೀ... ಅದ್ವರ್ಗೂ.... ಕಾಯೋಣ" ಹೆಂಡತಿಯ ಮುಂಗುರುಗಳಲ್ಲಿ ಬೆರಳುಗಳನ್ನಾಡಿಸಿದರು. ಈಚೆಗೆ ಇಂಥ ಕ್ಷಣಗಳು ಕೂಡ ಅಪರೂಪವೆ. ಕಣ್ಣೀರು ತೊಡೆದುಕೊಂಡರು ಆಕೆ.

ತಮ್ಮ ಮನದ ಅನುಮಾನವನ್ನು ಹೆಂಡತಿಯ ಮುಂದಿಟ್ಟರು. "ನಂಗೆ ಒಂದು ಅನುಮಾನ ಯಶೋದ. ಅವ್ನ ಆಕೌಂಟ್‌ಗಳಲ್ಲಿ ನಯಾಪೈಸಾ ಹಣ ತೆಗೆದಿಲ್ಲ. ನನ್ನ ಅವ್ನ ಮಾತುಕತೆಗಳಾದ್ಮೇಲೆ ಇಷ್ಟು ಧೈರ್ಯಕ್ಕೆ ನಮ್ಗೆ ತಿಳಿದಂಗೆ ಅವನೇನಾದ್ರೂ ಹಣ ಮಾಡೊಂಡಿದ್ನಾ."

"ಛೆ, ಚಂದ್ರು ಬಗ್ಗೆ ಎಂಥ ಮಾತು! ಇನ್ನು ನಿಮ್ಮ ದೊಡ್ಡ ಮಗನಲ್ಲಿ ಕೆಲವು ಕಲ್ಯಾಣ ಗುಣಗಳು ಇದ್ವು. ಜಾಲಿ ಪ್ರೇಮಾಂತ ಒಂದಿಷ್ಟು ಹಣ ಹಾಳು ಮಾಡ್ದ. ಓಡಾಡಿದ ಹುಡ್ಗೀಗೂ ಮೋಸ ಮಾಡಿ ನೀವು ತೋರ್ಸಿದ ಹೆಣ್ಣಿಗೆ ತಾಳಿ ಕಟ್ಟಿದ. ಇವ್ನು..... ಹಾಗಲ್ಲ, ಅವ್ನಿಗೂ ಒಳ್ಳೆಯ ಮನಸ್ಸಿದೆ, ಹೃದಯ ಇದೆ" ಚಂದ್ರುವನ್ನು ನೆನೆಸಿಕೊಂಡು ಅತ್ತುಬಿಟ್ಟರು ಯಶೋದ.

"ಅಳ್ಬೇಡ.... ಬಿಡು, ನಂಗೆ ಸ್ವಲ್ಪ ವ್ಯಾವಹಾರಿಕ ಮೈಂಡ್ ಇದ್ರು. ಕಣ್ಣು ಕುರುಡಾಗ್ಬಹ್ದು. ತಾಯಿಯ ಕರುಳು ಹಾಗಲ್ಲ?" ಹೆಂಡತಿಯನ್ನು ಸಂತೈಸಿದರು.

ಮನದ ಲೆಕ್ಕ ಬೇರೆಯೇ ಇತ್ತು. 'ಅಮೃತ' ಗ್ರೂಪ್ ಆಫ್ ಹೋಟಲ್ಸ್‌ನ ನರೇಶ್ ಧಾವನ್ ಒಂದು ಇಚ್ಛೆ ವ್ಯಕ್ತಪಡಿಸಿದ್ದರು.

"ಸ್ನೇಹ ಯಾಕೆ ಸಂಬಂಧದಲ್ಲಿ ಮುಕ್ತಾಯವಾಗ್ಬಾರ್ದು? ಐಯಾಮ್ ಓಕೆ" ಕೈ ಬೆಸೆದಿದ್ದರು.

ಅವರಿಗೆ ವಿಷಯವೇನು ತಿಳಿದಿರಲಿಲ್ಲ. ಅವರ ಫ್ಯಾಮಿಲಿ ವಿದೇಶದಲ್ಲಿ ಇದ್ದುದರಿಂದ ಭಾರತಕ್ಕೆ ಆಗಾಗ ಬಂದು ಹೋಗುವ ಗೆಸ್ಟ್ ಅಷ್ಟೆ.

ಎದ್ದು ವರಾಂಡದವರೆಗೂ ಬಂದವರು ಹೆಂಡತಿಯ ಪಕ್ಕ ಕೂತು ಭುಜದ ಮೇಲೆ ಕೈ ಇಟ್ಟರು. "ನನ್ನ ಪ್ರಕಾರ ಚಂದ್ರು ಖಂಡಿತ ಬುದ್ದಿವಂತನಲ್ಲ!" ಎಂದಾಗ ಆಕೆಗೇನು ತೋರಲಿಲ್ಲ.

ಹಿರಿಯ ಮಗನಿಗಿಂತ ಓದಿನಲ್ಲಿ ಮಿಕ್ಕ ವಿಷಯದಲ್ಲಿ ಕಿರಿಯ ಬುದ್ಧಿವಂತನೆಂದು ಆಕೆಯ ನಂಬಿಕೆ.

"ನಂಗೆ..... ಅರ್ಥವಾಗ್ಲಿಲ್ಲ!" ಎಂದರು.

ಅಮೃತ ಗ್ರೂಪ್ ಆಫ್ ಹೋಟಲ್ಸ್‌ನವರ ಶ್ರೀಮಂತಿಕೆಯನ್ನ ಮೊದಲು ಬಣ್ಣಿಸಿ ನಂತರ ಬೀರುವಿನ ಮೂಲೆಯಲ್ಲಿದ್ದ ಒಂದು ಡಬ್ಬಿಯನ್ನು ತೆಗೆದು ಆಕೆಯ ಮುಂದಿಟ್ಟರು.

"ದಿನ ರಾತ್ರಿ ರೂಪಾಯಿ ಪೈಸಾಗಳ್ನ ಎಣ್ಣಿ ಎಣಿಸಿ ಇದ್ರಲ್ಲೇ ಹಾಕ್ತ ಇದ್ದಿದ್ದು. ಒಂದೋ, ಎಡ್ರೋ ರೂಪಾಯಿ ಕಮ್ಮಿ ಆಯ್ತು ಅಂದ ದಿನ.... ಆ ರಾತ್ರಿ ನಿದ್ದೆ ಬರ್ತಾ ಇರ್ಲಿಲ್ಲ. ಒಂದು ಡಬ್ಬಿ ಚಿತ್ರಾನ್ನದಲ್ಲಿ ಇಷ್ಟೇ ಮಾಡ್ಬೇಕೂಂತ ಲೆಕ್ಕ ಇರ್ತಾ ಇತ್ತು. ಒಂದೊಂದು ರೂಪಾಯಿ ಸಂಪಾದ್ನೇ ಕೂಡ ಎಷ್ಟೊಂದು ಕಷ್ಟ" ದೀರ್ಘವಾದ ಪೀಠಿಕೆಯನ್ನು ಷುರು ಮಾಡಿದರು.

"ನರೇಶ್ ಧಾವನ್ ಅವ್ರ ಮಗ್ಳನ ನಮ್ಮ ಮನೆಗೆ ಕೊಡೋ ಇಚ್ಛೆ ವ್ಯಕ್ತಪಡಿಸಿದ್ದಾರೆ. ನಮ್ಮ ಸ್ಟೇಟಸ್ ಬೆಳೀತಾ ಇತ್ತು ಆಕಾಶದವರ್ಗೂ. ನಂದೇ ಅಸಲು ತಪ್ಪು. ತಲೆ ಕೆಟ್ಟು ಮಾಡ್ದ ಹೊಂಡದಲ್ಲಿ ಅವ್ನು ಜಿಗಿದುಬಿಡೋದಾ! ಇಂಥವ್ನ ಬುದ್ಧಿವಂತ ಅನ್ನೋಕ್ಕಾಗುತ್ತ?" ತಮ್ಮ ಕೋಪ, ಚಡಪಡಿಕೆಯ ಮುಖ್ಯ ಕಾರಣ ವಿವರಿಸಿದರು.

ಆಕೆಯೇನು ಮಾತಾಡಿಯಾರು? ಅನಾಯಾಸವಾಗಿ ಇಂಥ ಸಂಬಂಧ ಸಿಕ್ಕಿ ಮಗ ಬೆಳೆದರೆ ತಾಯಿಗೆ ಸಂತೋಷವಲ್ಲವೆ–ನಿಟ್ಟುಸಿರಿಟ್ಟರು ಆಕೆ ಅಷ್ಟೆ.

ಆಕೆ ಇಡೀ ರಾತ್ರಿಯೆಲ್ಲ ನಿದ್ದೆಗೆಟ್ಟು ಸುಡುತ್ತಿದ್ದ ಚಪಾತಿಗಳು, ಬಸಿಯುತ್ತಿದ್ದ ಅನ್ನದ ನೆನಪಾಗಿ ಹೆದರಿದರು. ಮನದ ಎಲ್ಲೋ ಒಂದು ಮೂಲೆಯಲ್ಲಿ ಆಸೆಯ ಮೊಳಕೆಯೊಡೆಯಿತು.

"ಇಗೇನ್ಮಾಡೋಕೆ.... ಸಾಧ್ಯ?" ಆಕೆಯ ದನಿಯಲ್ಲಿ ನಿರಾಸೆ ಇತ್ತು.

ರಾಧಾಕೃಷ್ಣ ಗಂಭೀರವಾದರು. ಇಡೀ ಪ್ರಕರಣದಲ್ಲಿ ನಾರಾಯಣ್ ಕೂಡ ಇವರಷ್ಟೇ ನಿಸ್ಸಹಾಯಕರು, ನಿರಪರಾಧಿಗಳು. ಆದರೆ ಗೆದ್ದದ್ದು ಅವರೇ ಎನ್ನುವ ತಳಮಳ ಇವರದು.

"ನೋಡೋಣ....." ಮುಂದಿನ ಆಫೀಸ್ ರೂಂಗೆ ಬರುವ ವೇಳೆಗೆ ದಾಸ್ ಬದಲು ಚೂಡಶಂಕರ್ ಕಾದಿದ್ದ. ಹೋಟಲ್ ಶಿಲ್ಪಾ ಮ್ಯಾನೇಜರ್. ಚಾಣಕ್ಯ... ತನಗೇ ಅನುಕೂಲವಾಗುವ ಆಗಿದ್ದರೆ, ಶ್ರಮ, ಬುದ್ಧಿ ಎರಡು ಉಪಯೋಗಿಸುತ್ತಿದ್ದ.

ತೀರಾ ನಮ್ರತೆಯ ಭಂಗಿಯಲ್ಲಿ "ಒಂದು ಅರ್ಜೆಂಟ್ ನ್ಯೂಸ್ ಇತ್ತು..."

ರಾಧಾಕೃಷ್ಣ ಹುಬ್ಬುಗಳು ಬೆಸೆದುಕೊಂಡವು. ಹೆಚ್ಚು ಸಲಿಗೆ ಕೊಡಲಾರರು. ಕಣ್ಣಲ್ಲಿಯೇ ಹೇಳು ಅಂದರು. ಇನ್ನಷ್ಟು ಮುದುರಿದ.

ನರೇಶ್ ಧಾವನ್ ತಮ್ಮ ಮಗಳನ್ನ ಇವರ ಮಗನಿಗೆ ಕೊಡುವ ವಿಷಯವನ್ನು ಮೊನ್ನೆ ಮುಂಬಯಿಯಲ್ಲಿ ನಡೆದ ತಮ್ಮ ಹತ್ತಿರದ ಸಂಬಂಧಿ ಕಾರ್ಡಿಯಾಲಜಿಸ್ಟ್ ಯು.ಪಿ. ಧಾವನ್ 'ಥ್ಯಾಂಕ್ಸ್ ಗಿವಿಂಗ್ ಡೇ' ಸಂದರ್ಭದಲ್ಲಿ ಪ್ರಕಟಪಡಿಸಿದ ವಿಷಯವನ್ನು ಅವರ ಪಿ.ಎ. ಗುಂಡು ಹಾಕಿದ ಸಂದರ್ಭದಲ್ಲಿ ಎಲ್ಲೋ ಉಸುರಿದ ವಿಷಯವನ್ನು ಸಂಗ್ರಹಿಸಿದ್ದ.

ಅದನ್ನು ಇಲ್ಲಿ ಬಿಚ್ಚಿಟ್ಟು ಯಜಮಾನನ ಮೆಚ್ಚಿಗೆಗೆ ಪಾತ್ರನಾಗಲು ಹವಣಿಸಿದ. ಗಂಟಲಲ್ಲಿ ಏನೋ ಸಿಕ್ಕಿಕೊಂಡಂತಾಯಿತು ರಾಧಾಕೃಷ್ಣರಿಗೆ. ಉಗುಳಲಾರದ, ನುಂಗಲಾರದ ಸ್ಥಿತಿ. ವರ್ತುಲದ ಮಧ್ಯೆ ಬಂದಿಯೆನಿಸಿತು. ಈ ಸಂಬಂಧ ಅವರನ್ನು ಸ್ಟೇಟ್ಸ್‌ನಿಂದ ನ್ಯಾಷನಲ್ ಮಟ್ಟಕ್ಕೆ ಒಯ್ಯುವುದು ಮಾತ್ರವಲ್ಲ ಅಂತರರಾಷ್ಟ್ರೀಯ ಫಿಗರ್ ಆಗಬಹುದಿತ್ತು.

"ನೀನ್ಹೋಗು...." ಅವನನ್ನು ಕಳಿಹಿಸಿದರು.

ದಿವಾನ್‌ಖಾನೆಯ ಮೇಲೆ ಉರುಳಿಕೊಂಡರು. ಸುಸ್ತೆನಿಸಿತು. ತಲೆಯ ನರಗಳಲ್ಲಿ ಬಿಗಿತವುಂಟಾಯಿತು. 'ಬಿ ಕೇರ್‌ಫುಲ್ ಎಲ್ಲಕ್ಕಿಂತ ಆರೋಗ್ಯ ಮುಖ್ಯ' ಡಾಕ್ಟರರ ಎಚ್ಚರಿಕೆ. ಮಾತ್ರೆ ನುಂಗಿ ಇಡೀ ದಿನ ರೆಸ್ಟ್ ತೆಗೆದುಕೊಂಡರು.

* * *

ರಾತ್ರಿ ಬಂದ ದಾಸ್ ಮೇಲೆ ಕೂಗಾಡಿದರು. "ನಿಂಗೆ ವಹಿಸಿದ ಕೆಲ್ಸ ಏನಾಯ್ತು?" ಅವನು ತಬ್ಬಿಬ್ಬಾದ. ಅಂಥ ಮಹತ್ವವಾದ ವಿಷಯವೇನು ಇರಲಿಲ್ಲ. ತೀರಾ ಸರಳವಾಗಿ ಓಡಾಡಿಕೊಂಡಿದ್ದ ಚಂದ್ರು.

ಒಣಗಿದ ತುಟಿಗಳನ್ನು ಸವರಿಕೊಂಡ "ಅಂಥ ವಿಶೇಷವೇನಿಲ್ಲ ಒಂದು ನಾಲ್ಕು ದಿನ ಲಾಯರ್ ಆಫೀಸ್‌ನಲ್ಲಿ ಟೈಪಿಂಗ್‌ಗೆ ಹೋಗ್ತಾ ಇದ್ದಿದ್ದು ತಿಳೀತು. ಆಮೇಲೆ ಅಲ್ಲಿಗೂ ಹೋಗಿಲ್ಲ" ಹೇಳಿದ.

ತೀರಾ ಚಿಂತಿತರಾದರು ರಾಧಾಕೃಷ್ಣ 'ಮಗ ಮಂತ್ಲೀ ಸ್ಯಾಲರಿ. ದಿನಗೂಲಿಯಲ್ಲಿ ಟೈಪ್ ಮಾಡುವುದು', ಎದೆಯ ಒಂದು ಮೂಲೆಯಲ್ಲಿ ನೋವು ಕಾಣಿಸಿಕೊಂಡಿತು.

'ಈಡಿಯೆಟ್....' ಬೈಯ್ದುಕೊಂಡರು ಒಳಗೆ.

"ಲುಕ್, ನೀನು ನೇರವಾಗಿ ಅಲ್ಲಿಗೆ ಹೋಗು. ಅವನೊಂದಿಗೆ ಮಾತಾಡು. ಒಟ್ಟು ಪರಿಸ್ಥಿತಿಯ ಡಿಟೈಲ್ಸ್ ನಂಗ್ಬೇಕು. ನೀನಾಗಿ ಹೋಗಿದ್ದೀಯಾಂತ ಅವ್ನು ಅಂದ್ಕೋಬೇಕೇ ವಿನಃ ಮನೆಯ ಯಾರ ವಿಷಯಾನು ಅಲ್ಲಿ ಬರಬಾರ್ದು. ಬಿ ಕೇರ್‌ಫುಲ್" ಎಚ್ಚರಿಸಿ ಕಳುಹಿಸಿಬಿಟ್ಟರು.

ನೇರವಾಗಿ ಹೋದ ದಾಸ್ ತನ್ನ ವೆಹಿಕಲ್‌ನ ಅಲ್ಲಿಯೇ ನಿಲ್ಲಿಸಿದ. ಮನೆಯ ಮುಂಭಾಗದ ಎಲ್ಲಾ ಜಾಗವನ್ನು ಅಗೆದು ಎರಡು ಭಾಗವಾಗಿ ವಿಂಗಡಿಸಿ ಯಾವುದೋ ಯೋಜನೆ ಪ್ರಾರಂಭಿಸಿದಂತೆ ಕಂಡಿತು.

ಬಾವಿಯ ಬಳಿ ನೀರು ಸೇದಿ ಕೈಕಾಲು ತೊಳೆಯುತ್ತಿದ್ದ ಚಂದ್ರು ಇವನನ್ನ ನೋಡಿ "ಹಲೋ... ದಾಸ್..." ಕೂಗಿದ. ಬೆಚ್ಚಿದವನಂತೆ ಇವನತ್ತ ನೋಟ ಹರಿಸಿದವನು ಪೆಚ್ಚಾದ.

"ನಮಸ್ತೆ ಸಾರ್..." ಅಂದಿನದೇ ವಿನಯ.

ದಾಸ್ ಅವಿವೇಕಿಯಲ್ಲ. 'ಫ್ಯಾಮಿಲಿ ಕ್ರೈಸಿಸ್'ನಿಂದ ಚಂದ್ರು ನಾಲ್ಕು ದಿನ ಹೊರ ಬಂದ ಮಾತ್ರಕ್ಕೆ ಅವನ ಪಟ್ಟ ಬೇರೆಯವರ ಪಾಲು ಆಗಲು ಸಾಧ್ಯವೇ? ಇವೆಲ್ಲ ನಾಲ್ಕು ದಿನ. ಆಮೇಲೆ ಸರಿಹೋಗುತ್ತಾರೆನ್ನುವುದೇ ಆತನ ಯೋಚನಾಸರಣಿ.

ಬರೀ ಬನಿಯನ್ ಧೋತಿಯಲ್ಲಿದ್ದ ಚಂದ್ರು "ಬಾ..... ದಾಸ್ ಅದ್ಯಾಕೆ ಹಾಗೇ ನಿಂತೇ?" ಕರೆದ. ಬಕೆಟ್ ಪಕ್ಕದಲ್ಲಿಡುತ್ತ ಒದ್ದೆ ಮುಖ, ನಿಂತಿದ್ದ ಭಂಗಿ, ಅಸ್ತವ್ಯಸ್ತ ಕ್ರಾಪ್–ದಾಸ್ ಬುದ್ಧಿ ಕೆಲವು ಕ್ಷಣ ಕೆಲಸ ಮಾಡಲಿಲ್ಲ.

ಅತ್ಯುತ್ತಮ ಸ್ಥಿತಿಯಲ್ಲಿದ್ದಾಗಿನಿಂದಲೇ ಚಂದ್ರುನ ನೋಡಿದ್ದು. ಹೆಚ್ಚು ಬೆಲೆಬಾಳುವ ಗರಿಮುರಿ ಬಟ್ಟೆಗಳು. ಓಡಾಟಕ್ಕೆ ಕಾರು, ಬಂದರೆ ಎದ್ದು ನಿಂತು ಗೌರವ ತೋರುವ ಜನ ಅದಕ್ಕಿಂತ ಭಿನ್ನವಾದ ಈಗಿನ ಸ್ಥಿತಿ. ದಾಸ್ ತಳಮಳಿಸಿದ.

"ಈ ಕಡೆ ಬಂದಿದ್ದೆ ಹಾಗೇ... ಬಂದೆ" ಉಸುರಿದ.

"ಹೇಗಿದ್ದಾರೆ, ಅಮ್ಮ... ಶಿಲ್ಪಾ.... ಅಪ್ಪ? ಏನು ತೊಂದರೆ ಇಲ್ವಾ?" ವಿಚಾರಿಸುತ್ತಲೇ ಅವನನ್ನು ಮನೆಯೊಳಗೆ ಕರೆದೊಯ್ದ.

ಅಂದಿನದೇ ಮನೆಯ ಚಿತ್ರ. ಇಬ್ಬರಿಗೂ ಇಷ್ಟು ನಿಕೃಷ್ಟ ಸ್ಥಿತಿಯಲ್ಲಿ ಬಾಳಬೇಕಿರಲಿಲ್ಲ.

ರಾಧಾಕೃಷ್ಣ ಅವರ ಮೇಲೆ ಕೋಪ ಬಂತು.

"ಏನ್ಸಾರ್..... ಇದೆಲ್ಲ?" ಎಂದ ಅಲ್ಲಲ್ಲಿ ಮೊಳಕೆಯೊಡೆದ ಸಸಿಗಳ ಬಗ್ಗೆ. "ಒಂದ್ತಿಂಗ್ಳು ಬಿಟ್ಬಂದ್ನೋಡು ಗೊತ್ತಾಗುತ್ತೆ?" ಚುಟುಕಾಗಿ ಹೇಳಿದ.

"ಕೂತ್ಕೋ...." ಮಂಚದ ಕಡೆ ಕೈ ತೋರಿಸಿದಾಗ ದಾಸ್ ಹರವಿದ್ದ ಚಾಪೆಯ ಮೇಲೆ ಕೂತುಬಿಟ್ಟ. "ಬೇಡ ಸರ್. ಇಲ್ಲೇ... ಆರಾಮವಾಗಿದೆ. ನೀವೇ ಕೂತ್ಕೊಳ್ಳಿ" ಇಲ್ಲೂ ಮಾಲೀಕ ನೌಕರ ಎನ್ನುವ ತಾರತಮ್ಯ ಮರೆಯಲಿಲ್ಲ.

ಚಂದ್ರು ಮುಕ್ತವಾಗಿ ನಕ್ಕುಬಿಟ್ಟ.

ಎಲ್ಲಾ ವಿಚಾರಿಸಿಕೊಂಡ. ಅವನೆದೆಯಾಳದಲ್ಲಿ ನೋವು. ಒಂದು ರೀತಿಯಲ್ಲಿ ಅವಿಧೇಯ. ಕರ್ತವ್ಯಭ್ರಷ್ಟ. ಅವನೆಂದೂ ತಾಯಿ ತಂದೆಯರನ್ನು ಬಿಟ್ಟು ಯಾವುದೇ ಕನಸುಗಳನ್ನ ಕಟ್ಟಿಕೊಂಡಿರಲಿಲ್ಲ.

ದಾಸ್ ಮುಖ ಕೂಡ ಮಂಕಾಯಿತು. "ಮಾಮೂಲಿ ಡಾಕ್ಟ್ರು ಬರೋದು. ಮೊದ್ಲಿನಷ್ಟು ಉತ್ಸಾಹ, ಗೆಲುವಿಲ್ಲ ಯಜಮಾನ್ರಲ್ಲಿ ಸರ್. ಇದಕ್ಕೊಂದು ಮುಕ್ತಾಯ ಹಾಡಿ. ಇದು ನನ್ನ ವೈಯಕ್ತಿಕ ರಿಕ್ವೆಸ್ಟ್" ದೈನ್ಯತೆಯಿಂದ ಕೇಳಿಕೊಂಡ.

ತಾಯಿತಂದೆಯರ ಮೇಲಿನ ಪ್ರೀತಿ, ಗೌರವದಿಂದ ಸೋಲಬಲ್ಲ ರಾಧಾಕೃಷ್ಣ ರಾಜಿಯಾಗಲಾರರೆನಿಸಿತು. ಮತ್ತೆ ಓಡಿ ಬಂದೆ ಅಂತ ಛೀಮಾರಿ ಹಾಕಿ ಮತ್ತಷ್ಟು ಗಟ್ಟಿಯಾಗಿ ನಿಲ್ಲಬಹುದು. ಸದ್ಯಕ್ಕೆ ಆ ವಿಷಯವೇ ಬೇಡವೆಂದು ಮನದಿಂದ ಕಿತ್ತು ಹಾಕಿದ.

"ಬಂದೆ..." ಇನ್ನೊಂದು ಕೋಣೆಗೆ ಹೋದ.

ತೀರಾ ಕೆಡುಕೆನಿಸಿತು ದಾಸ್‌ಗೆ ಇಂಥ ದರಿದ್ರ ಅವಸ್ಥೆ! ಅರಮನೆಯಂಥ ಮನೆ. ಕೈ ತುಂಬ ಹಣ, ಓಡಾಡಲು ಎ.ಸಿ. ಕಾರು, ಮಲಗಲು ಸೋಫಿಸ್ಟಿಕೇಟೆಡ್ ಬೆಡ್ ರೂಂ. ಇಷ್ಟೆಲ್ಲ ಬಿಟ್ಟು ಯಾವ ಯುವಕನಾದರೂ ಈ ಸ್ಥಿತಿಯಲ್ಲಿರಲು ಒಪ್ಪುತ್ತಾನೆಯೇ? ನೂರಕ್ಕೆ ತೊಂಬತ್ತೊಂಬತ್ತು ಜನರ ನಕಾರ ಸಿಕ್ಕುತ್ತಿತ್ತು. ಆ ಜನ ದೇವಲೋಕದ ರಂಭೆ ಊರ್ವಶಿ ಜೊತೆಗಿರುತ್ತಾರೆಂದರೂ ಒಲ್ಲೆ, ಎನ್ನುವವರ ಪೈಕಿಯೆ. ಆ ಒಬ್ಬ ಚಂದ್ರುನಂಥವರೆಂದುಕೊಂಡ. ನೊಂದರೂ, ದಾಸ್ ಮನದಲ್ಲಿ ಚಿಕ್ಕ ಯಜಮಾನರ ಬಗ್ಗೆ ಮೆಚ್ಚಿಗೆ ಮೂಡಿತು.

ಕಾಫೀ ಹಿಡಿದು ಬಂದು ಅವನ ಮುಂದಿಟ್ಟ. "ನಿಂಗೆ ಹೋಟಲ್ ಚಂದ್ರಪ್ರಕಾಶ್‌ನ ಕಾಫೀ ಕುಡಿದು ಅಭ್ಯಾಸ. ಇದು ಚಂದ್ರು ಕೈನ ಕಾಫೀ. ಯಾವುದಕ್ಕೆ ಹೆಚ್ಚಿನ ರುಚಿ?" ತಮಾಷೆಯಿಂದ ಕೇಳಿದ ಚಂದ್ರು.

ಒಮ್ಮೆ ಸಿಪ್ ಮಾಡಿದ ದಾಸ್ ಕಣ್ಣಗಲಿಸಿದ. "ಫೆಂಟಾಸ್ಟಿಕ್! ಅದ್ನ ಯಾವಾಗ್ಬೇಕಾದ್ರೂ.... ಕುಡೀಬಹ್ದು. ಇದು ದಿನ ನಿತ್ಯ ಸಿಗೋಲ್ವಲ್ಲ. ಇದ್ಕೆ ಇರೋ ರುಚಿ ಅದ್ಕೆಲ್ಲಿ... ಬರುತ್ತೆ?" ಚಪ್ಪರಿಸುತ್ತ ಕುಡಿದಿಟ್ಟ.

ಅಂಥ ಸ್ವಾದಿಷ್ಟ ಕಾಫಿಯಲ್ಲವೆಂದು ಚಂದ್ರು, ದಾಸ್ ಇಬ್ಬರಿಗೂ ಗೊತ್ತು. ಆದರೆ ಹಿತವಾದ ವಾತಾವರಣ ಅದಕ್ಕೆ ಒಂದು ರೀತಿಯ ರುಚಿಯನ್ನು ಬೆರೆಸುತ್ತದೆಯೆಂಬುದು ಸರ್ವವಿಧಿತ.

ಬಂದ ಕೆಲಸ ಮುಗಿದಿತ್ತು. ದಾಸ್ ಮೇಲೆದ್ದಾಗ ಚಂದ್ರುವೇ ನಗುತ್ತ ಹೇಳಿದ "ಅಪ್ಪ ಅಮ್ಮನಿಗೆ ಹೇಳು, ತೊಂದರೆ ಇಲ್ಲ, ಆರಾಮಾಗಿದ್ದೀವೀಂತ. ಆ ಕೆಲ್ಸದ ಮೇಲೆ ತಾನೆ ಬಂದಿರೋದು?" ಛೇಡಿಸಿದ. ದಾಸ್ ಪೆಚ್ಚು ನಗೆ ಬೀರಿದ.

ದಾಸ್ ಹೋದ ಮೇಲೆ ಬಾವಿಯ ಬಳಿ ಕೂತ. ಈ ಮನೆ ಬಿಡಬೇಕೆಂದು ಬೇರೆ ಅನ್ವೇಷಣೆ ಪ್ರಾರಂಭಿಸಿದ್ದ ಚಂದ್ರು, ಇಲ್ಲಿಯೇ ತನ್ನ ಅದೃಷ್ಟ ಪರೀಕ್ಷೆಯ ಪ್ರಾರಂಭ.

ಎರಡು ಸೈಟಿನ ದೊಡ್ಡ ಜಾಗ ಹತ್ತು ಲಕ್ಷಕ್ಕೆ ಮಾರಾಟವಾದಾಗ ವಯಸ್ಸಾದ ನರಹರಿ ಸುಸ್ತೋ ಸುಸ್ತು. ಸೊಸೆಯಂತೂ ಷಾಕ್ ತಿಂದವಳಂತೆ ಕಂಡಳು.

"ಊಟಕ್ಕೆ...." ಅಂಜು ಸ್ವರಕ್ಕೆ ಅತ್ತ ತಿರುಗಿದವನು ನೋಟವನ್ನು ಮೇಲಕ್ಕೆತ್ತಿದ. ಮಳೆ ಬರುವ ಸೂಚನೆಗಳು. ತುಟಿಗಳ ಮೇಲೆ ನಗು ಅರಳಿತು. ಒಂದು ರೀತಿಯಲ್ಲಿ ಕಾಕತಾಳೀಯದಂತೆ ನಮ್ಮ ಮದ್ವೆಯ ದಿನದಿಂದ ಮಳೆಯ ಜೋರು. ಇದು ಶುಭ ಸೂಚನೆ. ಬದುಕಲ್ಲ ಚಿರವಸಂತ ಅವಳ ನೋಟದೊಳಗೆ ತನ್ನ ನೋಟವನ್ನು ಬೆರೆಸುತ್ತ, ಅವಳ ಮುಖದಲ್ಲೂ ಅರಳಿದ್ದು ಹೂ ನಗೆ.

"ಅತ್ತೆ ಮಾವ ಶಿಲ್ಪಾ.... ಎಲ್ಲಾ ಹೇಗಿದ್ದಾರಂತ?" ಕೇಳಿದಳು. ಅವಳ ದನಿಯಲ್ಲಿನ ಉಗ್ಗುವಿಕೆ ಗುರ್ತಿಸಿ ನೊಂದ. "ಅವ್ರಿಗೇನು ಫೈನ್! ನಮ್ಮ ಯೋಗಕ್ಷೇಮನ ವಿಚಾರಿಸೋಕೆ ದಾಸ್‌ನ ಕಳ್ಸಿದ್ದಾರೆ. ಎಲ್ಲಕ್ಕೂ ಮೀರಿದ ಅಂತಃಕರಣ, ಕರುಳು ಸಂಬಂಧ ಮಾನವೀಯತೆ ಅಂಥದ್ದೆಲ್ಲ ದೈವ ಕೊಡುಗೆಯಾಗಿ ಬಂದಿದೆಯಲ್ಲ. ಅದ್ನ ಮೀರೋಕೆ ಹೇಗೆ ಸಾಧ್ಯ?" ಒಣ ನಗೆ ಬೀರಿದ.

ಅಷ್ಟರಲ್ಲಿ ಅಹಮದ್ ಬಂದ.

"ಸ್ವಲ್ಪ ಲೇಟು ಆಯ್ತು. ಗೊಬ್ಬರದ ಗಾಡಿ ಬರ್ತಾ ಇದೆ. ಮಧ್ಯೆ ಬಂದು ಡಿಸ್ಟರ್ಬ್ ಮಾಡಿದ್ದೇನೋ" ಎನ್ನುವ ಮೊದಲು ಸರಿದು ಹೋಗಿದ್ದಳು ಅಂಜು. ಅವಳ ಮಾತು, ನಡತೆ ಹಿತ ಮಿತ.

ಅಹಮದ್ ಅವನು ಬಾವಿಯ ಕಟ್ಟೆಯ ಬಳಿಯಲ್ಲೇ ಕೂತರು ಗೊಬ್ಬರಕ್ಕಾಗಿ ಕಾಯುತ್ತ. "ಅರೆ, ಚಂದ್ರು.... ನರಹರಿ ಸೊಸೆ ಸಿಕ್ಕಿದ್ರು ಬ್ಯಾಂಕ್ ಹತ್ರ. ತಾನೇ ಬಂದು ಮಾತಾಡಿಸಿದ್ದು. ಕೈಗೆ ದುಡ್ಡು ಸೇರಿದ್ದು ಒಂದು ರೀತಿಯ ಖುಷಿ. ವಿಚಾರಿಸಿದ್ದು ನಿನ್ನ ಕೂಡ" ಎಂದಾಗ ಹಣೆಯೊತ್ತಿಕೊಂಡ. ಒಂದು ರೀತಿಯಲ್ಲಿ ಹೆಣ್ಣಿನ ಭಯಂಕರ ರೂಪ ನೋಡಿದ್ದ ಅವಳಲ್ಲಿ.

ಗೆಳೆಯನ ಹೆಗಲು ಮೇಲೆ ಕೈ ಹಾಕಿದ ಚಂದ್ರು "ಆಕೆ ಮುಖದರ್ಶನ ಮಾಡಿದ್ರೆ... ಅಂದೆಲ್ಲ ನನ್ನ ಮನಸ್ಸೇ ಕೆಟ್ಹೋಗಿ ಎದ್ರು ಸಿಕ್ಕೋ ಹೆಣ್ಣುಗಳನ್ನೆಲ್ಲ ಕೊಚ್ಚಿಹಾಕ್ಬಿಡೋಣಾಂತ ಅನ್ನಿಸುತ್ತೆ. ಸ್ಟುಪಿಡ್ ಲೇಡಿ?" ಮುಖ ಗಂಟಾಕಿದ.

ಅಂತೂ ನರಹರಿ ಸೊಸೆ ನಳಿನಿ ಹೆಣ್ಣಿನ ಬಗೆಗಿನ ಅವನ ಅಭಿಪ್ರಾಯಗಳನ್ನೆ ಬದಲಿಸಿದ್ದಳು, ಸ್ವಲ್ಪ ಮಟ್ಟಿಗಾದರೂ.

ಅಹಮದ್ ಬಿದ್ದು ಬಿದ್ದು ನಕ್ಕ.

"ಸರ್ಯಾಗಿ ನಾವು ಪ್ಲಾನ್ ಮಾಡ್ಲಿಲ್ಲಾಂದ್ರೆ ನರಹರಿನ ಗೊಟಕ್ ಎನ್ನಿಸಿ ಬಿಡ್ತಾ ಇದ್ಲು. ಕೈಗೆ ಹಣ ಸೇರಿದ ಕೂಡ್ಲೆ" ಗೆಳೆಯನ ಮಾತಿಗೆ ಚಂದ್ರು 'ಹ್ಞೂ' ಗುಟ್ಟಿದ.

ಬಹಳ ಪ್ರಯಾಸದಿಂದ ತಂದೆ, ಮಗಳನ್ನು ಭೇಟಿ ಮಾಡಿಸಿದ್ದು ಕಣ್ಣೀರುಗರೆದರೇ ವಿನಃ ನರಹರಿ ಅವರಲ್ಲಿ ಇರಲು ಒಪ್ಪಲಿಲ್ಲ.

"ನಂಗ್ಬೇಡ ಚಂದ್ರು, ಎಂದಾದ್ರೂ ಅಪರೂಪಕ್ಕೆ ಹೋಗ್ತೀನಿ. ನನ್ನ ಯಾವುದಾದ್ರೂ ವೃದ್ಧಾಶ್ರಮಕ್ಕೆ ಸೇರ್ಸಿಬಿಡು" ಅಂಗಲಾಚಿತು ಆ ವಯಸ್ಸಾದ ಜೀವ.

ಅದೆಲ್ಲದರ ಪ್ರತಿಫಲವಾಗಿ ಈ ಮನೆ. ಜಮೀನು ಹತ್ತು ವರ್ಷದ ಬಾಡಿಗೆ, ಕರಾರು ಮಾಡಿ ಬರೀ ನೂರೈವತ್ತಕ್ಕೆ ಕೊಟ್ಟು ಬರಹದ ಮೂಲಕ ಬಂದೋಬಸ್ತು ಮಾಡಿಕೊಟ್ಟ ಫಲವೇ ಇದು.

ಗೆಳೆಯನ ಮಾತಿಗೆ ಅಹಮದ್ ಬೆಚ್ಚಿಬಿಟ್ಟ "ಮಹಾರಾಯ ಅಂಥ ಉದ್ವೇಗ ಬೇಡ. ಆಕೆ ಬಂದು ನಿನ್ನ ಭೇಟಿ ಮಾಡ್ತೀನೀಂದ್ಲು, ನಾನು ಆಗ ಇದ್ರು... ಏನು ಪ್ರಯೋಜನವಾಗೋಲ್ಲ. ಕಮಾಂಡೋಗಳ್ನ ಜೊತೆಯಲ್ಲಿ ಕರ್ಕೊಂಡ್ಬಾಮ್ಮ ತಾಯೀಂತ ಹೋಗಿ... ಹೇಳ್ಬರ್ಲಾ" ಭಯವನ್ನು ನಟಿಸಿದಾಗಲೂ ಅವನ ಮುಖದ ಮೇಲಿನ ಕಾಠಿಣ್ಯ ಕರಗಲಿಲ್ಲ.

"ಅವೇನು ಬೇಡ, ಸಿಕ್ದಾಗ.... ಬರೋದ್ಬೇಡಾಂತ ಹೇಳು. ಈ ಆಸ್ತಿ ಅವಳಪ್ಪನಾಗಿ ಅವ್ಳಿಗಿಲ್ಲ. ಇದ್ನ ವೃದ್ಧಾಶ್ರಮಕ್ಕೆ ಬರೆದಿದ್ದಾರೆ ನರಹರಿ. ಬಾಡ್ಗೆ ಕೂಡ ಅಲ್ಲಿಗೆ ಹೋಗುತ್ತೆ. ಸ್ಟುಪಿಡ್ ಲೇಡಿ..." ಇನ್ನೊಂದು ಸಾರಿ ಬೈಯ್ದ ಚಂದ್ರು.

ಆ ನರಹರಿಯನ್ನ ಹೊರಗೆ ತರುವ ವೇಳೆ ಯುದ್ಧಮಾಡಿ ಜಯಿಸಿದಂತಾಗಿತ್ತು ಪ್ರಬಲ ವಿರೋಧಿ ಮೇಲೆ.

"ಎರಡು ಸಲ ಒಂದೇ ಬೈಗುಳ ಪದ ಉಪಯೋಗಿಸಿದ್ದೀ. ಬೇರೆ ಏನಾದ್ರೂ ಉಪಯೋಗ್ಸು... ಯಾರ್..." ತಮಾಷೆ ಮಾಡಿದ.

ಬಂದ ಗೊಬ್ಬರವನ್ನ ಇಬ್ಬರು ಸೇರಿಯೇ ಹಾಕಿದರು. 'ಗ್ಲಾಡಿಯೋಲಸ್ ಹೈಬ್ರಿಡ್' ಜಾತಿಯ ಮತ್ತು ಭಾರತೀಯ ತೋಟಗಾರಿಕಾ ಸಂಶೋಧನಾ ಸಂಸ್ಥೆ ಕರ್ನಾಟಕದ ಪರಿಸರಕ್ಕೆ ಒಗ್ಗುವ ಕೆಲವು ನಾಗದಾಳಿ ತಳಿಗಳನ್ನು ಬಿಡುಗಡೆ ಮಾಡಿತ್ತು. ಅದನ್ನು ಇಡೀ ಜಮೀನಿಗೆ ಹಾಕಿದ್ದ.

ಗೊಬ್ಬರದ ಚೀಲಗಳನ್ನು ಒಂದು ಕಡೆ ಮಡಚಿಡುತ್ತ ಅಹಮದ್ "ಇವತ್ತು ಮಾರ್ಕೆಟ್ ಎಲ್ಲಾ ಓಡಾಡ್ಬಂದೆ. ಒಳ್ಳೆ ರೇಟು ಇದೆ. ನಾಗದಾಳಿ ಗ್ಲಾಡಿಯೋಲಸ್ ಬಣ್ಣ ಬಣ್ಣದ ಹೂಗಳ್ನ ಉತ್ಪಾದಿಸೋಲ್ಲ. ಹಣದ ನೋಟುಗಳ್ನ. ನಿನ್ತಲೆ.... ಸೂಪರ್ಬ್" ಹೊಗಳಿದ.

ಒಂದೊಂದು ಸೌಟು ಅನ್ನ ಮಾರಿ ರಾಧಾಕೃಷ್ಣ ಸಮಾಜದಲ್ಲಿ ಪ್ರತಿಷ್ಠಿತ ವ್ಯಕ್ತಿಯಾದ. ತಾನು ಹಿಡಿದಿದ್ದು ಬೇರೆ ಜಾಡಾದರೂ ಅದೇ ಎತ್ತರವನ್ನು ಮುಟ್ಟಬೇಕೆಂಬ ಛಲ ಅವನಲ್ಲಿತ್ತು.

ಅಹಮದ್‌ನೊಂದಿಗೆ ಒಳಗೆ ಬಂದ ಚಂದ್ರು "ನಾನು, ನೀನೂ ಹೋಗಿ ನರಹರಿಯವ್ರನ್ನು ನೋಡ್ಕೊಂಡ್ಬರೋಣ. ಒಂಟಿಯಾಗಿ ಮೊನ್ನೆ ಹೋದಾಗ ಬೈಯ್ದ್ರು" ನೆನಪಿಸಿಕೊಂಡು ಅಂಜುಗೆ ಹೇಳಿದ.

ಪ್ರಾಮಾಣಿಕ ಗೆಲುವು ಅರಳಿತು ಅವಳ ಮುಖದ ಮೇಲೆ. "ಖಂಡಿತ.... ಹೋಗೋಣ! ನಂಗೂ ಅವ್ರನ್ನು ನೋಡೋಕೆ ಇಷ್ಟ" ಮಗು ಪೆಪ್ಪರಮೆಂಟ್‌ಗೆ ಆಸೆಪಡುವಂತೆ ನುಡಿದಾಗ ಆಪ್ಯಾಯಮಾನದಿಂದ ನೋಡಿದ.

ನಿರೀಕ್ಷೆಗೂ ಮೀರಿದ ಸಹಕಾರ ಅವಳಿಂದ. ಸಮಪಾಲು ಸಮಬಾಳು ಎನ್ನುವಂಥ ಮನಸ್ಥಿತಿ. ಒಮ್ಮೆ ಕೂಡ ಸಿಡುಕಿದ್ದು ಕಂಡಿರಲಿಲ್ಲ.

ಇಲ್ಲಿ ಅಹಮದ್‌ನ ಉಳಿಸಿ ಅವರಿಬ್ಬರು ಹೊರಟಾಗ ಅಂಜು ಕೈಯಲ್ಲಿನ ಡಬ್ಬಿ ನೋಡಿ ಅವನಿಗೆ ಆಶ್ಚರ್ಯ.

"ಏನಿದು?" ಕೇಳಿದ.

"ಸಜ್ಜಿಗೆ... ಅವ್ರಿಗೆ ಇಷ್ಟವಾಗುತ್ತೇಂತ!" ಸಂಕೋಚ ಇಣುಕಿತು ಅವಳ ಮುಖದ ಮೇಲೆ. ಇಷ್ಟು ಬದುಕನ್ನು ಪ್ರೀತಿಸುವ ಹೆಣ್ಣು ತನಗೆ ತಪ್ಪಿಹೋಗುತ್ತಿದ್ದಳಲ್ಲ ಎನಿಸಿದಾಗ – ಕ್ಷಣ ಭಯ ಮೂಡಿ ಮರೆಯಾಯಿತು.

"ಷ್ಯೂರ್. ಖಂಡಿತ ಅವ್ರಿಗೆ ಇಷ್ಟವಾಗುತ್ತೆ. ಇವೆಲ್ಲ ನನ್ನಂಥವ್ರ ತಲೆಗೆ ಹೇಗೆ ಹೊಳೀಬೇಕು? ಹೋಗೋಣ" ಎಂದ, ತನ್ನ ಉಕ್ಕುವ ಮನಸ್ಸಿನ ಸಂತೋಷವನ್ನು ಹತ್ತಿಕ್ಕುತ್ತ.

ಸಿಟಿ ಬಸ್ಸು ಇಳಿದು ವೃದ್ಧಾಶ್ರಮ ತಲುಪಿದಾಗ ವಿಶಾಲವಾದ ಹುಲ್ಲುಹಾಸಿನ ಮೇಲೆ ಹಾಕಿದ್ದ ಸಿಮೆಂಟು ಬೆಂಚು ಮೇಲೆ ಅಲ್ಲಲ್ಲಿ ಕೂತು ಮಾತಾಡುತ್ತಿದ್ದರು ವಯಸ್ಸಾದ ಜನ.

ಇದೊಂದು ಸಿರಿವಂತ ವೃದ್ಧಾಶ್ರಮವೆ. ಉತ್ತಮ ವ್ಯವಸ್ಥೆ ನೋಡಿಕೊಳ್ಳುವ ಜನ ಸೇವಾ ಮನೋಭಾವದವರು. ಅಂಥವರನ್ನೇ ಕಮಿಟಿ ನೇಮಿಸಿಕೊಂಡಿತ್ತು. ಸ್ವಲ್ಪ ಅಶಿಸ್ತು ಕಂಡರೂ ಆಚೆಗಟ್ಟಿಬಿಡುತ್ತಿದ್ದರು.

ಕಲ್ಲಿನ ಬೆಂಚು ಮೇಲೆ ಕೂತು ಹರಟುತ್ತಿದ್ದ ನರಹರಿಯವರು ಕನ್ನಡಕ ಸರಿಪಡಿಸಿಕೊಂಡು ನೋಡಿದರು. ಹರ್ಷ ಚಿಮ್ಮಿತು. ಸಾಕಷ್ಟು ಚೇತರಿಸಿಕೊಂಡಿದ್ದರು.

"ಬನ್ನಿ... ಬನ್ನಿ..." ಹತ್ತು ಹೆಜ್ಜೆ ಮುಂದೆ ಹೋಗಿಯೇ ಚಂದ್ರು ಕೈ ಹಿಡಿದುಕೊಂಡವರು "ಅಂಜು ಕೂಡ ಬಂದಿದ್ದು ಬಹಳ ಸಂತೋಷಾಪ್ಪ...." ಎಂದರು. ಮೊದಲು ಅವರ ಮೈ ಸದಾ ಕಂಪಿಸುತ್ತಿತ್ತು, ಅನಿಮಿಕ್‌ನಿಂದ. ಈಗ ಸ್ವಲ್ಪ ಕಡಿಮೆಯಾಗಿದ್ದು ಚಂದ್ರು ಅನುಭವಕ್ಕೆ ಬಂತು.

ಕೂಡಿಸಿಕೊಂಡು ಏಷ್ಟೋ ಹೇಳಿಕೊಂಡವರು ಬಲಗೈ ಚಾಚಿದರು ಉದ್ದಕ್ಕೆ. ಕತ್ತಿಯ ಚೂಪಿನಿಂದ ಆದಂಥ ಉದ್ದವಾದ ಸುಟ್ಟ ಗಾಯವಿತ್ತು ಮುಂಗೈನಿಂದ ಮೇಲಕ್ಕೆ.

"ಇದೇನು... ಗೊತ್ತಾ?" ಕೇಳಿದರು ಕಂಬನಿ ತುಂಬಿ.

ಮುಟ್ಟಿ ನೋಡಿದ ಚಂದ್ರು ಸ್ವಲ್ಪ ಗಾಬರಿ ಬೆರೆತ ಗಂಭೀರ ಮುಖದಿಂದ ತಲೆ ಅಡ್ಡ ಆಡಿಸಿದ ನಿಧಾನವಾಗಿ.

"ನನ್ನ ಸೊಸೆ ಮೊಗಚೋ ಕೈನಿಂದ ಹಾಕಿದ ಬರೆ. ಎರಡೇ ಎರ್ಡು ಇಡ್ಲೀ ಕಾಣ್ದೇ.... ತಿಂದಿದ್ದಕ್ಕೆ" ಎಂದಾಗ ಇಬ್ಬರ ಉಸಿರಾಟವೇ ನಿಂತಂತಾಯಿತು.

ಗಾಳಿಯ ಚಲನೆಯೇ ಸ್ತಬ್ಧ ಜಗತ್ತು ಕ್ಷಣ ನಿಂತಂತಾಯಿತು. ಮನುಷ್ಯತ್ವದ ಪೂರ್ಣ ನಾಶ!

ಅವರ ಕೈಯನ್ನು ಭದ್ರವಾಗಿ ಹಿಡಿದುಕೊಂಡ. ಆವೇಗದಿಂದ ಅವನೆದೆಯ ಬಡಿತ ಹೆಚ್ಚಿ ಒಂದು ನೆಲೆಗೆ ನಿಂತುಬಿಟ್ಟಿತು. ಸಮಸ್ಥಿತಿಗೆ ಮನಸ್ಥಿತಿ ಬರಲು ತುಸು ವೇಳೆ ಹಿಡಿಸಿತು.

"ಹೆಂಡ್ತಿಗೆ ಕಾಣ್ದೇ ಒಂದು ಬರ್ನಾಲ್ ತಂದ್ಕೊಟ್ಟಿದ್ದ ಮಗ" ನೆನಸಿಕೊಂಡು ಕಣ್ಣೀರು ಮಿಡಿದರು. ಇಂಥ ಭಯಂಕರ ಅಕೃತ್ಯ ಎಷ್ಟು ಜರುಗಿದೆಯೋ ಸೊಸೆ ಬಂದ ನಂತರ.

ಆ ಕ್ಷಣ ಉರಿಯುವ ಬೆಂಕಿಯಲ್ಲಿ ಎತ್ತಿ ಎಸೆಯಬೇಕೆನಿಸಿತು ಆ ಮಹಾ ರಾಕ್ಷಸಿಯನ್ನು.

"ಬಂದೇ...." ಎದ್ದು ಹೋಗಿಬಿಟ್ಟ.

ಮತ್ತೆ ಹತ್ತು ನಿಮಿಷಗಳ ನಂತರ ಬಂದಾಗ ಸಜ್ಜಿಗೆ ತಿನ್ನುತ್ತ ಜೋರಾಗಿ ಮಾತಾಡುತ್ತಿದ್ದರು ಅಂಜುವಿನೊಂದಿಗೆ. ಮನುಷ್ಯರು ಮನುಷ್ಯರಾಗಿ ಯಾಕೆ ಬದುಕುತ್ತಿಲ್ಲ?

ಬೀಳ್ಕೊಟ್ಟು ಮೇಲೆದ್ದಾಗ ನರಹರಿ ಚಂದ್ರು ಕೈ ಹಿಡಿದುಕೊಂಡರು "ನಳಿನಿ ಎರ್ಡು ಸಲ ಬಂದಿದ್ಲು. ಅವ್ಳು ಇಲ್ಲಿಗೆ ಬರೋದ್ಬೇಡ. ನಂಗೆ ಒಂದು ರೀತಿ ಭಯ. ಇಲ್ಲಿ ಆರಾಮಾಗಿದೆ. ಪ್ರೀತಿ, ವಿಶ್ವಾಸ ಸಿಕ್ತಾ ಇದೆ. ನಂಗೆ ನೆಮ್ದಿಯಾಗಿ ಇನ್ನಷ್ಟು ದಿನ ಬದ್ಕೋ ಆಸೆ ಇದೆ" ತೋಡಿಕೊಂಡರು.

'ಹ್ಞೂ'ಗುಟ್ಟಿದ ಚಂದ್ರು. "ಅಂಜು ನೀನು ಇಲ್ಲೇ ಇರು..." ಸಂಸ್ಥೆಯ ಆಫೀಸ್ ರೂಮಿಗೆ ಹೋದ. ಬಂದಿದ್ದು ಗಂಟೆಯ ನಂತರ. ಅವನಿದ್ದ ಮನೆಯ ಬಾಡಿಗೆ ಹಣ ಇಲ್ಲಿಗೆ ಸಂದಾಯವಾಗುತ್ತಿತ್ತು. ಆದ್ದರಿಂದ ಅವನ ಬಗ್ಗೆ ಗೌರವ, ಬೆಲೆ.

ಹೊರಗೆ ಬರುವ ವೇಳೆಗೆ ಕತ್ತಲು ಮೂಡಿ ವಿದ್ಯುತ್ ದೀಪಗಳು ತಮ್ಮ ಕಾರ್ಯ ನಿರ್ವಹಿಸಲು ಸಿದ್ಧವಾಗಿದ್ದವು.

ಹಣ ಪೂರ್ತಿ ಖಾಲಿಯಾದಾಗ ತನ್ನ ಕೈಯಲ್ಲಿದ್ದ ಬಂಗಾರದ ಬಳೆಗಳನ್ನು ಹಿಡಿದಿದ್ದಳು ಅವನ ಮುಂದೆ. "ಇದೇನಿದು.....?" ಅವನಿಗೆ ತಲೆ ತಗ್ಗಿಸುವಂತಾಗಿತ್ತು.

"ಸಾರಿ ಅಂಜು, ನನ್ನ ಇನ್ನಷ್ಟು ಸಂಕೋಚದಿಂದ ಮುದುಡೋ ಹಾಗೆ ಮಾಡ್ಬೇಡ" ನಿರಾಕರಿಸಿ ಮಡದಿಯ ಮುಂದೆ ಬಹಳ ದೊಡ್ಡವನಾಗಿದ್ದ.

ಜೇಬಿನಲ್ಲಿ ಕೈ ಹಾಕಿ ಉಳಿದಿರುವ ಹಣವನ್ನು ಖಾತರಿಪಡಿಸಿಕೊಂಡ. ಹತ್ತು ಐದು ಕೂಡ ಈಗ ಅವನಿಗೆ ದೊಡ್ಡದೇ. ತನ್ನ ಕೈಯಲ್ಲಿದ್ದ ವಾಚ್‌ನ ಎರಡು ದಿನದ ಹಿಂದೆ ಮಾರಿಬಿಟ್ಟಿದ್ದ.

ಸ್ವಲ್ಪ ಧಾರಾಳ ಮನಸ್ಸು ಮಾಡಿದ.

"ಹೋಟೆಲ್‌ಗೆ... ಹೋಗೋಣ?" ಎಂದಾಗ ಅವಳು ಗಾಬರಿಯಾದಳು.

"ಮಧ್ಯಾಹ್ನದ ಅಡ್ಗೇ ಮಿಕ್ಕಿದೆ" ಎಂದಳು. ಅವಳಿಗೆ ಇಕ್ಕಟ್ಟಿನ ಆರ್ಥಿಕ ಸ್ಥಿತಿಯ ಪರಿಜ್ಞಾನ ಅವನು ಹೇಳದಿದ್ದರೂ ಇತ್ತು.

ಸ್ಟಾರ್ ಹೋಟೆಲ್ 'ಚಂದ್ರಪ್ರಕಾಶ್'ನ ಓನರ್ ಒಂದು ಸಾಧಾರಣ ಹೋಟಲ್‌ಗೆ ಕರೆದೊಯ್ದ ಮಡದಿಯನ್ನು. ಸಾಧಾರಣ ಅಂದರೆ ತೀರಾ ಸಾಮಾನ್ಯ ಹೋಟಲ್ ಅಲ್ಲ. ಮೇಲಿರುವ ಎರಡು ಫ್ಯಾಮಿಲಿ ರೂಂಗಳಿಗೆ ಏರ್‌ಕಂಡೀಷನರ್ ಸೌಲಭ್ಯ ಒದಗಿಸಲಾಗಿತ್ತು.

ಹೊಕ್ಕ ಕೂಡಲೇ ಅವನ ಕೈ ಹಿಡಿದುಕೊಂಡಳು. "ಒಳ್ಗಡೆ ಬೇಡ. ಹೊರ್ಗೇ ಬೇಕಾದಷ್ಟು ಟೇಬಲ್‌ಗಳು ಖಾಲಿ ಇವೆ..." ದೈನ್ಯತೆಯಿಂದ ನುಡಿದಾಗ ಮುಗುಳ್ನಕ್ಕು ಮುಂದಿಟ್ಟ ಕಾಲನ್ನು ಹಿಂದಕ್ಕೆ ತಗೊಂಡ. ಬಾಗಿಲು ಮುಚ್ಚಿಕೊಂಡಿತು.

ವೈಟರ್ ಓಡಿ ಬಂದವನು "ಟೇಬಲ್ ಖಾಲಿ ಇದೆ ಸರ್" ವಿಷಯ ಮುಟ್ಟಿಸಿದಾಗ "ಸ್ವಲ್ಪ ಅರ್ಜೆಂಟಿದೆ..." ಹೊರಗಿನ ಫ್ಯಾಮಿಲಿ ರೂಂಗೆ ಕರೆದೊಯ್ದ.

ಬೆವೆತ ಅವಳ ಮುಖ ನೋಡಿ ಕರ್ಚೀಫ್ ನೀಡಿ ಮೋಹಕ ನಗೆ ಬೀರಿದ. "ನೀನು ಪರ್ಮಿಷನ್ ಕೊಟ್ರೆ..... ನಾನೇ ಬೆವರೊರೆಸಬಲ್ಲೆ" ಅವಳ ಲಜ್ಜಿತ ನೋಟ ತಗ್ಗಿತು.

'ಥ್ಯಾಂಕ್ ಫಾದರ್' ಎಂದುಕೊಂಡ ಮನದಲ್ಲಿಯೇ. ತೀರಾ ವಿಪರೀತದ ಸ್ವಭಾವದ ಹುಡುಗಿ ಸಿಕ್ಕಿದ್ದರೆ ಬಹುಶಃ ಇದುವರೆಗೆ 'ಚಿತ್ರಾನ್ನ'ವಾಗಿ ಬಿಡುತ್ತಿದ್ದನೇನೋ!

ನರಹರಿ ಸೊಸೆ ಅಂಥವಳಾದರೆ ಕೆನ್ನೆಗೆರಡು ಬಾರಿಸಿ ಇವನನ್ನು ನಡುಬೀದಿಯಲ್ಲಿ ಹರಾಜು ಹಾಕಿ ಕತ್ತಿನ ಪಟ್ಟಿ ಹಿಡಿದು ಡೈವೋರ್ಸ್ ಪೇಪರ್‌ಗೆ ಸಹಿ ಹಾಕಿಸುತ್ತಿದ್ದಳೇನೋ.

"ಏನು... ತಗೋತೀಯಾ?" ಮೆನು ಕಾರ್ಡ್ ಹತ್ತಿರಕ್ಕೆಳೆದುಕೊಂಡು ಕಣ್ಣಾಡಿಸಿ ಪಕ್ಕಕ್ಕೆ ದೂಡಿದ. "ತೀರಾ ಹೊಸ ಐಟಂ ಅಂದ್ರೆ... ನಿಂಗೆ ಕಷ್ಟವಾಗುತ್ತೆ ತಿನ್ನೋಕೆ, ದೋಸೆ, ಹಲ್ವಾ..." ಅವಳ ಕಣ್ಣಲ್ಲಿ ಕಣ್ಣಿಟ್ಟು ನೋಡಿದ. ನಯನಗಳು ಶಾಂತ ಕೊಳಗಳಂತೆ ಗೋಚರಿಸಿದವು.

ಒಂದು ಹಲ್ವಾ, ಎರಡು ದೋಸೆಗೆ ಆರ್ಡರ್ ಮಾಡಿದ.

ತಲೆಯೆತ್ತಿ ಏನೋ ಹೇಳಲು ಹವಣಿಸಿದವಳು ಸುಮ್ಮನಾದಾಗ "ಯಾಕೆ ಹಲ್ವಾ... ಒಂದೇ ಅಂತಾನಾ! ಕಾರಣ ಇದೆ. ಈಗ ಹೇಳೋಲ್ಲ ಅದ್ಕೆ ಇನ್ನೊಂದು ದಿನ ಕಾಯ್ಬೇಕಾಗುತ್ತೆ" ಅಯಸ್ಕಾಂತದ ನಗೆ ಬೀರಿದ.

ಹೋಟಲ್‌ನಿಂದ ಹೊರ ಬಂದವ ಯೋಚಿಸಿದ. ನೆನಪಿದ್ದ ಹಾಗೆ ಎರಡನೆ ಸಲ ಅವಳನ್ನ ಹೊರಗೆ ಕರೆ ತಂದಿದ್ದ. ವಾಕಿಂಗ್, ಸೀಯಿಂಗ್, ಷಾಪಿಂಗ್... ಚಂದ್ರು ಮನ ಮಿಡುಕಿತು.

ಅವನ ಲಿಮಿಟ್‌ನಲ್ಲಿ ಏನಾದರೂ ಕೊಡಿಸುವ ಇಚ್ಛೆ. ನೋಟ ಹರಿಸಿದ ಅತ್ತಿತ್ತ. "ಬಳೆ ತಗೋತೀನಿ" ಅವನ ಸಮಸ್ಯೆಯನ್ನು ಅವಳೇ ಪರಿಹರಿಸಿದಳು. "ಮಿಸ್ಟರ್ ಚಂದ್ರು..." ದನಿ ಬಂದು ಅಪ್ಪಳಿಸಿತು. ನರಹರಿಯ ಸೊಸೆ ನಳಿನಿ ಮೃದು ದನಿಯೇ. ಅವನಿಗೆ ಕೇಳಿದ್ದು ಮಾತ್ರ ಕರ್ಕಶವಾಗಿ. ಕತ್ತು ಮಾತ್ರ ತಿರುಗಿಸಿದ ಅತ್ತ.

ಸೆಕೆಂಡ್ ಹ್ಯಾಂಡ್ ಫಿಯೆಟ್‌ನಿಂದ ತಾನೇ ಇಳಿದು ಬಂದಳು.

"ನೀವು ಸಿಕ್ಕಿದ್ದು ಸಂತೋಷ!" ಬಣ್ಣ ಹಚ್ಚಿದ ತುಟಿಗಳನ್ನು ಅರಳಿಸಿದಾಗ ಒಳಗಿನ ಹಲ್ಲುಗಳು ಫಳಕ್ಕೆಂದವು. ಅವನಿಗೆ ಮಾತ್ರ ಕೋರೆ ಹಲ್ಲುಗಳನ್ನು ಕಂಡಂತಾಯಿತು. "ಹಾಗೋ ಏನು ವಿಷ್ಯ?" ಅಂದ ಉಪೇಕ್ಷಿಸುತ್ತ.

"ಒಂದಿಷ್ಟು ಮಾತಾಡ್ಬೇಕಿದೆ" ಎಂದಳು.

ಚಂದ್ರು ಕಣ್ಣುಗಳು ಕಿರಿದಾದವು. ಅಂತಹ ಉತ್ಸಾಹವೇನು ತೋರಲಿಲ್ಲ. ಸಾಕಷ್ಟು ಆಡಿ ಸಾಕಾಗಿದ್ದ. ಇನ್ನ ಒಂದು ಮಾತು ಕೂಡ ಆಡಲು ಇಷ್ಟವಿಲ್ಲ.

"ನೀವು ಮನೆ ಏನಾದ್ರೂ... ಮಾರ್ತೀರಾ?" ಚೇಷ್ಟೆ ಮಾಡಿದ. ಜೋರಾಗಿ ನಕ್ಕಳು.

"ಯು ಆರ್ ಎ ಗುಡ್ ಹ್ಯೂಮರಿಸ್ಟ್..... ಬಹಳ ಚೆನ್ನಾಗಿ ಮಾತಾಡ್ತೀರಾ. ಬನ್ನಿ ಕಾರಲ್ಲೇ ಹೋಗೋಣ" ಕಾರಿನತ್ತ ನೋಟ ಹರಿಸಿದಾಗ ಮುಜುಗರದ ಮುಖಮಾಡಿದ.

"ಸಾರಿ, ಈಗಂತು ಬರೋಕ್ಕಾಗೋಲ್ಲ, ಎಂದಾದ್ರೂ ಆ ಕಡೆ ಬಂದಾಗ..... ಬರ್ತೀನಿ" ಕೈ ಜೋಡಿಸಿದವನು ಪಕ್ಕದಲ್ಲಿ ಬಂದ ಆಟೋನ ನಿಲ್ಲಿಸಿ "ಬಾ.... ಅಂಜು..." ಹತ್ತಿಯೇ ಬಿಟ್ಟ.

ಹಣ ಕೈಗೆ ಬಿದ್ದ ನಂತರವೇ ನರಹರಿಯನ್ನು ಹೊರಗೆ ಬಿಟ್ಟಿದ್ದು. ಇಬ್ಬರು ಗೂಂಡಾಗಳನ್ನು ಕಾವಲು ಹಾಕಿದ್ದಳು.

"ಮಾತಾಡ್ದ ಪ್ರಕಾರ ಎರ್ಡು ಲಕ್ಷ ಕೈಗೆ ಬಿದ್ದನಂತರವೇ ಮಾತು. ಈ ಮುದ್ಕನ ಹೇಗೆ... ನಂಬ್ಲಿ?" ನರಹರಿಗೆ ಅಡ್ಡ ನಿಂತ ಕ್ಷಣಗಳನ್ನು ಅವನು ಮರೆತಿರಲಿಲ್ಲ,

ಇವರ ಆಟೋ ಬಂದು ನಿಲ್ಲುವ ವೇಳೆಗೆ ಕಾರು ಕೂಡ ಬಂದು ನಿಂತಿತು. ಹಣೆಯುಜ್ಜಿದ ಬೇಸರದಿಂದ.

"ಅಂಜು ನೀನು ಒಳ್ಗೆ ನಡೀ" ಅವಳನ್ನು ಕಳಿಸಿದ.

ನಳಿನಿ ಎಲ್ಲಾ ಕಡೆ ನೋಟ ಹರಿಸಿದಳು. ಬಾವಿಯಲ್ಲಿ ಬಗ್ಗಿ ನೋಡಿದಳು. ಅಹಮದ್‌ನ ಕೇಳಿ ಯೋಜನೆಗಳನ್ನು ತಿಳಿದುಕೊಂಡಳು.

"ತುಂಬ ಕಾಸ್ಲೀ ಪ್ಲವರ್ಸ್, ನೀವು ಮಣ್ಣನ್ನ ಚಿನ್ನ ಮಾಡೋಕೆ ಹೊರಟಿದ್ದೀರಾ" ಎಂದಳು. ಅದರಲ್ಲಿ ಮೆಚ್ಚಿಗೆ ಇರಲಿಲ್ಲ. ಈರ್ಷ್ಯೆ ಇತ್ತು. "ರಿಸ್ಕ್ ಇರುತ್ತೆ. ಚಿನ್ನ

ಸಿಗೋದು ಮಣ್ಣಲ್ಲಿ ತಾನೆ?" ಎಂದ ಉದಾಸೀನವಾಗಿ.

ಓಡಾಡಿದವಳು ಆಹ್ವಾನವೇ ಇಲ್ಲದಂತೆ ಒಳಗೆ ಬಂದು ಮಂಚದ ಮೇಲೆ ಕೂತಳು.

"ಉಪಯೋಗಕ್ಕೆ ಬಾರದ್ದು ಅಂದ್ಕೊಂಡಿದ್ದೆ. ಮನೆ ಚೆನ್ನಾಗಿ ಇಟ್ಕೊಂಡಿದ್ದೀರಾ" ಎಂದಳು. ಅವಳು ಬಂದ ಉದ್ದೇಶ ಬಾಡಿಗೆಗಾಗಿ.

ಅಂಜು ತಂದು ಕೊಟ್ಟ ಕಾಫೀ ಕುಡಿದ ನಳಿನಿ "ನಿಮ್ಮ ಮಿಸೆಸ್ ತುಂಬ ಬ್ಯೂಟಿ, ತುಂಬಾ ಇನ್ನೊಸೆಂಟ್ ಹಾಗೆ ಕಾಣ್ತಾರೆ" ಎಂದಾಗ ನಕ್ಕುಬಿಟ್ಟ ಚಂದ್ರು.

ಅವಳ ಕಾಮೆಂಟ್ಸ್‌ಗೆ ಪ್ರತಿಕ್ರಿಯಿಸಬೇಕಿತ್ತು. "ನೋ.... ನೋ....... ನೀವು ತಪ್ಪಾಗಿ ತಿಳ್ಕೊಂಡ್ರಿ. ಮಿದುಳಿನ ಬಗ್ಗೆ ಮಾತ್ರ ನಿಮ್ಮ ವ್ಯಾಖ್ಯಾನ ಅನ್ನಿಸುತ್ತೆ. ಆದರೆ ಅವ್ರಿಗೆ ಮಿದುಳಿನ ಜೊತೆ ಮನಸ್ಸು, ಹೃದಯ ಎಲ್ಲಾ ಇದೆ. ಅದು ಮನುಷ್ಯನ ಗುಣಲಕ್ಷಣಗಳು" ಚುರುಕು ಮುಟ್ಟಿಸಿದ. ಅದೇನು ಅವಳಿಗೆ ನೇರವಾಗಿ ತಾಗಲಿಲ್ಲ.

"ಬೈ ದಿ ಬೈ... ಬಾಡಿಗೆ ತಂದು ಕೊಡ್ಲಿಲ್ಲ ಅಹಮದ್" ಎಂದಳು ಪರ್ಸ್‌ನ ಜಿಪ್ ತೆಗೆಯುತ್ತ. "ಹಣ ಬಿಸಾಕಿ ಆ ಮುದ್ಕನ್ನ ವೃದ್ಧಾಶ್ರಮಕ್ಕಾದ್ರೂ ಕರ್ಕಂಡ್ಹೋಗಿ.... ಸ್ಮಶಾನಕ್ಕಾದ್ರೂ ಹೊತ್ಕೊಂಡ್ಹೋಗಿ. ಐ ಡೋಂಟ್ ಕೇರ್..." ಅಂದಿನ ಚಂಡಿ ಅವತಾರ ಕಣ್ಮುಂದೆ ಸುಳಿಯಿತು.

ಅಂದು ಉಪಾಯವಾಗಿ ಕಾರ್ಯ ಸಾಧಿಸಿದ್ದ. "ಯಾವ ಬಾಡ್ಗೆ ಬಗ್ಗೆ ನೀವ್ಹೇಳೋದು?" ವಿಸ್ಮಯ ನಟಿಸಿದ. ಅನಾಮತ್ತಾಗಿ ಎದ್ದು ನಿಂತ "ಇಲ್ಲಿನ ಬಾಡ್ಗೇನು ಮುದ್ಕನಿಗೆ ಕೊಡ್ತಾ ಇದ್ದೀರಾ! ಅವ್ನಿಗೆ ಏನು ದುಡ್ಡಿನ ಅಗತ್ಯವಿದೆ?" ಕನಲಿದಳು.

"ಕೂಲ್‌ಡೌನ್.... ಸ್ವಲ್ಪ ಶಾಂತವಾಗಿ. ಪಿತ್ರಾರ್ಜಿತವಾಗಿ ಬಂದ ಮನೇನ ನಿಮ್ಗೇ ಬಿಟ್ಟಿದ್ದಾರೆ. ಎರಡು ಲಕ್ಷ ಹಾರ್ಡ್ ಕ್ಯಾಷ್ ನಿಮ್ಮ ಪಾಲಿಗೆ ಬಂತು. ಇದ್ನ ವೃದ್ಧಾಶ್ರಮಕ್ಕೆ ಬರ್ದಿದ್ದಾರೆ ಹತ್ತು ವರ್ಷಗಳ ನಂತರ. ಬಾಡ್ಗೇ ನೇರವಾಗಿ ಅಲ್ಲಿಗೆ ಹೋಗುತ್ತೆ. ಮನೆ, ಜಾಗ ವಿಷ್ಯದಲ್ಲಿ ತಲೆ ಕೆಡಿಸ್ಕೋಬೇಡಿ" ಬಹಳ ನಿಧಾನವಾಗಿ ಸ್ಪಷ್ಟವಾಗಿ ಅರ್ಥವಾಗುವಂತೆ ಹೇಳಿದ.

"ಚೀಟಿಂಗ್... ನಾನು ಕೋರ್ಟಿಗೆ ಹೋಗ್ತೀನಿ" ಸಿಡಿದಳು.

ಉದಾಸೀನದಿಂದ ಪೇಪರ್ ಮುಂದಿಡಿದ ಚಂದ್ರು "ನಿಮ್ಮ ಹಣ ವೇಸ್ಟ್ ಅಷ್ಟೆ. ಆ ಪತ್ರಕ್ಕೆ ನೀವು ನಿಮ್ಮ ಹಸ್ಬೆಂಡ್ ಸಹಿ ಹಾಕಿದ್ದೀರಾ. ಇದು ನರಹರಿಯವ್ರ ಸ್ವಂತ ಸಂಪಾದನೆ. ಸರ್ವ ಸ್ವತಂತ್ರರು. ಯಾರ್ಗೆ ಬೇಕಾದ್ರೂ ಕೊಡಬಲ್ಲರು. ನೀವೇನು ಮಾಡೋಕ್ಕಾಗೋಲ್ಲ" ಇಡೀ ಚಿತ್ರ ಬಿಡಿಸಿಟ್ಟ.

ನಳಿನಿ ದಿಕ್ಕೆಟ್ಟಂತೆ ನೋಡತೊಡಗಿದಳು. ಪಕ್ಕದ ಇಡೀ ಜಾಗಕ್ಕೆ ಹತ್ತು ಲಕ್ಷ ಸಿಕ್ಕುತ್ತೆ, ಸಿಕ್ಕಿದೆ ಅನ್ನೋ ಕಲ್ಪನೆ ಇಲ್ಲದಂತೆ ವ್ಯವಹರಿಸಿ ಎರಡು ಲಕ್ಷ ಪಡೆದುಕೊಂಡಿದ್ದಳು.

"ಎಲ್ಲಾ ಸೇರಿ ನಮ್ಗೇ ಮೋಸ ಮಾಡ್ಬಿಟ್ರಿ. ನಾನು ನೋಡ್ತೀನಿ" ಕಾಲು

ಅಪ್ಪಳಿಸಿದಾಗ ಹಲ್ಲುಗಳನ್ನು ಕಚ್ಚಿಡಿದ ಚಂದ್ರು. "ಇದು ಕೋನೇ ಸಲ, ಮತ್ತೆಂದಾದ್ರೂ ಇಲ್ಲಿಗೆ ಬಂದ್ರೆ ಒಳ್ಗೆ ಪ್ರವೇಶ ಸಿಕ್ಕೋಲ್ಲ. ಪ್ಲೀಸ್ ಗೆಟ್ ಔಟ್..." ರೋಷದಿಂದ ನುಡಿದ. ಅವನ ಮೈ ಕಂಪಿಸುತ್ತಿತ್ತು.

ಜೋರು ದನಿಯಲ್ಲಿ ಬೈಯುತ್ತ ಹೋದಳು.

"ಘೋಸ್ಟ್.... ರಾಕ್ಷಸಿ... ಇವ್ರು ಓಡಾಡೋ ವಾತಾವರಣದಲ್ಲಿ ಹಸಿರು ಕೂಡ ಬೆಳೆಯೋಲ್ಲ!" ರೋಷ ಅಸಹ್ಯದಿಂದ ನುಡಿದ.

ಬೆಪ್ಪಾದಳು ಅಂಜು. ಸದಾ ಹಸನ್ಮುಖನಾಗಿಯೇ ಇರುತ್ತಿದ್ದ ಚಂದ್ರು ಅವಳ ವಿಷಯ ಬಂದಾಗ ಮಾತ್ರ ತಾಳ್ಮೆ ಕಳೆದುಕೊಳ್ಳುತ್ತಿದ್ದ.

ಹೊರಗೆ ನಿಂತಿದ್ದ ಅಹಮದ್ ಅರ್ಧಂಬರ್ಧ ಕೇಳಿಸಿಕೊಂಡಿದ್ದ. ಅವಳೇನು ಮಾಡದಂತೆ ನಾಲ್ಕು ಕಡೆಯಿಂದ ದಿಗ್ಬಂಧನ ವಿಧಿಸಿದ್ದರು ಕಾನೂನು ಮೂಲಕವೆ.

"ಅಹಮದ್ ಮತ್ತೆ ಎಂದಾದ್ರೂ ಬಂದ್ರೆ... ಒಳ್ಗೆ ಬಿಡ್ಲೇ ಬೇಡ. ಛೇ..... ಜೀವನದಲ್ಲಿ ನಾನು ಅಸಹ್ಯಿಸಿಕೊಳ್ಳೋ ದ್ವೇಷಿಸೋ ವ್ಯಕ್ತಿ ಹೆಣ್ಣಾದಳಲ್ಲ" ವ್ಯಥಿತನಾದ.

ಆತುರಾತುರವಾಗಿ ಅನ್ನದ ತಟ್ಟೆಗೆ ಕೈ ಹಾಕಿದ ನರಹರಿಯವರ ಮುಂಗೈ ಮೇಲೆ ಕುದಿಯುವ ನೀರು ಸುರಿದ ಸ್ಯಾಡಿಸ್ಟ್ ಹೆಣ್ಣು. ಹಗಲು ರಾತ್ರಿ ವಯಸ್ಸಾದ ಜೀವ ಅನುಭವಿಸಿದ ನೋವು ತೋಡಿಕೊಂಡರೆ ಕಣ್ಣೀರುಕ್ಕುತ್ತಿತ್ತು.

ಆ ಇಡೀ ದಿನ ಚಂದ್ರು ಮೂಡ್ ಸರಿ ಹೋಗಲಿಲ್ಲ,

* * *

ಅಂದಿನ ಪಾರ್ಟಿಯಲ್ಲಿ ಭೇಟಿಯಾದ ವಿಲಿಯಮ್ ಒಂದೆರಡು ಪೆಗ್ ಹೆಚ್ಚಾಗಿ ಹಾಕಿಯೇ ಮಾತು ಆರಂಭಿಸಿದರು.

"ಯೂ ಆರ್ ಮೋಸ್ಟ್ ಬ್ರಿಲಿಯಂಟ್ ಅಂತ ತಿಳ್ಕೊಂಡಿದ್ದೆ" ಕೈಯಾಡಿಸಿದರು. ಅಣಕಿಸುವಂತೆ "ಅಂಥ ಮಗ್ನ ಯಾರಾದ್ರೂ ಹೊರ್ಗೆ ಹೋಗೋಕೆ ಬಿಡ್ತಾರೆ? ಯು ಆರ್ ಎ ಫೂಲ್ ಅವನೇನು ಜಾಲಿ ಮಾಡ್ಲಿಲ್ಲ ಆದ್ರೂ... ನಿಂಗೆ ಸಿಂಪತಿ ಬೇಡ್ವಾ.... ನಿಂದು ಬ್ಯಾಡ್ ಲಕ್...." ತೊದಲಿದರು.

ಅವರಿಂದ ತಪ್ಪಿಸಿಕೊಳ್ಳಲು ರಾಧಾಕೃಷ್ಣ ಪ್ರಯಾಸಪಡಬೇಕಾಯಿತು. ಕೈಯಲ್ಲಿನ ಗ್ಲಾಸ್ ಬರಿದು ಮಾಡಿ ಕಾರು ಬಳಿ ಬಂದರು.

"ಹಲೋ ಹೊಸ ವಿಷ್ಯ ಕೇಳಿದ್ನಲ್ಲ!" ಫೇಮಸ್ ಚಾರ್ಟೆಡ್ ಅಕೌಂಟೆಂಟ್ ಚಲಂ ಮಾತು ಷುರು ಮಾಡಿದಾಗ ಸದ್ಯಕ್ಕೆ ತಪ್ಪಿಸಿಕೊಳ್ಳುವ ದಾರಿ ನೋಡಿದರು. "ಏನು ಕೇಳಿದ್ರೋ... ಗೊತ್ತಿಲ್ಲ. ಹತ್ತು ನಿಮಿಷದಲ್ಲಿ ಬರ್ತೀನಿ. ಮಾತಾಡೋಣ" ಕಾರು ಹತ್ತಿದರು.

ಮನೆಗೆ ಬರೋ ವೇಳೆಗೆ ಅವರಿಗೆ ಪೂರ್ತಿ ತಲೆ ಕೆಟ್ಟುಹೋಗಿತ್ತು. ವಿಷಯ

ಬೆನ್ನಟ್ಟಿ ಅವರನ್ನು ಹಿಂಸಿಸುತ್ತಿತ್ತು. ಹೆಚ್ಚಿನ ಜನರ ಪ್ರಕಾರ ಇವರೇ ಅಪರಾಧಿ.

ಆದರೆ ವಿಲಿಯಮ್ ಅಂದ ಒಂದು ಮಾತಿನ ಅರ್ಥ ಮಾತ್ರ ಅವರಿಗೆ ಆಗಿರಲಿಲ್ಲ. "ಬುದ್ಧಿವಂತಿಕೆ ಅನ್ನೋದು ನಿಮ್ಮ ವಂಶಕ್ಕೆ ಬಳುವಳಿ ಇರ್ಬೇಕು. ನಿಮ್ಮ ಎತ್ತರನ ಅವ್ನು ಮೀರ್ಸಿದ್ರೂ ಹೆಚ್ಚಲ್ಲ"

ಆ ಮಾತುಗಳ ಹಿಂದೆ ಇರುವ ಗೂಢಾರ್ಥವೇನು?

ಬಟ್ಟೆ ಬದಲಾಯಿಸಿದವರು ಮಂಚದ ಮೇಲೆ ಮಲಗಿ ಎರಡು ಕೈಗಳಿಂದ ತಲೆಯನ್ನೊತ್ತಿಕೊಂಡರು. ನರಗಳೆಲ್ಲ ಕತ್ತರಿಸಿ ಬೀಳುವಂತೆ ಪಟಪಟ ಎನ್ನುತ್ತಿತ್ತು.

ಬಾಗಿಲು ಸದ್ದು. ಹಿಂದೆಯೇ ಮಲ್ಲಿಗೆಯ ಕಂಪು. ಹೆಂಡತಿ ಬಂದಿದ್ದಾಳೆಂದು ಅರಿವಾದರೂ ಕಣ್ಣು ತೆರೆಯಲಿಲ್ಲ.

"ಯಾಕೆ ಆರೋಗ್ಯ ಸರಿಯಿಲ್ವಾ? ಡಾಕ್ಟ್ರನ.... ಕರೆಸ್ಲಾ?" ಸ್ವರದಲ್ಲಿ ಆತಂಕವಿತ್ತು. ತಟ್ಟನೆ ಕಣ್ಣುತೆರೆದವರು "ನಿಂಗೆ ಅದ್ಬಿಟ್ಟು ಬೇರೇನು ಗೊತ್ತು! ಹೊಟ್ಟೆ ಹಸಿವಿಗೂ ಡಾಕ್ಟ್ರನ ಕರ್ಸಿಬಿಡು. ಸ್ವಲ್ಪ ಕೂಡ ಕಾಮನ್‌ಸೆನ್ಸ್ ಇಲ್ಲ, ಚಂದ್ರು ಮನೆ ಬಿಟ್ಟು ಐದು ತಿಂಗ್ಳು ಆಯಿತಲ್ಲ, ನೀನಗೇನಾದ್ರೂ.... ಯೋಚ್ನೆ ಇದ್ಯಾ?" ಗುಡುಗಿದರು.

ಆಕೆಯ ಕಣ್ಣಂಚು ಒದ್ದೆ ಆಯಿತು.

ಮಗನ ಸುದ್ದಿ ಎತ್ತಿದಾಗಲೆಲ್ಲ ಹಾರಾಡುತ್ತಿದ್ದರು ರಾಧಾಕೃಷ್ಣ ಕರುಳು ಸಂಕಟ ಅದುಮಿ ನಗುವಿನ ಮುಖವಾಡ ಧರಿಸಿದ್ದರು ಆಕೆ.

"ನಾನೇನ್ಮಾಡ್ಲಿ ನಿಮ್ಗೇ ಅವ್ನ ಸುದ್ದಿ ಎತ್ತಿದ್ರಾಗೋಲ್ಲ!" ಮುಸಿ ಮುಸಿ ಅತ್ತರು. ಅದರಲ್ಲಿ ಸತ್ಯಾಂಶವಿದುದ್ದರಿಂದ ತುಟಿ ತೆರೆಯಲಿಲ್ಲ ಆ ಬಗ್ಗೆ. "ಒಂದಿಷ್ಟು ಕಾಫೀ ಕಳ್ಸು...." ಫೋನೆತ್ತಿ ಡಯಲ್ ನಂಬರ್‌ಗಳನ್ನೆತ್ತಿದರು. "ದಾಸ್‌ನ... ಕಳ್ಸೀ" ಅಷ್ಟೆ ಹೇಳಿದ್ದು.

ಮಾತ್ರೆ ನುಂಗಿ ಕಾಫೀ ಖಾಲಿ ಮಾಡಿ ಹೊರಗೆ, ಬಂದರು.

ದೊಡ್ಡ ಹಾಲ್‌ನಲ್ಲಿ ನಿಂತು ಎಲ್ಲೆಡೆ ನಿರುಕಿಸಿದರು. ಬೆಲೆಬಾಳುವ ಅತ್ಯಾಧುನಿಕ ಆಸನಗಳು. ಅದರ ಕೆಳಗಿನ ಕಾರ್ಪೆಟ್‌ನ ಆಯ್ಕೆ ಅವರದೇ. ಇನ್ಡೋರ್ ಡೆಕೋರೇಷನ್‌ಗಾಗಿ ಹಲವು ಲಕ್ಷಗಳನ್ನು ವ್ಯಯಿಸಿದ್ದರು.

ಕ್ಷಣ ಧನ್ಯತೆ ಮೂಡಿದರೂ ಎದೆ ಭಾರವಾಯಿತು. ಗಳಿಸಿದ್ದಕ್ಕಿಂತ ಹೆಚ್ಚಿಗೆ ಕಳೆದುಕೊಂಡೆನೇನೋಂತ ಚಿಂತಿಸಿದರು. ಇಬ್ಬರು ಗಂಡು ಮಕ್ಕಳಲ್ಲಿ ಒಬ್ಬನೂ ಭೂಷಣಪ್ರಾಯನಾಗಿ ಇಲ್ಲಿಲ್ಲ. ತೀರಾ ವ್ಯಥಿತರಾಗಿ ಸೋಫಾ ಮೇಲೆ ಕುಕ್ಕರಿಸಿದರು.

"ಎಲ್ಹೋದ್ಲು.. ಶಿಲ್ಪ?" ಹೆಂಡತಿಯನ್ನು ಕೂಗಿ ಕೇಳಿದರು.

ಆಕೆ ಮುಖ ಸಪ್ಪಗಾಯಿತು. "ಅವ್ಳೆಲ್ಲಿ ಇರ್ತಾಳೆ.... ಮನೆಯಲ್ಲಿ? ತುಂಬ ಜನ ಫ್ರೆಂಡ್ಸ್ ಅವರಾದ್ರೂ ಇಲ್ಲಿದ್ರೆ ಸುತ್ತುವರಿದಿರ್ತಾರೆ. ಇವ್ಳಾದ್ರೂ ಒಂದೊಂದು ನೆಪ ಹೇಳಿ ಅಲೆಯೋಕೆ ಹೋಗ್ತಾಳೆ?" ಮಗಳ ಮೇಲೆ ಕೋಪ ವ್ಯಕ್ತಪಡಿಸಿದರು.

ಚಂದ್ರು ಹುಟ್ಟಿದ ಹತ್ತು ವರ್ಷದ ನಂತರ ಹುಟ್ಟಿದೋಳು. ಅವರುಗಳಷ್ಟು ಕಷ್ಟ ಕಂಡೋಳಲ್ಲ. ಹೆಚ್ಚಿನ ಮುದ್ದು ಕೂಡ ಅಪ್ಪ ಅಮ್ಮನದು.

"ಚಿಕ್ಕೋಳು.... ಬಿಡು" ತೇಲಿಸಿದರು.

ಏನೋ ಅನುಮಾನ! ಒಂದೇ ಊರಿನಲ್ಲಿದ್ದು ತಾಯಿ ಮಗ ಒಬ್ಬರನ್ನೊಬ್ಬರು ನೋಡದೆ ಇದ್ದಾರೆಯೇ? ಅಥವಾ ಕಣ್ಣು ಮುಚ್ಚಾಲೆಯಾಟ ಸಂದೇಹಿಸಿದರು.

"ಚಂದ್ರು..... ಹೇಗಿದ್ದಾನೆ?" ಕೇಳಿದರು. ವಾರೆನೋಟ ಹರಿಸುತ್ತ ಹೆಂಡತಿಯ ಕಡೆಗೆ.

"ನಂಗೇನು..... ಗೊತ್ತು? ನಿಮಗಾದ್ರೂ ಅಷ್ಟಿಷ್ಟು ವಿಷ್ಯ ತಿಳಿದೀತು? ನಂಗ್ಯಾರು.... ಹೇಳ್ತಾರೆ? ಅಪ್ಪ, ಮಗ ಒಂದೊಂದು ದಿಕ್ಕಿಗೆ ನಿಂತ್ರಿ?" ಗಂಗಾಭವಾನಿ ಸುರಿಯಲು ಸಿದ್ಧವಾದಳು.

ತೀಕ್ಷ್ಣವಾಗಿ, ದೀರ್ಘವಾಗಿ ಹೆಂಡತಿಯತ್ತ ನೋಡಿದರು "ಎಂದೂ ಚಂದ್ರು ಈ ಮನೆಗೆ ಬಂದಿಲ್ವಾ?" ಗಂಡನ ಪ್ರಶ್ನೆಗೆ ಉತ್ತರಿಸುವ ಬದಲು ಆಕೆ ಅತ್ತರು.

"ಹೋಗ್ಲಿ... ಬಿಡು" ಹೊರಗೆ ಬಂದು ಬಾಲ್ಕನಿಯಲ್ಲಿ ನಿಂತರು. ಸದಾ ಗರ್ವಪಡುತ್ತಿದ್ದ ಮನಸ್ಸು ವ್ಯಾಕುಲಗೊಂಡಿತ್ತು ಇಂದು. "ಅಪ್ಪ ಆ ಇಡ್ಲಿ ಡಬ್ಬಿ ನಾನು ತಗೋತೀನಿ. ಸಾಗು ಚಂದ್ರು ತಗೋತಾನೆ?" ಎನ್ನುತ್ತಿದ್ದ ಮಗ ಮುಂಬಯಿಯಲ್ಲಿದ್ದ ಆರಾಮಾಗಿ.

ಗೇಟಿನಿಂದ ಒಳ ಬರುತ್ತಿದ್ದಂಗೆ ದಾಸ್ ದೂರದಿಂದಲೇ ವಿಷ್ ಮಾಡಿದ ಯಜಮಾನರಿಗೆ.

"ಮ್ಯಾನೇಜರ್.... ಕಳ್ಸಿದ್ರು?" ಹೇಳಿದ.

"ಈಚೆಗೆ ಚಂದ್ರು ಸಿಕ್ಕಿದ್ನಾ?" ಕೇಳಿದರು ಆವೇಗದಿಂದ.

ಈಚೆಗೆ ಅಂದರೆ ಒಂದು ವಾರದಲ್ಲಿಯೇನು. ಹದಿನೈದು ದಿನಗಳಲ್ಲಿ ಕೂಡ ಸಿಕ್ಕಿರಲಿಲ್ಲ. ಆಗಾಗ.... ಒಂದೆರಡು ಸಲ ಸಿಕ್ಕಿದ್ದ. ಅಂಥ ಮಾರ್ಪಾಡುಗಳೇನು ಕಂಡಿರಲಿಲ್ಲ.

"ಇತ್ತೀಚೆಗಂತು ಅಲ್ಲ, ಹಿಂದೆ ಒಮ್ಮೆ ಸಿಕ್ಕಿದ್ರು, ಮಾಮೂಲಾಗಿದ್ರು" ನಿಧಾನಿಸಿ ಹೇಳಿದ ದಾಸ್. ನೀಳವಾಗಿ ಉಸಿರೆಳೆದು ದಬ್ಬಿದವರು, "ಈಗೀಂದೀಗ್ಲೇ.... ಹೋಗ್ಬಾ. ನಿನ್ನ ಬರುವು ಅವ್ನಿಗೆ ಆಕಸ್ಮಿಕವಾಗಿ ಕಾಣ್ಬೇಕು. ಹಾಗೇ ಸೋನಾಪುರದ ಹುಡ್ಗೀ ಇದ್ದಾಳೇನೋ ಗಮನಿಸು" ಅಪ್ಪಣೆ ಇತ್ತರು. ತಕ್ಷಣ ಮಗನ ವಿಷಯ ತಿಳಿಯಬೇಕೆನ್ನುವ ಕಾತುರ ಹಂಬಲಿಕೆ.

ತಕ್ಷಣ ಬಂದು ವಿಷಯ ಮುಟ್ಟಿಸುವಂತೆ ತಿಳಿಸಿ ಕಳುಹಿಸಿದರು. ಅಂದಿನ ಎಲ್ಲಾ ಕೆಲಸ ಕಾರ್ಯಗಳನ್ನು ಬದಿಗೊತ್ತಿ ಮನೆಯಲ್ಲೇ ಉಳಿದರು.

ಒಂದೆರಡು ಗಂಟೆಗಳ ನಂತರ ವಿಷಯ ಮುಟ್ಟಿಸಿದ.

"ಆ ಖಾಲಿ ಜಾಗ ನಂದನವನವಾಗಿದೆ. ವ್ಹಾ... ನೋಡೋಕೆ ಆನಂದ! ಮಾರ್ಕೆಟ್‌ನಲ್ಲಿ ನಾಗದಾಳಿಯ ಜಾತಿಯ ಗ್ಲಾಡಿಯೋಲಸ್ ಹೂಗೊಂಚಲಿಗೆ ಭಾರಿ ಬೇಡಿಕೆ ಇದೆ. ಅದ್ನೇ ಬಿಜಿನೆಸ್ ಆಗಿ ಷುರು ಮಾಡಿದ್ದಾರೆ."

ಮೊದಲು ಮುಖದಲ್ಲಿ ದಿಗ್ಭ್ರಮೆ ಮೂಡಿದರೂ ಉದಾಸೀನ ಇಣಕಿತು. 'ಜುಜುಬಿ' ಎನ್ನುವಂಥ ಭಾವನೆ. ಅನುಭವ ಮಗನನ್ನು ಮೆತ್ತಗೆ ಮಾಡಿರಬಹುದೆನ್ನುವ ಅನುಮಾನ.

ಅದಕ್ಕೆ ಅವರು ಸಮಯ ಕೊಟ್ಟು ಕಾದಿದ್ದು. ಅವನನ್ನು ಕಳಿಸಿಬಿಟ್ಟರು.

ರೂಮಿಗೆ ಹೋಗಿ ಬಾಗಿಲು ಹಾಕಿಕೊಂಡರು. ಕರುಳು ಚುರುಕ್ಕೆಂದಿತು. ಯಾರಿಗಾಗಿ... ತಾವು ದುಡಿದಿದ್ದು? ಬಹಳ ವರ್ಷಗಳ ನಂತರ ಮೊದಲ ಸಲ ಅವರ ಕಣ್ಣಲ್ಲಿ ನೀರು ಕಾಣಿಸಿಕೊಂಡಿತು.

ನೋವು, ನಿರಾಶೆ ಕೋಪವಾಗಿ ನಾರಾಯಣ್ ಮಗಳ ಮೇಲೆ, ಸೊಸೆಯ ಮೇಲೆ ತಿರುಗಿತು. "ನಿಂಗೆ, ಬುದ್ಧಿ ಕಲಿಸ್ತೀನಿ. ನನ್ಮಗನ್ನ ನನ್ನಿಂದ ಕಿತ್ಕೊಂಡೆ" ಹಲ್ಲು ಕಚ್ಚಿಡಿದರು.

ಅಂಥ ಇಂಟರ್‌ನ್ಯಾಷನಲ್ ಫಿಗರ್ ಮಗಳು ಈ ಮನೆಗೆ ಸೊಸೆಯಾಗಿ ಬಂದಿದ್ದರೆ ಅವರ ಪ್ರೆಸ್ಟೀಜ್ ಏಕಾಏಕಿ ಏರಿಬಿಡುತ್ತಿತ್ತು. 'ತಾವು ಮೋಸ ಹೋದಿವಿ' ಎಂದು ಹಪಹಪಿಸಿದರು.

ಹಾರಿ ಬಂದ ಶಿಲ್ಪಾ ತಂದೆಯ ಕುತ್ತಿಗೆಗೆ ಜೋತು ಬಿದ್ದಾಗ "ಸಾಕು ಈ ಮುದ್ದೆಲ್ಲ. ಎಲ್ಲಿಗೆ ಹೋಗಿದ್ದೆ? ಬರೀ ಸುತ್ತೋ ಬಿಜಿನೆಸ್ ಮಾಡ್ಕೊಂಡ್ಯಾ. ಒಂದಿಷ್ಟು ಓದೋ ಯೋಚ್ನೆ ಮಾಡು. ಚಂದ್ರು ಹೊರ್ಗೆ ಹೋಗಿದ್ದೇ ನಿಂಗೆ ಲಂಗು ಲಗಾಮು ಇಲ್ಲದಂತಾಯ್ತು" ಅಪರೂಪಕ್ಕೆ ಮಗಳನ್ನು ಖಾರವಾಗಿ ವಿಚಾರಿಸಿಕೊಂಡರು.

ಮುದ್ದುಗರೆದು ಬೇಗ ತಂದೆಯನ್ನು ಪ್ರಸನ್ನಗೊಳಿಸಿದಳು.

"ಡ್ಯಾಡಿ, ಮೊನ್ನೆ ಅಣ್ಣ ಸಿಕ್ಕಿದ್ದ. ಅವ್ನೇ ಈ ಡ್ರೆಸ್ ಕೊಡ್ಸಿದ್ದು" ಎಂದಾಗ ಅವರಿಗೆ ಮೈಯೆಲ್ಲ ಉರಿದುಹೋಯಿತು. ಮಗಳ ಮುಂದೆ ಮಗನನ್ನು ಅನ್ನುವಷ್ಟು ನಾಗರೀಕತೆ ಇಲ್ಲದವರಲ್ಲ. "ಸಾಕು.... ಸಾಕು... ಹೋಗು" ಅವಳನ್ನು ಕಳುಹಿಸಿಬಿಟ್ಟರು.

ವ್ಯವಹಾರದಲ್ಲಿ ಅಷ್ಟು ಚೆನ್ನಾಗಿ ಓಡುತ್ತಿದ್ದ ತಲೆ ಈ ವಿಷಯದಲ್ಲಿ ನಿಷ್ಕ್ರಿಯವಾಗಿತ್ತು.

ಬಹಳ ಯೋಚಿಸಿ ಒಂದು ನಿರ್ಣಯಕ್ಕೆ ಬಂದರು. ಅದನ್ನು ತಕ್ಷಣಕ್ಕೆ ಕಾರ್ಯಗತಗೊಳಿಸುವುದೋ ಬೇಡವೋ ಎನ್ನುವ ಸಂದಿಗ್ಧತೆ.

"ಯಶೋದಾ, ಶಿಲ್ಪಾ ಚಂದ್ರುನ ನೋಡ್ಬೇಕೂಂದ್ಲು, ನೀನು ಹೋಗ್ಬಾ... ತೀರಾ ಕಷ್ಟಗಳ ನಡ್ವೇ ಬೆಂದ್ಹೋಗಿದ್ದಾನೆ. ಈಗ್ಲಾದ್ರೂ ಬಗ್ಗುತಾನೇನೋ.... ನೋಡೋಣ?" ಖಾರವನ್ನು ಕಾರಿಕೊಂಡೇ ಅಪ್ಪಣೆ ಕೊಟ್ಟರು ಹೆಂಡತಿಗೆ.

ಆಕೆಗೆ ವಿಸ್ಮಯ. ಸಂತೋಷ. ತಾನು ಕೇಳುತ್ತಿರುವುದು ಕಲ್ಪನೆಯೋ, ಕನಸೋ

ಎನ್ನುವ ಅನುಮಾನ.

ಅರ್ಥಮಾಡಿಕೊಂಡವರಂತೆ ನುಡಿದರು. "ಸಂಜೆ ಹೋಗ್ಬಾ.... ನಾನೇ ಹೇಳ್ತಾ ಇರೋದು. ರಾಧಾಕೃಷ್ಣನ ಸ್ವಾಭಿಮಾನ ಕಲಿತೆ, ಆ ಬುದ್ಧಿವಂತಿಕೇನ ಮಾತ್ರ ಕಲೀಲಿಲ್ಲ, ಈಗ್ಲೂ... ಮೆತ್ತಗಾಗಿದ್ರೇ... ಯೋಚ್ಸೋಣ" ಎಂದರು.

ಗಂಡನ ಮನಸ್ಸಿನಲ್ಲಿ ಏನೋ ಇದೆಯೆನಿಸಿತು. ಆದರೆ ಇಂಥದ್ದೇ ಎಂದು ಊಹಿಸುವಂಥ ಜಾಣ್ಮೆ ಇರಲಿಲ್ಲ,

"ನಂಗೆ, ಆ ವಿಷ್ಯದಲ್ಲಿ ನಂಬ್ಕೇ ಇಲ್ಲ" ತಲೆಯಾಡಿಸಿದರು ಯಶೋದ. ಮಗನ ಬಗ್ಗೆ ಅವರಿಗೆ ಗೊತ್ತು. ವಿಧೇಯತೆ ಇತ್ತು. ಅದಕ್ಕೊಂದು ಮಿತಿ ಅಷ್ಟೆ.

ಕೈಯಲ್ಲಿನ ಪೇಪರ್‌ನ ಅಷ್ಟು ದೂರಕ್ಕೆಸೆದರು ರಾಧಾಕೃಷ್ಣ "ಅಂಥ ಮಗನನ್ನ ಹೆತ್ತ ನೀನು ದಡ್ಡಿಯೇ. ಆಟೋದಿಂದ ತಿಂಡಿ ಪಾತ್ರೆಗಳನ್ನ ಇಳಿಸೋವಾಗ ಮೇಲುಸಿರು ಬಿಡ್ಬೇಕಾಗಿತ್ತು. ಈಗ ಕೈಗೊಬ್ರು, ಕಾಲಿಗೊಬ್ರು.... ಈ ಸುಖನ ಕಾಲಲ್ಲಿ ಒದೆಯೋಷ್ಟು ದುರಹಂಕಾರ" ಹೆಂಡತಿಯನ್ನು ಸೇರಿಸಿಕೊಂಡು ಮಗನನ್ನ ಬೈಯ್ದರು.

ಹಿಂದಿನ ವಿಷಯಗಳು ನೆನಪಿಗೆ ಬಂದರೆ ತಣ್ಣಗಾಗಿ ಬಿಡುತ್ತಿದ್ದರು ಯಶೋದ. ಅಂದಿನ ದಿನಗಳಲ್ಲಿ ನಿಕೃಷ್ಟವಾಗಿ ಕಾಣುತ್ತಿದ್ದ ಜನ ಇಂದು ಓಲೈಸುತ್ತಿದ್ದರು. ಅದಕ್ಕೆ ಹಣವೇ ಕಾರಣ ಎನ್ನುವಷ್ಟರ ಮಟ್ಟಿಗಿನ ತಿಳಿವಳಿಕೆ ಇತ್ತು.

ಸಂಜೆಗಾಗಿ ಕಾದ ಯಶೋದಮ್ಮ ಸಡಗರದಿಂದ ಫೋನ್ ಹಚ್ಚಿದರು. "ಚಂದ್ರು ಮನೆಗೆ ಹೋಗ್ಬರ್ತಿನಿ"

ಚಂದ್ರ ಪ್ರಕಾಶ್‌ನ ಆಫೀಸಿನಲ್ಲಿದ್ದ ರಾಧಾಕೃಷ್ಣ "ಹೇಗೆ.... ಹೋಗ್ತೀಯಾ? ಎಲ್ಲಿಗೆ... ಹೋಗ್ತೀಯಾ? ನಿನ್ನ ಮಗ ಭವ್ಯ ಮಹಲ್‌ನಲ್ಲಿದ್ದಾನೆಯೆ. ಅಡ್ರೆಸ್ ಹಿಡ್ಕೊಂಡ್ಹೋಗೋಕೆ! ರೆಡಿಯಾಗಿರು..... ದಾಸ್‌ನ ಕಳುಸ್ತೀನಿ. ಬರೀ ನೀನು ಚಂದ್ರು ಅಮ್ಮನಾಗಿ ಮಾತ್ರ ಹೋಗ್ತಾ ಇಲ್ಲ. 'ಚಂದ್ರ ಪ್ರಕಾಶ್, ಶಿಲ್ಪಾ' ಹೋಟಲ್‌ಗಳ ಒಡೆಯ ರಾಧಾಕೃಷ್ಣ ಹೆಂಡ್ತಿಯಾಗಿ, ಅದ್ನ ನೆನಪಿನಲ್ಲಿಟ್ಕೋ" ಎಚ್ಚರಿಸಿದರು. ಆಕೆಯ ಉತ್ಸಾಹ ಜರ್‍ರನೆ ಇಳಿದುಹೋಯಿತು.

ಸ್ಪೆಷಲ್ ಅಕೇಷನ್‌ಗಳಿಗೆ ಉಪಯೋಗಿಸುತ್ತಿದ್ದ ವಿದೇಶಿ ಕಾರಿನಲ್ಲಿಯೇ ದಾಸ್ ಬಂದಿದ್ದು. ಯೂನಿಫಾರಂನಲ್ಲಿದ್ದ ಡ್ರೈವರ್. ಅಂತು ಹಸಿದವರ ಮುಂದೆ ಮೃಷ್ಟಾನ್ನ ಇಟ್ಟು ನೋಡುವ ಆತುರ ರಾಧಾಕೃಷ್ಣ ಅವರಿಗೆ. ಅದು ಸ್ವಂತ ಮಗನ ಮುಂದೆ.

ರೆಡಿಯಾಗಿದ್ದ ಶಿಲ್ಪಾನ ತಡೆದರು. "ನೀನು ಬರೋದ್ಬೇಡ. ಹುಷಾರಿಲ್ಲಾಂದ್ರೆ... ಅವ್ನೇ ಬರ್ತಾನೆ" ಮಗನನ್ನು ಮನೆಗೆ ಕರೆಸಿಕೊಳ್ಳುವ ಉಪಾಯ ಯೋಚಿಸಿದರು.

"ಏನಾದ್ರೂ.... ಮಾಡ್ಕೋ" ಮುಖವನ್ನೂದಿಸಿಕೊಂಡೇ ಅವಳು ಹೋಗಿದ್ದು.

'ಬೆಳದಿಂಗಳಿನಂಥ ಬದುಕು ಕೈ ಬೀಸಿ ಕರೆಯುವಾಗ ಸುಡು ಬಿಸಿಲಿನಲ್ಲಿ ಎಷ್ಟು ಹೊತ್ತು ನಿಂತಾನು' ಗಂಡನಾಡಿದ ಮಾತಿನಲ್ಲಿ ಅರ್ಥವಿತ್ತು. 'ಬೇಗ ಬರಲಿ' ಅನ್ನೋ

ಹಾರೈಕೆ ಮಾತ್ರ ಆಕೆಯದು.

ಕಾರಿನಿಂದಿಳಿದ ಆಕೆಯ ಮುಖ ಕಪ್ಪಿಟ್ಟಿತು. ಪಕ್ಕದಲ್ಲಿ ವಿಶಾಲವಾದ ಖಾಲಿ ನಿವೇಶನ, ಪ್ಲಾನ್ ಹಿಡಿದು ಕೆಲವು ಜನ ಓಡಾಡುತ್ತಿದ್ದರು. ಅದರ ಪಕ್ಕದಲ್ಲಿ ಪುಟ್ಟದಾಗಿ ಕಾಣುತ್ತಿದ್ದ ಮನೆ. ಮುಂಭಾಗದಲ್ಲಿ ತೊನೆದಾಡುತ್ತಿದ್ದ ಗ್ಲಾಡಿಯೋಲಸ್ ಹೂಗಳು. ಬಿಳಿ, ತಿಳಿ ಗುಲಾಬಿ, ಹಳದಿ, ಕಡು ಕೇಸರಿ, ಕಡು ಕೆಂಪು – ಒಂದು ಸುಂದರ ಜಗತ್ತನ್ನು ತೆರೆದಿಟ್ಟಂತೆ ಕಂಡಿತು. ಆದರೂ ಕುಸಿದ ಆಕೆಯ ಮನ ಚೇತರಿಸಿಕೊಳ್ಳಲಿಲ್ಲ.

"ಇದೇ... ಚಿಕ್ಕೆಜಮಾನ್ರ ಮನೆ" ದಾಸ್ ವಿನಂತಿ. ಹಳಬ, ಈಗಿನವರ ಹಾಗೆ ಮಾತುಗಳಲ್ಲಿ ಅಹಂ ಇರಲಿಲ್ಲ.

ಗೇಟು ದಾಸ್ ತೆಗೆದಾಗ ಆಕೆಯ ಹೆಜ್ಜೆಗಳು ಹಿಂಜರಿದವು. ಮಗನಿಗೆ ಇದೆಂಥ ಕರ್ಮ. ಇಲ್ಲಿ ತಪ್ಪು ಯಾರದ್ದೋ! ಬೈಗಳು ಮಾತ್ರ ಅಂಜುಗೆ–ವಿಲಿವಿಲಿ ಒದ್ದಾಡಿದರು ಒಳಗೊಳಗೆ.

"ಅಮ್ಮ...." ಎಚ್ಚರಿಸಿದ ದಾಸ್.

ಉಟ್ಟ ಕಾಂಜೀವರಂ ಸೀರೆ ಪರಪರ ಎಂದಿತು. ಬಹುಶಃ ಮೂರು ಲಕ್ಷ ರೂಪಾಯಿನ ಒಡವೆಗಳು ಆಕೆಯ ಮೈ ಮೇಲೆ ಇತ್ತು. ಕೈಯಲ್ಲಿನ ಕಲ್ಲಿನ ಬಳೆಗಳು ಫಳಫಳ ಎನ್ನುತ್ತಿದ್ದವು.

"ಅರೇ ಅಮ್ಮ..." ಒಂದೇ ಹಾರಿಗೆ ಬಂದವ ನಿಂತ. ಮನ ಹಿಂದೆಗೆಯಿತು.

"ಬಾಮ್ಮ...." ಎಂದು ಆಕೆಯ ಹಿಂದೆ ನೋಟ ಹರಿಸಿದ.

"ಅವ್ಗೆ ಹುಷಾರ್ ಇರ್ಲಿಲ್ಲ. ಅದ್ಕೇ.... ಬರ್ಲಿಲ್ಲ" ಅರ್ಥ ಮಾಡಿಕೊಂಡವರಂತೆ ಹೇಳಿದರು. ನಿಜ ಸುಳ್ಳು ಎಂದು ವಿಶ್ಲೇಷಿಸಲು ಹೋಗಲಿಲ್ಲ.

ತಿಂಗಳುಗಳ ನಂತರ ತಾಯಿಯನ್ನು ನೋಡಿದ್ದು. ಆವೇಗ, ಸಂಭ್ರಮ ಹತ್ತಿಕ್ಕಲಾರದೆ ಬೇರೆ ಕಡೆ ಮುಖ ತಿರುಗಿಸಿಕೊಂಡು "ಅಹಮದ್ ಅಮ್ಮನ್ನ..... ಒಳಕ್ಕೆ ಕರ್ಕೊಂಡ್ಹೋಗು" ಹೇಳಿದವನು ಬಾವಿಯ ಬಳಿಗೆ ಹೋಗಿ ಕಣ್ಣೊರೆಸಿಕೊಂಡು ಬಂದ.

"ಕೂತ್ಕೊಮ್ಮ...." ಮಂಚದತ್ತ ಕೈ ತೋರಿಸಿದ. ದುಃಖ, ನೋವು, ವೇದನೆಯಿಂದ ಧುಮಗುಟ್ಟಿದರು. "ಇದೆಲ್ಲ ನಿನ್ನ ಹಣೆಬರಹ ಅನ್ನಬೇಕು!" ಎಂದವರನ್ನು ಮುಂದುವರಿಸದಂತೆ ತಡೆದ. "ಮೊದ್ಲು... ಕೂತ್ಕೋ....?" ಭುಜಗಳನ್ನು ಹಿಡಿದು ಕೂಡಿಸಿದ.

ತಾಯಿ ಮಮತೆಯ ಕಣ್ಣುಗಳಲ್ಲಿ ಇರಬೇಕಾದ ವಾತ್ಸಲ್ಯ ಮಮತೆಗಳಿಗೆ ಬದಲಾಗಿ ಸಹಾನುಭೂತಿ, ಬೇಸರ ಕಂಡಾಗ ಖಿನ್ನನಾದ ತೀರ. ಮನದ ಸಂತೋಷ ಸಂಭ್ರಮವನ್ನು ಪೂರ್ತಿ ಅನುಭವಿಸಲಾರದೆ ಹೋದ.

ಅಂಟಿದಂತಿದ್ದ ಕೋಣೆಗೆ ಹೋಗಿ ಅಂಜುವನ್ನು ಕರೆತಂದು ಆಕೆಯ ಮುಂದೆ

ನಿಲ್ಲಿಸಿದ. "ನಿನ್ನ.... ಸೊಸೆ..." ಆಕೆಯ ನೋಟ ಹರಿದಾಗ ನಿರುತ್ಸಾಹಗೊಂಡಿತು. ಅವಳ ಮೈಮೇಲೆ ಬೆಲೆಬಾಳುವಂಥ ಯಾವ ಒಡವೆಗಳೂ ಇರಲಿಲ್ಲ. ಬೀಗರು ತೀರಾ ಚತುರಮತಿಗಳೆಂದು ಕೊಂಡರು.

ನಮಸ್ಕರಿಸಲು ಬಗ್ಗುತ್ತಿದ್ದ ಅಂಜುವನ್ನು ತಡೆದ. "ಅವ್ರಿಗೆ ಆಶೀರ್ವಾದ ಮಾಡೋ ಇಷ್ಟವಿಲ್ಲ. ನೀನು ನಮಸ್ಕರಿಸೋ ಶ್ರಮ ತಗೋಬೇಡ!" ಎಂದ ಸಹಜವಾಗಿ. ತಾಯಿಗೆ ಅವಮಾನ ಮಾಡುವ ಉದ್ದೇಶ ಅವನಿಗಿಲ್ಲದಿದ್ದರೂ ಬೇಸರವಾಗಿತ್ತು ಅವನಿಗೆ.

ಅಂಜು ಚಂದ್ರು ಮುಖನ ನೋಡಿದಳು. ಸುಣ್ಣ ಹಚ್ಚಿದ ಗೋಡೆಯಂತೆ ಬಿಳುಚಿಕೊಂಡಿದ್ದಳು. ನಸುನಕ್ಕ.

"ಕುಡ್ಯೋಕೆ ಏನಾದ್ರೂ ತಗೊಂಡ್ಬಾ" ಅವಳನ್ನು ಒಳಗೆ ಕಳಿಸಿದವನು ಹಿಂದೆಯೇ ಹೋದ. ಬೆವೆತ ಮುಖದಲ್ಲಿನ ಬೆವರಿನ ಬಿಂದುಗಳನ್ನೊರೆಸಿದ. "ಯಾಕೆ, ಭಯ? ಅವ್ರು ನಿನ್ನ ಅತ್ತೆ. ಆ ಸ್ಥಾನಕ್ಕೆ ಅಪವಾದ ಅನ್ನೋ ಹಾಗೆ ತೀರಾ ಮೃದು. ಕಾಫೀ ತಗೊಂಡ್ಬಾ..." ಹೊರಗೆ ಹೋದ.

ಅಮ್ಮನ ಪಕ್ಕದಲ್ಲಿ ಕೂತು ಮೊದಲಿನಂತೆಯೇ ಪ್ರೀತಿಯಿಂದ ಎಲ್ಲಾ ವಿಚಾರಿಸಿದ. ಮೊದಲನೆಯದು ಅವರಿಬ್ಬರ ಆರೋಗ್ಯದ ಜೊತೆ ಶಿಲ್ಪಾಳ ಓದಿನ ವಿಷಯವನ್ನು.

"ಇದ್ಕಿಂತ ಒಳ್ಳೆ ಮನೆ ಸಿಕ್ಕಲಿಲ್ವಾ?" ಮುಖ ಕಹಿ ಮಾಡಿಕೊಂಡರು. ಮುಕ್ತವಾಗಿ ನಕ್ಕುಬಿಟ್ಟ. "ವರಮಾನಕ್ಕೆ ತಕ್ಕ ಖರ್ಚು ತಾನೇ! ಏನಾಗಿದೆ ಇದಕ್ಕೆ? ಮುಂದೆ ಅಪರೂಪದ ವಿನೂತನ ರೀತಿಯ ಗಾರ್ಡನ್. ಕಣ್ ಸೆಳೆಯೋ ಬಣ್ಣಗಳು. ಮಳೆ ಬಂದರೆ ಸ್ವಿಮ್ಮಿಂಗ್ ಪೂಲ್‌ಗೆ ಹೋಗೋ ಅಗತ್ಯವೇ ಇಲ್ಲ, ಹೊಸ ಪೇರ್‌ಗೆ ಹನಿಮೂನ್‌ಗೆ ಇದ್ಕಿಂತ ಒಳ್ಳೆ ಸ್ಥಳವಿಲ್ಲ!" ಮುಕ್ತ ನಗೆ ಚೆಲ್ಲಿದ.

ಆಕೆ ಯಾವುದೇ ಪ್ರತಿಕ್ರಿಯೆ ವ್ಯಕ್ತಪಡಿಸಲಿಲ್ಲ. ತಾಯಿ ಉಟ್ಟ ಸೀರೆ ತೊಟ್ಟ ಆಭರಣಗಳನ್ನು ನೋಡಿ ನಿಟ್ಟುಸಿರು ದಬ್ಬಿದ.

"ಅಮ್ಮ ಮಗ್ನ ಮನೆಗೆ ಬರೋಕೆ ಇದೆಲ್ಲದರ ಅಗತ್ಯವಿದ್ಯಾ? ಈ ಚಿನ್ನ ಕೋಟಿ ಕೋಟಿ ರೂಪಾಯಿಗಳು ನಿನ್ನ ತಾಯ್ತನಕ್ಕೆ ಸಮನಾಗ್ದು. ಅಂದು ಬೆವರಿಳಿಸುತ್ತ ಚಪಾತಿ ಸುಡುತ್ತಿದ್ದ ಅಮ್ಮನಿಗೂ, ಇಂದಿನ ಶ್ರೀಮಂತ ಅಮ್ಮನಿಗೂ ನಂಗೆ ಯಾವ್ದೇ ವ್ಯತ್ಯಾಸ ಕಾಣ್ದು" ಅರ್ಥಗರ್ಭಿತವಾಗಿ ಹೇಳಿದ. ಆಕೆಯ ಒಳಗಣ್ಣುಗಳು ತೆರೆದುಕೊಂಡಾಗ ನಾಚುವಂತಾಯಿತು ಯಶೋದಾಗೆ.

ಸಂಕೋಚಿಸುತ್ತ ಕಾಫೀ ತಂದ ಅಂಜುನ ಮಂಚದ ಇನ್ನೊಂದು ಮಗ್ಗುಲಿಗೆ ಕೂಡಿಸಿ ತಾನೇ ತಾಯಿಗೆ ಕಾಫೀ ಕೊಟ್ಟ. "ಕಾಫೀ ಚೆನ್ನಾಗಿ ಮಾಡ್ತಾಳೆ ನಿನ್ನ ಸೊಸೆ" ಎಂದವ "ಅಂಜು ಅಮ್ಮ ಕುಡ್ಯೋದು ಇಂದಿಗೂ ಕಾಫೀ ಮಾತ್ರ. ಆಗ ತಾನೇ ಸೋಸಿದ ಫಿಲ್ಟರ್ ಕಾಫೀಗೆ ಹದವಾಗಿ ಹೊಸ ಹಾಲು ಕಾಯ್ಸಿ ಸೇರ್ಸಿ ಕಾಫೀ ಮಾಡಿ ಕುಡ್ಯೋದೇ ಅಭ್ಯಾಸ" ತಿಳಿಸಿದ.

ಅವರಿಬ್ಬರ ಮಧ್ಯದ ಒತ್ತಡ ಸ್ವಲ್ಪವಾದರೂ ದೂರ ಮಾಡಬೇಕೆಂಬುದೇ ಅವನ ಅಭಿಲಾಷೆ. ಅದೆಷ್ಟು ಸಫಲವಾಗುತ್ತದೆಯೆನ್ನುವ ಚಿಂತೆ ಅವ್ನಿಗಿಲ್ಲ, ಬರೀ ಪ್ರಯತ್ನ ಮಾತ್ರ.

ಯಶೋದಾಗೆ ದುಃಖವೋ, ಕೋಪವೋ, ಅಸಮಾಧಾನವೋ, ಒಂದು ಗುಟುಕು ಕಾಫೀ ಕುಡಿಯಲಾಗಲಿಲ್ಲ. ಸರಿಯಾಗಿ ಅಂಜು ಮುಖ ಕೂಡ ನೋಡಲಿಲ್ಲ. ಇನ್ನ ಮಾತು..... ಎಂಥದ್ದು ಎದ್ದೇಬಿಟ್ಟರು.

ಚಂದ್ರು ಒಂದು ಲೋಟ ನೀರು ತಂದು ಅಮ್ಮನ ಮುಂದೆ ಹಿಡಿದ "ಅಮ್ಮ, ಇದು ಪರಿಶುದ್ಧವಾದ ನೀರು, ಏರ್‌ಕಂಡೀಷನರ್ ಬಂಗ್ಲೆಯವ್ರಿಂದ ಹಿಡ್ದು ಘುಟ್‌ಪಾತ್ ಜನರವರ್ಗೂ ಇದ್ನೇ ಕೂಡ್ಯೋದು ಬೇರೆ.... ಬೇರೆ..... ವ್ಯವಸ್ಥೆ ಮಾಡಿದರೂ ಮೂಲ ದ್ರವ್ಯ ಇದೇ. ಕುಡ್ಯೋದ್ರಲ್ಲಿ... ತಪ್ಪಿಲ್ಲ... ಕುಡೀರಿ" ಕುಟುಕಿದಂತಿತ್ತು ಅವನ ಮಾತುಗಳು.

"ಚೆನ್ನಾಗಿ ಮಾತಾಡೋದು ಮಾತ್ರ ಕಲ್ತೆ" ಕರ್ಚೀಫ್‌ನಿಂದ ಕಣ್ಣೊರೆಸಿಕೊಂಡವರು "ನಾನು..... ಬರ್ತೀನಿ..." ಎದ್ದವರು ಮಗನ ಕೈಯಲ್ಲಿ ನೀರಿನ ಲೋಟ ಇಸಿಕೊಂಡು ಕುಡಿದರು ಪೂರ್ತಿ.

"ಅಮ್ಮ, ಊಟ ಮಾಡ್ಕೊಂಡ್ಹೋಗಿ" ಅಂಜು ಆಡಿದ್ದು ಒಂದೇ ಮಾತು.

"ಆಗೋಲ್ಲ..." ನೇರವಾಗಿ ತಿರಸ್ಕರಿಸಿಬಿಟ್ಟರು. ಈಗಲೂ ಅವಳು ನಾರಾಯಣ್ ಮಗಳಾಗಿಯೇ ಕಂಡಳು.

ಕುಂಕುಮದ ಜೊತೆ ತಾಂಬೂಲ ಕೊಟ್ಟಾಗ ತುಟಿ ಬಿಚ್ಚದೆ ತಗೊಂಡರು ಯಶೋದಾ ಮಗುಮ್ಮಾಗಿ. ಒಟ್ಟಾರೆ ಪರಿಸ್ಥಿತಿಗೆ ಅವಳು, ಅವಳಪ್ಪ ಕಾರಣ ಎನ್ನುವ ಕೋಪ.

ಹೊರಟಾಗ ಕಣ್ಣೀರಿಟ್ಟಾಗ ಅವನ ಹೃದಯ ಕಿತ್ತು ಬಾಯಿಗೆ ಬಂದಂತಾಯಿತು. ಯಾವ ಮಕ್ಕಳೂ ತಾಯಿಯ ಕಣ್ಣೀರಿಗೆ ಕಾರಣವಾಗಬಾರದು. ದುರ್ಬಲತೆಯನ್ನು ತೋರಗೊಡದೆ ನಸುನಕ್ಕ.

"ನಂಗೆ, ಈ ಮನೆ ಇಷ್ಟವಾಗ್ಲಿಲ್ಲ" ಎಂದರು.

ಈಗ ಜೋರಾಗಿಯೇ ನಕ್ಕ. "ಯಾಕಮ್ಮ, ಅಳ್ತೀಯಾ? ಏನಾಗಿದೇಂತ ಮನೆ? ನೀನೇನು ಇಲ್ಲಿರೋಕೆ.... ಬಂದಿಲ್ಲ. ಇಲ್ಲೇ ಇರಬೇಕಾದ ಅಂಜುನೇ ಅಳ್ಳಿಲ್ಲ. ನೀನು ಅಳೋಕೆ.... ಕಾರಣ ಇಲ್ಲ?" ಸಂತೈಸಿದ.

"ಮಾತು ಚೆನ್ನಾಗಿ ಆಡ್ತೀಯಾ! ಬುದ್ಧಿ ಮಾತ್ರ ಕಮ್ಮಿ. ದುಡುಕು ಸ್ವಭಾವ. ನಮ್ಮ ಬಗ್ಗೆ ಯೋಚಿಸಿದ್ಯಾ?" ಮೂದಲಿಸಿದರು ಮಗನನ್ನು.

"ಥ್ಯಾಂಕ್ಸ್ ಫಾರ್ ಯುವರ್ ಕಾಮೆಂಟ್ಸ್! ಮಾತು ಕಲ್ಸಿದ್ದು ನೀನು. ಬುದ್ಧಿ ಕಲಿಸಿದ್ದು ಅಪ್ಪ ಇರ್ಬಹ್ದು. ಬೆಳ್ಸಿಕೊಂಡಿದ್ದು ನಾನೇ. ನೀನು ಒನಕೆ, ಕಲ್ಲುನ ಹಡೆದಿಲ್ಲ.

ನಂಗೆ ಜೀವ ಮಾತ್ರವಲ್ಲ, ಮನಸ್ಸು, ಹೃದಯ, ಮಿದುಳು ಎಲ್ಲಾ ಇದೆ. ಇದೇನು ಲವ್ ಮ್ಯಾರೇಜ್ ಅಲ್ಲ ಅರೇಂಜ್ಡ್ ಮ್ಯಾರೇಜ್.... ಅದು ನೀವು ನಿಷ್ಕರ್ಷೆ ಮಾಡ್ದ ವಿವಾಹ" ಎಂದ. ಆವೇಗದಿಂದ ಸ್ವರ ಹೆಚ್ಚಿದರೂ ಹತೋಟಿಗೆ ತಂದುಕೊಂಡ.

ಕೈಹಿಡಿದು ಕರೆತಂದು ತಾನು ಬೆಳೆಸಿದ ಗ್ಲಾಡಿಯೋಲಸ್ ಹೂಗಳ ಸಂಪತ್ತನ್ನು ತೋರಿಸಿದ.

"ಮಾರ್ಕೆಟ್‌ನಲ್ಲಿ ಒಂದು ಡಜನ್ ಹೂವಿಗೆ ಮೂವತ್ತೈದು ರೂಪಾಯಿಗಳಿಂದ ಐವತ್ತು ರೂಪಾಯಿಗಳರೆವಗೂ ರೇಟು. ಸದ್ಯಕ್ಕಂತೂ ಯಾವ್ದೇ ಪ್ರಾಬ್ಲಮ್ ಇಲ್ಲ. ಡೇಲಿಯಾ, ಜರ್ಬರಾ, ಆ್ಯಸ್ಟಲ್, ರಜನಿಗಂಧಾ, ಟ್ಯೂಬ್ ರೋಜ್‌ಗಳನ್ನ ಬೆಳೆಸೋ ಪ್ಲಾನ್ ಇದೆ. ಅವಕ್ಕೂ ಭಯಂಕರ ಬೇಡಿಕೆ ಇದೆ. ನಮ್ಮ ಹೋಟಲ್ ಅಲಂಕಾರಕ್ಕೆ, ಹೂದಾನಿಗಳಿಗೆ ಮಾರ್ಕೆಟ್‌ನಿಂದ ಇದೇ ಹೂಗಳು ಬರುತ್ತಿದ್ದುದು" ವಿವರಿಸಿದ ಆಕರ್ಷಕವಾಗಿ.

ಶ್ರೀಮಂತರ ಮನೆಯ ಹೂದಾನಿಗಳಲ್ಲಿ, ಪಂಚತಾರ ಹೋಟಲ್‌ಗಳ ದಿವಾನಖಾನೆ, ರೂಮುಗಳಲ್ಲಿ ಅಲಂಕಾರಿಕವಾಗಿ ಜೋಡಿಸಲ್ಪಡುವ ಲತಾಗುಚ್ಛಗಳ ಸೊಗಬು, ವರ್ಣ ಸಂಯೋಜನೆ ಇಡೀ ಪರಿಸರವನ್ನೇ ಶ್ರೀಮಂತಗೊಳಿಸುತ್ತದೆ.

ಒಂದಷ್ಟು ಹೂಗಳು ಪ್ಯಾಕ್ ಆಗಿ ದಾಸ್ ಮುಖಾಂತರ ಕಾರಿಗೆ ಹೋಯಿತು. ಒಂದು ಸಣ್ಣ ಹೂವನ್ನು ಕಿತ್ತು ತಾಯಿಯ ತುರುಬಿಗೆ ಸಿಕ್ಕಿಸಿದ.

"ತುಂಬಾ ಬ್ಯೂಟಿಫುಲ್ ಮ್ಯಾಚಿಂಗ್ ಸೀರೆಗೆ..." ಮೆಚ್ಚಿಗೆಯಿಂದ ಹೇಳಿದ.

ನಸುಮುನಿಸಿನಿಂದ "ಸಾಕಪ್ಪ... ಸಾಕು.... ಈ ಪ್ರೀತಿಯೆಲ್ಲ ಬೂಟಾಟಿಕೆ! ಒಂದ್ಸಲವಾದ್ರೂ... ಬಂದ್ಯಾ ನೋಡೋಕೆ...." ಆಕೆಯ ಕಣ್ಣಲ್ಲಿ ತುಂತುರು ಕಾಣಿಸಿಕೊಂಡಿತು.

ತಾಯಿಯ ಬಳಿಗೆ ಬಗ್ಗಿ "ಮನೆ ಯಜಮಾನ್ರು ಬರಬೇಡಾಂತ ಲಕ್ಷ್ಮಣರೇಖೆ ಎಳೆದಿದ್ದಾರೆ. ಅದ್ನ ದಾಟಿ ಬರೋದು ಅವಿಧೇಯತೆ. ಅಪ್ಪನ ಪರ್ಮಿಷನ್ ಸಿಕ್ಮೇಲೆ ತಾನೇ ಬಂದಿರೋದು ನೀನು ಕೂಡ. ಯಾಕೆ... ನಿಂಗೇನು ಮಗನನ್ನು ನೋಡ್ಬೇಕೆಂಬ ಹಂಬಲ ಇರ್ಲಿಲ್ವಾ! ಇದೇ ಮನುಷ್ಯ ಬದ್ಕಿನ ವೈರುದ್ಧಗಳು. ಬಂದಿದ್ದಕ್ಕೆ ಕಾರಣ ತಿಳಿಸಿಲ್ಲ" ತಮಾಷೆ ಮಾಡಿದ. ಆಕೆ ಕಣ್ಣೀರು ಕರೆಯುತ್ತಾ ಹೋಗುವುದು ಅವನಿಗಿಷ್ಟವಿಲ್ಲ.

ಆಕೆಯ ಅಂತಃಕರಣ ಪೂರ್ತಿ ಕರಗಿತು. ಮರುಗಿತು. ಹೀಯಾಳಿಸಿತು. ಆದರೆ ನರೇಶ್ ಧಾವನ್ ಮಗಳ ಸಂಬಂಧದ ವಿಷಯ ನೆನಪಾದಾಗ ಗಟ್ಟಿಯಾದರು.

"ಮನೆಗೆ... ಬಾ ಶಿಲ್ಪಾಗೆ ಜ್ವರ. ನಿನ್ನೇ ಕನವರಿಸಿಕೊಳ್ತಾ ಇದ್ದಾಳೆ" ಹೇಳಿ ಕಾರು ಹತ್ತಲು ಹೊರಟಾಗ ಕೈ ಹಿಡಿದುಕೊಂಡ. "ಅಪ್ಪ ತಾನೇ ಹೇಳಿಕಳ್ಸಿರೋದು, ಅವ್ರು ಬಾ ಅನ್ನದೆ ಹೊಸಲು ಕೂಡ ಮೆಟ್ಟೋಲ್ಲ, ಆ ಮನೆಯ ಮೆಟ್ಟಿಲು ಇಳ್ದು ಬಂದಾಗ ಒಂಟಿ. ಈಗ ಕೈ ಹಿಡ್ದ ಅಂಜು ಇದ್ದಾಳೆ. ಅಪ್ಪ ನಿನ್ಬಿಟ್ಟು ಒಂಟಿಯಾಗಿ ಎಲ್ಲಾದ್ರೂ

ಹೋಗಿದ್ದುಂಟಾ? ನೀವು ಹಾಕಿಕೊಟ್ಟ ಬೇಸ್ ಮೇಲೆ ತಾನೇ ನಾವೂ ನಿಲ್ಲಬೇಕು" ಮಾತುಗಳು ತೀಕ್ಷ್ಣವಾಗಿದ್ದವು.

"ಬರೋಕ್ಕೇಳಿದ್ದಾರೆ, ಅದ್ರ ಮೇಲೆ..... ನಿನ್ನಿಷ್ಟ. ನಮ್ಗೆ ನೀನೊಬ್ನೇ ಮಗ ಅಲ್ಲ" ಅಂದು ಕಾರು ಹತ್ತಿದರು. ಯಶೋದಾ ಮನದ ಆವೇಗ ತಡೆಯಲಾರದೆ ತುಟಿ ಮೀರಿ ಬಂದ ಮಾತು. ಅರಿವಾಗಿ ನೊಂದುಕೊಳ್ಳುವ ವೇಳೆಗೆ ಸಮಯ ಮೀರಿತ್ತು.

ನಸುನಕ್ಕು, ತಾನೇ ಡೋರ್ ಹಾಕಿದ. "ದಾಸ್, ಅಮ್ಮನ್ನ ನೇರವಾಗಿ ಮನೆಗೆ ಕರ್ಕೊಂಡ್ಹೋಗು..." ಹೇಳಿದ.

ತೀರಾ ಮಂಕಾದ. ಅಷ್ಟು ದೂರದಲ್ಲಿ ನಿಂತಿದ್ದ ಅಹಮದ್ ಹತ್ತಿರ ಬಂದ. "ಅಮ್ಮ ಬಾಭೀನ ಮಾತಾಡಿಸ್ಲಿಲ್ಲ, ತುಂಬಾ ಡಲ್ ಆಗ್ಬಿಟ್ಟಿದ್ದಾರೆ" ಎಂದಾಗ ಅದನ್ನು ಸೀರಿಯಸ್ಸಾಗಿ ತಗೊಳ್ಳದೆ ನಕ್ಕುಬಿಟ್ಟ. "ಗುಡುಗು, ಸಿಡಿಲು ಪ್ರಾರಂಭದ ಮುನ್ನ ಮೋಡಗಳು ಮಗುಮ್ಮಾಗಿರುತ್ತೆ. ನಂತರ ತಾನೇ ವರ್ಷದ ಪ್ರಾರಂಭ. ಅದು ಸುಭಿಕ್ಷಾ ಕೂಡ. ಬಿಡು.... ಯಾರ್..." ಸ್ನೇಹದಿಂದ ಅವನ ಹೆಗಲ ಮೇಲೆ ಕೈಯಿಟ್ಟ. ಒಂಟಿಯಾಗಿ ಅವನ ನೆರವಿಗೆ ನಿಂತವನು ಅಹಮದ್ ಮಾತ್ರ.

ಒಳಗೆ ಬಂದಾಗ ನಿಂತ ಅಂಜುವಿನ ನೋಟ ಶೂನ್ಯದಂತಿತ್ತು. ಅರಿತು ನಿಟ್ಟುಸಿರು ದಬ್ಬಿದ.

"ಹಲೋ ಮೇಮ್‌ಸಾಬ್...." ಅವಳ ಗಮನ ಇತ್ತ ಸೆಳೆದ. ಕಾರ್ಮೋಡಗಳ ನಡುವೆ ಚಂದ್ರೋದಯವಾದಂತೆ ನಗೆ ಬೀರಿದಳು.

"ಎಲ್ಲಿಗಾದ್ರೂ.... ಹೋಗೋಣ್ವಾ?" ಸ್ವಲ್ಪ ಬದಲಾವಣೆ ಬಯಸಿದ.

"ಎಲ್ಹೋದ್ರು ಮನ ಕೊರೆಯೋ ವಿಷ್ಯ ಒಂದೆ ತಾನೇ! ಕಟಾವು ಮಾಡ್ದ ಗೊಂಚಲುಗಳೊಯ್ಯಲು ಶೇಖರ್ ಬಂದಿಲ್ಲ. ಅದೊಂದಿಷ್ಟು ಕೆಲ್ಸ ಇದೆ. ನಾಳೆಗೆ ಕೆಡದಂತೆ ನೋಡ್ಕೋಬೇಕಲ್ಲ" ಎಂದಳು. ಅವಳ ಜಾಣತನದ ಬಗ್ಗೆ ಮೆಚ್ಚಿಗೆ ಸೂಚಿಸಿದವು ಅವನ ಕಣ್ಣುಗಳು.

ಕತ್ತರಿಸಿದ ಗೊಂಚಲುಗಳನ್ನು ಸಕ್ಕರೆಯ ದ್ರಾವಣದಲ್ಲಿ ಅಥವಾ 0.004 ಅಮೋನಿಯಂ ಸಲ್ಫೇಟ್ ದ್ರಾವಣದಲ್ಲಿ ಮುಳುಗಿಸುವುದರಿಂದ ಹೂಗಳನ್ನು ಬಹಳ ಕಾಲ ಕೆಡದಂತೆ ಇಡಬಹುದಿತ್ತು. ಬಹಳ ಎಚ್ಚರಿಕೆಯಿಂದ ಮಾಡಬೇಕಾದ ಕೆಲಸ. ಅದನ್ನು ಹೆಚ್ಚಿಗೆ ಮಾಡುತ್ತಿದ್ದವಳು ಅಂಜು.

ಹೆಚ್ಚೆಚ್ಚು ಸಾರಜನಕ ಬಳಕೆಯಿಂದ ಹೂಗಳ ಉತ್ಪಾದನೆಯ ಬಣ್ಣಗಳಲ್ಲೂ ದಟ್ಟತೆಯನ್ನು ಆವರಿಸಿಕೊಂಡು ಮಾರುಕಟ್ಟೆಯಲ್ಲಿ ಬೇಡಿಕೆ ಜೊತೆ ಬೆಲೆಯನ್ನೂ ಹೆಚ್ಚಿಸಿತ್ತು. ನಿರೀಕ್ಷೆಗೆ ಮೀರಿದ ವರಮಾನ. ಅಂತೂ ಬದುಕಿನ ಒಂದು ಸಮಸ್ಯೆಯಂತು ಪರಿಹಾರವಾಯಿತು.

ರಾತ್ರಿ ಅಂದಿನ ಪೇಪರನ್ನು ಅವನ ಮುಂದಿಟ್ಟಳು ಅಂಜು. ಆರ್ಕಿಡ್ಸ್ ಬಗ್ಗೆ ಪೂರ್ಣ ವಿವರಗಳೊಂದಿಗೆ ಲೇಖನ ಪ್ರಕಟವಾಗಿತ್ತು.

'ಕರ್ನಾಟಕದ ಈ ಸೀತಾಳ ಪುಷ್ಪಗಳು ಮತ್ತು ಗಿಡಗಳು ಸಹ ದೇಶದಿಂದ ದೇಶಕ್ಕೆ ರಫ್ತು ಮಾಡಲ್ಪಡುತ್ತವೆ. ಈ ಗಿಡಗಳ ವ್ಯಾಪಾರದಿಂದ ಸಾಕಷ್ಟು ವಿದೇಶೀ ವಿನಿಮಯ ಸಾಧ್ಯ' ಅಷ್ಟು ಸಾಲುಗಳನ್ನು ರೆಡ್ ಇಂಕ್‌ನಿಂದ ಗುರುತು ಮಾಡಿದ.

ಮಡದಿಯೆಡೆ ನಸುನೋಟ ಚೆಲ್ಲಿ "ಥ್ಯಾಂಕ್ಯೂ ಅಂಜು. 250ಕ್ಕೂ ಮೇಲ್ಪಟ್ಟ ಜಾತಿಯ ಆರ್ಕಿಡ್ಸ್‌ಗಳು ಕರ್ನಾಟಕದ ಕಾಡುಗಳಲ್ಲಿದೇಂತ ಸಸ್ಯಶಾಸ್ತ್ರಜ್ಞರು ಹೇಳಿದ್ದಾರೆ. 120ಸೆ ಇಂದ 300ಸೆ. ಉಷ್ಣಾಂಶವಿರುವ ಮತ್ತು ಶೇಕಡಾ 65ರಿಂದ 85ರವರೆಗೆ ತೇವಾಂಶವಿರುವ ಸ್ಥಳಗಳಲ್ಲಿ ಬೆಳಸಬಹುದು ಅಂದಿದ್ದಾರೆ. ನೋಡೋಣ..."

ಆ ರಾತ್ರಿಯ ಇಡೀ ಕನಸಿನ ತುಂಬ ಭ್ಯೂಮಾವಲಂಬಿ, ಶಿಲಾವಲಂಬಿ, ವೃಕ್ಷಾವಲಂಬಿ ಆರ್ಕಿಡ್ಸ್‌ಗಳ ಗೊಂಚಲುಗಳೇ. ಒಂದು ಗಿಡದಲ್ಲಿ ಒಂದೇ ಹೂ ಅಥವಾ ಸಾವಿರಕ್ಕೂ ಹೆಚ್ಚು ಹೂ ಗೊಂಚಲುಗಳನ್ನು ಹೊಂದಿ ಆರ್ಕಿಡ್ಸ್‌ಗಳ ಕಲ್ಪನೆ ಹೆಚ್ಚು ಸುಖವೆನಿಸಿತು.

* * *

ಅಂದು ಬೆಳಿಗ್ಗೆ ಅಹಮದ್ ಬರುವಾಗ ಒಂದು ಬೋರ್ಡು ಹಿಡಿದು ಬಂದ. "ನೋಡು ಯಾರ್..." ಚಂದ್ರು ಮುಂದೆ ಹಿಡಿದ. "ಗುಡ್..." ಕೈಲಿ ಹಿಡಿದು ಒಯ್ದು ಅಂಜು ಮುಖದ ಮುಂದ್ಹಿಡಿದ. "ಹೇಗಿದೆ...?" ಅವಳ ಕಣ್ಣುಗಳು ಅರಳಿತು. 'ಪುಷ್ಕರಿಣಿ'. "ತುಂಬಾ ಚೆನ್ನಾಗಿದೆ..." ಎಂದಳು. ಕಣ್ಣಲ್ಲಿ ಆ ಸಂತೋಷ ಇತ್ತು. ನೋಡಿ ಪೂರ್ತಿಯಾಗಿ ಅನುಭವಿಸಲು ಇನ್ನ ಶಕ್ಯನಾಗಿರಲಿಲ್ಲ, ತಂದೆಯ ಮಾತು ಅವನನ್ನು ಹಿಂಸಿಸುತ್ತಿತ್ತು.

ಮತ್ತೆ ಎರಡು ತಿಂಗಳಲ್ಲಿ ಇನ್ನಷ್ಟು ಚೇತರಿಸಿಕೊಂಡಿದ್ದರು. ಮೆಡಿಕಲ್ ಗ್ರೌಂಡ್ ಮೇಲೆ ಮೂರು ತಿಂಗಳು ರಜ ಹಾಕಿ ಇಲ್ಲಿಯ ಕೆಲಸಕ್ಕೆ ನಿಂತ ಅವನು ಮುಂದುವರಿಸಿಕೊಂಡು ಹೋಗಿದ್ದ. ಅಹಮದ್ ಎಲ್ಲಾ ಕೆಲಸಗಳನ್ನು ಚಂದ್ರುವಿನೊಂದಿಗೆ ಹಂಚಿಕೊಂಡು ಮಾಡುತ್ತಿದ್ದ.

ಪುಟ್ಟ ಮನೆ ಎಷ್ಟು ಅನಾನುಕೂಲವೆಂದು ಚಂದ್ರುವಿಗೆ ಗೊತ್ತು. ಏಕಾಏಕಿ ಬದಲಾಯಿಸಲು ಸಾಧ್ಯವಿಲ್ಲ. ಸದಾ ಇಲ್ಲೇ ಇರುವುದರಿಂದ ಕೆಲವಷ್ಟು ಕೆಲಸಗಳಿಗೆ ಅನುಕೂಲವಾಗಿತ್ತು. ಅಂಜು ಒಬ್ಬಳೇ ಉಳಿದಾಗ ಮಾತ್ರ ಚಿಂತಿಸಬೇಕಿತ್ತು.

ಇವನು ಒಯ್ದು ಮಾರಾಟ ಮಾಡಬೇಕಿರಲಿಲ್ಲ. ಸದಾ ಆರ್ಡರ್ಸ್ ಇರುತ್ತಿತ್ತು. ಬಂದು ಅವರೇ ಒಯ್ಯುತ್ತಿದ್ದರು.

"ಬುಕ್ಕೆ ಸಿಗುತ್ತಾ?" ಕೆಲವರು ಬಂದು ವಿಚಾರಿಸಿದಾಗ ಅಹಮದ್ ಒಂದು ವಿಷಯ ಅವನ ಮುಂದಿಟ್ಟ. "ಅಂಥ ಕ್ಯಾಪಿಟಲ್ ಬೇಕಾಗೋಲ್ಲ. ಲಾಭಾನು ಹೆಚ್ಚೇ ಇರುತ್ತೆ. ಮದ್ವೆ ಸೀಸನ್‌ಗಳಲ್ಲಿ ಆರ್ಡರ್, ಮಾರಾಟ ಹೆಚ್ಚೇ ಇರುತ್ತೆ. ಅದ್ರ ಪೂರ್ಣ ಹೊಣೆ ನನ್ಮೇಲೇ ಇರ್ಲಿ" ಹೇಳದಿದ್ದರೂ ಚಂದ್ರು ಭುಜ ತಟ್ಟಿದ್ದ.

ಅಂದು ಶಿಲ್ಪಾನ ಹುಡುಕಿಕೊಂಡು ಅವಳ ಕಾಲೇಜು ಬಳಿಗೆ ಹೋದ. ಹಿಂಡಿನಲ್ಲಿದ್ದವಳು ಹಾರಿ ಬಂದಳು. "ಹ್ಯಾಪಿ ಬರ್ತ್ ಡೇ...." ಒಂದು ಹೂಗೊಂಚಲು ಕೊಟ್ಟು ಶುಭ ಹಾರೈಸಿದ ಮುಖ ದಪ್ಪಗೆ ಮಾಡಿದಳು. "ಅಮ್ಮ, ನೀನು ಬರ್ತೀಯಾಂತ ಹೇಳಿದ್ದು. ನಂಗೆ ಜ್ವರವಾದ್ರೂ.... ಬರ್ಲಿಲ್ಲ?" ತಂಗಿಯ ದೋಷಾರೋಪಣೆಗೆ ನಕ್ಕುಬಿಟ್ಟ.

"ನಿಂಗೆ ಜ್ವರ ಬಂದಿರ್ಲಿಲ್ಲಾಂತ ನಂಗೆ ಗೊತ್ತಿತ್ತು. ಆ ಬಗ್ಗೆ ಕಾಮೆಂಟ್ಸ್ ಬೇಡ. ಹೇಗಿದ್ದಾರೆ.... ಅಮ್ಮ, ಅಪ್ಪ?" ವಿಚಾರಿಸಿದ.

"ಇದ್ದಾರೆ....." ಅವಳ ಸಿಟ್ಟು ಇನ್ನು ಇಳಿದಿರಲಿಲ್ಲ, "ಅಪ್ಪನಿಗೆ ನಿನ್ಮೇಲೆ ಕೋಪವೇನು ಇಳಿದಿಲ್ಲ. ಅಪ್ಪ, ಬೇರೆ ಕಡೆ ಸಂಬಂಧ ನೋಡಿದ್ದು" ಆ ವಿಷಯ ಮಾತಾಡಲು ಅವನಿಗಿಷ್ಟವಿಲ್ಲ,

"ಅದೆಲ್ಲ ಸಾಕು, ನಿನ್ನ ಓದು ಹೇಗೆ ನಡೀತಾ ಇದೆ?" ಇಬ್ಬರೂ ನಡೆಯುತ್ತಲೇ ಪಾರ್ಕ್ ಬಳಿಗೆ ಬಂದರು.

"ಇವತ್ತು ನನ್ನ ಬರ್ತ್ ಡೇ ಪಾರ್ಟಿ ಇಟ್ಕೊಂಡಿದ್ದಾರೆ. ನೀನ್ಯಾಕೆ.... ಬರಬಾರ್ದು?" ಶಿಲ್ಪಾಳ ಪ್ರಶ್ನೆ.

ಸ್ವಲ್ಪ ಕಸಿವಿಸಿಯಾದರೂ "ಆ ವಿಷ್ಯ ಬಿಡು..." ಮಾತು ಜಾರಿಸಿದ.

ಮನೆಗೆ ಹೋದಾಗ ಸ್ವಲ್ಪ ಮಂಕು ಆವರಿಸಿತು. ಗೊಬ್ಬರ ಹಾಕಿಸುತ್ತಿದ್ದ ಅಹಮದ್‌ನ ಕರೆದು "ಸ್ವಲ್ಪ ತಲೆನೋವು ಮಲಕ್ಕೋತಿನಿ...." ಎಂದವ ಅಲ್ಲಿಯೇ ಕೂತ.

"ಒಂದಿಷ್ಟು ರೆಸ್ಟ್ ತಗೋ. ಬಾಭೀ ಹತ್ರ ಕಾಫೀ, ಟ್ಯಾಬ್ಲೆಟ್ ಇಸ್ಕೊಂಡ್‌ಬರ್ಲಾ.....?" ಎದ್ದಾಗ ಕೂಡಿಸಿದ. "ಬೇಡ ಅಹಮದ್, ಬರೀ ಗಾಬ್ರಿ..... ಅಂಥದ್ದೇನಿಲ್ಲ. ಇವತ್ತು ನಮ್ಮ ಶಿಲ್ಪಾ, ಬರ್ತ್ ಡೇ. ಹಿಂದೆ ತೀರಾ ಬಡತನದ ರೇಖೆಯಲ್ಲಿದ್ದಾಗ ಬಹುಶಃ ನಾವೆಂದು ಹುಟ್ಟಿದ್ದು ಅನ್ನೋ ದಿನವೇ ನೆನಪು ಇರ್ತಾ ಇರ್ಲಿಲ್ಲ. ಆಗ ಇದ್ದಿದ್ದು ಒಂದೇ ಒಂದು....ಹೊಟ್ಟೆಯ ಯೋಚನೆ" ಅಂದಿನ ಚಿತ್ರವನ್ನು ಅವನ ಮುಂದೆ ಬಿಡಿಸಿಟ್ಟ.

ಅಹಮದ್ ಏನು ಹೇಳಲಾರದೆ ಹೋದ.

* * *

ಅಂದು ಬೆಳಗಿನ ಜಾವ ಯಶೋದಾನ ನರ್ಸಿಂಗ್ ಹೋಂ ಸೇರಿಸಿದ್ದರು. ಮೈಲ್ಡ್ ಹಾರ್ಟ್ ಅಟ್ಯಾಕ್ ಆಗಿತ್ತು ರಾತ್ರಿ. ಮೊದಲು ಹಿರಿಯ ಮಗನಿಗೆ ಸುದ್ದಿ ಮುಟ್ಟಿಸಿದರು. ಬಂದು ನೋಡಿ ಹೋದ ಶಾಸ್ತ್ರ ಮಾಡಿದ.

"ಚಂದ್ರು ಮೇಲೆ ನಿಮ್ಗೆ ಕೋಪ ಹೋಗಿಲ್ವಾ?" ಅಂದು ಗಂಡನ ಕೈ ಹಿಡಿದುಕೊಂಡಾಗ ಹೃದಯ ದ್ರವಿಸಿತು. 'ಹೌದು', 'ಇಲ್ಲ' ಯಾವುದೂ ಹೇಳಲಿಲ್ಲ,

"ದಾಸ್‌ನ ಕಳಿಸ್ತೀನಿ" ಆಶ್ವಾಸನೆ ಇರಬಹುದು.

ಕೆಲವು ಸಮಯ ಮಕ್ಕಳ ಮೇಲೆ ಕೋಪ ಬರಬಹುದು. ಅಸಮಾಧಾನ ಮೂಡಬಹುದು. ಅಸಹನೆ ಬೆಳೆಯಬಹುದು. ಅವೆಲ್ಲಕ್ಕಿಂತ ಹೆಚ್ಚಿನ ಸಂಬಂಧವನ್ನು ಪ್ರಕೃತಿ ಹೆತ್ತವರ ಮಕ್ಕಳ ನಡುವೆ ಬೆಳೆಸಿರುತ್ತೆ.

ಮನೆಯ ವಿಷಯಗಳಿಗೆ ತೀರಾ ವೈಯಕ್ತಿಕ ವಿಷಯಗಳಿಗೆ ದಾಸ್‌ನ ಬಳಸಿಕೊಳ್ಳುತ್ತಿದ್ದುದೇ ಹೆಚ್ಚು, ಸ್ವಲ್ಪ ನಂಬಿಕೆ ಮತ್ತು ಮನಸ್ಸಿಗೆ ಹತ್ತಿರದವನು ಎನ್ನುವ ಭಾವನೆ.

"ತಕ್ಷಣ....ಬಾ" ನರ್ಸಿಂಗ್ ಹೋಂನಿಂದಲೇ ದಾಸ್‌ಗೆ ಫೋನ್ ಮಾಡಿದರು. 'ಛೆ...' ಇಂಥ ಸಮಯದಲ್ಲಿ ಹತ್ತಿರ ಇರಬೇಕಾಗಿದ್ದ ಚಂದ್ರು ಇಲ್ಲ. ಅದಕ್ಕೆ ಕಾರಣ ಅವರ ಅವಯವಗಳು ಬಿಗಿದುಕೊಂಡವು. ಹಲ್ಲುಗಳು ಕಟಕಟ ಅಂದವು. "ಆ ತಂದೆ, ಮಗ್ಳು ಏಟಿಗೆ ಪ್ರತಿ ಏಟು ಕೊಟ್ಟರು" ಕನಲಿದರು. ಅವರದೇನು ಈ ವಿಷಯದಲ್ಲಿ ತಪ್ಪಿಲ್ಲವೆನ್ನುವ ಇನ್‌ಫರ್‌ಮೇಷನ್ ಬಂದಿದ್ದರೂ ನಂಬಲು ಸಿದ್ಧರಿರಲಿಲ್ಲ ಇವರು.

ತೀರಾ ಎದೆ ಭಾರವಾಯಿತು. ನರ್ಸಿಂಗ್ ಹೋಂನ ಕಾರಿಡಾರ್‌ನಿಂದ ಆಫೀಸ್ ರೂಂಗೆ ಬಂದು ಸಿಸ್ಟರ್ ಕೈಲಿ ನೀರು ತರಿಸಿಕೊಂಡು ಕುಡಿದರು. ಬಾಲ್ಕನಿಗೆ ಬಂದು ನಿಂತರು.

ಹೋಟೆಲ್ ಕಾರಿನಲ್ಲಿ ದಾಸ್ ಗಡಬಡಿಸಿಕೊಂಡೇ ಬಂದು ನಿಂತ. ಅವನು ಒಂದು ನಿರೀಕ್ಷೆ ಇಟ್ಟುಕೊಂಡೇ ಬಂದಿದ್ದ. ಅದು ನಿಜವಾಯಿತು.

"ಚಂದ್ರುನ ಕರ್ಕೊಂಡ್ಬಾ. ಹೆಚ್ಚು ಗಾಬ್ರಿ ಆಗೋ ಹಾಗೆ ಏನು ಹೇಳ್ಬೇಡ. ಈಗ ಸದ್ಯ ಸ್ಥಿತಿಯಲ್ಲಿ ಅಮ್ಮಾವ್ರು ಉದ್ವೇಗಗೊಳ್ಳಬಾರ್ದು ಅರ್ಥವಾಯಿತಲ್ಲ" ಎಂದರು ಗಟ್ಟಿ ಸ್ವರದಲ್ಲಿ. ಇದನ್ನ ಬಹಳ ಕಷ್ಟಪಟ್ಟು ಒಂದು ಸ್ಟೇಜ್‌ಗೆ ಬಂದ ಮೇಲೆ ಅಭ್ಯಾಸ ಮಾಡಿಕೊಂಡಿದ್ದರು.

ಅನುಮಾನಿಸುತ್ತಲೇ ನಾಲ್ಕು ಹೆಜ್ಜೆಹೋದ ದಾಸ್ ಹಿಂದಕ್ಕೆ ತಿರುಗಿದ. ಮುಖದ ಮೇಲೆ ಪ್ರಶ್ನೆ ಗಮನಿಸಿದವರು "ಚಂದ್ರು ಒಬ್ಬ ಬರ್ಲೀ..." ಸ್ಪಷ್ಟವಾಗಿಯೇ ಹೇಳಿದರು.

ಹೋಟೆಲ್‌ನ ಅಂಬಾಸಿಡರ್ ಬದಲು ಮಗನನ್ನು ಕರೆಸಿಕೊಳ್ಳಲು ಕಳಿಸಿದ್ದು ವಿದೇಶೀ ಕಾರು. ಅದು ಪ್ರಯೋಜನಕ್ಕೆ ಬಂದೀತೇಂತ ಆ ಕ್ಷಣ ಯೋಚಿಸಲಿಲ್ಲ ರಾಧಾಕೃಷ್ಣ ಕಾರು ನಿಂತಾಗ ಆರ್ಕಿಡ್ಸ್ ಬಗ್ಗೆ ಅಹಮದ್‌ನೊಂದಿಗೆ ಸಮಾಲೋಚಿಸುತ್ತಿದ್ದ ಚಂದ್ರು ಸ್ವಲ್ಪ ಗಾಬರಿಯಾದ. ಆದರೂ ತೋರ್ಪಡಿಸಿಕೊಳ್ಳಲಿಲ್ಲ. ಆದರೆ ಎದೆಯ ಬಡಿತ ಏರುವುದನ್ನು ನಿಯಂತ್ರಿಸಲಾಗಲಿಲ್ಲ. ಅರಿವಾಗದಂತೆ ನಾಲ್ಕು ಹೆಜ್ಜೆ ಮುಂದಕ್ಕೆ ಬಂದ.

ವಿಶ್ ಮಾಡಿದ ದಾಸ್ ಸಹಜವಾಗಿಯೇ "ಅಮ್ಮಾವ್ರಿಗೆ ಸ್ವಲ್ಪ ಹುಷಾರಿಲ್ಲ. ನರ್ಸಿಂಗ್ ಹೋಂನಲ್ಲಿದ್ದಾರೆ. ಯಜಮಾನ್ರು ಕರ್ಕೊಂಡ್ಬಾಂದ್ರು" ಹೇಳಿದ. ತನ್ನನ್ನು

ತಾನು ನಿಯಂತ್ರಿಸಿಕೊಳ್ಳಲು ಪ್ರಯತ್ನಿಸಿ ಸಫಲನಾದ ಚಂದ್ರು.

"ಏನು.... ವಿಷ್ಯ ದಾಸ್?" ಕೇಳಿದ.

ಹಾರ್ಟ್ ಅಟ್ಯಾಕ್ ಆದ ದಿನದಿಂದ ಹಿಡಿದು ಎಲ್ಲಾ ಹೇಳಿದ. ಅವನಣ್ಣ ಬಂದು ಹೋಗಿದ್ದು ಗೊತ್ತಾದಾಗ ಅವನೆದೆಗೆ ಭರ್ಜಿ ಹಾಕಿದಂತಾಯಿತು.

"ಆಯ್ತು.... ಬರ್ತೀನಿ ನಡೀ" ಎಂದ ಚಂದ್ರು.

ಇದೇ ಊರಿನಲ್ಲಿದ್ದು ಕೂಡ ತನಗೆ ಸುದ್ದಿ ಕೊಡದೆ ಹಿರಿಯ ಮಗನಿಗೆ ಸುದ್ದಿ ಮುಟ್ಟಿಸಿ ಕರೆಸಿಕೊಂಡಿದ್ದು ಚಂದ್ರುಗೆ ತೀವ್ರವಾದ ನೋವನ್ನು ತಂದಿತು.

ತಂದೆ ತನ್ನ ಗಳಿಕೆಯ ಸಮಸ್ತದಿಂದ ದೂರವಿಟ್ಟಿದ್ದರೂ ಚಿಂತಿಸುತ್ತಿರಲಿಲ್ಲ. ಆದರೆ ಇಲ್ಲಿ ನಡೆದದ್ದು ದ್ರೋಹ, ಆತ್ಮವಂಚನೆ, ಹೆತ್ತ ಕರುಳು ಮಗನ ಮಧ್ಯದ ಅಂತಃಕರಣವನ್ನೇ ತುಂಡರಿಸುವ ಯತ್ನ. ಆಕ್ರೋಶದಿಂದ ನರಳಿದ.

"ಜೊತೆಯಲ್ಲಿ ಕರ್ಕೊಂಡ್ಬಾ ಅಂದಿದ್ದಾರೆ" ವಿನಂತಿಸಿಕೊಂಡ ದಾಸ್. ಮುಖ ಚಿಕ್ಕದು ಮಾಡಿಕೊಂಡು "ಸಾರಿ ಸರ್...."

ನಕ್ಕುಬಿಟ್ಟ ಚಂದ್ರು. "ಇಲ್ಲಿ ನಿನ್ನ ಪಾತ್ರವೇನು? ನಥಿಂಗ್.... ಯೂ ಗೋ" ಎರಡೆಜ್ಜೆ ಹಿಂದಕ್ಕೆ ಇಟ್ಟವನು ಕತ್ತು ತಿರುಗಿಸಿದ. "ಅಪ್ಪ, ಮತ್ತೇನಾದ್ರೂ..... ಹೇಳಿದ್ದಾರಾ?" ಕೇಳಿದ.

ತೀರಾ ಸಂಕೋಚದ ಮುಖ ಮಾಡಿದ. "ಅಮ್ಮಾವ್ರು ಎಕ್ಸೈಟ್ ಆಗೋದು ಒಳ್ಳೆದಲ್ಲಾಂತ ಡಾಕ್ಟ್ರು ತಿಳ್ಸಿದ್ದಾರಂತೆ..." ಮುಂದೆ ಹೇಳದಂತೆ ಕೈಯೆತ್ತಿ ತಡೆದ ಚಂದ್ರು "ನೀನ್ಹೋಗು... ದಾಸ್..." ಎಂದ. ಕಾಲೆತ್ತಲಾರ.

ಅಹಮದ್ ಭುಜದ ಮೇಲೆ ಕೈಯಿಟ್ಟ. "ಅಮ್ಮನಿಗೆ ಹುಷಾರಿಲ್ವಂತೆ... ಮೊದ್ಲೇ ಬಂದ ಆರ್ಡರ್ಸ್ ಕಡೆ ಗಮನ ಕೊಡು ನಾನ್ಬರ್ತೀನಿ" ಒಳಗೆ ಬಂದ.

ತರಕಾರಿ ಹೆಚ್ಚುತ್ತಿದ್ದ ಅಂಜುಗೆ ಹೇಳಿದ "ಅಮ್ಮನಿಗೇನೋ ಹುಷಾರಿಲ್ವಂತೆ.... ನರ್ಸಿಂಗ್ ಹೋಂಗೆ ಸೇರ್ಸಿದ ವಿಷ್ಯ ದಾಸ್ ಹೇಳ್ಹೋದ ನಾನ್ಹೋಗಿ..... ಬರ್ತೀನಿ" ಗಾಬರಿಯಿಂದ ಮೇಲೆದ್ದಳು.

"ಅಂಥದ್ದೇನಿಲ್ಲ ಬಿ.ಪಿ. ಇತ್ತು ಸ್ವಲ್ಪ ಹೆಚ್ಚು ಕಡ್ಮೇ ಆಗಿರಬಹುದು. ನೆಗಡಿ ಬಂದ್ರು.... ತುಂಬಾ ಹಣವಿದ್ದ ಜನ ನರ್ಸಿಂಗ್ ಹೋಂಗೆ ಅಡ್ಮಿಟ್ ಆಗಿ ರೆಸ್ಟ್ ತಗೋತಾರೆ. ಇದು ಮಾಮೂಲಿ ವಿಷ್ಯ. ಗಾಬ್ರಿಗೆ ಕಾರಣವಿಲ್ಲ" ಸಾಂತ್ವನಿಸಿದ.

ಕಂಬನಿಯೊಡೆಯಿತು ಅಂಜು ಕಣ್ಣಲ್ಲಿ ಹಿರಿಯರಿಂದ ದೂರವಿರುವುದು ಅವಳ ಮಟ್ಟಿಗೆ ಭಯಂಕರ. ಮದುವೆಯ ನಂಟಿನಿಂದ ಗಂಡೊಬ್ಬ ತನ್ನವನೆಂದುಕೊಳ್ಳುವಷ್ಟು ಸಂಕುಚಿತ ಮನಸ್ಸಲ್ಲ.

ಹತ್ತಿರಕ್ಕೆ ಬಂದು ಕಣ್ಣೀರು ತೊಡೆದ. "ಡೋಂಟ್ ಬಿ ಸಿಲ್ಲಿ ಕಣ್ಣೀರು ಹಾಕೋದ್ಯಾಕೆ. ಎಲ್ಲಾ ಸರಿಹೋಗುತ್ತೆ. ಒಂದಿಷ್ಟು ಕಾಲಾವಕಾಶ ಬೇಕಷ್ಟೆ?" ಕೆನ್ನೆ

ತಟ್ಟಿ ನಡೆದ.

ಯಾರೊಂದಿಗೋ ಮಾತಾಡುತ್ತಿದ್ದ ರಾಧಾಕೃಷ್ಣ ಆಟೋದಿಂದ ಇಳಿಯುತ್ತಿದ್ದ ಮಗನನ್ನು ನೋಡಿ ವಿಲಿವಿಲಿ ಒದ್ದಾಡಿದರು. ಪ್ರೆಸ್ಟೀಜ್ ಭೂಗತವಾದಂತಾಯಿತು. ಚಂದ್ರು ತೊಟ್ಟ ಸಾಧಾರಣ ಉಡುಪು ಅವರನ್ನು ಘಾಸಿಗೊಳಿಸಿತು.

ಹಿಂದಕ್ಕೆ ತಿರುಗಿ ಆ ಕಡೆಯ ದಾರಿಯಿಂದ ಹೊರಗೆ ಹೋದರು. ಮಗನನ್ನು ಕಣ್ತುಂಬ ನೋಡಲು ಅವರಿಗೂ ತವಕ, ಹಂಬಲ. ಮನವನ್ನು ಹೃದಯವನ್ನು ಹತ್ತಿಕ್ಕುವಷ್ಟು ಬೆಳೆದಿತ್ತು ರಾಧಾಕೃಷ್ಣರ ಮಿದುಳು.

ಸಪ್ಪೆ ಮುಖದಿಂದ ಬಂದ ದಾಸ್ "ದಾರಿಯಲ್ಲಿ ಒಂದಿಷ್ಟು ಟ್ರಬಲ್ ಆಯ್ತು ಕಾರು. ಚಿಕ್ಕೆಜಮಾನ್ರು.... ಬರ್ತೀನೀಂದ್ರು" ಉಸುರಿದ.

"ಅವ್ನು... ಬಂದಾಯ್ತು ನೀನ್ಹೋಗು?" ಕಳಿಸಿದರು.

ಕಾರಿಡಾರ್‌ನ ಕಂಬವಿಡಿದು ಉದ್ವೇಗವನ್ನು ನಿಯಂತ್ರಿಸಲು ಪ್ರಯತ್ನಪಟ್ಟರು. ಒಂದೂವರೆ ದಶಕದ ಹಿಂದೆ ಹಿಂದಿನ ಪ್ರತಿಷ್ಠಿತ ವ್ಯಕ್ತಿ ರಾಧಾಕೃಷ್ಣ ಒಂದೆರಡು ಕಡೆ ಹೊಲಿದ ಷರಟು ಧರಿಸುತ್ತಿದ್ದರು. ಒಗೆದ ಬಿಳಿ ಪಂಚೆಯಲ್ಲಿ ಅಲ್ಲಲ್ಲಿ ಹೊಲಿದ ದಾರಗಳು ಎದ್ದು ಕಾಣುತ್ತಿದ್ದವು. ಅಂದು ಏನು ಅಲ್ಲದ ವ್ಯಕ್ತಿ! ಅದನ್ನು ನೆನಪಿಸಿಕೊಳ್ಳಲಾರರು. ಬಹುಶಃ ಅದು ಮನುಷ್ಯ ಸಹಜ ಸ್ವಭಾವ!

ಸ್ಪೆಷಲ್ ವಾರ್ಡ್‌ನಲ್ಲಿದ್ದರು ಯಶೋದಮ್ಮ. ಸ್ವಲ್ಪ ಸೊರಗಿದಂತೆ ಕಂಡರು. ಪಕ್ಕದಲ್ಲಿಯೇ ಕೂತು ಅಮ್ಮನ ಕೈ ಹಿಡಿದುಕೊಂಡ. ಎದೆಯ ಮೇಲೆ ಮಂಕರಿ ಭಾರವೇರಿದಂಥ ಒತ್ತಡ.

"ಅಮ್ಮ....." ಎಂದ ಭಾರವಾದ ದನಿಯಲ್ಲಿ.

ಮೆಲ್ಲಗೆ ಕಣ್ಣು ತೆರೆದರು. ಎರಡು ತೊಟ್ಟು ಕಣ್ಣೀರು ಹರಿದು ಅತ್ತ ಇತ್ತ ಹರಿದಾಗ ತೊಡೆದ.

"ಹೇಗಿದ್ದೀಯಮ್ಮ?" ಚೇತರಿಸಿಕೊಂಡು ಕೇಳಿದ.

"ನಿಂದೆ... ಯೋಚ್ನೆ?" ಎಂದರು.

ತುಟಿಗಳ ಮೇಲೆ ನಗುವನ್ನು ತುಳುಕಿಸಿದ. "ಯಾಕೆ? ನಂಗೇನು ಹಾಗೆ ಅನ್ನಿಸೋಲ್ಲ! ಬಹುಶಃ ಅಣ್ಣನ ಬಗ್ಗೆ ಚಿಂತೆ ಇರ್ಬಹ್ದು. ಶಿಲ್ಪಾ ಬಗ್ಗೆ ಯೋಚ್ನೆ ಇರ್ಬಹ್ದು. ನಮ್ಮ ಮೂವರಲ್ಲಿ ಅವರಿಬ್ರೆ ಕಾಂಪ್ಲಿಕೇಟೆಡ್. ನಂದು.... ಆರಾಮ್.... ಯಾವ್ದೇ ಒತ್ತಡಗಳಿಲ್ಲ. ದೂರದ ಮುಂಬಯಿನಲ್ಲಿಲ್ಲ" ಜೋರಾಗಿ ಹೇಳಿದರು ಅಲ್ಲಿ ಸತ್ಯ ದರ್ಶನವಿತ್ತು.

"ನೀನು..... ಹೇಗಿದ್ದೀಯಾ?" ಕೇಳಿದರು ಯಶೋದ.

"ನಂಗೇನು ಒಳ್ಳೆ ಗುಂಡುಕಲ್ಲು ತರಹ.... ಏನು ತೊಂದರೇನು ಇಲ್ಲ. ಡಾಕ್ಟ್ರನ ವಿಚಾರಿಸ್ದೇ ನೋ ಪ್ರಾಬ್ಲಮ್ ಅಂದ್ರು. ಅಣ್ಣ ಇಲ್ಲೇ ಇದ್ದಾನ?" ವಿಚಾರಿಸಿದ.

ಆ ವಿಷಯದಲ್ಲಿ ಆಕೆಗೆ ಅಸಮಾಧಾನವಿತ್ತು. ನೆಂಟರಿಷ್ಟರು ಬಂದಂತೆ ಬಂದು ಹೋಗಿದ್ದ. "ಒಂದೆರಡು ದಿನ ಇರು...." ಎಂದಾಗ "ಇಲ್ಲಮ್ಮ ಅಲ್ಲಿ ತುಂಬ ಪ್ರಾಬ್ಲಮ್ಸ್ ಇದೆ. ಇಲ್ಲಿ ಕೂತು ತಾನೇ ನಾನು ಮಾಡೋದೇನಿದೆ? ಡಾಕ್ಟ್ರು ನರ್ಸುಗಳು ನೋಡ್ಕೋತಾರೆ. ಹಣಕಾಸಿಗೆ ತೊಂದ್ರೆ.... ಇಲ್ಲ" ಎಂದಿದ್ದ.

ಮೇಲ್ಮುಖದ ತೊಂದರೆಗಳಿಗೆ ಮಾತ್ರ ಒಬ್ಬರಿಗೆ ಒಬ್ಬರು ಅನಿವಾರ್ಯವೆಂದು ಭಾವಿಸಿದ್ದಾನೇನೋ ಎಂದುಕೊಂಡು ಮರುಗಿದ್ದರು.

"ಇಲ್ಲ, ಬಂದ ಮಾರನೆ ದಿನವೇ ಹೋದ. ಗಂಡ, ಹೆಂಡ್ತಿ ಜೊತೆಯಲ್ಲಿ ಬಂದು ಜೊತೆಯಲ್ಲಿ ಹೋದ್ರು. ನಿನ್ನ ವಿಚಾರ್ಸಿ.... ಬೈಯ್ದ!" ಎಂದರು ಯಶೋದಾ.

ಅವನು ಸಿಡಿಮಿಡಿಗುಟ್ಟಿದ್ದ. "ಅಪ್ಪನ ಮಾತು ಕೇಳಿದ್ರೆ ಸಾಕಾಗಿತ್ತು. ಇವ್ನಿಗ್ಯಾಕೆ ಸ್ವಪ್ರತಿಷ್ಠೆ" ತಮ್ಮನ ಮೇಲೆ ಅಸಹನೆಯ ಕಿಡಿಗಳನ್ನು ಹಾರಿಸಿದ್ದ.

"ಯಾಕಂತೆ, ಬಯ್ದದ್ದು? ಹುಡ್ಗೀ ಜೊತೆ ಜಾಲಿಯಾಗಿ ತಿರ್ಗೀ ಹಣ ಹಾಳು ಮಾಡ್ದಾಗ ಬೈಗಳ ಅಗತ್ಯವಿತ್ತು ಅವ್ನಿಗೆ? ಆ ಹೆಣ್ಣಿಗೆ ಕೈಕೊಟ್ಟು ಮುಂಬೈ ಸೇರ್ದ. ಹೋಗ್ಲಿ ಬಿಡು, ನೈತಿಕವಾಗಿ ಬಲವಾಗಿಲ್ಲದ ಅವ್ನ ಬೈಗಳಿಗೆ ಬೆಲೆ ಇಲ್ಲ" ಎಂದ ಉದಾಸೀನವಾಗಿ. ಎಲ್ಲಾ ವಿವರಿಸಿ ಅವನಿಗೆ ಪತ್ರ ಬರೆದಿದ್ದ. ಬೈಗಳೋ, ಬುದ್ಧಿವಾದವೋ, ಆಶೀರ್ವಾದವೋ, ಯಾವುದಕ್ಕೂ ಇಂದಿನವರೆಗೂ ಪತ್ರವಿರಲಿಲ್ಲ, ಈಗ ಮಾನ್ಯ ಮಾಡುವ ಅಗತ್ಯ ಕಾಣಲಿಲ್ಲ.

ಹೆಚ್ಚು ಮಾತಿಗೆ ಅವಕಾಶ ಬೇಡವೆಂದು "ಅಮ್ಮ, ಡಾಕ್ಟ್ರನ ನೋಡ್ಬರ್ತೀನಿ" ಹೊರಗೆ ಬಂದ.

ಯಾರೊಂದಿಗೋ ಮಾತಾಡುತ್ತ ಬರುತ್ತಿದ್ದ ರಾಧಾಕೃಷ್ಣ ಡ್ಯೂಟಿ ಡಾಕ್ಟರ್ ರೂಮಿಗೆ ನುಗ್ಗಿ ಕಣ್ಮರೆಯಾದರು. ಏನೋ ಹಿಂಜರಿಕೆ. ಅವರಿಗೆ ಅರ್ಥವಾಗಲಿಲ್ಲ.

ಚಂದ್ರು ಸ್ಪೆಷಲ್ ವಾರ್ಡ್‌ಗೆ ಬರುವ ವೇಳೆಗೆ ರಾಧಾಕೃಷ್ಣ ಕೂತಿದ್ದರು. ನಸುನಗೆ ಬೀರಿದ ತಂದೆಯತ್ತ "ಹೇಗಿದೆ ಲೈಫ್? ಏನು ಅನ್ನಿಸುತ್ತೆ?" ಅವರ ದನಿಯಲ್ಲಿ ವ್ಯಂಗ್ಯವಿತ್ತು. ಚಲಿಸಿ ಹೋಗಲಿಲ್ಲ ಚಂದ್ರು "ಫೈನಾಗಿದೆ! ಒಂದು ರೀತಿಯಲ್ಲಿ ಫೆಂಟಾಸ್ಟಿಕ್, ಚಾರ್ಮ್... ಇದೆ. ಅಲೆಗಳ ನಡ್ವೇ ದಡ ತಲುಪೋಕ್ಕಿಂತ, ಅದ್ರ ವಿರುದ್ಧ ಈಜಿ ದಡ ಸೇರೋದು ಕೂಡ ಥ್ರಿಲ್" ಬಹಳ ಸಹಜವಾಗಿ ಹೇಳಿದ.

ಎಸೆದ ಬಾಣ ಅದರ ಹತ್ತರಷ್ಟು ವೇಗವಾಗಿ ಹಿಂದಕ್ಕೆ ಬಂದಿತ್ತು.

ಬೆವರೊರೆಸಿಕೊಳ್ಳುವಂತಾಯಿತು ಅವರಿಗೆ. ಅರಿವಿಗೆ ಬರದಂತೆ ಕರ್ಚೀಫ್ ಅವರ ಮುಖದ ಮೇಲಾಡಿಯೇ ಬಿಟ್ಟಿತು.

ಬಹಳ ಕಟ್ಟುನಿಟ್ಟಾಗಿ ಬೆಳೆಸಿದ್ದರು ಮಕ್ಕಳನ್ನ. ಮದುವೆಯ ವಿಷಯದಲ್ಲೂ ಅಷ್ಟೆ. ಪೂರ್ತಿ ತಪ್ಪನ್ನು ಮಗನ ಮೇಲೊರೆಸಲು ಹಿಂಜರಿಯಿತು ಅವರ ಮನ.

ತಾಯಿಯ ಸನಿಹಕ್ಕೆ ಬಂದ ಚಂದ್ರು ಆಕೆಯ ಮುಂಗೈ ಮೇಲೆ ಕೈಯಿಟ್ಟು

ಅತ್ಯಂತ ಪ್ರೀತಿಯಿಂದ ನವಿರಾಗಿ "ಬೇಗ್ಗೆ... ಬರ್ತೀನಮ್ಮ..." ಎಂದ. ಆಕೆ ಪ್ರತಿಕ್ರಿಯೆಗೆ ಕಾಯದೆ "ಬರ್ತೀನಪ್ಪ..." ಹೊರಟೇಬಿಟ್ಟ.

ಅವಮಾನದಿಂದ ಮುಖಭಂಗಿತರಾಗಿದ್ದರು ಚಂದ್ರು ಮಾತುಗಳಿಂದ. "ಎಷ್ಟು ಸೊಕ್ಕು ನೋಡು! ಫೆಂಟಾಸ್ಟಿಕ್ ಆಗಿದೆಯಂತೆ. ಕಲರ್ ಕದರಿ ಮುಖದ್ಮೇಲೆ ಹೊಯ್ಕೊಂಡಂಗೆ... ಯೂಸ್ಲೆಸ್ ಫೆಲೋ....." ಪರಿಸ್ಥಿತಿ ಜಾಗ ಮರೆತು ಸಿಡಿದು ಬಿದ್ದರು ರಾಧಾಕೃಷ್ಣ.

ಆಕೆ ಮೌನವಾಗಿ ಕಣ್ಮುಚ್ಚಿಕೊಂಡರು. ಮಗ ತಮ್ಮ ಮಾತು ಕೇಳಿದ್ದರೆ ಚೆನ್ನಾಗಿತ್ತೆನಿಸಿತು. ದೂರ... ಬಹಳ ದೂರ ಚಂದ್ರು ಹೋದಂಥ ಕಲ್ಪನೆ.

"ಏನಾದ್ರೂ.... ಮಾಡಿ" ಗಂಡನ ಕೈ ಕೈ ಹಿಡಿದುಕೊಂಡು "ಚಂದ್ರು ಮನೆಗೆ ಬಂದ್ಬಿಡ್ಲಿ ಅವನೇನೋ ಮುಂಬಯಿನ ಕಟ್ಟಿಹಾಕ್ಕೊಂಡಂಗೆ ಆಡ್ತಾನೆ. ಬಂದ್ಬಿಡ್ಲಿ" ಗಂಡನ ಕೈಹಿಡಿದುಕೊಂಡು ಕೇಳಿಕೊಂಡರು.

ಆಕೆ ಇದ್ದ ಸ್ಥಿತಿಯಲ್ಲಿ ಚಿಂತೆ. ಉದ್ವೇಗ ಯಾವುದೂ ಒಳ್ಳೆಯದಲ್ಲವೆಂದು ಅವರಿಗೆ ಗೊತ್ತು.

"ಖಂಡಿತ ಬರ್ತಾನೆ ಎಲ್ಲಿಗೆ... ಹೋಗ್ತಾನೆ? ನಿನ್ನ ಹಿರಿಯ ಮಗನ ಹಾಗಲ್ಲ, ಅವ್ನ ಎದೆಯಲ್ಲಿ ಪ್ರೀತಿ, ವಿಶ್ವಾಸಗಳಿವೆ. ಏನೂ ತಲೆಗೆ ಹಚ್ಕೋಬೇಡ" ಭರವಸೆಯ ಮಾತಾಡಿದರು ಹೆಂಡತಿಯ ಕೈಹಿಡಿದು.

ಹೊರಗೆ ಬಂದಾಗ ದಾಸ್ ಡ್ರೈವರ್‌ನೊಂದಿಗೆ ಮಾತಾಡುತ್ತಿದ್ದವನು ಓಡಿ ಬಂದ. ಮುಖವನ್ನು ಓದಿಕೊಂಡಂತೆ ನುಡಿದ.

"ಚಿಕ್ಕೆಜಮಾನ್ರು.... ಹೋದ್ರು!"

ಅವರ ವಿದೇಶಿ ಕಾರು ಫಳಫಳ ಹೊಳೆಯುತ್ತ ನಿಂತಿತ್ತು. ಲಕ್ಷಾಂತರ ಬೆಲೆಬಾಳುವ ಅದಕ್ಕೆ ಚಂದ್ರುಯಿಂದ ಯಾವ ಬೆಲೆಯೂ ಸಿಕ್ಕಿರಲಿಲ್ಲ.

"ಹೇಗೆ... ಹೋದ?" ಕೇಳಿದರು.

"ನಡ್ದೇ ಹೋದ್ರು. ಎಷ್ಟೋ ಹೇಳ್ದೆ. ಕಾರು ಹತ್ಲಿಲ್ಲ. ಅಪ್ಪ ಹೊರಟಿದ್ದಾರೆ. ಅವ್ರಿಗೆ ತೊಂದರೆ ಆಗ್ಬಾರದೂಂತ ಅಂದ್ರು" ಎಂದ. ಮೇಲ್ನೋಟಕ್ಕೆ ಅವರನ್ನು ಧಿಕ್ಕರಿಸಿರಲಿಲ್ಲ.

ಹಲ್ಲು ಕಚ್ಚಿಡಿದ ರಾಧಾಕೃಷ್ಣ ಕಾರಿನತ್ತ ಹೋದರು. ಚಪ್ಪಲಿಯನ್ನು ಶಾಲಿನಿಂದ ಮುಚ್ಚಿ ಹೊಡೆದಂತಿತ್ತು. ಗಾಯ ಆಳವಾಗಿ ನೋಯಿಸಿತು ಬಹಳ.

ಬಹುಶಃ ಒಂದೆರಡು ಲಕ್ಷವೇನು ಚಂದ್ರ ಪ್ರಕಾಶ್, ಶಿಲ್ಪಾ ಹೋಟಲ್‌ಗಳೊಂದು ಮುಚ್ಚಿ ಹೋಗಿದ್ದರೂ ರಾಧಾಕೃಷ್ಣ ಚಿಂತಿಸುತ್ತಿರಲಿಲ್ಲ. ಕೈ ಬಿಟ್ಟು ಹೋದ ಮಗನ ಲೆಕ್ಕವನ್ನು ಕಟ್ಟಲಾರದೆ ಹೋಗಿದ್ದರು.

ಮನೆಗೆ ಬಂದವರೆ ದಿವಾನ್ ಖಾನೆಗೆ ಹೋಗಿ ಬಾಗಿಲು ಹಾಕಿಕೊಂಡರು. ಹೆಂಡತಿಗೆ ಭರವಸೆ ಕೊಟ್ಟಿದ್ದರು. ಏನು ಮಾಡಿದರೆ ಮಗ ಹಿಂದಕ್ಕೆ ಬರಬಹುದು?

ನರೇಶ್ ಧಾವನ್ ಅವರು ಸ್ವತಃ ಹೆಚ್ಚಿನ ವಿಶ್ವಾಸ ತೋರಿದ್ದರು. ಯಶೋದಾಗೆ ಹಾರ್ಟ್ ಅಟ್ಯಾಕ್ ಆಗಿದ್ದು ತಿಳಿದು ಎರಡು ಸಲ ಬಂದಿದ್ದರು. ಆಗಾಗ ಫೋನಿನಲ್ಲಿ ಸಂಪರ್ಕಿಸಿ ಆರೋಗ್ಯ ವಿಚಾರಿಸುತ್ತಿದ್ದರು. ಇದೆಲ್ಲ ಅತ್ಯುತ್ತಮ ಬೆಳವಣಿಗೆ.

ಬಾಗಿಲ ಮೇಲೆ ಸಣ್ಣ ಸದ್ದು. ಹಿಂದೆಯೇ ಇಂಟರ್ಕಾಮ್ ಸದ್ದು ಮಾಡಿತು. "ಸಾಹೇಬ್ರು... ಬಂದಿದ್ದಾರೆ..." ಚಾಮಯ್ಯ ವಿನಂತಿಸಿದಾಗ ದಿಗ್ಗನೆದ್ದರು.

ಹೊರಬಂದು ಬರಮಾಡಿಕೊಂಡರು ಅವರನ್ನು "ಹೇಗಿದೆ ನಿಮ್ಮ ಮಿಸೆಸ್ ಹೆಲ್ತ್?" ವಿಚಾರಿಸಿದರು ವಿಶ್ವಾಸದಿಂದ.

"ಬೆಟರ್, ಏನು ಪ್ರಾಬ್ಲಂ ಇಲ್ಲಾಂದ್ರು, ರೆಸ್ಟ್‌ನಲ್ಲಿರಲೀಂತ" ಎಂದರು. ರಾಧಾಕೃಷ್ಣ ಗಂಟಲಿನಿಂದ ಪದಗಳು ಹೊರಟಿದ್ದು ಪ್ರಯಾಸದಿಂದಲೇ.

ಹತ್ತು ನಿಮಿಷ ಹೋಟಲ್‌ಗಳ ಬಗ್ಗೆ, ಇಂಟರ್‌ನ್ಯಾಷನಲ್ ಹೋಟಲ್‌ಗಳವರೆಗೂ ಮಾತು ವಿಸ್ತರಿಸಿ ಒಂದು ಘಟ್ಟದಲ್ಲಿ ನರೇಶ್ ಧಾವನ್ ಗಂಭೀರವಾದರು.

"ಬೈ ದಿ ಬೈ ನಂಗೆ ನಿಮ್ಮ ಬಗ್ಗೆ ವಿಶ್ವಾಸ, ಆತ್ಮೀಯತೆ, ಅದು ಸಂಬಂಧದಲ್ಲಿ ಮುಕ್ತಾಯವಾಗ್ಬೇಕೂಂತ ನನ್ನಿಚ್ಛೆ" ಎಂದರು. ಇಂದು ಸ್ಪಷ್ಟವಾಗಿ ರಾಧಾಕೃಷ್ಣರೊಂದಿಗೆ ಅವರೇ ಪ್ರಸ್ತಾಪಿಸಿದರು.

ಎದೆ ಭಾರವೆನಿಸಿತು ರಾಧಾಕೃಷ್ಣರಿಗೆ. ಅಂಥ ಅದೃಷ್ಟ ಅವರಿಗೆ ಇರಲಿಲ್ಲ. ಧೂಳಿಪಟ ಮಾಡಿ ಹೋಗಿದ್ದ ಮಗ. ಅವರಿಗೆ ಇದು ಗೊತ್ತಿದೆಯೋ ಇಲ್ಲವೊ ಅಂತ ಅನುಮಾನಿಸಿದರು.

"ಸಾರಿ...... ನಮ್ಮ ಚಂದ್ರು" ಅವರ ಗಂಟಲು ಹಿಡಿಯಿತು. "ನಮ್ಮ ವಿರುದ್ಧವಾಗಿ ಮದ್ವೆ ಮಾಡ್ಕೊಂಡ" ಎಂದಾಗ ನರೇಶ್ ಧಾವನ್ ನಸುನಗೆ ಬೀರಿದರು. "ನಂಗೆ ಅದೆಲ್ಲಾ ಗೊತ್ತು. ಆ ವಯಸ್ಸಿನಲ್ಲಿ ಇಂಥ ಎಡವಟ್ಟುಗಳು ಆಕಸ್ಮಿಕವೇನಲ್ಲ. ಅದ್ನ ಹೇಗೆ ಪರಿಹರಿಸಿಕೊಳ್ಳೋದೂಂತ... ಯೋಚ್ಸೋಣ?" ಎಂದು ಇವರನ್ನು ಚಿಂತಿಸುವಂತೆ ಮಾಡಿದರು.

ಈ ಒತ್ತಾಯಕ್ಕೆ ಕಾರಣವೇನೆಂದು ಸ್ಪಷ್ಟವಾಗಿ ವಿವರಿಸಿದರು.

ಅವರ ಮಗಳಿಗೆ ಮಾತಿಲ್ಲ. ನೋಡಲು ಚಿನ್ನದ ಗೊಂಬೆ. ಹುಟ್ಟಿನಿಂದ ಬಂದ ಮೂಗತನವಲ್ಲ, ಒಮ್ಮೆ ಜ್ವರ ಬಂದಾಗ ಮಾತು ನಿಂತಿತ್ತು. ಅದಕ್ಕೆ ಕಾರಣ ಸ್ಪಷ್ಟವಾಗಿರಲಿಲ್ಲ. 'ಮದ್ವೆ ಮಾಡಿ, ಸರಿ ಹೋಗ್ತಾಳೆ' ಡಾಕ್ಟರರ ಸಲಹೆ.

ಗಂಡನ್ನು ಹುಡುಕುವ ತಾಪತ್ರಯವೂ ಅವರಿಗೆ ಇರಲಿಲ್ಲ. ಬಳಗದಲ್ಲಿ ಸಾಕಷ್ಟು ಜನ ಅವರ ಸಂಬಂಧ ಬೆಳೆಸಲು ತುದಿಗಾಲಿನಲ್ಲಿ ನಿಂತಿದ್ದರು. ಅವರಿಗೆ ಮಗಳ ಸುಖ ಮುಖ್ಯ. ಅದನ್ನು ಬಾಯಿಬಿಟ್ಟು ಹೇಳಿದ್ದರು.

"ಚಂದ್ರುನ ಒಂದು ನಾಲ್ಕು ವರ್ಷದಿಂದ ಆಗಾಗ ನೋಡಿದ್ದೀನಿ. ಅವ್ನ ಬಗ್ಗೆ ವಿಚಾರಿಸಿಕೊಂಡಿದ್ದೀನಿ. ಪ್ರಾಮಾಣಿಕವಾದ ಮನಸ್ಸು ಇದೆ. ಅಂಥವ್ರ ಕೈಯಲ್ಲಿ ನನ್ನ

ಮಗ್ಳ ಭವಿಷ್ಯ ಸುರಕ್ಷಿತ. ಇದ್ನ ನೀವು ಉಪಕಾರಾಂತ ತಿಳಿದ್ರೂ ಪರವಾಗಿಲ್ಲ. ಇದ್ಕೆ ಎಷ್ಟು ಬೆಲೆ ಬೇಕಾದ್ರೂ ತೆರಬಲ್ಲೆ. ನಮ್ಮಗಳ ಸಂಬಂಧ ಬೆಳೆಯೋ ಬಗ್ಗೆ ಏನಾದ್ರೂ ಮಾಡಿ. ಅದ್ಕೆ ನನ್ನ ಹೆಲ್ಪ್ ಇದೆ" ರಾಧಾಕೃಷ್ಣರ ಎರಡು ಕೈಗಳನ್ನು ಹಿಡಿದುಕೊಂಡರು.

ಇದು ಅವರಿಗೂ ಹಿತವಾದ ವಿಷಯವೇ? ಆದರೆ ಹೇಗೆ? ನಾರಾಯಣ್ ಗಲಾಟೆಯ ಮನುಷ್ಯ ಅಲ್ಲವೆಂದು ಅವರ ಅರಿವಿಗೆ ಬಂದಿತ್ತು. ಮಗನ ಬಗ್ಗೆಯೇ ಚಿಂತೆ.

ಆಮೇಲೆ ಅರ್ಧಗಂಟೆ ಮಾತಾಡಿದರು. ಅದೆಲ್ಲ ಅಂಜುವಿನಿಂದ ಅವನನ್ನು ಹೇಗೆ ಮುಕ್ತಿಗೊಳಿಸುವುದು? ಈ ವಿವಾಹ ಬಂಧನ ಹೇಗೆ ಮುರಿಯುವುದು ಎಂದು ಮಾತ್ರ.

* * *

ಬೆಳಿಗ್ಗೆ, ಸಂಜೆ ನರ್ಸಿಂಗ್ ಹೋಂ ಹೋಗಿ ತಾಯಿಯ ಬಳಿ ಕೂಡುತ್ತಿದ್ದ. ಅವರ ಸ್ಥಿತಿಯನ್ನು ಗಮನಿಸಿದವನು ವೈಯಕ್ತಿಕವಾದದ್ದನ್ನು ಬಿಟ್ಟು ಬೇರೆಲ್ಲ ಮಾತಾಡುತ್ತಿದ್ದ. ಸದಾ ಹೂ ಗೊಂಚಲು, ನಗು ಮುಖದಿಂದ ತಾಯಿಯನ್ನು ಕಾಣಲು ಹೋಗುತ್ತಿದ್ದ.

ಅಂದು ಹೊರಟಾಗ ಅಂಜು ಅವನ ಮುಂದೆ ಹೂ ಗೊಂಚಲು ಹಿಡಿದಳು. ಗ್ಲಾಡಿಯೋಲಸ್‌ನ ಕೇಸರಿನ ರೋಜ್ ಸ್ಪೇರ್, ಹಳದಿ ವಿಂಗ್ಸ್ ಗ್ಲೋರಿ, ಬಿಳಿಯ ಹಾವ್ಫೆಂಡ, ಕಡು ಗುಲಾಬಿಯ ಕಿಂಗ್ ಲಿಯರ್ ಬಣ್ಣದ ಹೂ ಗೊಂಚಲು ಬೆರೆತು ಅತ್ಯಂತ ಆಕರ್ಷಕವಾಗಿತ್ತು.

"ಅಮ್ಮ..... ಹೇಗಿದ್ದಾರೆ?" ಅವಳ ಕಣ್ಣುಗಳಲ್ಲಿ ಆಸೆ. ಇವನ ನೋಟವೇ ತುಸು ತಗ್ಗಿತು. "ನಾರ್ಮಲ್, ಏನೂ ತೊಂದರೆ ಇಲ್ಲ, ಸುಮ್ನೇ ಇಟ್ಕೊಂಡಿದ್ದಾರೆ. ಫೀಜು ಹೆಚ್ಚಿಸೋಕ್ಕೋಸ್ಕರ ಅಷ್ಟೆ. ಒಂದೆರಡು ದಿನಗಳಲ್ಲಿ ಮನೆಗೆ ಹೋಗ್ಬಹ್ದು" ಎಂದ. ಇಂದು ಎಷ್ಟೇ ಎಚ್ಚರ ವಹಿಸಿದರೂ ಅವನ ಸ್ವರ ಸೊರಗಿದ್ದು ಅಂಜು ಗಮನಕ್ಕೆ ಬಂತು.

ಇಷ್ಟು ದಿನದಿಂದ ಸಾಕಷ್ಟು ಸಲ ಹೋಗಿದ್ದ. ಒಮ್ಮೆ ಕೂಡ ಯಶೋದಾ ಸೊಸೆಯ ಬಗ್ಗೆ ವಿಚಾರಿಸಿರಲಿಲ್ಲ. ಆ ಬಗ್ಗೆ ನೋವಿನ ಜೊತೆ ಕೋಪ ಕೂಡ. ಇದರಲ್ಲಿ ಅವಳ ತಪ್ಪೇನು?

ಸ್ವಲ್ಪ ಖಿನ್ನನಾಗಿಯೇ ನರ್ಸಿಂಗ್ ಹೋಂ ತಲುಪಿದ್ದು.

"ಹಾಯ್..... ಅಣ್ಣ..." ಶಿಲ್ಪಾ ಹಾರಿ ಬಂದು ಅವನ ತೋಳು ಹಿಡಿದಳು. "ಇವೆಲ್ಲ... ನಂಗಿರ್ಲಿ...." ಗುಚ್ಛ ಕಿತ್ತುಕೊಂಡು, "ಸಿ ಯೂ ಲೇಟರ್..." ಕೈ ಬೀಸಿ ಕಾರು ಬಳಿ ಓಡಿದಾಗ ಅತ್ತ ನೋಡಿದ. ಅವನು ಉಪಯೋಗಿಸುತ್ತಿದ್ದ ಫಿಯೆಟ್. ಅದರ ಮೇಲೇನು ಆಸೆ ಇರಲಿಲ್ಲ.

ಬರಿಗೈಯಲ್ಲಿ ಬಂದವ ನೇರವಾಗಿ ಕಾರ್ಡಿಯಾಲಜಿಸ್ಟ್‌ನ ಕಂಡ. "ನಂಥಿಂಗ್

ಟು ವರೀ. ಎವ್ವೆರಿಥಿಂಗ್ ಇಸ್ ಆಲ್‌ರೈಟ್. ಯಾವಾಗ ಬೇಕಾದ್ರೂ ಮನೆಗೆ ಕರ್ಕೊಂಡ್ಹೋಗ್ಬಹ್ದು" ಎಂದಾಗ "ಥ್ಯಾಂಕ್ಯೂ ಡಾಕ್ಟರ್..." ಎಂದು ಹೊರ ಬಂದ.

ಮೊದಲ ದಿನ ತಂದೆಯನ್ನು ಕಂಡಿದ್ದೇ ನಂತರ ಅವರ ಭೇಟಿ ಆಗಿರಲಿಲ್ಲ. ಇವನು ಬಂದು ಹೋದ ಮೇಲೆ ಅಥವಾ ಬರುವ ಮುನ್ನ ಬಂದು ಹೋಗುತ್ತಿದ್ದರು ರಾಧಾಕೃಷ್ಣ.

ಪೂರ್ತಿ ತಲೆಕೆಡಿಸಿಕೊಂಡ ಅವರಿಗೆ ಏನು ಮಾಡಬೇಕೆಂದು ತೋಚಿರಲಿಲ್ಲ,

ಮಗನ ಬರೀ ಕೈ ನೋಡಿದ ಆಕೆ ನಸುನಕ್ಕರು. "ಎಲ್ಲಾ ಹೂ ಮುಗ್ದು ಹೋಯ್ತ? ಮಾರ್ಕೆಟ್‌ನಲ್ಲಿ ಅವಕ್ಕೆ ತುಂಬಾ ಬೆಲೆ ಅಂತ ತಿಳೀತು" ವ್ಯಂಗ್ಯ ಅವನ ಮುಖಕ್ಕೆ ರಾಚಿದಂತಾಯಿತು.

ವಿಸ್ಮಿತನಾದ. ಗಂಭೀರವಾಗಿ ತಾಯಿಯ ನೋಡಿ ನಂತರ ನಸುನಗೆ ಬೀರಿದ. "ಪುಷ್ಕರಿಣಿ, ಸದಾ ಹೂಗಳಿಂದ ನಗುತ್ತೆ. ಶಿಲ್ಪಾ ತಗೊಂಡ್ಹೋದ್ಲು. ಬಹಳ ಅರ್ಜೆಂಟ್‌ನಲ್ಲಿದ್ದಳಲ್ಲ. ಇವತ್ತು ಸಂಡೇ.... ಎಲ್ಲಿಯ ಪ್ರೋಗ್ರಾಂ?" ಕುತೂಹಲ ತೋರಿದ.

"ಪಿಕ್‌ನಿಕ್ ಅಂದ್ಲು. ತಿರ್‍ಗಾಡ್ಲಿ.. ಮೂರ್‍ಹೊತ್ತೂ ಸುತ್ತುತ್ತಾನೇ ಇರ್ತಾಳೆ. ನಿಮ್ಮಪ್ಪನಿಗೆ ಮೆಡಿಕಲ್ ಸೇರಿಸೋ ಆಸೆ. ಇವ್ಳಿಗೋ... ಒಂದೂ ಗೊತ್ತಾಗೋಲ್ಲ. ಅಂಥ ಮೆರಿಟ್ ಇಲ್ಲಾಂದ್ರು ಅವ್ರು" ಎಂದರು ಖಿನ್ನರಾಗಿ.

ಚಂದ್ರು ನಕ್ಕುಬಿಟ್ಟ. ಕಷ್ಟಪಟ್ಟು ರಾತ್ರಿ ಹಗಲು ಓದುವ ಅಗತ್ಯ ಅವಳಿಗಿಲ್ಲವೆನಿಸಿತು.

"ಮೆರಿಟ್ ಇಲ್ಲದಿದ್ರೇನು, ಡೊನೇಷನ್ ಕೊಟ್ಟು ಸೇರಿಸಿದ್ರಾಯಿತು. ಇದ್ರಿಂದ ಸಮಾಜಕ್ಕೆ ಎಷ್ಟು ಉಪಕಾರವಾಗುತ್ತೋ, ಅವ್ಳಿಗೆಷ್ಟು ಸ್ಯಾಟಿಸ್‌ಫ್ಯಾಕ್ಷನ್ ಸಿಗುತ್ತೋ..." ಎಂದ ನಿರುತ್ಸಾಹದಿಂದ. ಓದಿನ ಬಗ್ಗೆ ತಂಗಿಗಿದ್ದ ಅನಾಸಕ್ತಿ ಅವನಿಗೆ ಗೊತ್ತು.

ಎತ್ತಲೋ ನೋಡುತ್ತ ನುಡಿದರು. "ನಿಮ್ಮಣ್ಣ, ಅತ್ಗೆ ಬಂದಿದ್ದಾರೆ. ನಿನ್ನ ವಿಚಾರಿಸ್ದ. ನಿನ್ನ ಬಗ್ಗೆ ಅವ್ರಿಗೆ ಬೇಸರ" ಆ ವಿಷಯನ ಎಳೆದು ತಂದಾಗ ಮೇಲೆದ್ದ. ಆ ಮಾತಿಗೆ ಪ್ರತಿಕ್ರಿಯಿಸಲು ಇಚ್ಛಿಸಲಿಲ್ಲ.

ಮಗನ ಕೈ ಹಿಡಿದು "ಕೂತ್ಕೋ..." ಎದ್ದವರು ಫ್ಲಾಸ್ಕ್‌ನಲ್ಲಿದ್ದ ಹಾರ್ಲಿಕ್ಸ್ ಬಗ್ಗಿಸಿಕೊಟ್ಟರು ಗ್ಲಾಸ್‌ಗೆ. "ಕುಡೀ, ಹಾಗೆ ಶಿಲ್ಪಾಗೆ ಒಂದು ಸಂಬಂಧನು ನೋಡ್ಕೊಂಡ್ಬಂದಿದ್ದಾರೆ. ತುಂಬಾ ಒಳ್ಳೆ ಸಂಬಂಧ. ಅದೇ ಸಮಸ್ಯೆಯಾಗಿದೆ. ಮೆಡಿಸಿನ್ ಓದಿಸೋದಾ ಇಲ್ಲ, ಮದ್ವೆ ಮಾಡೋದಾ?" ಮಗನ ಮುಂದೆ ತೋಡಿಕೊಂಡರು.

"ತುಂಬ ಒಳ್ಳೆ ಸಂಬಂಧ ಅಂದ್ರೆ....?" ಕೇಳಿದ. ವ್ಯಂಗ್ಯ ಕೂಡ ಇಣಕಿತು ಅವನಿಗೆ ಅರಿವಾಗದಂತೆ.

ಆಕೆಯ ಮುಖ ಮೊರದಗಲವಾಯಿತು. "ಗಂಡಿನ ಇಡೀ ಫ್ಯಾಮಿಲಿ ಅಮೆರಿಕಾದಲ್ಲಿದ್ದಾರೆ. ನಮ್ಮ ಬದುಕಿನ ಮೊದಲ ದಿನಗಳು ಕಷ್ಟಕಾರ್ಪಣ್ಯವಾಯ್ತು.

ಅವಳಾದ್ರೂ ಸುಖವಾಗಿರ್ಲಿ. ಅಲ್ಲಿನ ಬದ್ಕು ತೀರಾ ಸುಂದರವಂತೆ."

ಪ್ರತಿಕ್ರಿಯಿಸದೆ ಮೇಲೆದ್ದ. ಆ ದಿನಗಳಲ್ಲಿ ಯಶೋದಾ ಕಂಡ ಹೊರ ಪ್ರಪಂಚಕ್ಕೂ ಈಗ ಕಾಣುವ ಪ್ರಪಂಚಕ್ಕೂ ವ್ಯತ್ಯಾಸವಿತ್ತು.

ಸಾಧಾರಣ ವಾಸ, ಸಾಮಾನ್ಯ ಜನಗೊಂದಿಗಿನ ಬದುಕು, ಯಾವುದೇ ನಾಟಕೀಯವಿರಲಿಲ್ಲ. ಕಾಸ್ಮೆಟಿಕ್ ಸಂಸ್ಕೃತಿ ಅವರದಲ್ಲ, ನೂರುಗಳು ಮಾತ್ರ ಗೊತ್ತಿತ್ತು. ಈಗ ಲಕ್ಷಗಳೊಂದಿಗಿನ ಬದುಕು. ವ್ಯತ್ಯಾಸ, ಬದಲಾವಣೆ ಅನಿವಾರ್ಯ.

"ಬರ್ತೀನಮ್ಮ...." ಹೊರಟು ನಿಂತ.

ಅಷ್ಟರಲ್ಲಿ ಫೋನ್ ಬಂತು. ಎತ್ತಿ ತಾಯಿಗೆ ಕೊಟ್ಟ. "ಡಾಕ್ಟ್ರ ಹತ್ರ ಮಾತಾಡಿದ್ದೀನಿ. ಸಂಜೆ ಬಂದು ಕರ್ಕೊಂಡ್ಬರ್ತೀನಿ. ಈಗೊಂದು ಅರ್ಜೆಂಟ್ ಕೆಲ್ಸ ಇದೆ. ಹೆಚ್ಚು ಆಯಾಸ ಮಾಡ್ಕೋಬೇಡ. ಮಾತು ಕೂಡ ಅಷ್ಟೆ. ನಿನ್ನ ಕುಮಾರ ಕಂಠೀರವ ಬಂದಿದ್ನಾ?"

"ಇಲ್ಲೇ ಇದ್ದಾನೆ, ಏನಾದ್ರೂ... ಹೇಳ್ಲಾ?" ಆಕೆಯ ಸ್ವರದಲ್ಲಿ ಆಸೆ ಇತ್ತು. ಒಂದು ರೀತಿಯ ಒತ್ತಡ. "ನಿನ್ನಿಷ್ಟ" ಫೋನಿಟ್ಟ ಸದ್ದು.

"ನಿಮ್ತಂದೆ ಫೋನ್. ಸಂಜೆ ಮನೆಗೆ ಹೋಗ್ಬಿಡ್ತೀನಿ. ಅಲ್ಲಿ ತಾನೇ ಕೆಲ್ಸವೇನಿದೆ! ರೆಸ್ಟ್... ತಾನೆ! ಮನೆಗೆ ಬರ್ತೀಯಲ್ಲ?" ಎಂದರು ಉತ್ಸಾಹದಿಂದ.

ಅವನ ಮನಸ್ಸು ತೀರಾ ಚಿಕ್ಕದಾಯಿತು. ಕೈ ಹಿಡಿದವಳನ್ನು ಕಡೆಗಣಿಸಲಾರ.

"ಹೇಗೂ ಹುಷಾರಾಗಿದ್ದೀಯ, ಮತ್ತೆ ಅದೂ ಇದೂ ಯೋಚ್ಸಬೇಡ. ಹೇಗೂ... ಅಮೆರಿಕಾ ಸಂಬಂಧ. ವಿಮಾನ ಹತ್ತೋ ಛಾನ್ಸ್ ಕೂಡ ಇದೆ. ಆರೋಗ್ಯ ಚೆನ್ನಾಗಿರ್ಬೇಕು. ನಾನು ಬರೋಕೆ ಆಹ್ವಾನವೇನೂ ಬೇಕಿಲ್ಲ."

ನರ್ಸಿಂಗ್ ಹೋಂನಿಂದ ಹೊರಬಂದ. ಬದುಕನ್ನೆದುರಿಸಲು ಅವನಿಗೆ ಭಯವಿಲ್ಲ ಸಂಬಂಧಗಳು ಛಿದ್ರವಾಗುವ ಬಗ್ಗೆ ಮಾತ್ರ ಅವನ ಮರುಕ.

ಆಟೋ ಹತ್ತಿ ನೇರವಾಗಿ ಮನೆಗೆ ಬಂದ. ಒಂದು ಆರು ಯುವಕರ ತಂಡ ಅಡ್ಡಾಡುತ್ತ ಅಹಮದ್ ಜೊತೆ ವಾದಿಸುತ್ತಿದ್ದರು. ಪುಂಡರಂತೆ ಕಂಡರು.

ಈ ಹೂ ಗುಚ್ಛಗಳಿಗೆ ಅಧಿಕವಾದ ಬೇಡಿಕೆ ಇದ್ದ ಕಾಲ. ಮಹಮದ್ ಹೇಳಿದಷ್ಟು ಬೆಲೆ ಕೊಟ್ಟು ಎಲ್ಲಾ ಖರೀದಿಸಿಬಿಟ್ಟಿದ್ದರು. ಡಜನ್ ಗ್ಲಾಡಿಯೋಲಸ್‌ಗೆ ಐವತ್ತು ಇದ್ದ ಕಾಲ. ಅಹಮದ್ ಹೇಳಿದ ಅರವತ್ತು ರೂಪಾಯಿ ಬೆಲೆ ಕೊಟ್ಟು ಮುಂದೆ ಎರಡು ದಿನಗಳಲ್ಲಿ ಕೀಳಬಹುದಾದ, ಹಿಂದಿನ ದಿನ ಕಟಾವ್ ಮಾಡಿ ಶೇಖರಿಸಿಟ್ಟಿದ್ದನ್ನೆಲ್ಲ ಖರೀದಿಸಿದ್ದರು.

ಗೂಳಿಯಂತೆ ಬಂದ ಚಂದ್ರುನ ಅಹಮದ್ ಕಣ್ಣುಗಳು ಸುಮ್ಮನಾಗಿಸಿತು. "ಬಾಭೀ ಕರೀತಾರೆ ನೋಡು" ಎಂದವ ಅವರತ್ತ ಗಮನ ಕೊಟ್ಟ. "ಬಿಲ್.... ಹಾಕ್ಲಾ?" ಕೇಳಿದ.

ಚಿಂಗಾಮ್ ಅಗೆಯುತ್ತಿದ್ದವನು "ಜಸ್ಟ್ ವೆಯಿಟ್. ನನ್ನ ಫ್ರೆಂಡ್ ಬರೋದಿದೆ. ಎಲ್ಲಾ ಪ್ಯಾಕ್ ಮಾಡ್ಬಿಡಿ" ಗೇಟಿಗೆ ಒರಗಿದ. ಮತ್ತೊಬ್ಬ ಸಿಗರೇಟು ಹಚ್ಚಿ ಮನೆಯ ಕಡೆ ನೋಟ ಹರಿಸಿದ.

"ಅಹಮದ್ ಅವ್ರನ್ನು ಬೇಗ ಕಳ್ಸು. ಆರ್ಡರ್ಸ್‌ಗೆ ಸಾಕಾಗಿತ್ತು?" ಗೊಣಗುತ್ತಲೇ ಹೋದ.

ಗೋಡೆಯಂಚಿಗೆ ರಂಗೋಲಿ ಬರೆಯುತ್ತಿದ್ದ ಅಂಜು ಮೇಲೆದ್ದಳು. "ಹೇಗಿದ್ದಾರೆ.... ಅಮ್ಮ?" ಕೇಳಿದವಳ ಕಡೆ ಮರುಕದಿಂದ ನೋಡಿದ. ಒಮ್ಮೆ ಕೂಡ ಅವಳ ಬಗ್ಗೆ ಪ್ರಶ್ನಿಸದ ತಾಯಿಯ ಬಗೆಗೆ ಜಿಗುಪ್ಸೆಯೆನಿಸಿತು. "ಆರಾಮ್, ಸಂಜೆ ಮನೆಗೆ ಹೋಗ್ತಾರೆ. ಅಂಜುಗೆ ಕವಿ ಹೃದಯ ಇದೆ ಅಂದ್ಕೊಂಡೆ. ಆದರೆ ಕಲಾವಿದೆ ಅನ್ನೋದು ಇವತ್ತು ಸಾಬೀತು ಆಯ್ತು" ತೆಳು ನಗೆ ಬೀರಿ ಮೆಚ್ಚಿಗೆ ಸೂಚಿಸಿದ.

ಅವಳ ನೋವಿನ ಕಣ್ಣುಗಳಲ್ಲಿ ಹರ್ಷ ಇಣಕಿತು. ಬದುಕಿನಲ್ಲಿ ಓಯಸಿಸ್, ಸರ್ವಸ್ವವನ್ನು ಅವನ ಮಾತುಗಳು, ನಡೆನುಡಿ ತುಂಬಿ ಕೊಡಬೇಕಿತ್ತು. ಅವನ ವಿಶಾಲ ಎದೆಯ ಮೇಲೆ ಕಣ್ಮುಚ್ಚಿ ಹಾಯೆಂದು ಮಲಗಬೇಕೆಂಬ ಅನಿಸಿಕೆ ಹಾಗೆಯೇ ಉಳಿದಿತ್ತು.

ಬಟ್ಟೆ ಬದಲಾಯಿಸಿ ಇವನು ಹೊರಗೆ ಬಂದಾಗಲೂ ಅಲ್ಲೇ ಠಳಾಯಿಸುತ್ತಿದ್ದರು ಅವರುಗಳೆಲ್ಲ. ಉಟ್ಟ ದಟ್ಟಿಯನ್ನು ಮೊಣಕಾಲಿನವರೆಗೂ ಎತ್ತಿ ಕಟ್ಟಿ ಬಂದವನು ಷರಟಿನ ತೋಳುಗಳನ್ನು ಮೇಲಕ್ಕೆ ಮಡಚಿದ.

"ಎನೀ..... ಪ್ರಾಬ್ಲಂ?" ಜರದ ಬೀಡಾ ಜಗಿಯುತ್ತಿದ್ದವನತ್ತ ನೋಡಿದ ತೀಕ್ಷ್ಣವಾಗಿ.

"ಏನಿಲ್ಲ, ಒಬ್ಬ ಫ್ರೆಂಡ್‌ಗಾಗಿ ವೆಯಿಟ್ ಮಾಡ್ತಾ ಇದ್ದೀವಿ."

ನಾಲ್ವರನ್ನು ಬದಲಿಸಿ ಬದಲಿಸಿ ನೋಡಿದವನು "ನೀವು ವೆಯಿಟ್ ಮಾಡೋಕೆ ಪ್ರಶಸ್ತವಾದ ಜಾಗ ಇದಲ್ಲ, ಪಾರ್ಕ್, ಬಸ್ ಸ್ಟಾಪ್, ಹೋಟಲ್‌ಗಳಿವೆ. ಅಹಮದ್ ಇವ್ರ ಬಿಲ್ ಕೊಟ್ಟು ಹಣ ಇಸ್ಕೋ?" ಸ್ವಲ್ಪ ಒರಟಾಗಿಯೇ ಹೇಳಿದ.

ಲೆಕ್ಕ ಎರಡೂವರೆ ಸಾವಿರಕ್ಕೆ ಬಂತು. ಒಬ್ಬ ಎಡಗೈನಿಂದ ನೋಟುಗಳನ್ನು ತೆಗೆದ. ಅದರಲ್ಲಿ ಕೆಲವು ಭೂಶಾಯಿಯಾಯಿತು.

"ತಗೊಳ್ಳಿ..." ಕಣ್ಣಲ್ಲೇ ಹೇಳಿದ.

ಅಹಮದ್‌ನ ಸುಮ್ಮನಿರುವಂತೆ ಹೇಳಿ ಕೆಲಸಕ್ಕಿದ್ದ ಹುಡುಗನನ್ನು ಹತ್ತಿರಕ್ಕೆ ಕರೆದು "ಒಂದಿಷ್ಟು ಕೆಲ್ಸ ಇದೆ. ಅಮ್ಮಾವ್ರಿಗೆ ಬಿಸಿ ನೀರು ಕಾಯಿಸೋಕ್ಹೇಳು" ಎಂದವ ನಾಲ್ಕು ಹೆಜ್ಜೆ ಮುಂದಕ್ಕೆ ಹೋದಾಗ ಒಬ್ಬ ಹಿಂದೆ ಸರಿದ.

ಷರಟಿನಿಂದ ಇಣುಕುತ್ತಿದ್ದ ಎದೆಯ ಮೇಲಿನ ದಟ್ಟವಾದ ರೋಮಗಳು, ಬಲಿಷ್ಠ ಅವಯವ, ಮುಖದಲ್ಲಿನ ಗಡಸುತನ, ನಡೆಯುವ ಗತ್ತು ನಿಲ್ಲುವ ಠೀವಿ

ಮಾನಸಿಕವಾಗಿ ನೈತಿಕವಾಗಿ ದುರ್ಬಲವಾದ ಅವರುಗಳು ಹೆದರಿಬಿಟ್ಟರು.

ಇನ್ನೊಬ್ಬ ನೆಲದಲ್ಲಿ ಬಿದ್ದಿದ್ದ ನೋಟುಗಳನ್ನು ಹೆಕ್ಕಿಕೊಂಡ. ಪಾನ್ ಜಗಿಯುತ್ತಿದ್ದವನು ಬಿಲ್ ನೋಡಿ ಜೇಬಿನಲ್ಲಿದ್ದ ಹಣ ತೆಗೆದ. ಎಲ್ಲರದು ಸೇರಿ ಎರಡು ಸಾವಿರ ಮುಟ್ಟಿತಷ್ಟೆ.

"ಸ್ವಲ್ಪ ಕಡ್ಮೆ ಇದೆ!" ಇನ್ನೊಬ್ಬ ನುಡಿದ.

ಅಹಮದ್ ಕಣ್ಣು ಕೆಂಪಗೆ ಮಾಡಿದ. "ಕ್ಯಾಷ್, ಇಲ್ದೆ ಯಾಕೆ ಬಂದ್ರಿ? ಮೊದ್ಲು ಹಣವಿಟ್ಟು ಮಾತಾಡಿ" ಜೋರು ಮಾಡಿದ.

ಚಿಂಗಾಮ್ ಜಗಿಯುತ್ತಿದ್ದವನ ನೋಟ ಈ ಎಲ್ಲಾ ಹೂಗಳಿಗಿಂತ ಸುಂದರವಾದ ಅಂಜುವನ್ನು ನೋಡಲು ತವಕಿಸುತ್ತಿತ್ತು. ನಿಮಿಷ ನಿಮಿಷವೂ ಹುಡುಗಿಯರ ಅರಸುವಿಕೆಯಲ್ಲಿ ತೊಡಗುವ ಅವರುಗಳ ಜೊತೆ ಓಡಾಡಿ ಸವೆತ ಅನುಭವಿಸಿ ಹೆಣ್ಣಿನ ಬಗ್ಗೆಯೇ ಕ್ರೇಜ್ ಕಳೆದುಕೊಂಡ ಅವರಿಗೆ ಅಂಜುವಿನ ಮುಖದ ಮುಗ್ಧತೆ ನೋಡಲು ಇಷ್ಟ.

ಅವನ ಹೆಗಲ ಮೇಲೆ ಕೈಯಿಟ್ಟ ಚಂದ್ರು "ಈ ಕಡೆ ನೋಡಿ.... ನನ್ನ ಹೆಂಡ್ತಿ ಬಿಸಿ ನೀರು ಕಾಯಿಸೋದೇಕ್ಹೇಳಿ?" ಕೇಳಿದ.

ಡ್ರಗ್ ಪೇಷಂಟ್ ಇವನ ಹಿಡಿತಕ್ಕೆ ನರಳಿಬಿಟ್ಟ. "ಸಾರಿ.... ಬಿಡಿ ಸರ್..." ಎಂದು ಕೊಸರಿಕೊಂಡು ಹೊರಟಾಗ ಬಿಡಲಿಲ್ಲ. "ಮೊದ್ಲು ಹಣ ಸೆಟ್ಲ್ ಆಗ್ಲಿ" ಹಲ್ಮುಡಿ ಕಚ್ಚಿ ಕಣ್ಣು ಕೆಂಪಗೆ ಮಾಡಿದ.

ಹಣ ವಸೂಲು ಮಾಡಿಕೊಂಡು ಅವರಿಂದಲೇ ಆಟೋ ತರಿಸಿ ಅವರಿಂದಲೇ ಎತ್ತಿಡಿಸಿ "ನೇರವಾಗಿ ಮಾರ್ಕೆಟ್‌ಗೆ ತಗೊಂಡ್ಹೋಗಿ, ಪೂರ್ತಿ ಹಣ ಸಿಗದಿದ್ರೂ ಅರ್ಧಕ್ಕಂತೂ ಮೋಸವಿಲ್ಲ" ಹಿಡಿದು ದಬ್ಬಿದ.

ಹಣವನ್ನು ತರುತ್ತಿದ್ದ ಈ ನೆಲ ಆರ್ಥಿಕ ಮುಗ್ಗಟ್ಟಿನಿಂದ ಅವರನ್ನು ಪಾರು ಮಾಡಿತ್ತು 'ಸೇಫ್ಟಿ' ಇರಲಿಲ್ಲ. ಆ ಬಗ್ಗೆ ಯೋಚಿಸಬೇಕಿತ್ತು.

* * *

ಕರ್ನಾಟಕದ ಸ್ವರ್ಣಪುಷ್ಪ ಸಿತಾಳೆ ಆರ್ಕಿಡ್ಸ್ ಬಗ್ಗೆ ಅಪರಿಮಿತ ಸಂಶೋಧನೆ ಮಾಡಿರುವ ಪ್ರೊಫೆಸರ್ ದೀಪಕ್ ಸಹಾನಿಯವರೊಂದಿಗೆ ಸಮಾಲೋಚಿಸಲು ಅಪಾಯಿಂಟ್‌ಮೆಂಟ್ ಪಡೆದಿದ್ದ ಚಂದ್ರು ಬೆಳಿಗ್ಗೆಯೇ ಮನೆ ಬಿಟ್ಟ.

ಆರ್ಕಿಡ್ಸ್ ಬೆಳೆಯುವ ಬಗ್ಗೆ ಅವನಲ್ಲಿ ಆಸಕ್ತಿ ಮೂಡಿತ್ತು ಅಪರಿಮಿತವಾಗಿ. ಇವನು ಊರ ಆಚೆಯ ಅವರ ಫಾರ್ಮ್‌ಹೌಸ್‌ಗೆ ಬಂದಾಗ ಹತ್ತರ ಸುಮಾರು.

"ಸಾಬ್ ಈಗ ತಾನೆ ಹೋದ್ರು" ಗೇಟಿನ ಬಳಿ ಘೂರ್ಖ ತಿಳಿಸಿದಾಗ ಅವನ ಅರ್ಧ ಉತ್ಸಾಹ ಅಡಗಿತು. "ನಂಗೆ ಅಪಾಯಿಂಟ್‌ಮೆಂಟ್ ಕೊಟ್ಟಿದ್ರು"

ಅನುಮಾನಿಸಿದ. "ಏನಾದರೂ ಇನ್‌ಫರ್ಮೇಷನ್ ಸಿಗುತ್ತೇನೋ ನೋಡ್ತೀನಿ...." ಒಳಗೆ ನಡೆದ.

ಸಸ್ಯಶಾಸ್ತ್ರಜ್ಞ ದೀಪಕ್ ಸಹಾನಿಯವರ ಫಾರ್ಮ್‌ಹೌಸ್‌ನ ಮೇಲ್ವಿಚಾರಕ "ಹೊರಟಿದ್ದು ತೀರಾ ಆಕಸ್ಮಿಕ. ಅದಕ್ಕಾಗಿ ಬೇಸರಪಟ್ಕೊಂಡ್ರು ಇನ್ನೊಮ್ಮೆ ನಿಮ್ಮ ಬರುವನ್ನು ಅವ್ರೇ ನಿರೀಕ್ಷಿಸ್ತಾರೆ" ವಿಷಯ ತಿಳಿಸಿದ.

ಫಾರ್ಮ್‌ಹೌಸ್‌ನ ಒಂದು ಭಾಗದ ಜಾಗವನ್ನು ವಿವಿಧ ಮಾದರಿಯ ಆರ್ಕಿಡ್ಸ್ ಆವರಿಸಿಕೊಂಡಿತ್ತು. ಪ್ರತಿಯೊಂದರ ಮುಂದು ಅದರ ಹೆಸರು, ವಿವರಗಳಿತ್ತು. ಯೋಗಿನಿ ಸೀತಾಳೆ (ನನ್ ಆರ್ಕಿಡ್ಸ್) ನರಿ ಬಾಲದ ಸೀತಾಳೆ (ಫಾಕ್ಸ್ ಟೈಲ್ ಆರ್ಕಿಡ್ಸ್) ವೈವಿಧ್ಯಮಯವಾಗಿತ್ತು.

ಭೂಗರ್ಭದಲ್ಲಿ ಕಡಿಮೆ ಸ್ಥಳ ಆಕ್ರಮಿಸಿಕೊಂಡು ಬೆಳೆಯುವ ಆರ್ಕಿಡ್ಸ್‌ಗಳು ಬಹಳ ಕಾಲ ಬಾಡದೆ ಉಳಿಯುವ ಬಗ್ಗೆ ವಿವರಣೆಯೂ ಇತ್ತು. ಮತ್ತು ಸೌಂದರ್ಯ ಪರಿಕರಗಳಲ್ಲಿನ ಉಪಯೋಗವೇ ಅವನ ಗಮನ ಹೆಚ್ಚು ಸೆಳೆದಿದ್ದು.

'ವ್ಯಾನಿಲಾ ಪ್ಲ್ಯಾಸಿಪೋಲಿಯಾ' ಆರ್ಕಿಡ್ಸ್ ವೆನಿಲಾ ಎನ್ನುವ ಸುವಾಸಿತ ವಸ್ತುವಾಗಿ ಐಸ್ಕ್ರೀಮ್ ಮತ್ತಿತರ ಖಾದ್ಯ ಪದಾರ್ಥಗಳ ತಯಾರಿಕೆಯಲ್ಲಿ ಬಳಕೆಯಾಗುತ್ತದೆ ಎನ್ನುವ ವಿವರ ಅವನಲ್ಲಿ ಕುತೂಹಲ ಬೆಳೆಸಿತು.

ಫಾರ್ಮ್‌ಹೌಸ್ನಿಂದ ಹೊರ ಬಂದಾಗ ಅದೇ ಗುಂಗಿನಲ್ಲಿದ್ದ. ಕಾದಿದ್ದ ಆಟೋ ಅಷ್ಟು ದೂರ ಸಾಗಿದಾಗ ಕಾರು ನಿಂತಿದ್ದು ಕಂಡು ನಿಲ್ಲಿಸುವಂತೆ ಹೇಳಿ ಇಳಿದ.

ಕಾರು ಮೆಕ್ಯಾನಿಕ್ ಅಷ್ಟಾಗಿ ಗೊತ್ತಿರದ ರಾಧಾಕೃಷ್ಣ ಒಬ್ಬರೇ ತಮ್ಮ ವಿದೇಶಿ ಕಾರಿನಲ್ಲಿ ಬಂದಿದ್ದು ಸೋಜಿಗ. ಡ್ರೈವರ್ ಇಲ್ಲದೆ ಹೊರ ಹೋಗುತ್ತಿರಲಿಲ್ಲ.

ಇಳಿದು ನಿಂತಿದ್ದ ತಂದೆಯ ಬಳಿ ಹೋದ. ಡ್ರೈವರ್ ಸೀಟು ಖಾಲಿ.

"ಒಬ್ರೇ... ಬಂದಿದ್ದೀರಾ!" ತಂದೆಯ ಹಣೆಯ ಮೇಲಿನ ಬೆವರನ್ನು ಗಮನಿಸಿ ಕಾರಿನ ಡೋರ್ ತೆಗೆದು ಕಿಟ್‌ನಲ್ಲಿದ್ದ ಮಾತ್ರೆ ತೆಗೆದು ನೀರಿನ ಬಾಟಲು ಅವರ ಮುಂದಿಡಿದ. "ತಗೊಳ್ಳಿ, ಕಾರಿನ ವಿಷ್ಯ ಹಾಗಿರ್ಲಿ, ಸ್ವಲ್ಪ ಬಿ.ಪಿ. ಹೆಚ್ಚಾಗಿರ್ಬಹುದ್ದು ಆಟೋದಲ್ಲಿ ಹೋಗ್ಬಿಡಿ" ತೋಳ್ಹಿಡಿದು ಆಟೋ ಹತ್ತಿಸಿ ಆಟೋದವನಿಗೆ ಹೇಳಿದ.

ಆಟೋ ಚಕ್ರಗಳು ಮುಂದಕ್ಕೆ ಉರುಳಿದ ನಂತರ ಕಾರಿನತ್ತ ಗಮನ ಕೊಟ್ಟ. ಹತ್ತು ನಿಮಿಷ ಕಾದ. ನಂತರ ತಾನೇ ಚೆಕ್ ಮಾಡಿದ. ಪೆಟ್ರೋಲ್ ಹರಿಯುವ ನಳಿಗೆಯಲ್ಲಿ ಒಂದಿಷ್ಟು ಧೂಳು ಸೇರಿ ಆಯಿಲ್ ಹರಿಯದಂತೆ ತಡೆಗಟ್ಟಿತ್ತು.

ಅದು ಸರಿಹೋದ ನಂತರ ಕಾರು ಸ್ಟಾರ್ಟ್ ಆಯಿತು. ನೇರವಾಗಿ ತಂದು ಹೋಟಲ್ ಚಂದ್ರಪ್ರಕಾಶ್‌ನ ಗ್ಯಾರೇಜ್‌ನಲ್ಲಿ ನಿಲ್ಲಿಸಿ ಮನೆಗೆ ಫೋನ್ ಹಚ್ಚಿದ.

"ಹಲೋ..." ಶಿಲ್ಪಾ ಸ್ವರ.

"ಅಪ್ಪ ಮನೆಗ್ಬಂದ್ರಾ?" ವಿಚಾರಿಸಿದ.

"ಬಂದ್ರು.... ಅಮ್ಮನ ಹತ್ರ ಮಾತಾಡ್ತಾ ಇದ್ದಾರೆ. ಕರೀಲಾ?" ಕೇಳಿದಳು. ಅಷ್ಟು ಅವನಿಗೆ ಸಾಕಾಗಿತ್ತು. ಎದೆ ಬಡಿತ ಮಾಮೂಲಿ ಸ್ಥಿತಿಗೆ ಹಿಂದಿರುಗಿತು. "ಏನು ಬೇಡ, ಕಾರು ಹೋಟಲ್ ಗ್ಯಾರೇಜ್‌ನಲ್ಲಿದೇಂತ ತಿಳ್ಸು. ಮೆಕ್ಯಾನಿಕ್ ಅಗತ್ಯವಿಲ್ಲ. ಹೇಗೆ ನಡೀತಾ ಇದೆ ನಿನ್ನ ಓದು?" ಕೇಳಿದ ಆತಂಕವನ್ನೇನು ತೋರದೆ.

"ನಥಿಂಗ್ ಟು ವರೀ, ಮಧ್ವೆ ಮಾತು ನಡೀತಾ ಇದೆ. ಅಮೆರಿಕಾ ಅಂಥ ಶ್ರೀಮಂತ ರಾಷ್ಟ್ರ..." ಕಿಸಕ್ಕೆಂದು ನಕ್ಕಳು.

"ನಗುನಾದ್ರೂ ಬದಲಾಯಿಸು" ಫೋನಿಟ್ಟ.

ಏನೇನೋ ಹೇಳುವ ಉತ್ಸಾಹದಿಂದಿದ್ದ ಶಿಲ್ಪಾಗೆ ನಿರಾಸೆಯಾಯಿತು. "ಮಾತಿಗೂ ಸಿಗೋಲ್ಲ..." ಗೊಣಗಿ ಟಿ.ವಿ. ನೋಡುತ್ತ ಕೂತಳು. ಹಿಂದಿ ಲವ್ ಫಿಲಂ, ಮಹತ್ವಾಕಾಂಕ್ಷೆ ಇಲ್ಲದ ವಯಸ್ಸು, ಮನಸ್ಸು ಯೌವನದ ಹುಚ್ಚು ಹೊಳೆ.

ಇಡೀ ಸಿನಿಮಾ ಮುಗಿದ ಮೇಲೆ ಹೊರಗೆ ಬಂದ ಯಶೋದಾ "ಚಂದ್ರು.... ಬಂದ್ರೆ... ಇರೋಕ್ಹೇಳಿ ವಿಷ್ಯ ಮುಟ್ಸು. ಹೇಗೂ ಬರ್ತಾನಲ್ಲ?" ಧಾವಂತವಿತ್ತು ಆಕೆಯ ದನಿಯಲ್ಲಿ. ನರ್ಸಿಂಗ್ ಹೋಂನಲ್ಲಿ ಅವನನ್ನು ಕಂಡಿದ್ದು. ಆಗಾಗ ಫೋನ್ ಮಾಡಿ ವಿಚಾರಿಸುತ್ತಿದ್ದ. ಪ್ರತಿ ಆಹ್ವಾನವನ್ನು ಬಾಯಲ್ಲಿ ಮನ್ನಿಸುತ್ತಿದ್ದ ಅಷ್ಟೆ.

ಜ್ಞಾಪಿಸಿಕೊಂಡ ಶಿಲ್ಪಾ "ಆಗ್ಗೇ ಅಣ್ಣ ಫೋನ್ ಮಾಡಿ ಅಪ್ಪನ ಬಗ್ಗೆ ವಿಚಾರಿಸ್ದ. ಕಾರು ಹೋಟಲ್ ಗ್ಯಾರೇಜ್‌ನಲ್ಲಿದೆಯಂತೆ. ಮೆಕ್ಯಾನಿಕ್ ಬೇಡಾಂದ" ಹೇಳಿ ಎದ್ದು ಹೋದಾಗ ಆಕೆಗೆ ಕುಸಿಯುವಂತಾಯಿತು.

ಆಟೋದಲ್ಲಿ ಇಳಿದು ಬಂದ ರಾಧಾಕೃಷ್ಣ ಸ್ವಲ್ಪ ಉಲ್ಲಸಿತರಾಗಿದ್ದರು. "ಚಂದ್ರು.... ಬರ್ತಾನೆ" ಎಂದಾಗ ಆಕಾಶ ಧರೆಗಿಳಿದಂತಾಗಿತ್ತು ಯಶೋದಾಗೆ.

"ನೀವ್ಹೋಗಿ..... ಕರೆದ್ರಾ?" ಸ್ವರ ಕಂಪಿಸಿತು.

ವಿಷಯ ತಿಳಿಸಿ "ಕಾರು ರಿಪೇರಿ ಮಾಡ್ಸಿಕೊಂಡ್ಮೇಲೆ ಮನೆಗೆ ತರ್ಬೇಕಲ್ಲ" ಅದು ನಿಜ ಅನ್ನಿಸಿ ಭಟ್ಟರಿಗೆ ಅವನಿಗೆ ಇಷ್ಟವಾದ ಅಡಿಗೆ ಮಾಡಲು ತಿಳಿಸಿದ್ದರು.

ಈಗ 'ಥುಸ್' ಎಂದಿತು. ಬೆಲೂನಿನಲ್ಲಿ ಗಾಳಿ ಹೋದಂಗೆ ಅವರ ಆಸೆ ಕೂಡ ಮುದುರಿತು. ಶರೀರದಲ್ಲಿ ನಿತ್ರಾಣ ಕಾಣಿಸಿಕೊಂಡಿತು. ಕಾಲೆಳೆಯುತ್ತ ಹೋದರು ಬೆಡ್‌ರೂಂಗೆ.

"ಚಂದ್ರು, ಕಾರನ್ನ ಹೋಟಲ್‌ನ ಷೆಡ್‌ನಲ್ಲಿ ಬಿಟ್ಟಿದ್ದಾನಂತೆ. ಗಂಟೆಗೆ ಮುನ್ನವೆ ಫೋನ್ ಮಾಡಿದ್ನಂತೆ. ನಮ್ಗೇ ಶಿಲ್ಪಾ ತಿಳಿಸ್ಲಿಲ್ಲ ಅಷ್ಟೆ" ಎಂದು ಕುಸಿದು ಕೂತರು ಯಶೋದ.

ಅರ್ಧ ಬೆಟ್ಟ ಹತ್ತಿ ಪೂರ್ತಿ ಬೆಟ್ಟ ಹತ್ತುವ ಆತ್ಮವಿಶ್ವಾಸದಿಂದಿದ್ದ ವ್ಯಕ್ತಿಯನ್ನ ಅಲ್ಲಿಂದ ದೂಡಿದಂತಾಯಿತು. ಗಾಜಿನ ಲೋಟದಲ್ಲಿದ್ದ ನೀರು ಕುಡಿದು ಕಣ್ಮುಚ್ಚಿಕೊಂಡು ಮಲಗಿದರು ರಾಧಾಕೃಷ್ಣ.

ಇಂದಿನ ಪೆಟ್ಟು ಕೂಡ ಬಲವಾಗಿತ್ತು.

* * *

ಚಂದ್ರು ಅಂದು ಮನೆಗೆ ಬಂದಾಗ ಉಲ್ಲಸಿತನಾಗಿದ್ದರೂ, ಬಳಲಿಕೆ ಇತ್ತು. ಆದರೂ ಕೊರತೆ, ಏನೋ ಕೊರತೆ. ಒಂದೇ ಗೂಡಿನಲ್ಲಿದ್ದರೂ ಪತಿ–ಪತ್ನಿಯರಂತೆ ಇರಲಿಲ್ಲ, ಅದಕ್ಕೆ ಯಾರು ಕಾರಣ? ಬೇರೆಯವರೆಡೆ ಕೈ ತೋರಿಸಲಾರ. ಅಂಥ ಮಹತ್ವದ ಒಂದು ದಿನಕ್ಕಾಗಿ ಶ್ರಮಪಡುತ್ತಿದ್ದ. ತಂದೆ ಅಂದ ಮಾತು ಕುಟುಕುತ್ತಿತ್ತು ಅವನನ್ನು.

ಮಂಚದ ಮೇಲೆ ಅಂಗಾತನಾಗಿ ಮಲಗಿ ಸೂರನ್ನು ದಿಟ್ಟಿಸತೊಡಗಿದವನು "ಅಂಜು..." ಕೂಗಿದ. ಆ ಹೆಸರು ಅವನೆದೆಗೆ ಹಿತವಾಗಿತ್ತು. ಹುಮ್ಮಸ್ಸು ತುಂಬುತ್ತಿತ್ತು.

ನೀರಿಡಿದು ಬಂದವಳನ್ನ ನೋಡಿದ. ಅದೇ ಚೆಲುವು ಮುಗ್ಧತೆ. ಅದರ ಮೇಲೆ ತೆಳುವಾದ ಧೂಳು ಮುಸುಕಿದಂತಿತ್ತು. ಮಾತು ಅಂದಿನಂತೆ ಮಿತ. ಇಂದಿಗೂ ಲಜ್ಜೆ ಮಿಶ್ರಿತ ನೋಟ.

ಎದ್ದು ಕೂತವನು ನೀರಿನ ಲೋಟ ಇಸಿಕೊಂಡು "ಸರ್ವಜ್ಞ ಒಂದು ಮಾತು ಹೇಳಿದ್ದಾನೆ. ನನಗೆ ನೆನಪಿದೆ. ಹೇಳೋಕೆ ಆಗ್ತಾ ಇಲ್ಲ ನಿಂಗೆ.... ಗೊತ್ತಿರಬೇಕಲ್ಲ" ಎಂದ ನಸುನಗುತ್ತ.

ಕೆಂಪಗಿನ ಅವಳ ಗಲ್ಲಗಳು ಮತ್ತಷ್ಟು ಗುಲಾಬಿ ಬಣ್ಣಕ್ಕೆ ತಿರುಗಿತು. ಸವಿಯಲಾರದಷ್ಟು ಅರಸಿಕನೇ? ಅಲ್ಲ, ಅವನ ಸಂಯಮಕ್ಕೆ ಭಯಂಕರ ಶಕ್ತಿ ಇತ್ತು.

"ಪ್ಲೀಸ್, ಅಂಜು.... ಹೇಳು ನಿಂಗೆ ಸರ್ವಜ್ಞನ ಪದ ಗೊತ್ತಲ್ಲ. ಅದೇ ಇಚ್ಛೆ ಅರಿತ ಸತಿ ಇರಲು.... ಮಿಕ್ಕದ್ದು" ಅವನ ಕಣ್ಣು, ಸ್ವರದಲ್ಲಿ ಮೋಹಕತೆ ತುಂಬಿಕೊಂಡಿತು.

"ಚಂದ್ರು..." ಅಹಮದ್ ದನಿ.

ಸುಮಧುರ ಕ್ಷಣಗಳು ಚೆಲ್ಲಾಪಿಲ್ಲಿಯಾದವು. ಬೇಸರವೆನಿಸಿತು ಚಂದ್ರುಗೆ. ಮರೆಯಾದಳು ಅಂಜು.

"ಬಾ.... ಅಹಮದ್" ಕೂತೇ ಕೂಗಿದ.

ಬಾಗಿಲುದ್ದಕ್ಕೂ ನಿಂತ ಅಹಮದ್ "ದಾಸ್ ಬಂದಿದ್ದಾರೆ ಗುಡ್ ನ್ಯೂಸ್ ಬಂದ್ರೆ... ಸಂತೋಷ ಅದೇನೋ.... ವಿಚಾರ್ಸಿ. ಸ್ಟ್ರಿಕ್ಟಾಗಿ ನಿಮ್ಮಪ್ಪ ಯಾರ್ಗೆ ಹೇಳ್ಬೇಕು, ಎಷ್ಟು ಹೇಳ್ಬೇಕೂಂತ ಹೇಳಿ ಕಳ್ಸಿರುತ್ತಾರೆ" ಬೇಸರ ವ್ಯಕ್ತಪಡಿಸಿದವನು ತನ್ನ ಪಾಡಿಗೆ ತಾನು ಹೋದ.

ಯಶೋದ ನರ್ಸಿಂಗ್ ಹೋಂನಲ್ಲಿದ್ದಾಗ ಒಮ್ಮೆ ಅಹಮದ್ "ಬಾಭೀ ಪರಕೀಯರಾಗ್ಬಿಡ್ತಾರೆ. ಒಂದ್ಸಲ.... ಕರ್ಕೊಂಡ್ಹೋಗು. ಮಗ್ನ ಕೈಯಲ್ಲಿ ತಾಳಿ ಕಟ್ಟಿಕೊಂಡ ಹೆಣ್ಣಾ ಸೊಸೆ ಅಲ್ಲ ಅನ್ನೋಕ್ಕಾಗೋಲ್ಲ" ಹೇಳಿದ್ದ. ಅಂಥ ಉದ್ದೇಶ

ಚಂದ್ರುಗೂ ಇತ್ತು. ಯಶೋದ ಅವರ ನಡತೆ ಅದಕ್ಕೆ ಅವಕಾಶ ಕೊಟ್ಟಿರಲಿಲ್ಲ.

"ಅವ್ರು ಒಪ್ಕೊಂಡ ದಿನ ಕರ್ಕೊಂಡ್ಹೋಗ್ತೀನಿ. ಅನಾವಶ್ಯಕವಾಗಿ ಅಂಜು ಮನಸ್ಸಿಗೆ ನೋವಾಗೋದ್ಬೇಡ" ನಿರಾಕರಿಸಿದ್ದ.

ತೀರಾ ಬೇಸರ ಆ ಜನರ ಬಗ್ಗೆ. ಅವನು ಕೂಡ ಆ ಕಡೆ ಹೋಗುವುದನ್ನ ನಿಲ್ಲಿಸಿದ್ದ.

ಮನೆಯ ಒಳಗೆ ಆಹ್ವಾನಿಸುವುದು ಬೇಡವೆಂದು ಹೊರಗೆ ಬಂದ. "ಹಲೋ.... ದಾಸ್, ಏನು ವಿಷ್ಯ?"

ಅಷ್ಟೇನು ಉತ್ಸಾಹ ತೋರಿಸದೆ ಪ್ರಶ್ನಿಸಿದರೂ ಆತಂಕವಿತ್ತು.

ದಾಸ್ ಕಸಿವಿಸಿಗೊಂಡರೂ ತೋರಗೊಡಲಿಲ್ಲ "ಈ ಕಡೆ ಬಂದಿದ್ದೆ. ಹಾಗೇ ನೋಡ್ಕೊಂಡು ಹೋಗೋಣ ಅಂತ...." ಎಂದ. ಅದು ಸುಳ್ಳು. ಅಟ್ಟಿದ್ದರು ರಾಧಾಕೃಷ್ಣ. ಒಂದು ರೀತಿಯಲ್ಲಿ ಗೂಢಚಾರಿ ಕೆಲಸ.

"ಹೇಗಿದ್ದೀನಿ?" ಇವನೇ ಕೇಳಿದ.

ದಾಸ್ ಸಂಕೋಚದ ನಗೆ ಬೀರಿದ. "ನಿಮ್ಗೇನು ಅನ್ನೋದು ಉಡಾಫೆಯ ಮಾತು ಆಗುತ್ತೇನೋ. ಅಮ್ಮಾವ್ರು ತೈರು ಒಡೆ, ಒತ್ತುಶಾವಿಗೆ ತಾವೇ ಮಾಡ್ತಾರಂತೆ. ನಿಮ್ಮನ್ನ ಬರೋಕ್ಹೇಳಿದ್ದಾರೆ" ಉಸುರಿದ. ಇದಿಷ್ಟು ರಾಧಾಕೃಷ್ಣ ಹೇಳಿ ಕಳುಹಿಸಿದ ವಿಷಯವೆ.

"ಆಯ್ತು ಬಂದ್ಕೆಲ್ಸ..... ಮುಗೀತಲ್ಲ" ಹೊರಡಲು ಸೂಚನೆ ಕೊಟ್ಟ. ದಾಸ್ ಅಂದ ಮಾತುಗಳು ಆಕಸ್ಮಿಕವಾಗಿ ಅಂಜು ಕಿವಿ ಮುಟ್ಟಿದೆಯೆಂಬ ಕಲ್ಪನೆ ಕೂಡ ಅವನಿಗಿರಲಿಲ್ಲ, ಆದರೆ ಆ ಕೆಲಸ ಮುಗಿದಿತ್ತು.

ಅಂದರೆ ಆಗಾಗ ಆ ಮನೆಗೆ ಚಂದ್ರು ಹೋಗುವುದುಂಟು. ಆದರೆ, ತಾನು..... ದೂರ..... ಬಹು ದೂರ..... ಎಲ್ಲರಿಂದಲೂ ಕೂಡ..... ಅವಳಿಗೆ ಅಳು ಬಂದಂತಾಯಿತು.

ಒಂಟಿಯಾಗಿ ಬಂದ ನಂತರ ಇಂದಿನವರೆಗೂ ತಾಯಿಯ ಮುಖ ನೋಡಿರಲಿಲ್ಲ ಇತ್ತ ಇವರಿಗೆ ಬೇಕಿಲ್ಲ. ಮದುವೆ ಆದುದ್ದರ ಅರ್ಥವೇನು? ಕಣ್ಣೀರು ನಿಶ್ಯಬ್ದವಾಗಿ ಇಳಿಯಿತು ಕೆನ್ನೆಯ ಮೇಲೆ.

ಆದರೆ ಅಂದು ಸಂಜೆ ನಡೆದ ಇನ್ನೊಂದು ಘಟನೆ ಅಪಸ್ವರವನ್ನ ಹೆಚ್ಚಿಸಿತು. ಅಹಮದ್ ಮತ್ತು ಚಂದ್ರುಗೆ ಸಹಪಾಠಿಯಾಗಿದ್ದ ಡಿಸೋಜಾ ಬಂದಾಗ ಹೂವನ್ನು ಕಟಾವ್ ಮಾಡಿಸುತ್ತಿದ್ದ ಅಹಮದ್ ಮಾತ್ರ ಇದ್ದಿದ್ದು.

ಅಲ್ಲೇ ಅಡ್ಡಾಡುತ್ತಿದ್ದಳು ಅಂಜು.

"ನೀನು ಕೆಲ್ಸ ಬಿಟ್ಟೇಂತ ಕೇಳ್ದೆ" ಅವನು ಮಾತು ಷುರು ಮಾಡಿದ್ದು ಈ ರೀತಿಯಲ್ಲಿ "ಯಾರ್ಹೇಳಿದ್ದು. ರಜಾನೇ ಮುಂದುವರಿಸಿಕೊಂಡ್ಹೋಗ್ತಾ ಇದ್ದೀನಿ.

ನೋಡ್ಬೇಕು" ಎಂದ ಅಹಮದ್. ಕೆಲಸದ ಬಗ್ಗೆ ಅವನಿಗೇನು ಅಂಥ ಉತ್ಸಾಹ ಇರಲಿಲ್ಲ. "ನೋಡು ಅಹಮದ್, ನೀನು ಇಲ್ಲಿ ಕೆಲ್ಸಗಾರ ಅಲ್ಲ, ಪಾರ್ಟ್ನರ್.... ಲಾಭ, ದುಡಿಮೆ ಎರಡರಲ್ಲೂ ಸಮಪಾಲು" ಚಂದ್ರು ಅವನನ್ನು ಸ್ವೀಕರಿಸಿದ್ದು ಈ ರೀತಿ.

ಡಿಸೋಜಾ ಕೈಗೆ ಸಿಕ್ಕ ಒಣಗಿದ ಬಳ್ಳಿಯಲ್ಲಿನ ರೆಕ್ಕೆಗಳನ್ನ ಬಿಡಿಸುತ್ತ "ಕೆಲ್ಸ ಬಿಡ್ಬೇಡ, ಅಹಮದ್. ಬರೀ ಹಟ ಬಹಳ ದಿನ ಉಳಿಯೋಲ್ಲ. ಬರೀ ಛಾಲೆಂಜ್‌ಗಾಗಿ ಹೊರ ಬಂದಿರೋ ಚಂದ್ರು ನಾಳೆ ಹಿಂದಿರುಗಲೂಬಹ್ದು" ಎಂದ. ಈ ವಿಷಯಕ್ಕೆ ಅಹಮದ್ ಬೆಚ್ಚಿಬಿದ್ದ.

"ನಿನ್ತಲೆ....." ಗದರಿದ ಅಹಮದ್.

ಡಿಸೋಜಾ ತಾನು ಕೇಳಿದ್ದನ್ನ ಸವಿಸ್ತಾರವಾಗಿ ತಿಳಿಸಿದ "ಪ್ರೀತಿ, ಪ್ರೇಮ ಅಂಥದೇನೂ ಅಲ್ಲ, ಬರೀ ಛಾಲೆಂಜ್‌ಗಾಗಿ ಮನೆಯಿಂದ ಹೊರಬಂದಿದ್ದು. ಕೋಟ್ಯಾಂತರ ರೂಪಾಯಿ ಆಸ್ತಿ ಬಿಟ್ಟು ಎಷ್ಟು ದಿನ ಮೈಕೈ ನೋಯ್ಸಿಕೊತಾನೇ ಇವ್ನು ಹೋಗ್ಬಂದು ಮಾಡ್ತಾನಲ್ಲ ಆ ಹುಡ್ಗೀನ ಎಂದಾದ್ರೂ ಕರ್ಕೊಂಡ್ಹೋಗಿದ್ದಾನ?" ಆವೇಗದಿಂದ ಹೇಳಿದ ಡಿಸೋಜಾ.

ಅವನದು ಕಟು ಸಿದ್ಧಾಂತ. ಬಡವ, ಶ್ರೀಮಂತರ ಮಧ್ಯದ ಅಂತರ ಎಂದೂ ತೊಡೆದು ಹೋಗದೆಂದು ಅವನ ಅಭಿಪ್ರಾಯ.

ಕಡೆಯ ಮಾತು ಅಹಮದ್‌ನ ಮಸ್ತಿಷ್ಕದಲ್ಲಿ ಗಟ್ಟಿಯಾಗಿ ನಿಂತಿತು.

"ಇಂಟರ್‌ನ್ಯಾಷನಲ್‌ನಲ್ಲಿ ಹೆಸರಾದ ನರೇಶ್ ಧಾವನ್ ಗೊತ್ತಲ್ಲ, ಅವ್ರ ಮಗ್ಳನ ಕೊಟ್ಟು ಚಂದ್ರುಗೆ ಮದ್ವೇನಂತೆ. ಇದೆಲ್ಲ ನಾಲ್ಕು ದಿನ. ಹಳ್ಳಿಯ ಈ ಹೆಣ್ಣಿ ದುರದೃಷ್ಟದ್ದು"

ಎಲ್ಲಿಯೋ ಕೇಳಿದ ರೂಮರ್‌ನ ಬಿತ್ತಿಬಿಟ್ಟ, ಅದರ ಪರಿಣಾಮವೇನಾಗಬಹುದೆಂದು ಆ ಕ್ಷಣ ಯೋಚಿಸಲಿಲ್ಲ.

ಎಷ್ಟೆಷ್ಟೋ ಗೆಳೆಯನನ್ನ ಸಮರ್ಥಿಸಿಕೊಂಡು ಅಹಮದ್ ಡಿಸೋಜಾನ ದಬಾಯಿಸಿ ಕಳುಹಿಸಿದ. ಆದರೂ ಅನುಮಾನ ಬಂದು ಬೇರು ನಿಂತು ಹೋಯಿತು ಅವನ ಮನದಲ್ಲಿ.

"ಚಂದ್ರುಗೂ ಈಗೀಗ ಪಶ್ಚಾತ್ತಾಪವಾಗಿದೆಯಂತೆ. ಹಣ ಕೊಟ್ಟು ಇಲ್ಲ ಬೆದರಿಸಿ ಇಡೀ ಪ್ರಕರಣ ಮುಚ್ಚಿಹಾಕ್ತರಷ್ಟೆ" ಈ ಮಾತುಗಳನ್ನ ಡಿಸೋಜಾ ಹೇಳಿ ಹೋಗಿ ಗಂಟೆ ಕಳೆದರೂ ಅಂಜು ಕಿವಿಗಳಲ್ಲಿ ಅದೇ ಶಬ್ದ ನರ್ತನ.

ಇದಕ್ಕೆ ಪುಷ್ಟಿ ನೀಡುವಂತೆ ಮಾರನೆಯ ದಿನ ನರಹರಿಯ ಸೊಸೆ ಬಂದಳು. ತಲೆಗೆ ಕೊಂಬು ಕೋರೆಹಲ್ಲು, ಪೊದೆಕೂದಲುಗಳಲ್ಲಿ ಅವಳ ಚಿತ್ರವನ್ನು ಚಿತ್ರಿಸಿ ಅಂಜು ಮುಂದೆ ಹಿಡಿದಿದ್ದ ಚಂದ್ರು.

"ಬನ್ನಿ...." ಆತ್ಮೀಯತೆಯಿಂದಲೇ ಆಹ್ವಾನಿಸಿದಳು. ಅವಳ ಕಣ್ಣುಗಳು ಎಲ್ಲೆಡೆ

ಈರ್ಷೆಯಿಂದ ವೀಕ್ಷಿಸಿದವು. ಲಕ್ಷಗಳ ಆಸ್ತಿ.... ವೃದ್ಧಾಶ್ರಮಕ್ಕೆ. ಇದಕ್ಕೆಲ್ಲ ಕಾರಣನಾದ ಚಂದ್ರು ಮೇಲೆ ಅಸಾಧ್ಯ ಕೋಪ.

ನಾಟಕೀಯ ನಗೆ ಬೀರಿದಳು. "ಹೇಗಿದ್ದೀರಾ? ಹೇಗೆ ಇರ್ತೀರಪ್ಪ ಈ ಮನೆಯಲ್ಲಿ? ನಾನಂತೂ ಕ್ಷಣ ಇರ್ತಾ ಇರ್ಲಿಲ್ಲ. ಒಂದು ರೀತಿಯಲ್ಲಿ ಗೃಹಬಂಧನ. ನಿಮ್ಮ ಹಸ್ಬೆಂಡ್ ಆರಾಮಾಗಿ ಅಡ್ಡಾಡಿಕೊಂಡಿರ್ತಾರೆ. ನಿಮ್ಮ ಹಣೆ ಬರಹ ಅಷ್ಟೆ" ನಿಟ್ಟುಸಿರಿನ ನಾಟಕ ಆಡಿದಳು.

"ಹಾಗೇನು ಇಲ್ಲ, ನಂಗೆ ಹೊರ್ಗಡೆಯ ಅಡ್ಡಾಟ ಇಷ್ಟವಿಲ್ಲ, ಅವ್ರಿಗೆ ಕೆಲ್ಸ ಇದ್ದೇ ಇರುತ್ತಲ್ಲ!" ಸಮರ್ಥಿಸಿಕೊಂಡಳು ಅಂಜು.

ನಳಿನಿ ಜೋರಾಗಿ ನಕ್ಕಳು. ಆಗ ಚಂದ್ರು ಬರೆದ ಚಿತ್ರದ ನೆನಪಾಗಿ ಭಯವಾಯಿತು ಕೂಡ ಅಂಜುಗೆ.

"ನೀವು ತುಂಬ ಇನ್ನೊಸೆಂಟ್....." ಹೇಳಿಸಿಕೊಳ್ಳದೆಯೇ ಕೂತಳು. "ನೀವು ಕೂತ್ಕೊಳ್ಳಿ..." ಮಹಾನ್ ವಿಶ್ವಾಸ ತೋರುವಂತೆ ಕೈಹಿಡಿದು ಪಕ್ಕದಲ್ಲಿಯೇ ಕೂಡಿಸಿಕೊಂಡಳು ನಳಿನಿ.

ಅವಳು ಚಂದ್ರು ಹಿನ್ನೆಲೆ ಬಗ್ಗೆ ಅಷ್ಟಿಷ್ಟು ವಿಷಯ ಸಂಗ್ರಹಿಸಿದ್ದಳು. ಚಂದ್ರು ಮನೆಯಿಂದ ಹೊರಬಿದ್ದಿದ್ದು ಅಂಜುವಿನ ಕಾರಣದಿಂದ. ಅಂದರೆ ಇಷ್ಟು ಜಮೀನು ವೃದ್ಧಾಶ್ರಮಕ್ಕೆ ಹೋಗಲು ಮೊದಲ ಕಾರಣ ಇವಳೇ. ಆ ಸೇಡು ಭಯಂಕರ ಕೋಪವಾಗಿ ಮಾರ್ಪಟ್ಟಿತ್ತು. ನಿಸ್ಸಹಾಯಕ ವೃದ್ಧ ವ್ಯಕ್ತಿಯ ಕೈಮೇಲೆ ಬರೆಹಾಕಲು ಹಿಂಜರಿಯದ ಹೆಣ್ಣು ನಳನಳಿಸುತ್ತಿರುವ ಮುಗ್ಧ ಹೆಣ್ಣನ್ನು ಸುಮ್ಮನೆ ಬಿಟ್ಟಾಳೆಯೇ? ಇಲ್ಲ.

ಅಂಜು ತಂದುಕೊಟ್ಟ ಕಾಫಿ ಕುಡಿದಿಟ್ಟ ನಳಿನಿ ತೀರಾ ವಿಶ್ವಾಸ ನಟಿಸುವಂತೆ ಕೈಹಿಡಿದುಕೊಂಡಳು. "ನೀನು ತೀರಾ ಮುಗ್ಧ ಹೆಣ್ಣು ನಿನ್ಗಂಡ ನಿನ್ನ ಪ್ರೀತಿಯಿಂದ ನೋಡ್ಕೊತಾನಾ? ಏನೋ ಹೇಳ್ಬೇಡ. ಅಪ್ಪನೊಂದಿಗೆ ಬೆಟ್ಸ್ ಕಟ್ಟಿ ಬಂದಿರೋದು ಹೊರಗಡೆ ಒಂದೋ..... ಎರಡು ತಿಂಗಳು ನಿನ್ನ ಜೊತೆ ಇಲ್ಲಿ ವಾಸ. ಆಮೇಲೆ ನಿಂತು ಬಾಯಿ ಬಡ್ಕೋಬೇಕು" ಎಷ್ಟು ತೀಕ್ಷ್ಣವಾಗಿ ಹೇಳಿದಳೆಂದರೆ ಚೂಪಾದ ಬಾಣಗಳಂತೆ ಬಂದು ಮುಖಕ್ಕೆ ಅಪ್ಪಳಿಸಿದಂತಾಯಿತು ಅಂಜುಗೆ.

"ಏನೇನೋ ಹೇಳ್ಬೇಡಿ" ಮೇಲೆದ್ದಳು.

ನಳಿನಿ ಸ್ಯಾಡಿಸ್ಟ್ ಮನೋಭಾವದ ಹೆಣ್ಣು. ಖಂಡಿತ ಇಷ್ಟಕ್ಕೆ ಹಿಂಜರಿಯಲಾರಳು.

"ನಂಗೆ ಇದ್ರಲ್ಲಿ... ಆಗ್ಬೇಕಾದೇನಿಲ್ಲ! ಈಗ ಸಂಪಾದ್ನೆ ಚೆನ್ನಾಗಿದೆ. ಇಂಥ ಮನೆಯಲ್ಲಿ ಯಾಕೆ ವಾಸ? ಆರಾಮಾಗಿ ಚಂದ್ರು ಹೊರ್ಗೇ.... ಓಡಾಡ್ತಾರೆ. ಇಡೀ ದಿನ ಇರ್ಬೇಕಾದವ್ಳು ನೀನು. ಅಮ್ಮ ನರ್ಸಿಂಗ್ ಹೋಂನಲ್ಲಿದ್ದಾಗ.... ಎರಡ್ಮೂರು ಸಲ ಹೋಗ್ಬರ್ತಾ ಇದ್ದ. ನಿನ್ನ ಎಂದಾದ್ರೂ ಕರ್ಕೊಂಡ್ ಹೋಗಿದ್ನಾ? ರಾಧಾಕೃಷ್ಣ ಕುಟುಂಬದಲ್ಲಿ ನಿಂಗೆ ಸ್ಥಾನವೇ ಇಲ್ಲ. ಅಷ್ಟು ಅಕ್ಕರೆಯಿಂದ ನಿಶ್ಚಿತಾರ್ಥ ನಡ್ಸಿದ ಅಪ್ಪ

ಬೇಡಾಂದ. ಮಗ ಇನ್ನೊಂದು ಹೆಜ್ಜೆ ಮುಂದು.... ತಾಳಿ ಕಟ್ಟಿದ್ದಂತೂ ಆಯ್ತು. ಆರಾಮಾಗಿ ಬಿಟ್ಹೋದ್ರೂ ಆಯ್ತು.... ನಿನ್ನಿಷ್ಟ..." ದಡಬಡ ಎದ್ದು ಹೋಗಿಬಿಟ್ಟಳು.

ಆದರೆ ಅವಳು ಸಿಡಿಸಿ ಹೋದ ಬಾಂಬ್ ಅಂಜು ನೆಮ್ಮದಿಯನ್ನ ಛಿದ್ರ ಛಿದ್ರಗೊಳಿಸಿತ್ತು. ದಿಕ್ಕು ಕಾಣದ ಸ್ಥಿತಿ. ಶೂನ್ಯದಲ್ಲಿ ನೆಲೆಸಿದಂಥ ಭಾವ. ಸಂಘರ್ಷಣೆಗಳ ಹೊಯ್ದಾಟದಲ್ಲಿ ತೀರಾ ಬಲಹೀನಳಾದಳು.

ಚಂದ್ರು ಬಂದು ಹತ್ತು ನಿಮಿಷವಾಗಿತ್ತು. ಲೆಕ್ಕ ಪತ್ರ ನೋಡುತ್ತಿದ್ದವನು ಹತ್ತಾರು ಸಲ ಇದ್ದ ಎರಡು ಕೋಣೆಗಳ ನಡುವಿನ ಬಾಗಿಲತ್ತ ನೋಡಿದ. ತೀರಾ ನಿಶ್ಶಬ್ದ. ದಢಾರನೆ ಎದ್ದು ಧಾವಿಸಿದ.

ಮೊಣಕಾಲುಗಳ ಮೇಲೆ ಗದ್ದವನ್ನೂರಿದ ಅಂಜು ಕಣ್ಣುಗಳಲ್ಲಿ ಶೂನ್ಯವಿತ್ತು. ಆಕಾಶ ಬಂದು ಅಪ್ಪಳಿಸಿದಂತಾಯಿತು ಅವನಿಗೆ.

ಸನಿಹಕ್ಕೆ ಹೋದರೂ ಅದರ ಅರಿವಿಲ್ಲದಂತೆ ಕೂತ ಅವಳ ಬಗ್ಗೆ ಭಯಗೊಂಡ "ಅಂಜು...." ಬೆಚ್ಚಿದವಳಂತೆ ಅವನತ್ತ ನೋಟ ಹರಿಸಿದಳು. ಆ ಕಣ್ಣುಗಳಲ್ಲಿದ್ದಿದ್ದು ನಿರಾಶೆ, ನೋವು ಬೆರೆತ ಛಾಯೆ. "ಆ... ಯಾವಾಗ್ಬಂದ್ರಿ?" ಮೇಲೇಳಲು ಹೋದಾಗ ಕೈ ಹಿಡಿದ. ಕಂಪಿಸುತ್ತಿದ್ದಳು.

ತಟ್ಟನೆ ಕೊಡವಿಕೊಂಡು ಹಿಂದಕ್ಕೆ ಸರಿದಳು "ಕಾಫೀ.... ತರ್ತೀನಿ" ಅವನ ನೋಟದಿಂದ ತಪ್ಪಿಸಿಕೊಳ್ಳಬೇಕೆಂಬ ಹಪಹಪಿ ಅವಳ ಕಣ್ಣುಗಳಲ್ಲಿ ಕಾಣಿಸಿಕೊಂಡಾಗ ಚಕಿತನಾದ ಯಾಕೆ? ಏನು?

"ಚಂದ್ರು..." ಅಹಮದ್‌ನ ದನಿ.

ಕಾಲೆಳೆಯುತ್ತ ಹೊರಗೆ ಬಂದ. ಗೆಲುವಾಗಿದ್ದ ಅಹಮದ್.

"ದೀಪಕ್ ಸಹಾನಿ ಅವ್ರನ್ನ ಮೀಟ್ ಮಾಡೋಕೆ ಅಪಾಯಿಂಟ್‌ಮೆಂಟ್ ಸಿಕ್ಕಿದೆ. ನಂಗೂ ಬರೋ ಆಸೆ" ಹೇಳಿದ. ಆದರೆ ಚಂದ್ರು ಮುಖದ ಭಾವನೆಗಳು ಬದಲಾಗಲಿಲ್ಲ. ತೀರಾ ಚಿಂತೆಯಲ್ಲಿ ಬಿದ್ದವನಂಗೆ ಕಂಡ.

"ಏನಾಗಿದೆ? ಏನಿಥಿಂಗ್....ರಾಂಗ್? ನಿಮ್ಮುಖದಲ್ಲಿ ಚಿಂತೆ ಕಂಡ್ರೆ... ಯಾ ಅಲ್ಲಾ... ಪ್ಲೀಸ್ ಬೇಗ್ಹೇಳು...." ಆತಂಕಗೊಂಡ.

"ಅಂಥದೇನಿಲ್ಲ...." ಎಂದು ತಲೆತಗ್ಗಿಸಿ ಬಾವಿಯ ಕಟ್ಟೆಯ ಬಳಿ ಹೋಗಿ ಕೂತವನು ಕ್ರಾಪ್ ಕೂದಲಲ್ಲಿ ಕೈ ಹಾಕಿ ಕಿತ್ತ 'ನೋ.... ನೋ.... ಅಂಜು..... ನಾನು ಸಹಿಸ್ಲಾರೆ' ಖೇದಗೊಂಡ.

ಪಕ್ಕ ಕೂತ ಅಹಮದ್ "ಅದೇನ್ಹೇಳು, ಅಮ್ಮನಿಗೆ ಮತ್ತೆ ಹುಷಾರಿಲ್ವಾ?" ಅಡ್ಡಡ್ಡ ತಲೆಯಾಡಿಸಿದ ಚಂದ್ರು. "ಅಂಥದೇನಿಲ್ಲ, ಅಂಜು ನಾರ್ಮಲ್ಲಾಗಿಲ್ಲ. ಅದೇ.... ಭಯ ಕರ್ಕೊಂಡ್ಬರೋವಾಗ ಅವ್ಳ ಸ್ವಭಾವದ ಪರಿಚಯವಿದ್ದಿಲ್ಲ. ಹೊಂದಿಕೊಂಡ ರೀತಿ ಮಾತ್ರ ಆಶ್ಚರ್ಯ. ಇಂದು ಅವಳ ಬಟ್ಟಲುಗಣ್ಣುಗಳಲ್ಲಿ ಕಂಡಿದ್ದು ಶೂನ್ಯ. ಇದು

ಅಪಾಯದ ಸಂಕೇತ" ಚಡಪಡಿಸಿದ.

ಏಕಾಏಕಿ ಡಿಸೋಜಾ ಹೇಳಿದ ವಿಷಯ ಪ್ರಸ್ತಾಪಿಸಲು ಹಿಂಜರಿದ ಅಹಮದ್ "ಮೊದ್ಲು ಬೇರೆ ಮನೆ ನೋಡ್ಬೇಕು. ಮುಂದೆ ಗಿಡಗಳ ಸಾಮ್ರಾಜ್ಯ, ಪಕ್ಕದಲ್ಲಿ ಕನ್‌ಸ್ಟ್ರಕ್ಷನ್ ಆಗ್ತಾ ಇರೋ ಫ್ಯಾಕ್ಟರಿ ಕಟ್ಟಡದ ಜನರ ಗಲಾಟೆ, ಇನ್ನೊಬ್ರ ಮುಖದರ್ಶನವಿಲ್ಲ. ನೀನೂ...." ಎಂದವನು ಚಂದ್ರು ನೇರ ನೋಟ ನೋಡಿ ಸುಮ್ಮನಾದ "ಪ್ಲೀಸ್ ಚಂದ್ರು... ಯೋಚ್ಸೆ.... ನಿನ್ನೆಲ್ಲ ಯೋಚನೆಗಳ ಮಧ್ಯೆ ಆ ಹುಡುಗೀನ ಮರೆತು ಬಿಡ್ಬೇಡ" ಎಂದವ ಎದ್ದು ಹೋಗಿಬಿಟ್ಟ.

ಬರಿಗೈಯಲ್ಲಿ ಹೊರ ಬಂದು ಅಂಜು ಕೈಹಿಡಿದಿದ್ದ ಅವನು ಮೊದಲು ಹೊಟ್ಟೆ, ಬಟ್ಟೆ, ನಿಲ್ಲುವ ನೆಲೆ ಜೊತೆ ಭವಿಷ್ಯತ್‌ನ ಬಗ್ಗೆ ಯೋಚ್ಸಬೇಕಿತ್ತು. ಅವನು ಈಗ ಮಾಡಿದ್ದು ಅದೇ ಆದರೇ... ದಿಗ್ಗನೆ ಮೇಲೆದ್ದ.

ತಕ್ಷಣ ತೀರ್ಮಾನಕ್ಕೆ ಬಂದ. ಎಡಬಿಡದೆ ಹುಡುಕಾಡಿ ಎರಡು ಕಿಲೋಮೀಟರ್ ಕೂಡ ದೂರವಿಲ್ಲದಂಥ ಕಡೆ ಮನೆ ಹುಡುಕಿದ. ಬಾಡಿಗೆ ಹೆಚ್ಚೇ ಆದರೆ ಅವನಿಗೆ ತೃಪ್ತಿ ಕೊಟ್ಟಿತು.

ಜೊತೆಯಲ್ಲಿ ಅಹಮದ್‌ನ ಎಳೆತಂದು ಅದರ ಮುಂದೆ ನಿಲ್ಲಿಸಿದ "ನಿಂಗೂ; ಸರ್‌ಪ್ರೈಜ್ ಮಾಡ್ಬೇಕೂಂತ.... ಹೇಗಿದೆ?" ಹುಬ್ಬು ಕುಣಿಸಿದ.

ಮನೆ, ದೊಡ್ಡ ಬಂಗ್ಲೆ ನಡುವಿನ ಸ್ನಾನದ ಮನೆ. ಆದರೆ ಹಿಂದೆ ಇದ್ದವರಿಗೆ ಒಳ್ಳೆಯ ಅಭಿರುಚಿ ಇತ್ತೇನೋ ಮುಂದಿನ ಕೈತೋಟ ಪುಷ್ಪೋದ್ಯಾನದಂತಿತ್ತು. ಪಾರಂಪರಿಕ ಹೂಗಿಡಗಳು ದೇವರಿಗಾಗಿ. ಹೆಂಗಸರು ಮುಡಿಯಲು ಬರುವಂಥ, ಶುಭಸಮಾರಂಭದಲ್ಲಿ ಅಲಂಕಾರಕ್ಕಾಗಿ, ಹಾರ ತುರಾಯಿಗಳಾಗಿ, ಮುತ್ತೈದೆಯರಿಗೆ ಸೌಭಾಗ್ಯ ಚಿಹ್ನೆಯಾಗಿ ಕೊಡಲು ಉಪಯೋಗಿಸಲ್ಪಡುವಂಥ ಹೂ ಗಿಡಗಳು. ಸಂಪಿಗೆ ಮರದ ಜೊತೆ ಜಾಜಿ, ಮಲ್ಲಿಗೆಯ ಬಳ್ಳಿಗಳೂ ಇದ್ದವು. ಪುಟ್ಟ ಪುಟ್ಟ ಕನಕಾಂಬರ ಗಿಡದ ತುಂಬೆಲ್ಲ ಹೂಗಳು.

ಬೆರಗಿನಿಂದ ನೋಡುತ್ತಿದ್ದ ಅಹಮದ್‌ನ ಭುಜದ ಮೇಲೆ ಕೈಯಿಟ್ಟು "ಹೇಗಿದೆ ನನ್ನ ಸೆಲೆಕ್ಷನ್? ಪುಷ್ಕರಿಣಿಗೂ ಇಲ್ಲಿಗೂ ಎರಡು ಕಿಲೋಮೀಟರ್ ಕೂಡ ಆಗೊಲ್ಲ" ಎದೆಯುಬ್ಬಿಸಿ ಹೇಳಿದಾಗ ಅಹಮದ್ ತಲೆದೂಗಿದ. ಅನುಮಾನ ಪೂರ್ತಿ ಪರಿಹಾರವಾಗದಿದ್ದರೂ ಅರ್ಧಂಬರ್ಧ ಪರಿಹಾರವಾದಂತಾಯಿತು. ಅಂದರೆ ಡಿಸೋಜಾ ಹೇಳಿದ್ದು ಸುಳ್ಳು?

"ತುಂಬ ಚೆನ್ನಾಗಿದೆ ಚಂದ್ರು. ನಾನೇ ಈ ಬಗ್ಗೆ ಹೇಳ್ಬೇಕೂಂತ ಅಂದ್ಕೊಂಡಿದ್ದೆ. ಸ್ವಲ್ಪ... ನೀನು ಬಾಭೀ ಕಡೆ ಗಮನ ಕೊಡು" ಮುಸಲಾಯಿಸುವಂತೆ ಹೇಳಿದಾಗ ಚಂದ್ರು ಅವನ ಎರಡು ಕೈಗಳನ್ನು ಹಿಡಿದುಕೊಂಡ.

"ಷ್ಯೂರ್, ಅಂಜುಗೂ ಸರ್‌ಪ್ರೈಜ್ ಆಗ್ಬೇಕು. ಆರಂಭದ ದಿನಗಳೇ ನಿಕೃಷ್ಟವಾಗ್ಬಾರ್ದು. ಕಹಿ ನೆನಪುಗಳಾಗಿ ನಿಂತು ಹೋಗುತ್ತೇಂತ ನನ್ನ ಚಡಪಡಿಕೆ.

ಪರಿಹಾರದ ದಿನಗಳಂತೂ... ಬಂತು" ಭಾರವಾದ ಹೃದಯದಿಂದ ಹೇಳಿದ.

ಹತ್ತೇ ನಿಮಿಷದಲ್ಲಿ ಅವನ ನೆಮ್ಮದಿ ಹಾರಿ ಹೋಗುವಂಥ ಸುದ್ದಿ ಬಂತು.

ಎದುರು ಸಿಕ್ಕ ಡಾಕ್ಟರ್ ಮಗ "ಹಾಯ್, ಹಲೋ.... ಅಂತೂ ಒಳ್ಳೆ ಛಾನ್ಸ್ ಒಂದು ಗಂಧರ್ವ ವಿವಾಹ. ಇನ್ನೊಂದು ಭರ್ಜರಿ ಮದ್ವೆ. ಈ ವಿವಾಹಕ್ಕೆ ನಾನು ಮಿಸ್ ಮಾಡಿಕೊಳ್ಳೊಲ್ಲ" ನಗುವಿನೊಂದಿಗೆ ಹೇಳಿದಾಗ ಅವನಿಗೆ ಅರ್ಥವಾಗಲಿಲ್ಲ.

"ಬರ್ತಿನಿ..." ಎಂದವ ಬೈಕ್‌ನಿಂದ ಇಳಿದು "ಕಂಗ್ರಾಜುಲೇಷನ್ ಡಿಯರ್ ಫ್ರೆಂಡ್.... ಎಲ್ಲರಿಗೂ ಇಂಥ ಛಾನ್ಸ್ ಸಿಗೋಲ್ಲ!" ಕಣ್ಣು ಮಿಟುಕಿಸಿದ. ಕತ್ತಿನ ಪಟ್ಟಿ ಹಿಡಿದು ನಾಲ್ಕು ತದುಕಬೇಕೆನಿಸಿತು ಅವನಿಗೆ.

ವಿಷಯ ಏನೂಂತ ತಿಳಿಯದೆ ಮಾತಾಡಲು ಇಚ್ಛಿಸಲಿಲ್ಲ. ಚಂದ್ರು ಬರೀ ನಗೆ ಬೀರಿ ಸಾಗಾಕಿದ.

ಅಂದಿನ ಸಂಜೆ ದಾಸ್ ಬಂದಾಗ ಸ್ವಲ್ಪ ಗರಂ ಆಗಿಯೇ ಇದ್ದ. "ದಾಸ್, ನಿನ್ನೆಲ್ಲದಿಂದ ಇನ್‌ಫಾರ್ಮರ್ ಕೆಲ್ಸಕ್ಕೆ ಡೆಪ್ಯೂಟ್ ಮಾಡಿದ್ದಾರ? ಇದು ಕೆಲ್ಸ ಸುಲಭವೆನ್ನಿದ್ರೂ ತುಂಬ..... ಡೇಂಜರ್ ಮೈಂಡ್ ಇಟ್!" ಸೀರಿಯಸ್ಸಾಗಿ ಹೇಳಿದ.

ಗೊಂಬೆಯಂತೆ ನಿಂತುಬಿಟ್ಟ ದಾಸ್. ಅವನಿಗೆ ಚಂದ್ರು ಮೇಲೆ ವಿಶ್ವಾಸ ಗೌರವ ಎರಡೂ ಉಂಟು. ಗೂಢಚಾರಿಕೆ, ಇನ್ಫಾರ್ಮರ್ ಕೆಲಸ ಎರಡೂ ಇಷ್ಟವಿಲ್ಲ.

"ಐ ಅಗ್ರಿ ಸರ್, ಎಲ್ಲ ಕೆಲ್ಸಗಳು ಇಷ್ಟಪಟ್ಟೇ ಮಾಡೋಲ್ಲ ನಂಗೆ ವಹಿಸಿರೋ ಕೆಲ್ಸಾನು ಕೆಟ್ಟದಲ್ಲ. ತಾಯ್ತಂದೆ ಮಕ್ಳು ಬಗ್ಗೆ ಅವ್ರ ಭವಿಷ್ಯತ್ ಬಗ್ಗೆ ಯೋಚ್ನೋದೇನು ತಪ್ಪಲ್ಲ. ಅಮ್ಮಾವ್ರು ನೋಡ್ಕೋಂಡ್ಬಾಂದ್ರು. ನಿಮ್ಮ ಪ್ರಪಂಚದಲ್ಲಿ ಅವ್ರಿಗೆ ಪ್ರಾಧಾನ್ಯ ಇಲ್ದೇ ಇರ್ಬಹ್ದು. ಅವ್ರ ಬದ್ಕಿನಲ್ಲಿ ಮಕ್ಳೇ ಇಂಪಾರ್ಟೆಂಟ್. ಇದೇನು ಸುಳ್ಳಾ.... ಸರ್!" ಎಂದ. ದಾಸ್ ಇಂದು ಮನಸ್ಸು ಬಿಚ್ಚಿ ತಾರತಮ್ಯವಿಲ್ಲದೆ ಮಾತಾಡಿದ್ದ.

ಸುಸ್ತಾಗಿಬಿಟ್ಟ ಚಂದ್ರು. ಈ ರೀತಿ ಪ್ರಯೋಗಿಸಲು ರಾಧಾಕೃಷ್ಣ ಹೊಸೆದ ತಂತ್ರ. ನಾಲ್ಕು ಕಡೆಯಿಂದ ಮಗನ್ನ ಹಿಂದಕ್ಕೆ ಪಡೆಯುವ ಪ್ರಯತ್ನ ಮಾಡಿದ್ದರು. ಅದರಲ್ಲಿ ಇದೊಂದು ಅಷ್ಟೆ.

"ಸಾರಿ ದಾಸ್. ನನ್ನ ಮನಸ್ಸು ಚೆನ್ನಾಗಿಲ್ಲ ನೀವ್ಹೋಗಿ" ಬೇಸರಗೊಂಡ ಅವನಿಗೆ ಆ ಕ್ಷಣ ಮಾತು ಬೇಡವೆನಿಸಿತು. "ಎಕ್ಸ್‌ಕ್ಯೂಸ್ ಮಿ. ಸರ್.... ಇನ್ನೊಂದು ರೂಮರ್ ಹಬ್ಬಿಬಿಟ್ಟಿದೆ. ನೀವು ಬರೀ ಹಟಕ್ಕೆ ಮದ್ವೆಯಾದ್ರಿ...." ಪೂರ್ತಿ ಮಾಡುವ ಮುನ್ನವೇ ದಾಸ್ ಕೊರಳ ಪಟ್ಟಿಗೆ ಕೈ ಹಾಕಿದ ಮೈ ಬೆಂಕಿ ಆಗಿತ್ತು.

"ಮಿಸ್ಟರ್ ದಾಸ್, ಎಂದೂ ಈ ಪುಷ್ಕರಿಣಿಯೊಳಗೆ ಕಾಲು ಇಡ್ಬೇಡಿ. ಮಗ್ನ ಯೋಗಕ್ಷೇಮ ಬೇಕಾದ್ರೆ ಪತ್ರದ ಮೂಲಕ ವಿಚಾರಿಸ್ಕೊಳ್ಳಿ. ಗೆಟ್ ಔಟ್.... ಅಂಡ್ ಗೆಟ್ ಲಾಸ್ಟ್" ಕೊರಳ ಪಟ್ಟಿ ಬಿಟ್ಟ.

ದಾಸ್ ಹೋದ ಎಷ್ಟೋ ಹೊತ್ತಿನವರೆಗೂ ಅವನ ಬುದ್ಧಿ ಸ್ಥಿಮಿತಕ್ಕೆ ಬರಲಿಲ್ಲ.

ತಲೆ ಕೆಟ್ಟಂತಾಗಿತ್ತು. ತಾನು ಅಂಜುನ ವಿವಾಹವಾಗಲು ರಿಸ್ಕ್ ತಗೊಂಡಿದ್ದು ಹಟಕ್ಕಾಗಿಯೇ? ಯಾರ ಮೇಲೆ? ಇದೆಲ್ಲಿಯ ಅಪಸ್ವರ? ಅವರಿಗೆ ಆದ ಅನ್ಯಾಯಕ್ಕೆ ಪ್ರತಿಭಟನೆ ಇದ್ದಿದ್ದುಂಟು. ತನಗೆ ಅಂಜು ಮೇಲೆ ಪ್ರೀತಿ ಇರಲಿಲ್ಲವೆ?

ಆರ್ಕಿಡ್ಸ್‌ನ ವಿಶೇಷ ಪ್ರದರ್ಶನವಿದ್ದುದರಿಂದ ಅಲ್ಲಿಗೆ ಹೋಗಿಬಿಟ್ಟ. ನಿರೀಕ್ಷೆ ಮೀರಿ ಉತ್ಸಾಹ ಮೂಡಿತು.

ಉತ್ಸಾಹದಿಂದ ಅಹಮದ್‌ನ ಹೆಗಲ ಮೇಲೆ ಕೈ ಹಾಕಿದ "ಐ ಯಾಮ್ ವೆರಿ ಹ್ಯಾಪಿ, ಡಿಯರ್ ಫ್ರೆಂಡ್. ಗ್ಲಾಯಿಡೋಲಸ್ ನನ್ನ ಬದ್ಕಿಗೇ ಮಾರ್ಗ ತೋರ್ಸಿದ್ರೆ.... ಆರ್ಕಿಡ್ಸ್.... ಹೊಸ ದಿಕ್ಸೂಚಿಯಾಗಿದೆ" ಸಂತಸ ವ್ಯಕ್ತಪಡಿಸಿದ.

ಅದು ಬಹಳ ವೇಳೆ ನಿಲ್ಲದೆಂದು ಬಂದ ನಂತರವೇ ಅರಿವಾದ್ದು.

ಯಾರೋ ಬಂದು ಕಾದಿದ್ದರಿಂದ ಗೇಟಿನ ಬಳಿಯೇ ಮಾತಿಗೆ ನಿಂತ. ವ್ಯಾಪಾರ, ವ್ಯವಹಾರದ ಮಾತುಗಳು ತುಸು ವೇಳೆ ಹಿಡಿಸಿತು.

ಇಂದೇನೋ ತವಕ. ಅಂಜುವಿನ ಕಣ್ಣುಗಳಲ್ಲಿ ಶೂನ್ಯ ತೊಡೆದು ಬಿಡಬೇಕು. ಕೆನ್ನೆಯ ಮೇಲೆ ಹರಿಯುವ ಹರ್ಷ ಬಿಂದುಗಳನ್ನು ತುಟಿಯಿಂದ ತೊಡೆಯಬೇಕು. ಬೆಚ್ಚನೆಯ ಸ್ಪರ್ಶದಲ್ಲಿ ಮೈ ಮರೆಯಬೇಕು.

ಕೆಲವು ಮೀಟರ್‌ಗಳ ಅಂತರದಲ್ಲಿ ಅಂಜುವಿನ ಬಗ್ಗೆ ಮಾತಿನ ಮಧ್ಯೆ ಕನಸು ಕಾಣತೊಡಗಿದಾಗ, ಅವನಿಗೆ ನಗು ಬಂತು.

"ಅಹಮದ್.... ನೀನ್ನೋಡು" ಹಾರುವ ನಡಿಗೆಯಲ್ಲಿ ಒಳಬಂದ "ಅಂಜು...." ಸಂಪೂರ್ಣ ನಿಶ್ಶಬ್ದ. ಉಸಿರನ್ನ ಆಲಿಸಿದ.

"ಅಂಜು" ಗಾಬರಿಯಿಂದ ಮತ್ತೊಂದು ಕೋಣೆಗೆ ನುಗ್ಗಿದ.

ಸ್ತಬ್ಧವಾಗಿತ್ತು. ಗಾಳಿಕೂಡ ಚಲಿಸದೆ ನಿಂತಂತೆ ಅನುಭವವಾಯಿತು. ವಿಚಿತ್ರ ಭಯ ಆವರಿಸಿತು. ಚೇತನ ತುಂಬಿ ಹರಿದಾಡುತ್ತಿದ್ದ ಮನೆಯಲ್ಲಿ ದಟ್ಟವಾದ ಶೂನ್ಯ.

"ಅಂಜು.... ಅಂಜು...." ಜೋರಾಗಿ ಕಿರಿಚಬೇಕೆಂದುಕೊಂಡರೂ ಸ್ವರವೇಳಲಿಲ್ಲ. ಹೊರಗೆ ಬಂದು ಕೆಲಸಕ್ಕೆ ಇದ್ದ ಹುಡುಗನ್ನ ಕರೆದ "ಏನು.... ವಿಶೇಷ?" ಅವನು ತಲೆ ಕೆರೆದುಕೊಂಡ ಇವನ ಕೇಳಿಕೆಗೆ.

"ಏನಿಲ್ಲ ಯಾಕೋ ಈ ಕಡೆ ಹೂ ಕಮ್ಮಿ ಆಗಿದೆ" ಅಷ್ಟೇ ಅಂದಿದ್ದು.

"ಇನ್ನೇನು.... ಇಲ್ವಾ?" ರೇಗಿದಂತೆ ಕೇಳಿದ. ಅವನ ಸಹನೆ ಸಾಯುವ ಹಂತ ತಲುಪಿತ್ತು. "ಜ್ಞಾಪ್ಸಿಕೊಂಡ್ಹೇಳು" ಸ್ವರವೇರಿಸಿದ.

ತಲೆ ಕೆರೆದುಕೊಂಡವ "ಅಕ್ಕಾವ್ರು.... ಊರಿಗ್ಹೋದ್ರು. ಚೀಟಿ ಬರೆದಿಟ್ಟಿದ್ದಾರಂತೆ." ನುಡಿದವನ ತೋಳಿಡದು ಹಲ್ಮುಡಿ ಕಚ್ಚಿ ಒರಟಾಗಿ ತಳ್ಳಿದ "ಬಂದ ಕೂಡ್ಲೇ ಹೇಳೋದ್ಬೇಡ.... ಬರೀ ಕತ್ತೆ... ಭಾರ ಹೊರೋದೊಂದೇ ಗೊತ್ತು! ಹೋಗು" ಒಳನಡೆದ.

ಮಂಚದ ಮೇಲೆ ಮಡಚಿಟ್ಟಿದ್ದ ಚೀಟಿಯ ಮೇಲೆ ಪೆನ್ನು ಇತ್ತು. ತೆರೆದವನ ಕೈಗಳು ನಡುಗಿದವು.

“ಬರೀ ಹಟ.... ಹಟವಾಗಿಯೇ ಉಳಿಯುತ್ತೆ. ಅದರಿಂದ ಯಾರಿಗೂ ಪ್ರಯೋಜನವಿಲ್ಲ. ಎರಡು ಕಡೆ ನೋಯುವುದರಲ್ಲಿ ಸುಖವಿಲ್ಲ. ಮತ್ತಷ್ಟು ತಡಮಾಡುವುದರಿಂದ ಅನರ್ಥಕ್ಕೆ ಕಾರಣ ಸುಖವಾಗಿರಿ.”

“ನಾನು ತೀರಾ ಧೈರ್ಯದ ಹುಡುಗಿಯಲ್ಲದಿದ್ದರೂ ಆತ್ಮಹತ್ಯೆ ಮಾಡಿಕೊಳ್ಳುವಂಥ ಹೆಣ್ಣಲ್ಲ, ಸುಖವಾಗಿರಿ.”

ಕೆಳಗೆ ಅಂಜು ಸಹಿ ಇತ್ತು. ನಿಧಾನವಾಗಿ ಚೀಟಿಯನ್ನು ಮಡಚಿ ಹೊರ ಬಂದವ ಆ ಹುಡುಗನನ್ನು ಕರೆದ.

“ಅಕ್ಕಾವ್ರು, ಆಟೋದಲ್ಲಿ... ಹೋದ್ರಾ?” ಅನುಮಾನಕ್ಕೆಡೆಗೊಡದಂತೆ ಪ್ರಶ್ನಿಸಿದ.

ನೂರು ಪುಕಾರುಗಳು ಹರಡುವುದು ಬೇಕಿರಲಿಲ್ಲ ಅವನಿಗೆ. “ಹೌದು, ನಾನೇ ಬಸ್ಸು ಸ್ಟ್ಯಾಂಡ್‌ವರೆಗೆ ಹೋಗಿ ಸೋನಾಪುರದ ಬಸ್ಸು ಹತ್ತಿಸಿದೆ” ಹೇಳಿದ. ಹೋಗುವಂತೆ ಸನ್ನೆ ಮಾಡಿದ.

ನಿಂತ ನೆಲದಲ್ಲಿಯೇ ಬಿರುಕು. ಸ್ವಲ್ಪ ಅನುಮಾನ ಬಂದಿದ್ದರೂ ಮುಚ್ಚಬಹುದಿತ್ತು. ಈಗ ಕೈಮೀರಿ ಪಾತಾಳ ಕಾಣುತ್ತಿತ್ತು. ಅದನ್ನು ದಾಟಿಯೇ ಆ ಕಡೆ ಸೇರಬೇಕು.... ಹೇಗೆ?

ಒಳಗೆ ಬಂದ ಅಹಮದ್ ಅವನನ್ನು ನೋಡಿ ಗಾಬರಿಯಾದ. “ಏನು.... ವಿಷ್ಯ?” ಮುಖ ಮೇಲೆತ್ತಿ ಉಸಿರು ದಬ್ಬಿದ. “ಅಂಜು ಸೋನಾಪುರಕ್ಕೆ ಹೋಗಿದ್ದಾಳೆ. ಏನೋ ನಡೆದಿದೆ....” ಕೆಳ ತುಟಿಯನ್ನು ಹಲ್ಲಿನಡಿಯಲ್ಲಿ ಕಚ್ಚಿಹಿಡಿದ.

ಹೇಳಲೋ, ಬೇಡವೋಂತ ಅನುಮಾನಿಸಿ ಬಾಯಿ ಬಿಟ್ಟ. “ಒಂದು ರೂಮರ್ ಹಬ್ಬಿಬಿಟ್ಟಿದೆ. ಅದ್ಕೆ ಯಾರೆಷ್ಟು ಕಾರಣಾಂತ ಹೇಳೋಕ್ಕಾಗೋಲ್ಲ ಹಟ, ಬೆಟ್ಸ್, ಛಾಲೆಂಜ್ ಈ ಮೂರರಲ್ಲಿ ಒಂದು ಕಾರಣಕ್ಕೆ ಮದ್ವೆಯಾಗಿದ್ದು ಆ ಕಾರಣ ಕೆಲವು ದಿನಗಳ ನಾಟ್ಕ. ನಂತರ ಇಬ್ರ ದಾರಿಗಳು ಬೇರೆ.”

ಗಾಬರಿಯಿಂದ ತೋಳ್ಹಿಡಿದ. “ಏನು ಇದೆಲ್ಲ, ಕಲ್ಪನೆಯೋ.... ಅಥವಾ...” ಕೋಪದಿಂದ ಚಂದ್ರು ದನಿಯೇರಿತು.

“ಬಿ ಕಾಮ್ ಚಂದ್ರು... ಕೋಪದಿಂದೇನೂ ಪ್ರಯೋಜನವಿಲ್ಲ. ಡಿಸೋಜಾ ಬಂದು ನನ್ಹತ್ರ ಈ ವಿಷ್ಯ ಪ್ರಸ್ತಾಪಿಸಿದಾಗ ನನ್ನ ಫ್ರೆಂಡ್‌ನ ಆ ಮಟ್ಟಕ್ಕೆ ಇಳಿಸೋಕೆ ಇಷ್ಟವಾಗ್ಲಿಲ್ಲ. ಬಹಳ ದಟ್ಟವಾಗಿ ಇದೆಲ್ಲ ಮಿಸಸ್ ಚಂದ್ರು ಅವ್ರ ಕಿವಿಗಳು ತಲುಪಿರಬೇಕಷ್ಟೆ” ಎಂದವ ಒಂಟಿಯಾಗಿ ಯೋಚಿಸಲು ಬಿಟ್ಟುಹೋದ.

ತಂದೆಯ ಸ್ವಭಾವ ಬಲ್ಲ. ಹಿಡಿದ ಪಟ್ಟು, ಮಾಡುವ ಕೆಲಸದಲ್ಲಿ ಅವರೆಷ್ಟು ಬುದ್ಧಿವಂತಿಕೆ, ಭೇದೋಪಾಯಗಳನ್ನು ಉಪಯೋಗಿಸಬಲ್ಲರೆಂದು ಅವನಿಗೆ ವಿಧಿತವೆ.

ಈಗೇನು?

ಫ್ಯಾಮಿಲಿ ಡಾಕ್ಟರ್ ಮಗನ ನಗೆಚಟಾಕಿಗಳಿಗೆ ಈಗ ಅರ್ಥ ಸಿಕ್ಕಿತ್ತು ಆದರೆ ಹೆಚ್ಚಿನ ತಪ್ಪು ಅವನದಾಗಿಯೇ ಕಂಡಿತು.

ಒಲುಮೆ, ಆತ್ಮೀಯತೆ ಸಾಮರಸ್ಯದ ಬಟ್ಟಲನ್ನು ತುಂಬಿ ಅವರಿಬ್ಬರನ್ನು ಬೆಸೆಯುತ್ತಿತ್ತು. ಇಲ್ಲಿ ಇವನ ಉದ್ದೇಶ ಬೇರೆ ಇತ್ತು. ತೀರಾ ಚಿತ್ತಕ್ಷೋಭೆ ಅನುಭವಿಸಿದ.

* * *

ಮಗಳು ಮನೆಗೆ ಬಂದು ಮೂರು ದಿನವಾಗಿತ್ತು. ಸಿಟ್ಟು ಹಟ ಮಗಳ ಮುಖ ಕಂಡ ಕೂಡಲೇ ಕರಗಿತು. ತಬ್ಬಿಕೊಂಡು ಅತ್ತರು. ಅವಳ ಕಣ್ಣೀರು ತೊಡೆದರು. ಇಂಥ ನಿರೀಕ್ಷೆಯೂ ಅವರದಾಗಿತ್ತು. ಸದಾ ಅವರುಗಳ ನೋಟ ಬಾಗಿಲತ್ತ ಇದ್ದರೂ ಭಯ, ಎಲ್ಲಾದರೂ ಮಗಳು ಆತ್ಮಹತ್ಯೆ ಮಾಡಿಕೊಂಡರೆ?

ಆ ಭಯ ಕರಗಿ ಒಂದು ರೀತಿಯ ನಿಶ್ಚಿಂತೆ ಆವರಿಸಿತ್ತು ಮನೆಯಲ್ಲಿ.

ಕಾಫೀ ಹಿಡಿದು ಬಂದಾಗ ಮಂಕಾಗಿ ಕೂತ ಮಗಳನ್ನ ನೋಡಿ ಕರುಳು ಕತ್ತರಿಸಿದಂತಾಯಿತು. ಇದಕ್ಕೆ ಹೊಣೆ ಯಾರು? ಮಗಳು ಪೂರ್ತಿ ತಪ್ಪಿತಸ್ಥೆಯೆನ್ನಲು ಮನ ಒಪ್ಪದು.

"ಅಂಜು ಮುಸ್ಸಂಜೆ.... ಇದೇನು ಮಂಕುತನ! ಕೆಲವು ನಮ್ಮ ಕೈಮೀರಿ ನಡ್ದುಹೋಗುತ್ತೆ" ಪಕ್ಕ ಕೂತರು. ತಾಯಿಯತ್ತ ನೋಡಿದವಳ ಕಣ್ತುಂಬಿತು. "ದೊಡ್ಡ ತಪ್ಪು ಮಾಡ್ದೆ ಅಲ್ವಾ!" ತಾಯಿಯ ಕೊರಳು ತಬ್ಬಿ ಕಣ್ಣೀರು ಸುರಿಸಿದಳು.

ಅವರ ಮಟ್ಟಿಗೆ ಅಂದು ದೊಡ್ಡ ತಪ್ಪೇ ಆಗಿತ್ತು. "ಅವ್ನು ನನ್ಕೈಗೆ ಸಿಕ್ಕಿದ್ರೆ... ಕತ್ತರಿಸಿಹಾಕ್ಬಿಡ್ತೀನಿ" ನಾರಾಯಣ್ ಹಾರಾಡಿದ್ದರೂ ಸ್ವಭಾವತಃ ಅಂಥ ಗುಣ ಗಂಡನದಲ್ಲವೆಂದು ಗೊತ್ತಿತ್ತು.

"ಅದ್ನೆಲ್ಲ ಯೋಚ್ಸಿ ಫಲವೇನು? ನಡ್ಯೋದು.... ನಡ್ದು ಹೋಯ್ತು. ನೋವು ಅವಮಾನ ಮಾತ್ರ ನಮ್ಮ ಕಡೆಗೇ" ಮಗಳ ಭುಜ ತಡವತ್ತಲೇ ನುಡಿದರು.

ಹೆಚ್ಚು ಕಡಮೆ ಸೋನಾಪುರದ ಜನಕ್ಕೆಲ್ಲ ಅಂಜು ಹಿಂದಿರುಗಿದ್ದು ಗೊತ್ತಾಗಿತ್ತು. ಸ್ವರ... ಅಪಸ್ವರ ಕೂಡಿಯೇ ಇದ್ದರೂ ಎಲ್ಲರೂ ಕೇಳಿದ್ದು ಅಪಸ್ವರವೆ.

"ಯಜಮಾನರು ಬಂದ್ಬಿಟ್ಟು ಹೋದ್ರಾ?" ಒಬ್ಬರು ಕೇಳಿದರು. ಇನ್ನೊಬ್ಬರು ಗೊತ್ತಿರುವಂತೆ "ಅಂಜು ಒಬ್ಳೇ ಬಂದಳಂತಲ್ಲ!" ಮಿಕ್ಕವರು ಇನ್ನಷ್ಟು ಮುಂದಕ್ಕೆ ಹೋಗಿದ್ದರು. "ಬಾಣಂತನಕ್ಕೆ ಕರ್ಕೊಂಡ್ ಬಂದಿದ್ದೀರಾ?" ಇವು ಯಾವುದಕ್ಕೂ ಅವರ ಬಳಿ ಉತ್ತರ ಇರಲಿಲ್ಲ.

ಬಂದಾಗಿನಿಂದ ಏನು ಪ್ರಶ್ನಿಸದೇ ಇದ್ದ ಹೇಮಲತ "ಮೊದ್ಲು ಕಾಫೀ ಕುಡಿ...." ಕುಡಿಯೋವರೆಗೂ ಕಾದು "ಅಂಜು, ಒಂದ್ಮಾತು ಕೇಳ್ಲಾ? ಇದ್ದಕ್ಕಿದ್ದಂತೆ ಬಂದಿದ್ದಕ್ಕೆ

ಕಾರಣ ಏನು?" ಸ್ಪಷ್ಟ ಉತ್ತರ ಬೇಕಿತ್ತು.

ಅಂಜುವಿನ ತಲೆ ತಗ್ಗಿತು. ಮದುವೆ ತಪ್ಪಿಹೋದದ್ದಕ್ಕೆ ಮನಃಕ್ಲೇಶ ಅನುಭವಿಸಿದರೂ ನಾರಾಯಣ್ ಬೇರೆ ಸಂಬಂಧಗಳ ಅನ್ವೇಷಣೆಯಲ್ಲಿ ತೊಡಗಿದ್ದಾಗ ಅಂಜು ಮನೆ ಬಿಟ್ಟಿದ್ದು.

ಇವಳ ಪೂರ್ಣ ಸಹಕಾರವಿಲ್ಲದೆ ಚಂದ್ರು ಏನು ಮಾಡಲೂ ಸಾಧ್ಯವಿರಲಿಲ್ಲವೆಂದು ಅವರಿಗೆ ಗೊತ್ತಿತ್ತು.

"ಏನಾದ್ರೂ... ಹೇಳು ಅಂಜು" ಮಗಳ ಗದ್ದವಿಡಿದು ಎತ್ತಿದರು. "ಕೋಪ, ವೇದನೆ, ನೋವನ್ನ ನಿರಂತರವಾಗಿ ಎದುರಿಸಿದ್ದಾಯ್ತು. ಈಗೇನು? ಚಂದ್ರು ನಿನ್ನ ಸರ್ಯಾಗಿ ನೋಡ್ಕೋತಾ ಇರ್ಲಿಲ್ವಾ?" ವಿಷಯಕ್ಕೆ ಬಂದರು. ಏನು ತಿಳಿಯದೇ ಅವಳ ಭವಿಷ್ಯತ್‌ನ ಬಗ್ಗೆ ಯೋಚಿಸುವಂತಿರಲಿಲ್ಲ.

ಮುಖ ಮುಚ್ಚಿಕೊಂಡು ಅತ್ತಳೇ ವಿನಃ ಏನೂ ಹೇಳಲಿಲ್ಲ. ಹೊರಗೆದ್ದು ಬಂದರು. ಕೂತಿದ್ದ ನಾರಾಯಣ್ ಸೂರು ಕಡೆ ದಿಟ್ಟಿಸಿದರು. ಎಂಥ ಶ್ರೀಮಂತಿಕೆ..... ಇಪ್ಪತ್ತು ವರ್ಷದಿಂದ ಕೋರ್ಟಿಗೆ ತಿರುಗಿ ಮುಕ್ಕಾಲು ಖಾಲಿಯಾಗಿತ್ತು. ತೀರ್ಮಾನದ ಹೊರತು ಉಳಿದ ಆಸ್ತಿಯು ಅವರದಲ್ಲ.

"ಮತ್ತೆರಡು ದಿನ ಹೋಗ್ಲಿ ಬಲವಂತ.... ಅನಾಹುತವಾದೀತು. ಕೆಲವರನ್ನ ದುರದೃಷ್ಟ ಕಾಡುತ್ತೆ. ನಾವು ಆ ಪೈಕಿ" ನೊಂದುಕೊಂಡರು.

ಗೋಡೆಯಂಚಿಗೆ ಕೂತರು. ನೋವು ಸಂಕಟ ಅನುಭವಿಸಿದರೂ ಇಷ್ಟೊಂದು ಎದೆ ಭಾರ ಅನುಭವಿಸಿರಲಿಲ್ಲ. ಮುಂದೇನು? ತಲೆಯ ಮೇಲೆ ಕೈಹೊತ್ತರು ಗಂಡ ಹೆಂಡತಿ.

"ಮೊದಲ್ನೇ ತಪ್ಪು ನಂದೇ. ರಾಧಾಕೃಷ್ಣ ಚಂದ್ರಪ್ರಕಾಶ್, ಶಿಲ್ಪಾ ಅಂಥ ಸ್ಟಾರ್ ಹೋಟಲ್‌ಗಳ ಮಾಲೀಕರು ಅಂದಾಗ್ಲೇ ದೂರ ಸರಿಯಬೇಕಿತ್ತು. ಅದ್ನ ಅವ್ರ ಎದುರಿನಲ್ಲೇ ಒಪ್ಕೊಂಡೇ ಆದ್ರೆ... ಮತ್ತೊಂದು ತಪ್ಪಿಗೆ ಅವಕಾಶ ಮಾಡಿಕೊಟ್ಲು ಅಂಜು" ಎಂದರು.

"ಒಮ್ಮೆ ಯಾಕೆ ಹೋಗಿ ಅಳಿಯಂದ್ರನ್ನ ಭೇಟಿ ಮಾಡಿಬರಬಾರ್ದು" ಹೆಂಡತಿಯ ಸಲಹೆಯನ್ನ ತಿರಸ್ಕರಿಸಿದರು. "ನಿಂಗೆ ಬುದ್ಧಿ ನೆಟ್ಟಗಿಲ್ಲ. ನಾವೇನು ಕಾಲು ತೊಳ್ದು ಕನ್ಯಾದಾನ ಮಾಡಿಕೊಟ್ಟಿಲ್ಲ. ಅವ್ನು ಬಂದಾಗ... ನಾವೇನು ಬೆಲೆ ಕೊಡ್ಲಿಲ್ಲ. ಈಗ ನಾವ್ಹೋದ್ರು ಅಷ್ಟೆ. ಅಷ್ಟೋ ಇಷ್ಟೊ ಮರ್ಯಾದೆ ಇದ್ರೆ ಆ ಕಡೆ ಹೋಗ್ಬಾರ್ದು" ಉದ್ವಿಗ್ನರಾದರು.

ಕೆಲವು ಸಮಸ್ಯೆಗಳ ನಡುವೆ ನರಳುತ್ತಿದ್ದವರಿಗೆ ಇದೊಂದು ಹೊಸ ಸಮಸ್ಯೆ ಅಷ್ಟೆ.

* * *

ಪ್ರೊಫೆಸರ್ ದೀಪಕ್ ಸಹಾನಿಯನ್ನು ಭೇಟಿ ಮಾಡಿ ಹಿಂದಿರುಗುವ ವೇಳೆಗೆ ನಳಿನಿಯ ಕಾರು ಬಂದು ನಿಂತಿದ್ದು ಅವನ ಗಮನಕ್ಕೆ ಬಂತು. ಛಲದ ಹೆಣ್ಣು. ಈ ಮಣ್ಣಿನ ಮೇಲೆ ಅವಳ ವ್ಯಾಮೋಹ ಹಳೆಯದು.

"ಕಾಶಿ...." ಕೂಗುತ್ತಲೇ ಗೇಟು ತೆರೆದು ಗಂಟು ಮುಖದಿಂದ ಗ್ಲಾಡಿಯೋಲಸ್‌ನ ಎರಡು ಗೊಂಚಲನ್ನ ಹಿಡಿದಿದ್ದ ನಳಿನಿ ತಟ್ಟನೇ ತಿರುಗಿದವಳು ಪೂರ್ತಿ ಹಲ್ಲು ಪ್ರದರ್ಶನಕ್ಕೆ ಇಟ್ಟಳು. "ಹೇಗಿದ್ದೀರಾ? ನೋಡೋಣಾಂತ್ಬಂದೆ. ತೀರಾ ಬೋರ್. ಅದ್ಕೇ ಲೀವ್ ಹಾಕ್ದೆ..." ಹೇಳಿಕೊಂಡಳು.

ಅವಳ ಕೈಯಲ್ಲಿನ ಹೂಗೊಂಚಲಿನ ಕಡೆ ಗಮನ ಹರಿಸಿದವನು "ಕಾಶಿ, ಇದೇನಿದು?" ಒರಟು ದನಿಯಲ್ಲಿ ರೇಗಿದ.

"ನಾನಲ್ಲ ಅವ್ರೇ ಕಿತ್ಕೊಂಡ್ರು" ಎಂದವನೇ ಅವಳ ಕೈಯಲ್ಲಿನ ಹೂಗಳನ್ನ ಸೆಳೆದುಕೊಂಡವನು "ನಾನು ಬೇಡಾಂದ್ರೂ ಕೇಳೋಲ್ಲ, ಸ್ವಲ್ಪ ಕೂಡ ಮ್ಯಾನರ್ಸ್ ಇಲ್ಲ" ಗೊಣಗಿಕೊಂಡು ಕಾಶಿ ಹೋದಾಗ ಅವಳಿಗೆ ಷಾಕ್.

ಚಂದ್ರು ಏನು ದಂಡಿಸಲು ಹೋಗಲಿಲ್ಲ. ನಳಿನಿಯನ್ನ ಕಂಡಾಗಲೆಲ್ಲ ಅವನಿಗೆ ನೆನಪಿಗೆ ಬರುತ್ತಿದ್ದುದು ಕೋರೆಹಲ್ಲುಗಳ ಪೊದೆಗೂದಲ ವಿಕಾರ ರೂಪದ ರಾಕ್ಷಸಿ. ಅವಳ ಮಾತುಗಳು ಕೂಡ ಅವನಿಗೆ ಕರ್ಕಶವಾಗಿ ಕಾಣಿಸುತ್ತಿತ್ತು.

ಬಣ್ಣ ಹಚ್ಚಿದ ಅವಳ ತುಟಿಯಂಚಿನ ನಗುವನ್ನು ನೋಡಲಾರದೆ ಮುಖ ತಿರುವಿದ.

"ಬೈ ದಿ ಬೈ ಏನು... ಈ ಕಡೆ?" ಕೇಳಿದ ಇರುಸು ಮುರುಸಿನಿಂದಲೇ. "ಬಹಳ ದಿನವಾಯ್ತು, ಎರಡು ಸಲ ಬಂದಾಗ ನೀವು ಸಿಕ್ಲಿಲ್ಲ ನೋಡ್ಕೊಂಡ್ಹೋಗೋಣಾಂತ್ಬಂದೆ?" ಉಸುರಿದಳು. ಅದು ಅವನಿಗೆ ಬಹಳ ಅನುಕೂಲವಾಯಿತು. ಎಚ್ಚೆತ್ತುಕೊಂಡ.

ನಗೆಯನ್ನ ದಬ್ಬಿದ ಪ್ರಯಾಸವಾಗಿ ಮುಖದ ಮೇಲೆ. "ಅಂಜು ಹೇಳಿದ್ಲು ನಾನೇ... ಮರ್ತೆ ಬನ್ನಿ....." ಕರೆದೊಯ್ದ. ನಡೆದುಹೋದ ಘಟನೆಯಲ್ಲಿ ಇವಳ ಪಾಲು ಹೆಚ್ಚಿರಬಹುದೆಂಬ ಅನುಮಾನ ಅವನಿಗೆ.

"ಕಾಶಿ..." ಜೋರು ದನಿಯಲ್ಲಿ "ಎರ್ಡು ಛೇರ್ ತಂದ್ಹಾಕು...." ಹೇಳಿದ.

ಒಂದು ಚಪ್ಪರ ನಿರ್ಮಾಣವಾಗಿತ್ತು ಬಳ್ಳಿಗಳಿಂದ, ಅದಕ್ಕೆ ಬೇರೆ ಯೋಜನೆ. ರೂಪುರೇಶೆ ಇತ್ತು. ಕಾರ್ಯಗತವಾಗುವ ಮುನ್ನ ಹೊರಟು ಅವನನ್ನ ನಿರುತ್ಸಾಹಿತಳನ್ನಾಗಿ ಮಾಡಿದ್ದಳು.

ಕೇನ್ ಛೇರ್ ಮೇಲೆ ಕೂತು ಪೂರ್ತಿ ಒರಗಿ "ಬ್ಯೂಟಿಫುಲ್, ನೀವು ತುಂಬ ಇಂಟಲಿಜೆಂಟ್, ನನ್ನ ಹಸ್ಬೆಂಡ್... ತೀರಾ ಸಾಫ್ಟ್. ಪ್ರಾಮಾಣಿಕತೆಯ ಹಿಂದೆ ಬಿದ್ದು ಸಾಯ್ತಾರೆ." ಕೈ ಬಾಯಿ ತಿರುಗಿಸುತ್ತ ಹೇಳಿದಳು. ಬಂಗಾರದ ಕಲ್ಲಿನ ಬಳೆಗಳು ಫಳಕ್ಕೆಂದವು.

ಅವಳ ಮಾತುಗಳು ಉಪೇಕ್ಷಿಸುತ್ತ "ಈಗೇನು ತಗೋತೀರಾ? ಶ್ರೀಮತಿಯವ್ರು ಇಲ್ಲ ಸೆಲ್ಫ್..... ಕುಕ್.... ಕಾಶಿ" ಮತ್ತೆ ಕೂಗಿದ.

ಎರಡು ಕೋಕಾಕೋಲಾ ತರಿಸಿದ.

"ರೆಸಿಡೆನ್ಸ್ ಹೊಸ ಮನೆಗೆ ಷಿಫ್ಟ್ ಮಾಡ್ಬಿಟ್ರಾ? ಬ್ಯೂಟಿಫುಲ್ ಹೌಸ್ ಅಂತ ಗೊತ್ತಾಯ್ತು. ನಿಮ್ಮ ಅಭಿರುಚಿ ಕಲರ್‌ಫುಲ್" ಹೊಗಳಿದಳು.

ತನ್ನ ಬಗ್ಗೆ ತಿಳಿದಿರುವುದು ಮಾತ್ರವಲ್ಲ, ತನ್ನ ಕೆಲಸ ಕಾರ್ಯಗಳ ಮೇಲೂ ಕಣ್ಣಿಟ್ಟಿದ್ದಾಳೆಂದುಕೊಂಡ ಚಂದ್ರು. ಗರಗಸ ಮೈಮೇಲೆ ಆಡಿದಂಥ ಚಡಪಡಿಕೆ ಅವನದು.

"ಪರ್ವಾಗಿಲ್ಲ ಬಹಳ ತಿಳ್ಕೊಂಡಿದ್ದೀರಾ!" ವ್ಯಂಗ್ಯವಾಗಿ ಹೇಳಿದವನು ಮೇಲೆದ್ದ. ಮಾತು ಬೇಕಿರಲಿಲ್ಲ, ತಣ್ಣಗೆ ನಳಿನಿ ಸೇಡು ತೀರಿಸಿಕೊಂಡಿದ್ದು ಅವನಿಗೆ ಅರಿವಾಗಿತ್ತು.

"ಒಂದ್ವಿಷ್ಯ...." ಕೂಗಿದವಳು ಕೂಲಿಂಗ್ ಗ್ಲಾಸ್‌ನ ತೆಗೆಯುತ್ತ "ನಮ್ಗೇ ನಮ್ಮ ತಪ್ಪಿನ ಅರಿವಾಗಿದೆ. ನಾವು ಬದ್ಕಿದ್ದು ಮಾವನವ್ರು ವೃದ್ಧಾಶ್ರಮದಲ್ಲಿ ಇರೋದು ನಮ್ಗೇ ಒಪ್ಗೇ ಇಲ್ಲ. ಅವ್ರನ್ನ ಹಿಂದಕ್ಕೆ ಕರೆತರ್ಬೇಕೂಂತ ನಿರ್ಧಾರ ಮಾಡಿದ್ದೀವಿ. ನಿಮ್ಮ ಹೆಲ್ಪ್ ಬೇಕು" ಕೇಳಿದಳು.

ಅವನಿಗೆ ಅರ್ಥವಾಯಿತು. ವೃದ್ಧಾಶ್ರಮಕ್ಕೆ ಬರೆದ ಈ ಆಸ್ತಿಯನ್ನು ಕಬಳಿಸಲು ಪ್ಲಾನ್. ಈಗ ಹೆಚ್ಚಿಗೆ ಮಾತುಗಳು ಅವನಿಗೆ ಬೇಕೂಂತ ಅನ್ನಿಸಲಿಲ್ಲ.

"ಇದ್ರಲ್ಲಿ ನನ್ನ ಹೆಲ್ಪ್ ಅಗತ್ಯವಿಲ್ಲ. ಹೆತ್ತ ತಂದೇನ ಸಾಕೋ ರಿಸ್ಕ್ ಮಗ, ತಗೋತೀನೀಂದ್ರೆ.... ಯಾರ್‌ಬೇಡಾಂತಾರೆ.... ಕ್ಯಾರಿ ಆನ್..." ತಣ್ಣಗೆ ಹೇಳಿದ.

ನರಹರಿಗೆ ಇನ್ನೊಂದು ಜನ್ಮವಿದ್ದರೂ ಇವರುಗಳು ಇರೋ ಪ್ರದೇಶದಲ್ಲಿ ಹುಟ್ಟಲು ಕೂಡ ಹಿಂಜರಿಯುತ್ತಿದ್ದರು.

"ಪ್ಲೀಸ್ ಚಂದ್ರು, ಈ ವಿಷ್ಯದಲ್ಲಿ ನೀವು ನಂಗೆ ಸಹಾಯ ಮಾಡ್ಬೇಕು" ದನಿಯಲ್ಲಿ ತೀರಾ ನಯಗಾರಿಕೆ ಬೆರೆಸಿ, ರಿಕ್ವೆಸ್ಟ್ ಮಾಡಿಕೊಂಡಳು. ನೋಟವೆತ್ತಿ ನೇರವಾಗಿ ನೋಡಿದ. ವೇಷ ಮರೆಸಿಕೊಂಡು ಬಂದ ರಾಕ್ಷಸಿಯಂತೆಯೇ ಕಂಡಳು. "ನೋ.... ನೋ.... ಮತ್ತೆ ಅದೇ ಹೇಳ್ಬೇಕಾಗುತ್ತೆ. ಈಗ ನರಹರಿಯವ್ರು ತುಂಬ ಗೆಲುವಾಗಿ ಆರೋಗ್ಯವಾಗಿ ಕಾಣ್ತಾರೆ. ಇದ್ಕೊಳ್ಳಿ.... ಬಿಡಿ, ಅಲ್ಲೇ ಆಗಾಗ ಹೋಗಿ ನೋಡ್ಕೊಂಡ್ಬನ್ನಿ" ಎಂದು ಸಲಹೆ ಕೊಟ್ಟ.

ಮುಖದಲ್ಲಿ ದುಃಖ ಪ್ರಕಟಿಸಿದಳು "ನಾವು ಸಾಕಷ್ಟು ಚಿತ್ತಕ್ಷೋಭೆ ಅನುಭವಿಸ್ತ ಇದ್ದೀವಿ. ಅವರಿಲ್ದ ಬದ್ಕು ಎಷ್ಟು ಬರ್ಬರ ಆಗಿದೇಂದ್ರೆ ಅವ್ರೂ ನಾವು ಮಾತಾಡಿ ಕೆಲವು ದಿನಗಳೇ ಆಯ್ತು. ಪ್ಲೀಸ್ ಸಹಾಯ ಮಾಡಿ. ನೀವೂಂದ್ರೆ.... ಅವ್ರಿಗೆ ತುಂಬ ಇಷ್ಟ" ಮುಸಲಾವಣೆ ಮಾಡಿದಳು.

ಸದ್ಯಕ್ಕೆ ಅವಳಿಂದ ತಪ್ಪಿಸಿಕೊಳ್ಳಬೇಕಿತ್ತು "ನೋಡೋಣ, ನಾಳೆ ಬೆಳಿಗ್ಗೆ

ಸಾಧ್ಯವಾದ್ರೆ.... ಕಂಡ್ಬರ್ತೀನಿ" ಒಣ ಆಶ್ವಾಸನೆ ಕೊಟ್ಟ. ಸದ್ಯಕ್ಕೆ ಸಾಗಾಕಲು ಅದೊಂದೇ ದಾರಿ.

ನಳಿನಿ ಹೋದ ನಂತರ ಕಾಶಿಯನ್ನು ಕರೆದ. ಭಯಪಟ್ಟವ ಹೇಳಿದ "ಅಕ್ಕಾವ್ರು ಇದ್ದಾಗ ಒಂದೆರಡು ಸಲ ಬಂದಿದ್ರು. ಈಕೆ ಬಂದ ದಿನವೇ ಅಕ್ಕಾವ್ರು ಹೊರಟಿದ್ದು." ಆಮೇಲೆ ಮತ್ತಷ್ಟು ಸ್ಪಷ್ಟವಾಯಿತು ಅವನಿಗೆ.

ನರೇಶ್ ಧಾವನ್ ಮಗಳನ್ನು ಚಂದ್ರು ಮದುವೆಯಾಗುವ ಬಗ್ಗೆ ದಟ್ಟವಾದ ರೂಮರ್ ಹರಡಿಬಿಟ್ಟಿತ್ತು. ಅದು ಸ್ಪಷ್ಟವಾಗಿ, ಅಸ್ಪಷ್ಟವಾಗಿ ಚಂದ್ರು ಕಿವಿ ತಲುಪಿದ ಮೇಲೆ ಜಿಗುಪ್ಸೆಯಾಗಿತ್ತು, ತಂದೆಯ ಬಗ್ಗೆ.

ಬೆಳಿಗ್ಗೆ ಎದ್ದ ಕೂಡಲೇ ಅಹಮದ್‌ಗೆ ಹೇಳಿ ವೃದ್ಧಾಶ್ರಮಕ್ಕೆ ಹೋದ. ವ್ಯಾಯಾಮದಲ್ಲಿ ನಿರತರಾಗಿದ್ದ ನರಹರಿ ತಾಯ್ತಂದೆಯರನ್ನ ನೋಡಿದ ಪುಟ್ಟ ಮಗುವಿನಂತೆ ಓಡಿ ಬಂದರು.

"ಎಲ್ಲಿ... ಅಂಜು? ಈಗ್ಲೂ.... ಒಬ್ನೇ ಬಂದಿದ್ದೀಯಲ್ಲ ಹೋದ್ಸಲನೇ.... ತಾಕೀತು ಮಾಡಿದ್ದೆ" ಮುನಿಸು ನಟಿಸಿದರು. ದೀರ್ಘವಾಗಿ ಅವರನ್ನ ನೋಡಿ ನಸುನಕ್ಕ. "ಊರಲ್ಲಿಲ್ಲ. ಅವ್ರಪ್ಪ ಬಂದು ಕರ್ರೊಂಡ್ಹೋಗಿದ್ದಾರೆ. ಮುಂದಿನ್ವಾರ ನಾನೇ ಬಂದು ಮನೆಗೆ ಕರ್ರೊಂಡ್ಹೋಗ್ತೀನಿ. ಇವತ್ತು ಹೊರ್ಗಡೆ ಬ್ರೇಕ್‌ಫಾಸ್ಟ್ ತಗೋಳೋಣ?" ಎಂದವ ಹೋಗಿ ವಾರ್ಡನ್ ಹತ್ತಿರ ಮಾತಾಡಿ ಬಂದ.

ಹೋಟಲ್‌ಗೆ ಕರೆತಂದು ಸ್ಪೆಷಲ್ ರೂಂನಲ್ಲಿ ಒಂದು ಮೂಲೆ ಟೇಬಲ್ ಹಿಡಿದ. ಸ್ವಚಿಂತನೆಗಿಂತ ಮತ್ತೆ ನರಹರಿ ಸೊಸೆಯ ಕೈಯಲ್ಲಿ ಬಿದ್ದು ಬೇಯುವುದು ಬೇಡವಾಗಿತ್ತು. ಕೊಟ್ಟ ಏಟಿಗೆ ಪ್ರತಿ ಏಟು ಕೂಡ ಅವನ ಉದ್ದೇಶ.

ಇಡ್ಲಿ, ವಡೆ, ಸಾಂಬಾರ್‌ಗೆ ಆರ್ಡರ್ ಮಾಡಿ ಅವರತ್ತ ನೋಡಿದ. "ನಿಮ್ಮ ಸೊಸೆ ನಳಿನಿಯವ್ರು... ಬಂದಿದ್ರು" ಹೇಳಿದ.

ಮೌನವಾಗಿ ಅವರ ಪ್ರತಿಕ್ರಿಯೆಗೆ ಕಾದ. ನರಹರಿಯ ಮುಖದಲ್ಲಿ ಕಾರ್ಮೋಡಗಳು ದಟ್ಟವಾದವು.

ಬಂದ ಹೊಸದರಲ್ಲಿ ಈ ಕಡೆ ತಲೆ ಹಾಕದ ಮಗ ಸೊಸೆ ಆಗಾಗ ಬರುವುದು ಸಮಾಧಾನವೇ. ಮಗ ಮಾಮೂಲಿ. ಸೊಸೆಯ ಬಾಯಲ್ಲಿ ನಯಗಾರಿಕೆಯ ಮಾತುಗಳು ಹಿತವೇ ಆದರೂ ಭಯ.

"ಏನೋ ಆಗಿದ್ದು ಆಗೋಯ್ತು! ಮನೆಗೆ ಬಂದ್ಬಿಡಿ" ಹಿಂದಿನ ದಿನ ಬಂದ ನಳಿನಿ ರಸಗುಲ್ಲ ಡಬ್ಬಿ ಅವರಿಗಿತ್ತು ಹೇಳಿದಾಗ ಸಂತೋಷದ ಬದಲು ನಡುಗಿಬಿಟ್ಟಿದ್ದರು.

ಸಿಹಿತಿಂಡಿಗಳನ್ನು ನಳಿನಿ ಬಹಳ ಚೆನ್ನಾಗಿ ಮಾಡುತ್ತಿದ್ದಳು. ಅವಳಿಗೆ ಇಷ್ಟವು ಕೂಡ. ಮಾಡಿ ಡಬ್ಬಿಗಳಲ್ಲಿ ತುಂಬಿ ಇಷ್ಟವಾದಾಗ ಕೂತು ತಿನ್ನುತ್ತಿದ್ದಳು. ಒಂಟಿಯಾಗಿ ಒಮ್ಮೆ ಇದೇ ರಸಗುಲ್ಲ ತಿನ್ನಬೇಕೆಂಬ ಆಸೆಯಿಂದ ಡಬ್ಬಿ ಎತ್ತಿಹಾಕಿ ಕಾಯಿಸಿದ ರೊಟ್ಟಿ

ಕಡ್ಡಿಯಿಂದ ಬರೆ ಹಾಕಿಸಿಕೊಂಡಿದ್ದರು. ಆ ಗುರುತು ಇಂದಿಗೂ ಇತ್ತು.

"ಅರೆ, ಯಾಕೆ.... ಗಾಬ್ರಿ! ನೀವೀಗ ಸ್ವತಂತ್ರವಾಗಿ ಬೇರೆ ಕಡೆ ಇದ್ದೀರಾ! ನಿಮ್ಗೆ ಅವರೊಂದಿಗೆ ಭೇಟಿ ಇಷ್ಟವಿಲ್ಲಾಂದ್ರೆ.... ವಾರ್ಡನ್‌ಗೆ ತಿಳ್ಸಬಹುದ್ದು" ಎಂದ. ಆ ಕೆಲಸ ಅವನು ಮೊದಲೆ ಮಾಡಿದ್ದ.

ಸೊಸೆ, ಮಗ ಬಂದಾಗ ಸಂಸ್ಥೆಯ ನೌಕರರೊಬ್ಬರು ಅಲ್ಲಲ್ಲೇ ಓಡಾಡಿ ಮ್ಯಾನೇಜರ್‌ಗೆ ಸುದ್ದಿ ಮುಟ್ಟಿಸುತ್ತಿದ್ದರು ಎಚ್ಚರಿಕೆಯಿಂದ.

"ಮೊದ್ಲು ತಿಂಡಿ" ಬಂದ ತಟ್ಟೆಯನ್ನ ಅವರ ಮುಂದೆ ಜರುಗಿಸಿದ. "ಆ ವಿಷ್ಯ ಬಿಡಿ ನಿಮ್ಮ ಫ್ರೆಂಡ್ಸ್ ವಿಷಯ ಹೇಳಿ" ಬೇರೆಡೆಗೆ ಮಾತುಗಳನ್ನು ಹೊರಳಿಸಿದ.

ತಿಂಡಿಯ ನಂತರ ಕಾಫೀ ನಿಧಾನವಾಗಿ ತರಲು ವೈಟರ್‌ಗೆ ಹೇಳಿ ನಳಿನಿಯ ವಿನಂತಿಯನ್ನು ಬಿನ್ನವಿಸಿದ.

ವಿಷಾದ ಮೂಡಿತು ಅವರ ಮುಖದಲ್ಲಿ. ಆ ಒತ್ತಾಯ ಅವರ ಮೇಲೂ ತಂದಿದ್ದರು. ಆದರೂ... ಭಯ! ಅನ್ನದ ತಟ್ಟೆ ನೆನಪಾದರೆ ಹೊಟ್ಟೆಯಲ್ಲಿರುವುದೆಲ್ಲ ಬಾಯಿಗೆ ಬಂದಂತಾಗುತ್ತಿತ್ತು.

"ಮಗ, ಸೊಸೆ ಒತ್ತಾಯಿಸಿದಾಗ ಆಸೆ ಆಗುತ್ತೆ ಆದರೆ.... ಆಗ ನಾನು ತಿಂತಾಯಿದ್ದ ಅನ್ನದ ನೆನಪಾದ್ರೆ.... ನರಕದ ದರ್ಶನವಾಗುತ್ತೆ. ಒಂದು ರೀತಿ ಚಿತ್ತಕ್ಷೋಭೆ, ನನ್ನ ಪಾಡಿಗೆ ಬಿಟ್ರೆ.... ಸಾಕು. ಇಲ್ಲಿ ಎಲ್ಲಾ ಚೆನ್ನಾಗಿ ನೋಡ್ಕೋತಾರೆ. ಆರಾಮಾಗಿದೆ.... ಜೀವ್ನ. ಇನ್ನು ನಾಲ್ಕು ದಿನ ಬದ್ಕಬೇಕೆನಿಸುತ್ತೆ" ಕನ್ನಡಕ ತೆಗೆದು ಕಣ್ಣೀರು ತೊಡೆದುಕೊಂಡರು.

ಟೇಬಲು ಮೇಲಿದ್ದ ಅವರ ಎರಡು ಕೈಗಳನ್ನ ಹಿಡಿದುಕೊಂಡ "ಪ್ಲೀಸ್, ನಿಮ್ಮ ಕಣ್ಣೀರು ಅವ್ರ ಪಾಲಿಗೆ ಶಾಪವಾಗುತ್ತೆ. ಯಾವ್ದೋ ಒಂದು ಆಸೆ ಇಟ್ಕೊಂಡಿರ್ಬಹುದ್ದು. ಅದು ಹುಸೀಂತ ತಿಳಿದ್ರೆ.... ಬರೋದೇ ಕಮ್ಮಿ ಆಗುತ್ತೆ. ಯಾವ್ದೇ ಒತ್ತಡಕ್ಕೆ ಮಣಿದು ಮನೆಗೆ ಹೋಗೋಕೆ ಒಪ್ಕೋಬೇಡಿ" ಎಂದ. ನಳಿನಿಯ ಕಾಡಿಗೆ ಹಚ್ಚಿದ್ದ ಕಣ್ಣುಗಳಲ್ಲಿ ಕೂಡ ಅವನಿಗೆ ಕಾಣುತ್ತಿದ್ದುದು ಕ್ರೂರತ್ವ.

ಕಾಫಿಯ ನಂತರ ಮೇಲೆದ್ದ ಅವನ ಕೈ ಹಿಡಿದುಕೊಂಡರು ನರಹರಿ. "ಒಂದ್ಮಾತು.... ಕೇಳ್ದೆ! ಅದು ಸುಳ್ಳಾಗಿರ್ಲಿಂತ ನನ್ನ ಮನದ ಹಾರೈಕೆ. ಬರೀ ಹಟಕ್ಕೆ ಅಂಜುನ ಮದ್ವೆ ಆಗಿದ್ದಂತೆ. ಈಗ ನಿಂಗೆ ಮತ್ತೊಂದು... ವಿವಾಹ!" ಎಂದರು ಕೋಪದಿಂದ.

ವಿಷಯ ಇಲ್ಲಿಯವರೆಗೂ ಬಂದಿದ್ದು ನೋಡಿ ದಿಗ್ಭ್ರಾಂತನಾದ. ಆದರೂ ಚೇತರಿಸಿಕೊಂಡು ನಕ್ಕುಬಿಟ್ಟ.

"ಇದೆಲ್ಲ ನಂಗೆ ಗೊತ್ತಿಲ್ಲ! ಈ ರೂಮರ್ಗೆ ಹಿಂದೆ, ಮುಂದೆ ಅಕ್ಕ ಪಕ್ಕ ಏನಿಲ್ಲ, ಕನಿಷ್ಠ ಬೇಸ್ ಇಲ್ದೆ ಹಬ್ಬಿರೋದು. ಬದ್ಕಿನಲ್ಲಿ ಕೆಲವು ಪ್ರಿನ್ಸಿಪಲ್‌ನ ಇಟ್ಕೊಂಡೋನು

ನಾನು. ಅದ್ನ ಬಿಟ್ಟು ಜೀವಿಸೊಲ್ಲ, ಇವೆಲ್ಲ ಸುಳ್ಳು...." ನಿರಾಕರಿಸಿದ.

ಇಲ್ಲಿಗೆ ನಳಿನಿಯನ್ನು ಬಿಟ್ಟು ಬೇರೆ ಯಾರೂ ವಿಷಯ ತಂದಿರುವುದಿಲ್ಲವೆಂದು ಅರಿವಾದರೂ ಪ್ರಶ್ನಿಸುವ ಅಗತ್ಯ ಕಾಣಲಿಲ್ಲ.

ನರಹರಿಯವರನ್ನ ವೃದ್ಧಾಶ್ರಮ ಮುಟ್ಟಿಸಿ ಮ್ಯಾನೇಜರ್ ಬಳಿ ಅರ್ಧ ಗಂಟೆ ಮಾತಾಡಿದ.

ಸಂಜೆಯ ಅದರ ಪರಿಣಾಮದ ಬಿಸಿ ನಳಿನಿಗೆ ತಟ್ಟಿತು. ತಿಂಡಿ ಡಬ್ಬಿ ಕೈ ಸೇರುವ ಮುನ್ನವೇ ಬಂದ ವಾರ್ಡ್‌ಬಾಯ್ ಹೇಳಿದ.

"ಡಾಕ್ಟ್ರು ಸಾಲ್ಟ್ ಕಮ್ಮಿ ಮಾಡಿ ಅನ್ನೋದರ ಜೊತೆಗೆ ಎಣ್ಣೆಯಲ್ಲಿ ಕರಿದ ಪದಾರ್ಥ, ಹೆಚ್ಚಿನ ಖಾರ ಯಾವ್ದೂ ಕೊಡ್ಬಾರ್ದೂಂತ ಹೇಳಿದ್ದಾರಂತೆ."

ನಳಿನಿ ಗಂಡನ ಮುಖ ನೋಡಿದಳು. "ಆರೋಗ್ಯ ಮುಖ್ಯ. ಡಾಕ್ಟ್ರು ಬೇಡಾಂದ್ಮೇಲೆ... ಬೇಡ" ಶಾಂತವಾಗಿ ನುಡಿದ. ತೀರಾ ಮೃದುಸ್ವಭಾವದ ವ್ಯಕ್ತಿ. ಮಾತು ಹೆಚ್ಚು ಬೇಕಿಲ್ಲ ವಾದ ವಿವಾದ ಇಷ್ಟವಿಲ್ಲ, ಅಂಥ ವ್ಯಕ್ತಿ.

ಅವಮಾನ ತಡೆಯದಾಯಿತು ನಳಿನಿಗೆ. "ಬೇಡ, ಮನೆಗೆ ಕರ್ಕೊಂಡ್ಹೋಗೋಣ...." ಜಂಬದ ಮುಖ ಮಾಡಿದಳು.

ನೋಡಿಕೊಳ್ಳಲು ನೇಮಕವಾದ ನರ್ಸ್ ಬಂದು ನರಹರಿಯನ್ನು ಕರೆದೊಯ್ದಳು.

"ನಡೀರಿ.... ಮ್ಯಾನೇಜರ್ ಹತ್ರ ಮಾತಾಡೋಣ...." ಕಾಲು ಅಪ್ಪಳಿಸಿದಳು.

ಮ್ಯಾನೇಜರ್ ಇವರು ಹೇಳಿದನ್ನೆಲ್ಲ ಕೇಳಿ ಕೊನೆಯಲ್ಲಿ "ನರಹರಿಯವ್ರು ಬರ್ದು ಕೊಟ್ಟ ಪತ್ರದ ಆಧಾರದ ಮೇಲೆ ಅವ್ರನ್ನ ಎಲ್ಲೂ ಕಳುಹಿಸಿಕೊಡೊಲ್ಲ, ನೀವು ಬಂದು ಹೋದಾಗ್ಲೆಲ್ಲ ಅವ್ರ ಬಿ.ಪಿ. ಜಾಸ್ತಿ ಆಗುತ್ತೆ. ನೀವು ಬರೋದ್ದೇ ಕಮ್ಮಿ ಮಾಡಿ" ಸ್ಪಷ್ಟವಾಗಿ ತಿಳಿಸಿ ಸಾಮಾನಿನ ಲಾರಿ ಬಂತೆಂದು ಎದ್ದು ಹೋದ.

ಅಂತೂ ಈ ಬಾಗಿಲು ಮುಚ್ಚಿದಂತಾಯಿತು.

ಗ್ಲಾಡಿಯೋಲಸ್ ಉದ್ಯಾನ ಚಿಗುರಿದ್ದ ಜಾಗ ಪುಟ್ಟ ಮನೆ. ಕೆಲವು ಲಕ್ಷಗಳ ಆಸ್ತಿ. ನರಹರಿ ಅವಳ ಪ್ರಕಾರ ಒಂದೆರಡು ವರ್ಷ ಬದುಕಬಹುದು. ನಂತರ.... ತಮ್ಮದೇ! ಅವರು ವೃದ್ಧಾಶ್ರಮದಲ್ಲಿ ಇಲ್ಲದ ಮೇಲೆ ಈ ಆಸ್ತಿ ಅಲ್ಲಿ ಸೇರುವ ಪ್ರಮೇಯ ಬರುವುದಿಲ್ಲವೆನ್ನುವ ಹಂಚಿಕೆ ಹಾಕಿದ್ದಳು.

ಆದರೆ ಹತ್ತು ವರ್ಷಕ್ಕಿಂತ ಹೆಚ್ಚಿನ ಆಯಸ್ಸು ದೇವರು ನರಹರಿಯ ಹಣೆಯಲ್ಲಿ ಬರೆದಿದ್ದಾನೆಂದು ಆ ಮೂರ್ಖ ಹೆಂಗಸಿಗೆ ಗೊತ್ತಿರಲಿಲ್ಲ.

* * *

ತೀರಾ ಹತ್ತಿರದ ಸಂಬಂಧದ ದೂರದ ಊರಿನ ಮದುವೆ. ಈಚೆಗೆ ನಾರಾಯಣ್ ದಂಪತಿಗಳು ಅಂಥ ಸಮಾರಂಭಗಳಿಗೆ ಹೋಗುವುದನ್ನು ನಿಲ್ಲಿಸಿದ್ದರು. ಪ್ರಿಂಟಾದ

ಲಗ್ನಪತ್ರಿಕೆಗಳನ್ನ ಹಂಚಿದ ನಂತರ ಪತ್ರಿಕೆಯಲ್ಲಿ ಮದುವೆ ನಿಂತ ಪ್ರಕಟಣೆ ನೋಡಿದ ದಿನವೇ ಕುಸಿದಿದ್ದರು. ಆಮೇಲೆ ಒಂದಾದರೊಂದರಂತೆ ಘಟನೆಗಳು ಅವರನ್ನು ಚೇತರಿಸಿಕೊಳ್ಳಲು ಬಿಟ್ಟಿರಲಿಲ್ಲ.

ಬಾಗಿಲಿಗೆ ಬಂದ ಹೇಮಲತ ತುಸು ದನಿ ತಗ್ಗಿಸಿ "ಅಲಮೇಲು ಮಗ್ಳು ಮದ್ವೆ, ಕಷ್ಟಕ್ಕೆ ಸುಖಕ್ಕಾದ ಜನ. ಹೋಗ್ದಿದ್ರೆ.... ಸರಿ ಇರೋಲ್ಲ" ತೋಟದ ಕಡೆ ಹೊರಟ ಗಂಡನಿಗೆ ಹೇಳಿದ್ದಳು.

ಭಾರವಾದ ಉಸಿರೆಳೆದು ದಬ್ಬಿದ್ದರು.

"ಎಲ್ಲಿ ಹೋಗೋಕೂ ಮನಸ್ಸಿಲ್ಲ. ಅವಮಾನ, ನೋವು ಎಲ್ಲಾ ಇದ್ರೂ ಅಂಜು ಗಂಡನ ಜೊತೆಯಲ್ಲಿದ್ದಾಳಲ್ಲ, ಅನ್ನೋ ನೆಮ್ದಿ ಇತ್ತು. ಈಗ ಅದೂ ಇಲ್ಲ, ಹೇಗಿದ್ದಾಳೆ?" ಕೇಳಿದರು. ಕೆಲವೇ ಕೆಲವು ದಿನಗಳಲ್ಲಿ ಹೆಚ್ಚು ವಯಸ್ಸಾದವರಂತೆ ಕಾಣಿಸುತ್ತಿದ್ದರು.

ಆಕೆಯ ಕಣ್ಣಂಚು ಒದ್ದೆಯಾಯಿತು. "ನೀವು ಇದ್ದಾಗ, ಹಾಗೂ ಹೀಗೂ... ಓಡಾಡಿಕೊಂಡಿರ್ತಾಳೆ. ನಂತರ ಕೋಣೆ ಸೇರಿ ಮಂಕಾಗಿ ಕೂತು ಬಿಡ್ತಾಳೆ. ಅದ್ಕೇ ಊಟ, ತಿಂಡಿಗೆ ನಿಮ್ಜೊತೆ ಕೂಡಿಸೋದು" ಎಂದರು ದನಿ ತಗ್ಗಿಸಿ. ಮಗಳ ಮುಖ ನೋಡಿದ್ರೆ ಕರುಳು ಕತ್ತರಿಸಿದಂತಾಗುತ್ತಿತ್ತು. ಇದಕ್ಕೆ ಕಾರಣನಾದಂಥ ಜನರಿಗೆ ಶಾಪ ಹಾಕದಂಥ ಒಳ್ಳೆತನ.

"ಅವರಿಬ್ಬರ ನಡುವೆ ಏನು ಘಟನೆ ನಡೆದಿದೇಂತ ಗೊತ್ತಾಗ್ದಿದ್ರೆ.... ಏನ್ಮಾಡೋಕ್ಕಾಗುತ್ತೆ! ಇನ್ನ ನಾಲ್ಕು ದಿನ ತಡೆಯೋಣ. ಏನಾದ್ರೂ ಹೇಳ್ತಾಳೆ. ನಾನೊಬ್ಬೇ ಹೋಗ್ಬರ್ತೀನಿ ಮದ್ವೆಗೆ. ನೀನು ಮನೆಯಲ್ಲೇ ಇರು. ಅಂಜೂನ ಒಂಟಿಯಾಗಿ ಬಿಟ್ಹೋಗೋದು ಸರಿಯಲ್ಲ" ಎಂದರು ನಾರಾಯಣ್ ಹೊರಗೆ ಹೆಜ್ಜೆ ಇಡುತ್ತ.

ಎರಡ್ಹೆಜ್ಜೆ ಗಂಡನ ಹಿಂದೆ ಹೋದ ಹೇಮಲತ "ಒಂದ್ನಿಮ್ಷ ನೀವಾದ್ರು ಗಟ್ಟಿಯಾಗಿ ಕೇಳಿ. ಮನಸ್ಸಿನ ನೋವು ಹೇಳಿಬಿಟ್ಟಾಗ... ಅವ್ಳು ತಿಳೀ ಆಗ್ತಾಳೆ. ಇಲ್ದಿದ್ರೆ... ಕೂತ ಕಡೆಯೇ ಕೃಶವಾಗ್ಬಿಡ್ತಾಳೆ" ಕೇಳಿಕೊಂಡರು.

ಅದೂ ಸರಿಯೆನಿಸಿತು. ಆದರೆ ಯಾಕೋ ಹಿಂಜರಿಕೆ. ನಂತರದ ತಪ್ಪು ಅಂಜುದಾದರೂ ಮೊದಲ ತಪ್ಪು ತಮ್ಮದೆನ್ನುವುದು ಪ್ರಾಮಾಣಿಕ ಅಭಿಪ್ರಾಯ. ತಮ್ಮ ಸ್ಥಿತಿಯನ್ನ ಪೂರ್ತಿ ತಿಳಿಸಬೇಕಿತ್ತು. ಅಥವಾ ತೀರಾ ದೊಡ್ಡ ಸಂಬಂಧ ಅನ್ನಿಸಿದಾಗ ಹಿಂದಕ್ಕೆ ಸರಿಯಬೇಕಿತ್ತು. ಇವೆರಡರ ಅಪರಾಧಾ ತನ್ನದೇ.

"ನೋಡಿ...." ಹೆಂಡತಿಯೇ ಮತ್ತೆ ಎಚ್ಚರಿಸಬೇಕಾಯಿತು ಅವರನ್ನ. "ಸುಮ್ನೇ ಕೂತಿದ್ದಾಳೆ. ಈಗ್ಲೇ.... ಕೇಳ್ಬಿಡಿ" ಒತ್ತಾಯಿಸಿದರು. ಆಕೆಗೆ ಬೇಗ ಸತ್ಯ ತಿಳಿಯಬೇಕೆನ್ನೋ ಕುತೂಹಲ. ಅದಕ್ಕೆ ಮೀರಿ ಏನಾದರೂ ಪರಿಹಾರ ಸಾಧ್ಯವೇನೋ ಎನ್ನುವ ತವಕ.

"ತಾನಾಗಿ ಹೇಳ್ಲಿ. ಹೇಳೋಕೆ ತಾನೇ ಏನಿರುತ್ತೆ? ಅಪ್ಪನ್ಗಿಂತ ಒಂದ್ಹೆಜ್ಜೆ ಮಗ ಮುಂದ್ಹೋದ. ರಾಧಾಕೃಷ್ಣರಿಗೆ ಹಣದ ಜೊತೆ ಮುದ್ದಾದ ಸೊಸೇನು ಬೇಕಿದ್ದು,

ಅವ್ರ ನಿರೀಕ್ಷೆ ಪ್ರಕಾರ ನಮ್ಮಲ್ಲಿ ಹಣ ಇಲ್ಲಾಂತ ಗೊತ್ತಾಯ್ತು. ಮಗನದು ಬಿಸಿ ರಕ್ತ, ಆದರ್ಶದ ಹುಚ್ಚು. ಕಷ್ಟದ ಬದ್ಕಿಗೆ ರೋಸಿ ಕೈ ತೊಳ್ದುಕೊಂಡ. ಅದೇ ಅಪ್ಪ.... ಅದೇ ಮಗ.... ಅಂಥ ದೊಡ್ಡ ವ್ಯತ್ಯಾಸ್ವೇನು ಇಲ್ಲ, ಒಳ್ಳೆದೇ ಆಯ್ತು ಬಿಡು." ತಲೆಯ ಮೇಲಿನ ದೊಡ್ಡ ಭಾರ ಕಳೆದುಕೊಂಡಂತೆ ಹೇಳಿದರು.

ತಂದೆಯ ಮಾತುಗಳು ಅಸ್ಪಷ್ಟವಾಗಿ ಅಂಜು ಕಿವಿಗೆ ಬಿದ್ದಾಗ ಗೋಡೆಗೆ ಆತು ನಿಂತಳು. ಹಾಗೆಯೇ ಕುಸಿದು ಕೂತಳು.

ಇಲ್ಲಿಗೆ ಬಂದ ನಂತರವೇ ದಿಟ್ಟವಾಗಿ ನೇರವಾಗಿ ಯೋಚಿಸಿದ್ದು.

ಅವಳ, ಚಂದ್ರು ನಡುವೆ ಇಂದಿನವರೆಗೂ ದೈಹಿಕವಾಗಿ ಯಾವುದೇ ಸಂಬಂಧವಿರಲಿಲ್ಲ. ಆ ಬಗ್ಗೆ ಈ ಕ್ಷಣ ಗೌರವವೆನಿಸಿತು.

"ನಾನು ಕೆಳ್ಗೇ.... ಮಲಕ್ಕೋತೀನಿ" ಎಂದಾಗ ಹೆದರಿಕೆಯನ್ನ ಕಣ್ಣುಗಳಲ್ಲಿ ತುಂಬಿಕೊಂಡು ನಕ್ಕುಬಿಡುತ್ತಿದ್ದ. "ಮೈ ಗಾಡ್, ಹೇಗೆ.... ಸಾಧ್ಯ? ವಿವಾಹದ ಮಂತ್ರ ಪ್ರತಿಜ್ಞೆಗಳ ಪೂರ್ತಿ ಅರ್ಥ ತಿಳಿಯದಿದ್ರೂ.... ನಿನ್ನ ಸುಖದ ನಂತರವೇ ನನ್ನ ಕ್ಷೇಮ, ಪ್ಲೀಸ್, ಈ ಬಡವನ ಕೋರಿಕೆ ಮನ್ನಿಸಿ" ತಮಾಷೆ ಮಾಡಿ ಅವಳ ತುಟಿಗಳನ್ನ ನಗು ಆಕ್ರಮಿಸುವಂತೆ ಮಾಡುತ್ತಿದ್ದ.

ಮಳೆ ಬಂದ ದಿನದ ನೆನಪು ಮಾಡಿಕೊಂಡಳು. ಪ್ರಥಮ ರಾತ್ರಿ.... ಯಾವುದೇ ಆವೇಗಕ್ಕೆ ಒಳಪಡದೆ ಬಹಳ ಸರಳವಾಗಿ ನಡೆದುಕೊಂಡ.

"ಅಂಜು...." ತಾಯಿ ಸ್ವರ.

ಬೆಚ್ಚಿಬಿದ್ದ ಮಗಳ ಭುಜದ ಮೇಲೆ ಕೈ ಇಟ್ಟರು. "ನೀನು ಮಂಕಾಗಿ ಕೂತ್ರೆ... ನಮ್ಗೆ ದಿಕ್ಕು ತೋಚೋಲ್ಲ. ಏನಾದ್ರೂ ಹೇಳು. ಚಂದ್ರು..... ನಿನ್ನ ಕಳ್ಸಿಬಿಟ್ನಾ?" ಕೇಳಿದ ಕೂಡಲೇ ತಾಯಿಯನ್ನೇ ಅಪ್ಪಿಕೊಂಡು ಕಣ್ಣೀರು ಸುರಿಸಿದಳು.

ಅತ್ತು ಸಮಾಧಾನವಾಗುವವರೆಗೂ ಸುಮ್ಮನಿದ್ದರು.

"ಈಗ್ಹೇಳು ಚಂದ್ರು.... ಕಳ್ಸಿಬಿಟ್ನಾ?" ಒತ್ತಾಯಿಸಿದರು.

ಇಲ್ಲವೆಂದು ತಲೆಯಾಡಿಸಿದವಳು "ಇಲ್ಲ, ನಾನೇ... ಬಂದೆ. ಅವರಾಗಿ ಕಳ್ಸೋವರ್ಗೂ ಇರೋಕೆ ಇಷ್ಟವಾಗ್ಲಿಲ್ಲ?" ಎಂದಳು.

ಆಕೆಗೇನು ಅರ್ಥವಾಗಲಿಲ್ಲ ತೀರಾ ಮುಗ್ಧವಾಗಿ ತಮ್ಮ ಹಿಂದೂ ಮುಂದೆ ಸುತ್ತುತ್ತಿದ್ದ ಅಂಜು ಹೇಳದೇ ಕೇಳದೆ ಪರಾರಿಯಾಗಿ ಮದುವೆ ಮಾಡಿಕೊಂಡಳೆಂದರೆ ಇಂದಿಗೂ ನಂಬಲಾಗುತ್ತಿರಲಿಲ್ಲ. ಅಂಥ ಪ್ರಬಲ.... ಆಕರ್ಷಣೆ, ವಯಸ್ಸಿನಿಂದ ಮೂಡಿ ಬಂದಿದ್ದೋ.... ಏನು ಯೋಚಿಸಿದರೂ ಸಿದ್ಧವಾದ ಉತ್ತರವಂತೂ ಆಕೆಗೆ ಸಿಗದು.

"ತೀರಾ ಒಗಟೊಗಟು ಮಾತುಗಳು ನಂಗೆ ಅರ್ಥವಾಗ್ದು. ಸ್ವಲ್ಪ ಬಿಡ್ಸಿ ಹೇಳು. ನಿಮ್ಮತ್ತೆ, ಮಾವ ಏನಾದ್ರೂ.... ಬಂದಿದ್ರಾ?" ತಾಳ್ಮೆ ಕಳೆದುಕೊಂಡು ಸಿಡುಕಿದರು.

ಅಂಜು ಎದ್ದು ಹೋದಳು. ಏನು ಹೇಳಿಯಾಳು? ಚಂದ್ರು ಕತ್ತು ಹಿಡಿದು ಅವಳನ್ನೇನು ದಬ್ಬಿರಲಿಲ್ಲ. ಆದರೆ.... ಇಷ್ಟವಾಗಿರಲಿಲ್ಲ. ಬರೀ ಹಟ.... ಛಾಲೆಂಜ್‌ಗಾದ ವಿವಾಹ. ಉಸುಕಿನ ಮೇಲೆ ಕಟ್ಟಿದ ಮನೆ ಯಾವ ಕ್ಷಣವಾದರೂ ಕುಸಿಯಬಹುದು. ಅದರ ವಾಸ ಅಪಾಯ.

ಹೇಮಲತ ಗೊಣಗಿಕೊಂಡು ಸುಮ್ಮನಾದರು.

ಆಕಾಶ ಗುಡುಗಿದ್ದು ಕೇಳಿ ಕಿಟಕಿಯ ಬಳಿ ಬಂದು ನಿಂತಳು ಅಂಜು. ಕಪ್ಪು ಮೋಡಗಳು ಆಕಾಶವನ್ನು ಮಬ್ಬುಗೊಳಿಸಿತ್ತು. ವರ್ಷ ಭೂಮಿಯನ್ನ ಸ್ವಚ್ಛಮಾಡುತ್ತ ಆಕಾಶವನ್ನ ನಿರ್ಮಲಗೊಳಿಸುತ್ತೆ. ಅದು ಪ್ರಕೃತಿ ವೈಶಿಷ್ಟ್ಯಗಳಲ್ಲೊಂದು.

ವಿಷಯ ಏನಿತ್ತೋ ಏನೋ. ಆ ಮನೆ ಸಂಬಂಧಗಳಿಂದ ಚಂದ್ರು ಅವಳನ್ನು ದೂರವಿಟ್ಟಿದ್ದ. ಬಹುಶಃ ಅವನಮ್ಮ ನರ್ಸಿಂಗ್ ಹೋಂನಲ್ಲಿದ್ದಾಗಲೂ ಒಮ್ಮೆಯೂ ಕರೆದೊಯ್ದಿರಲಿಲ್ಲ. ಇಂಥ ಬಾಳು ಬೇಕಿರಲಿಲ್ಲ ಅಂಜುಗೆ.

"ಅಂಜು ನಿಂಗೆ ಮುಂದಾಲೋಚನೆ ಕಮ್ಮಿ. ಅಂದು ವಿವೇಕಿಯಾಗಿ ವರ್ತಿಸಿದ್ದರೆ ಇಂದು ಬೇರೆಯವರ ಜೊತೆ ನಿನಗೆ ನೀನೇ ಸಮಸ್ಯೆಯಾಗುತ್ತಿರಲಿಲ್ಲ" ಮನ ಛೀಮಾರಿ ಹಾಕಿತು.

ರಾತ್ರಿ ಬಂದ ನಾರಾಯಣ್ ಮಳೆಯಲ್ಲಿ ಸಂಪೂರ್ಣವಾಗಿ ತೊಯ್ದಿದ್ದರು. "ಇವತ್ತು ಲಾಯರ್ ಸಿಕ್ಲಿಲ್ಲ. ಬರೀ ಓಡಾಟದಲ್ಲಿ ಭೂಮಿ, ಕಾಣಿ, ತೋಟವೆಲ್ಲ ಹಾಳಾಯ್ತು. ಬಧ್ಕಿನ ಹೆಚ್ಚಿನ ಸಮಯ ಹಾಳಾಗಿದ್ದು ಕೋರ್ಟು ಬಳಿಯಲ್ಲಿ. ನೊಂದು ಹೆಂಡತಿಯೊಂದಿಗೆ ತೋಡಿಕೊಂಡರು. ಇದು ಹಲವರ ಸ್ಥಿತಿ. ಅನಗತ್ಯ ಘರ್ಷಣೆ, ವೈಮನಸ್ಯ ಯಾರನ್ನೂ ನೆಮ್ಮದಿಯಾಗಿರಲು ಬಿಡುವುದಿಲ್ಲವೆಂದು ವೇದ್ಯವಾಗಿತ್ತು ಅವರಿಗೆ. ಮುಂದೆ ಅಂಥ ತಪ್ಪುಗಳನ್ನ ಮಾಡಲಾರರು.

ತಾಯಿ ಕೂಗಿದಾಗ ಮೌನವಾಗಿ ಬಂದು ತಟ್ಟೆಯ ಮುಂದೆ ಕೂತಳು ಅಂಜು. ವಾರೆಗಣ್ಣಿನಿಂದ ಮಗಳ ಮುಖದ ಏರುಪೇರುಗಳನ್ನು ಗುರ್ತಿಸಿದ ನಾರಾಯಣ್ ಕನಿಕರಗೊಂಡರು.

"ಅಂಜು, ತಟ್ಟೆಯ ಮುಂದೆ ಮಂಕುತನ ಸರಿಹೋಗ್ದು" ಸ್ವಲ್ಪ ಗಡುಸಾಗಿಯೇ ಹೇಳಿದರು. ಮೃದುತ್ವ ಬರೀ ಕಣ್ಣೀರು ತರಿಸುತ್ತದೆಯೆಂದು ಅವರಿಗೆ ಗೊತ್ತು. "ಏನಿಲ್ಲ..." ಚೇತರಿಕೆ ನಟಿಸುತ್ತ ಊಟ ಮಾಡಿದಳು.

ಹೀಗೆ ದಿನ ದೂಡುವುದರಲ್ಲಿ ನಾರಾಯಣ್‌ಗೆ ಅರ್ಥ ಕಾಣಲಿಲ್ಲ ಬೆಳಗಿನ ನಿಲುವನ್ನು ಈಗ ಬದಲಿಸಿದರು.

ಕೈ ತೊಳೆಯಲು ಹೊರಟವರ ನಿಂತು "ಅಂಜು, ಊಟ ಮುಗ್ಸಿ ಜಗುಲಿಗೆ.... ಬಾ" ಅವಳ ತಟ್ಟೆಯಲ್ಲಿ ಉಳಿದ ಕಡೆಯ ತುತ್ತಿನ ಮೊಸರನ್ನ ನೋಡಿದರು. ಅದನ್ನ ತಿನ್ನಬಹುದು, ಬಿಸಾಡಬಹುದು, ಅದು ಮುಖ್ಯವಲ್ಲ.

ಅಂಜು ಮುಂಭಾಗದ ಜಗುಲಿಗೆ ಬಂದಾಗ ಒಂಟಿಯಾಗಿ ಕೂತ ನಾರಾಯಣ್ ಸುರಿಯುವ ಮಳೆಯನ್ನ ನೋಡುತ್ತಿದ್ದರು. ಅಂದು ಕೂಡ ಇದೇ ಮಳೆ. ಅನುಭವಿಸಿದ ನೋವು ಲೆಕ್ಕ ಹಾಕಿದರೆ ಇಂದು ನಿರಾತಂಕವಾಗಿತ್ತು. ಅಂದಿನ, ಇಂದಿನ ಸ್ಥಿತಿಗೆ ಅಂಥ ವ್ಯತ್ಯಾಸ ಕಾಣಿಸದಿದ್ದರೂ ಮನಸ್ಸು ಗಟ್ಟಿಯಾಗಿತ್ತು.

"ಬಾ.... ಕೂತ್ಕೋ" ಎಂದರು ಮೃದುವಾಗಿ.

ಬಂದ ಅಂಜು ಜಗುಲಿಯ ಇನ್ನೊಂದು ಅಂಚಿಗೆ ಕೂತಳು. ಏನಾದರೂ ಹೇಳಬೇಕಿತ್ತು. ಮುಖ ಮರೆಸಿಕೊಂಡು ಓಡಾಡಿ ಅವಳಿಗೂ ಸಾಕಾಗಿತ್ತು.

"ನೀನು ಬಂದಿದ್ದು ಸಂತೋಷನೇ. ಚಂದ್ರು ಜೊತೆಯಲ್ಲಿ ಬಂದಿದ್ರೆ ಮತ್ತಷ್ಟೂ ಸಂತೋಷವಾಗ್ತ ಇತ್ತು. ಬೇಸರ, ಕೋಪ, ನಿಮಿಷದಿಂದ ನಿಮಿಷಕ್ಕೆ ಕಮ್ಮಿ ಆಗ್ತಾ ಹೋಗುತ್ತೆ. ಹೆತ್ತವರ ಹಣೆಬರಹ ಇದು." ವ್ಯಥೆ ಉಸಿರು ಅವಳಿಗೆ ಬಂದು ರಾಚಿದಂತಾಯಿತು. ಕಣ್ತುಂಬಿತು. "ನನ್ನ ಕ್ಷಮ್ಸಿಬಿಡು ಅಪ್ಪ."

ನಾರಾಯಣ್ ನಕ್ಕುಬಿಟ್ಟರು. "ಈಗಿನ ಜನಾಂಗ ಹಿರಿಯರನ್ನ ಇಟ್ಕೊಂಡಿರೋದು ಎರಡೇ ಕಾರಣಕ್ಕೆ. ಒಂದು ಕ್ಷಮ್ಸಿಸೋಕೆ, ಎರಡನೆಯದು ಆಶೀರ್ವಾದಕ್ಕೆ. ಅವೆಲ್ಲ... ಬೇಡ. ಚಂದ್ರು ಕಳಿಸಿದ್ನಾ?" ಕೇಳಿದರು ನೇರವಾಗಿ.

ಇಲ್ಲವೆಂದು ತಲೆಯಾಡಿಸಿದಳು. ಚಂದ್ರು ಮೇಲೆ ಏನಾದರೂ ದೋಷಾರೋಪಣ ಮಾಡಲು ಅವಳ ನಾಲಿಗೆ ಏಳುತ್ತಿರಲಿಲ್ಲ. ಇದು ಪ್ರೀತಿಯ ಒಂದು ಮುಖವೋ, ಗೌರವದ ಇನ್ನೊಂದು ಮುಖವೋ ಅವಳಿಗಂತೂ ಗೊತ್ತಿಲ್ಲ.

"ನೀನು ಬರೋಕೆ... ಕಾರಣ?" ತೀಕ್ಷ್ಣವಾಯಿತು ಅವರ ದನಿ.

"ಇಬ್ಬರ ನಡ್ವೆ ನಿಲ್ಲೋಕೆ ಮನಸ್ಸಾಗಿಲ್ಲ. ಅವ್ರ ತಾಯಿ ಹಾರ್ಟ್ ಪೇಷಂಟ್... ನನ್ನ ಕ್ಷಮ್ಸಿಬಿಡಿ ಅಪ್ಪ.... ಮತ್ತೇನು ಕೇಳ್ಬೇಡಿ" ಎಂದಳು.

ಒಂದು ವಿಷಯ ನಾರಾಯಣ್‌ಗೆ ಡೆಫಿನೆಟ್ ಆಯಿತು. ಅಂಜು ಈ ಮನೆಗೆ ತವರಿಗೆ ಬಂದಂತೆ ಬಂದಿಲ್ಲ. ಪರ್ಮನೆಂಟಾಗಿ ಉಳಿಯಲು ಬಂದಿದ್ದಾಳೆ. ನಿರೀಕ್ಷೆ ಇದ್ದರೂ ಹುಸಿಯಾಗಲಿಯೆಂಬುದೇ ಅವರ ಹಾರೈಕೆಯಾಗಿತ್ತು. ಅದು ಸುಳ್ಳಾಯಿತಷ್ಟೆ.

"ಚಂದ್ರುನ..... ವಿಚಾರಿಸ್ಲಾ?" ಕೇಳಿದರು.

"ಬೇಡ ಯಾವ ರೀತಿ ಯೋಚ್ಸಿದ್ರೂ ತಪ್ಪಿತಸ್ಥಳು ನಾನೇ ಆಗ್ತೀನಿ. ನಿಮ್ಮ ಮಗ್ಳು ಬುದ್ಧಿವಂತಳಲ್ಲ. ಅಪ್ಪ" ಅವರೆದೆಯ ಮೇಲೆ ತಲೆ ಇಟ್ಟು ಅತ್ತಳು.

ಮಗಳ ಕಂಬನಿ ರಕ್ತವಾಗಿ ಅವರೆದೆ ತೋಯಿಸುತ್ತಿತ್ತು.

"ಆಯ್ತು ಬಿಡು, ಅಂಜು... ತಲೆ ಕೆಡ್ಸಿಕೊಳ್ಳೋದ್ಬೇಡ. ಈಗ್ಲೂ ಬುದ್ಧಿಗೇಡಿಯಂತೆ ಮಂಕಾಗ್ಬೇಡ. ಧೈರ್ಯವಾಗಿ ಆರಾಮಾಗಿರು. ನೋಡೋಣ... ದೇವರು ಇದ್ದಾನೆ" ಸಾಂತ್ವನಿಸಿದರು.

"ಹೋಗಿ ಮಲಕ್ಕೊ" ಮಗಳನ್ನ ಕಳಿಸಿದರು.

ಮಳೆಯ ರಭಸ ತುಸು ಕಡಿಮೆಯಾದರೂ ಪೂರ್ತಿ ನಿಂತಿರಲಿಲ್ಲ ಅಂದು ಮಗಳ ಕುತ್ತಿಗೆಯಲ್ಲಿ ತಾಳಿ ನೋಡಿ ವಾಪಸು ಬಂದರೂ ಸುಮ್ಮನೆ ಕೂತಿರಲಿಲ್ಲ.

ಹಂತ ಹಂತವಾಗಿ ತಿಳಿಯುತ್ತಿದ್ದರು. ಚಂದ್ರು ಬಗ್ಗೆ ಕೋಪ ಸ್ವಲ್ಪ ಮಟ್ಟಿಗೆ ಕರಗಿ ಮೆಚ್ಚಿಗೆ ಮೂಡಿದರೂ ಅನುಮಾನದಿಂದ ಮುಕ್ತವಾಗಿರಲಿಲ್ಲ ಅವರ ಮನ.

"ಇನ್ನ ಕೂತೇ ಇದ್ದೀರಲ್ಲ ಓಳ್ಗೇ.... ಬನ್ನಿ" ಹೆಂಡತಿ ಕರೆದಾಗ ಚಳಿಯೆನಿಸಿ ಮೇಲೆದ್ದರು.

"ಮಳೆಯ ಸೊಗಸೇ.... ಸೊಗಸು.... ಪ್ರಕೃತಿಯಲ್ಲಿನ ಅದ್ಭುತಗಳಲ್ಲಿ ಇದೊಂದು" ತಲೆ ಸುತ್ತಿದಂತಾಯಿತು. ಗೋಡೆಯನ್ನು ಆಸರೆಗಾಗಿ ತಡವಿದರು.

"ಏನಾಯ್ತು?" ಸನಿಹಕ್ಕೆ ಧಾವಿಸಿದರು.

"ಏನಿಲ್ಲ, ಬಹಳ ಹೊತ್ತು ಕೂತಿದ್ದೆನಲ್ಲ ಕಾಲುಗಳ ಸಹಕಾರ ಸಿಕ್ಕಿಲ್ಲ ಅವಕ್ಕೂ ಒಂದು ರೀತಿಯ ಸೋಮಾರಿತನ" ಮೊಣಕಾಲು ಸವರಿಕೊಂಡಂತೆ ನಟಿಸಿದರು.

ಮನೆಯಲ್ಲಿ ಅತಿ ಕತ್ತಲು ಮುಸುಕಿತ್ತು. ಪೂರ್ತಿ ಕತ್ತಲೊಳಗಿನ ಬಾಳು ಅವರಿಗೆ ಇಷ್ಟವಿಲ್ಲ.

ಹಾಸಿಗೆಯ ಮೇಲೆ ಮಲಗಿದ ನಂತರ ಹೆಂಡತಿಗೆ ಹೇಳಿದರು– "ಅಂಜೂನ ಏನು ಕೇಳೋಕೆ ಹೋಗ್ಬೇಡ. ಅವ್ಳಿಗೆ ಮದ್ವೆನೇ ಆಗಿಲ್ಲಾಂತ ತಿಳ್ಕೊಂಡ್ಬಿಡು" ಕತ್ತಿನವರೆಗೂ ಹೊದ್ದಿಕೆಯನ್ನೆಳೆದುಕೊಂಡರು.

ಆಕೆಯ ಗಂಟಲೊಳಗಿನ ಪಸೆ ಆರಿತು. ಅಂದರೆ ಮುರಿದು ಬಿದ್ದ ಸಂಬಂಧ –ಕರುಳು ಕತ್ತರಿಸಿದಂತಾಯಿತು.

"ಹೇಳಿದಷ್ಟು ಸುಲಭಾನಾ?" ಆಕೆಯ ಗಂಟಲು ಕಟ್ಟಿತು.

"ಕಷ್ಟವಿರ್ಬಹ್ದು. ಸುಲಭ ಮಾಡ್ಕೋಬೇಕು. ಲೈಟ್ ಆರಿಸಿ ಮಲಕ್ಕೊ?" ಮಗ್ಗುಲಾದರು.

ಆ ವಿಷಯದ ಮೇಲೆ ಗಂಟೆಗಟ್ಟಲೆ ಮಾತಾಡಿದರೂ ಏನೂ ಪ್ರಯೋಜನವಿಲ್ಲವೆಂದು ಅವರಿಗೆ ಗೊತ್ತು.

ಅರ್ಧ ರಾತ್ರಿಯವರೆಗೂ ಹೇಮಲತ ತಲೆ ಇಟ್ಟ ದಿಂಬು ಒದ್ದೆಯಾಗುತ್ತಲೇ ಇತ್ತು.

* * *

ನಾಲ್ಕಾರು ದಿನಗಳಿಂದ ರಾಧಾಕೃಷ್ಣ ಖುಷಿಯಾಗಿದ್ದರು. ವಿಷಯ ಅವರ ಕಿವಿ ಮುಟ್ಟಿತ್ತು. ಆದರೂ ಸ್ವಲ್ಪ ಅನುಮಾನಿಸಿದರು.

ನಿಧಾನವಾಗಿ ಡಯಲ್ ತಿರುವಿದರು. "ವಿನೋದ್ ಡಿಟೆಕ್ಟಿವ್ ಏಜನ್ಸೀಸ್...." ಮೊದಲು ತಮ್ಮ ಪರಿಚಯ ಹೇಳಿಕೊಂಡು "ತೀರಾ ಸಿಂಪಲ್ ವಿಷ್ಯ... ನಂಗೆ

ಟ್ವೆಂಟಿಫೋರ್ ಅವರ್ಸ್‌ನಲ್ಲಿ ಡೀಟೈಲ್ಸ್....ಬೇಕು. ವೆರೀ ಅರ್ಜೆಂಟ್. ವಿಷ್ಯ ಬೇಗ ಕೈ ಸೇರಿದ್ರೆ.... ನೀವು ಹೇಳಿದ ಫೀಜಿಗಿಂತ ಜಾಸ್ತಿ ಕೊಡ್ತೀನಿ" ಫೋನಿಟ್ಟರು.

ಮಾರನೆಯ ದಿನ ವಿಷಯ ಸಿಕ್ಕಿತು. ಅಂಜು ಸೋನಾಪುರಕ್ಕೆ ಹೋಗಿರುವುದು ನಿಜ. ಹೊರಟ ಸಮಯದಲ್ಲಿ ಚಂದ್ರು ಇರಲಿಲ್ಲ. ಇದು ಅವನ ಇಷ್ಟದ ವಿರುದ್ಧ ಅದರ ಜೊತೆಗೆ ಆರ್ಥಿಕವಾಗಿ ಪರದಾಟವಿಲ್ಲ ಎನ್ನುವ ಸುದ್ದಿ ಬಹಳ ಒಳ್ಳೆಯ ಸುದ್ದಿಯೇ!

ಇಂಟರ್‌ಕಾಮ್ ಹಚ್ಚಿ ಡೈನಿಂಗ್‌ನಲ್ಲಿದ್ದ ಶಿಲ್ಪಾನ ಕರೆದರು.

ಬಾಬ್ ಕೂದಲನ್ನು ಹಾರಿಸುತ್ತ ಬಂದ ಶಿಲ್ಪಾ ಅವರ ಭುಜದ ಮೇಲೆ ಗದ್ದವನ್ನೂರಿದಳು. "ಹಲೋ ಡ್ಯಾಡಿ, ನನ್ನ ಕರೆದಿದ್ದು ಯಾಕೆ? ತೀರಾ ಇಂಪಾರ್ಟೆಂಟ್ ಇರ್ಬೇಕು" ತಂದೆಯ ಬಳಿ ಲಲ್ಲೆಗರೆದಳು. ಅದರಲ್ಲಿ ಬಹಳ ನಿಸ್ಸೀಮಳು.

ಪ್ರೀತಿಯಿಂದ ಅವಳ ಕೆನ್ನೆ ತಟ್ಟಿದರು. "ರಾತ್ರಿಯೆಲ್ಲ ಚಂದ್ರುದೇ ಕನಸು. ನೀನ್ಹೋಗಿ.... ನೋಡ್ಕೊಂಡ್ ಬಾ. ನಾನು ಕಳಿಸ್ದೇ ಅನ್ನೋ ಸುದ್ದಿ ಮಾತ್ರ ಅವ್ನ ಕಿವಿ ಮುಟ್ಟಬಾರದು. ಈಡಿಯಟ್.... ಹೋಗ್ಬಿಟ್ಟ. ಹೆತ್ತವರ ಸಂಕಟ ಅವ್ನಿಗೇನು ಗೊತ್ತು" ಮಗನನ್ನ ಬೈಯ್ದರು.

"ಷೂರ್ ಡ್ಯಾಡಿ.... ನಿನ್ನ ಪರ್ಮಿಷನ್ ಸಿಕ್ಕಿತಲ್ಲ. ಈಗ್ಲೇ ಹೋಗ್ತೀನಿ. ಯಾವ ಕಾರು ತಗೊಂಡ್ಹೋಗ್ಲಿ ನಿಂದು..." ವಿದೇಶಿ ಕಾರಿನ ಮೇಲೆ ಅವಳ ಕಣ್ಣು.

"ನಂಗೆ ಒಂದು ಮೀಟಿಂಗ್‌ನಲ್ಲಿ ಭಾಗವಹಿಸೋದಿದೆ. ಮಾರುತಿಯಲ್ಲಿ ಹೋಗು. ದಾಸ್ ಬರ್ತಾನೆ ಜೊತೆಯಲ್ಲಿ" ಎಂದವರು ಡಯಲ್ ತಿರುವಿ ತಕ್ಷಣ ದಾಸ್‌ನನ್ನು ಬರಲು ತಿಳಿಸಿದರು.

"ನಾನೇ ಡ್ರೈವ್ ಮಾಡ್ತೀನಿ!" ಮುಖ ದಪ್ಪಗೆ ಮಾಡಿದಳು. "ನೋ, ನನ್ನ ಪ್ರಕಾರ ನಿಂಗೆ ಎಲಿಜಿಬಿಲಿಟಿ ಬಂದಿಲ್ಲ ಯು ಮೇ ಗೋ...." ದೃಢವಾಗಿ ಹೇಳಿದರು.

ಚಂದ್ರು ಮನೆಯಲ್ಲಿದ್ದಾಗಿನ ಶಿಲ್ಪಾಗೂ ಈಗಿನ ಮಗಳಿಗೂ ಬಹಳ ವ್ಯತ್ಯಾಸ ಕಂಡಿದ್ದರು. ಮುಖವಾಡ.... ನಾಟಕೀಯ.... ಯಾವುದರಲ್ಲೂ ಒರಿಜಿನಾಲಿಟಿ ಕಾಣಲಾಗುತ್ತಿರಲಿಲ್ಲ.

ವಿಷಯ ಮುಟ್ಟಿದಾಗ ಯಶೋದಾಗೆ ಆಶ್ಚರ್ಯ. ಈವರೆಗೂ ಆಕೆಗೆ ಅಂಜು ಹೊರಟುಹೋಗಿರುವ ವಿಷಯ ಗೊತ್ತಿರಲಿಲ್ಲ. ಆತುರ ಉದ್ವೇಗ ಮುಂದಿನ ಪ್ಲಾನ್‌ನ ಹಾಳು ಮಾಡುತ್ತದೆಯೆಂದು ಅವರಿಗೆ ಗೊತ್ತು.

"ಇನ್ನೊಂದ್ಸಲ ಕೇಳು" ಒತ್ತಿ ಹೇಳಿದರು ಮಗಳಿಗೆ.

"ಮಾಮ್. ಡ್ಯಾಡ್ ಕರೆದು ಹೇಳಿದ್ರು" ಸ್ಟೈಲಾಗಿ ಹೇಳಿದಾಗ ರೇಗಿದರು.

"ಅಮ್ಮಾಂತ ಕರೀ, ನನ್ನ ಮಮ್ಮೀ.... ಮ್ಯಾಮ್ ಅಂತ ಕರ್ಯೋದ್ಬೇಡ. ಬೀದಿ ಹುಡ್ಗೀರು ಕರ್ದಂಗಾಗುತ್ತೆ. ನಿನ್ನ ವೇಷ ಭೂಷಣವೇನು ನಿನ್ನ ಬದಲಾಯಿಸಿಬಿಡೊಲ್ಲ" ಆಕೆಗೆ ಇದೆಲ್ಲ ಇಷ್ಟವಾಗದು.

ದಾಸ್ ಬಂದ ನಂತರವೇ ಮಾರುತಿ ಹತ್ತಿದ್ದು. ರೂಮಿಗೆ ಕರೆಸಿಕೊಂಡು ದಾಸ್‌ಗೆ ಕೆಲವು ಸಲಹೆಗಳನ್ನು ಕೊಡುವುದರ ಜೊತೆಗೆ ಎಚ್ಚರಿಸಿ ಕಳುಹಿಸಿ ಕೊಟ್ಟಿದ್ದರು. ಶತಾಯ ಗತಾಯ ತಮ್ಮ ಯೋಜನೆ ಕಾರ್ಯಗತ ಮಾಡುವ ಉದ್ದೇಶ.

ಶಿಲ್ಪಾ ಕಾರಿನಿಂದಿಳಿದು ಓಡಿ ಹೋದಾಗ ಉಟ್ಟಿದ್ದ ಲುಂಗಿಯನ್ನು ಮೊಣಕಾಲುಗಳವರೆಗೆ ಮೇಲೆತ್ತಿ ಕಟ್ಟಿದ್ದ ಚಂದ್ರು ಸಸಾರಜನಕ ಗೊಬ್ಬರ ಹಾಕಿಸುವಲ್ಲಿ ನಿರತನಾಗಿದ್ದ.

"ಹಲೋ ಡಿಯರ್.... ಬ್ರದರ್...." ಇವಳ ಕೂಗಿಗೆ ಇತ್ತ ತಿರುಗಿದವನ ಮುಖ ಅರಳಿತು. ತಂಗಿಯೆಂದರೆ ಅವನಿಗೆ ಪ್ರಾಣವೇ. "ಏನು ಈ ಕಡೆ, ಸವಾರಿ! ಅಮ್ಮ.... ಬಂದಿದ್ದಾರ?" ಗೇಟಿನತ್ತ ನೋಟ ಹರಿಸಿದ. ನಿಂತಿದ್ದು ದಾಸ್ ಮಾತ್ರ.

ಒಮ್ಮೆ ರೇಗಿ ಕಳಿಸಿದ್ದ ಚಂದ್ರು ತುಟಿಗಳ ಮೇಲೆ ಕಿರುನಗೆ ಚಿಮ್ಮಿತು. ಬರುವಂತೆ ಕೈ ಸನ್ನೆಯಿಂದ ಕರೆದೊಯ್ದು ಮನೆಯೊಳಕ್ಕೆ.

"ನೀನು ಇಲ್ಲೇ... ಇರ್ತೀಯಾ?" ಮುಖ ಕಿವಿಚಿದಳು.

"ನೀನು ಹುಟ್ಟಿದಾಗ ಇನ್ನ ನಿಕೃಷ್ಟ ಸ್ಥಿತಿಯಲ್ಲಿರೋ ಮನೆಯಲ್ಲಿದ್ವಿ, ಅವೆಲ್ಲ.... ಬಿಡು! ಕೂತ್ಕೊ...." ತೋಳ್ಹಿಡಿದು ಮಂಚದ ಮೇಲೆ ಕೂಡಿಸಿ ತಾನೂ ಕೂತ.

"ಈಗ್ಹೇಳು, ಏನು ಬಂದಿದ್ದು?" ಕೇಳಿದ.

"ಬರಬಾರ್ದ. ನೀನು ಬಂದೇ ಇಲ್ಲ, ನೋಡ್ಬೇಕೂಂತ ಅನ್ನಿಸ್ತು ಬಂದೆ. ಎಲ್ಲಿ ಆ ಸೋನಾಪುರದ ಹುಡ್ಗೀ?" ತಾತ್ಸಾರ ಇತ್ತು ಅವಳ ದನಿಯಲ್ಲಿ ಮೆಲ್ಲಗೆ ಕಿವಿ ಹಿಂಡಿದ. "ನಾನು ನಿಂಗೆ ಏನಾಗ್ಬೇಕು?" ದನಿಯೇರಿಸದಿದ್ದರೂ ಕೋಪವಿತ್ತು ಅವನ ಕೇಳಿಕೆಯಲ್ಲಿ.

"ಅಯ್ಯೋ, ಕಿವಿ ಬಿಡು ಅಮ್ಮಂಗೆ ಹೇಳ್ತೀನಿ" ಚಂದ್ರುವೇನು ಬಿಡಲಿಲ್ಲ.

"ಕ್ವಿಕ್, ಬೇಗ್ಹೇಳು, ನಾನೇನಾಗಬೇಕು.... ನಿಂಗೆ? ಎಷ್ಟು ಬೇಗ ಹೇಳಿದ್ರೆ... ಅಷ್ಟು ಬೇಗ ಕಿವಿ ಬಿಡ್ತೀನಿ."

"ನಮ್ಮಣ್ಣ..." ಎಂದಳು ಗಟ್ಟಿಯಾಗಿ.

ಚಂದ್ರು ಏನು ನೋವಾಗುವಂತೆ ಅವಳ ಕಿವಿ ಹಿಡಿದಿರಲಿಲ್ಲ. "ಗುಡ್ ಅಣ್ಣನ ಹೆಂಡ್ತಿ ಅತ್ತಿಗೆ ಆಗ್ತಾಳೆ. ಬೇಕಾದ್ರೆ ಅಮ್ಮನ ಹೋಗಿ ಕೇಳು" ಕಿವಿ ಬಿಟ್ಟ.

ಒಳಗೆ ಹೋಗಿ ಬೋರ್ನ್ವಿಟಾ ಬೆರೆಸಿಕೊಂಡು ಬಂದ.

"ಎಲ್ಲಿ...?" ಕಪ್ ಕೆಳಗಿಡುತ್ತ ಕೇಳಿದಾಗ ಅವನ ಹುಬ್ಬುಗಳು ಗಂಟಾದವು.

"ಯಾರು?" ಗದರಿಸಿದಂತಿತ್ತು ಅವನ ಸ್ವರ.

ಕೆಟ್ಟ ಕೋಪ ಬಂತು ಕೂಡ. ಹಿರಿಯರೆನಿಸಿಕೊಂಡ ಜನ ಕೋಪ, ಬೇಸರವಿದ್ದರೂ ಸಂಬಂಧಗಳನ್ನು ದಾರಿ ತಪ್ಪಿಸಬಾರದೆಂದುಕೊಂಡ.

ಅಷ್ಟರಲ್ಲಿ ಅಹಮದ್ ಬಂದ. ವಿಷಯ ಬೇರೆ ಕಡೆ ತಿರುಗಿತು. ತಂಗಿಯನ್ನೇ ಹಾಸ್ಯಮಾಡಿದ. ರೇಗಿಸಿದ, ಗೋಳಾಡಿಸಿದ. ಮೊದಲಿನ ಚಂದ್ರುನೇ ಅವಳಿಗೆ ಯಾವುದೇ ವ್ಯತ್ಯಾಸ ಕಾಣಲಿಲ್ಲ.

"ಅಪ್ಪ ಹೇಗಿದ್ದಾರೆ? ಮಗ್ಳ ಬಗ್ಗೆ... ಸ್ವಲ್ಪ ಸಡಿಲ ಪಾಲಿಸಿ ಅನುಸರಿಸುತ್ತಿದ್ದಂಗೆ ಕಾಣುತ್ತೆ. ಏನು ಈ ಅವತಾರ! ತೀರಾ ಕೆಟ್ಟದಾಗಿ ಕಾಣ್ತೀಯಾ! ಅಮೇರಿಕಾದಲ್ಲಿ ನಿನ್ನಂಥ ಹುಡ್ಗೀರು ಸಿಕ್ತಾರೆ. ಬೇಡಾಂತ ತಾನೇ ಭಾರತಕ್ಕೆ ಬಂದು ಮದ್ವೆ ಆಗಿ ಹೋಗೋದು" ಸ್ವಲ್ಪ ಚುರುಕು ಮುಟ್ಟಿಸಿದ.

"ನಾನೇನು ಮದ್ವೆ ಆಗೋಲ್ಲ ಮೆಡಿಸಿನ್.... ಓದ್ತೀನಿ." ಜಂಬದ ಮಾತಾಡಿದಳು.

"ಎಷ್ಟು ಪರ್ಸೆಂಟ್ ಸ್ಕೋರ್ ಮಾಡ್ಬಹ್ದು? ಡೊನೇಷನ್ ಸೀಟು ಸಿಕ್ಬೇಕು!" ಆಡಿಕೊಂಡ. ಓದಿನಲ್ಲಿ ಚುರುಕು ಅಲ್ಲವೆಂದು ಅವನಿಗೆ ಗೊತ್ತು. ನಾರ್ಮಲ್ ಮೈಂಡ್. ಕಷ್ಟ ಕೂಡ ಪಡಲಾರಳು.

ಪೂರ್ತಿ ಗಮನಿಸಿದ ದಾಸ್ ಅಂಜು ಇಲ್ಲದ್ದು ಖಚಿತಪಡಿಸಿಕೊಂಡ.

"ಅಹಮದ್, ಯಾರು ಕಾಣ್ತೋಲ್ವಲ್ಲ" ವಿಷಯ ತಿಳಿಯಲು ಪ್ರಯತ್ನಿಸಿದ. ಮುಗುಳ್ನಕ್ಕ ಅಹಮದ್ "ಚಂದ್ರುನೇ ಕಳ್ಸಿಕೊಟ್ಟಿದ್ದಾನೆ. ವಾಸ ಬೇರೆ ಕಡೆ ಶಿಫ್ಟ್ ಮಾಡ್ತಾ ಇದ್ದಾರೆ. ಆ ಮನೆಯ ಕೆಲ್ಸ ಒಂದಿಷ್ಟಿದೆ" ಸಹಜವಾಗಿ ನುಡಿದ.

ಈ ವಿಷಯ ನೇರವಾಗಿ ರಾಧಾಕೃಷ್ಣ ಕಿವಿ ಮುಟ್ಟಿದಾಗ ಹಲ್ಮುಡಿಯನ್ನು ಕಚ್ಚಿಡಿದರು. ಯಾವುದು ನಿಜ? ಯಾವುದು ಸುಳ್ಳು?

ವಿಷಯ ಸಂಗ್ರಹಣೆಯ ಬಗ್ಗೆ ಅನುಮಾನ ವ್ಯಕ್ತಪಡಿಸುವಂತಿರಲಿಲ್ಲ. ಆದರೆ.... ಕೈ ಕೈ ಹಿಸುಕಿಕೊಂಡರು.

"ನೋಡಿದ್ಯಾ, ನಿನ್ಮಗ ವಿಷಯ ಮರೆಸೋ ಅಷ್ಟು ಪ್ರಚಂಡ. ಸೋನಾಪುರದ ಹುಡ್ಗೀ ಮನೆಗೆ ಹೋಗ್ಬಿಟ್ಟಿದ್ದಾಳೆ. ನಾರಾಯಣ್ ಕೂಡ ಬಂಗ್ಲೆ ಸಂಪತ್ತು ನೋಡಿಯೇ ಮಗ್ಳನ ಕೊಡೋಕೆ ಒಪ್ಕೊಂಡಿದ್ದು. ಇವ್ನ ಬರಿಗೈ ಬಂಟ...." ಗೊಣಗಿದರು.

"ಅಂಜು ಇಲ್ವಾ... ನಿಮ್ಗೆ ಹೇಗೆ ವಿಷ್ಯ ಗೊತ್ತಾಯ್ತು? ಹೇಗೊ ಸಮಸ್ಯೆ ಪರಿಹಾರವಾಯಿತಲ್ಲ. ಹೋಗಿ ಕರ್ಕೊಂಡ್ ಬಂದ್ಬಿಡ್ತೀನಿ" ಯಶೋದ ಆತುರ ತೋರಿದರು.

ಮಗನ ಬಗ್ಗೆ ಮಮತೆ ಉಕ್ಕಿ ಚಿಮ್ಮುತ್ತಿತ್ತೇ ವಿನಃ ನಂಬಿ ಕೈಹಿಡಿದು ಬಂದ ಹೆಣ್ಣಿನ ಬಗ್ಗೆ ಕನಿಕರ ಕೂಡ ಇಲ್ಲ ಇದು ಹೆಣ್ಣಿನ ಸ್ವಭಾವ!

"ಅಷ್ಟು ಸುಲಭವಾಗಿ ಬರ್ತಾನಾ. ಸ್ವಾಭಿಮಾನಿ ಮಗ. ಅದ್ಕೆ ಏನಾದ್ರೂ... ಮಾಡ್ಬೇಕು! ನೋಡೋಣ...." ಎಂದು ಹೇಳಿ ಚಿಂತಿಸಲಾರಂಭಿಸಿದರು.

ಮಗ ಸುಲಭವಾಗಿ ಮನೆಗೆ ಬಂದರೆ ಮಿಕ್ಕದನ್ನು ಧೈರ್ಯವಾಗಿ ನಿಭಾಯಿಸಬಲ್ಲರು. ಕೋರ್ಟು ಕಛೇರಿಯೆಂದು ಓಡಾಡಿ ಸೋತುಹೋದ ನಾರಾಯಣ್ ಮತ್ತೆ ಈ

ವಿಷಯಕ್ಕೆಂದು ಕೋರ್ಟು ಮೆಟ್ಟಿಲು ತುಳಿಯಲಾರರು.

ಅವರ ಬಗ್ಗೆ ಇವರ ನಿರ್ಣಯವಿದು!

* * *

ಮದುವೆ ಮುಗಿಸಿಕೊಂಡು ಬಂದ ನಾರಾಯಣ್ ಯಾರೊಂದಿಗೂ ಮಾತಾಡಲಿಲ್ಲ. ಕುದಿಯುತ್ತಿದ್ದರು ಒಳಗೊಳಗೆ. ಅಂಥ ಸುದ್ದಿ ಅವರ ಕಿವಿಗೆ ಬಿದ್ದಿತ್ತು.

ನರೇಶ್ ಧಾವನ್ ಮಗಳ ಜೊತೆ ರಾಧಾಕೃಷ್ಣ ಅವರ ಮಗನ ಮದುವೆ. ಇದು ರೂಮರ್ ಎಂದು ತಿಳಿಯುವಂತಿರಲಿಲ್ಲ. ಒಬ್ಬ ಗಣ್ಯ ವ್ಯಕ್ತಿಯೇ ಇವರ ಕಿವಿಯ ಮೇಲೆ ಹಾಕಿದ್ದು.

ರಾತ್ರಿ ಹೆಂಡತಿಯ ಮುಂದೆ ಕಕ್ಕಿದರು. "ಚಂದ್ರುಗೆ ಇನ್ನೊಂದು ಮದ್ವೆ ಚಂದ್ರಪ್ರಕಾಶ್, ಶಿಲ್ಪಾ ಹೋಟಲ್‌ಗಳ ಮಾಲೀಕರು. ಸಮಾಜದಲ್ಲಿ ಪ್ರತಿಷ್ಠಿತ ವ್ಯಕ್ತಿಗಳೂ, ಗಣ್ಯ ಶ್ರೀಮಂತರೂ ಆದ ರಾಧಾಕೃಷ್ಣ ಅವ್ರ ಮಗ್ನ ಮದ್ವೆ"

ಆಕೆ ಕಣ್ಣು ಪಿಳುಕಿಸದೆ ನಿಂತರು. ಮೇಲ್ಛಾವಣಿ ತಲೆಯ ಮೇಲೆ ಬಿದ್ದಂತಾಯಿತು. ಮಗಳ ಭವಿಷ್ಯದ ತುಂಬ ಪೂರ್ತಿ ಕತ್ತಲು ಮುಂದೆ... ಹೇಗೆ?

"ನಾನು ಅಂದು ಒಂದು ತಪ್ಪು ಕೆಲ್ಸ ಮಾಡ್ದೆ. ಅವರಿವ್ರು ಹೇಳ್ದಂತೆ ವರದಕ್ಷಿಣೆ ಕಾಯ್ದೆ ಪ್ರಕಾರ ಕಂಪ್ಲೇಂಟ್ ಕೊಟ್ಟು ಒಳ್ಗೆ ದಬ್ಬಿಸಿಬಿಡ್ಬೇಕಿತ್ತು. ಕತ್ತಲೆಯಲ್ಲಿ ಸತ್ತಿದ್ರೆ ಬುದ್ಧಿ ಬರ್ತಾ ಇತ್ತು. ಇದೊಂದು ಘಟನೆ ಘಟಿಸ್ತಾ ಇರ್ಲಿಲ್ಲ" ಹಲ್ಲು ಕಡಿದರು.

ಹೇಮಲತ ಚಿಂತಿಸಿ ವಿವೇಕದಿಂದ ನುಡಿದರು.

"ಹಣವಿದ್ದ ಜನ, ಏನಾಗ್ತ ಇತ್ತೋ ಏನೋ! ಇನ್ನಷ್ಟು ಹಣ ಹೋಗಿರೋದು ಬರೀ ಕೋರ್ಟಿಗೆ ಅಲೆದು ಹಣ, ಚಿನ್ನ, ಆಸ್ತಿಯೆಲ್ಲ ಹೋಯ್ತು. ಇರೋ ಮನೆ ಮಾರ್ಕೊಂಡ್.... ಸೋನಾಪುರದಲ್ಲಿ ಯಾರದಾದ್ರೂ ಮನೆಯ ಜಗುಲಿ ಆಶ್ರಯಿಸ್ಬೇಕಾಗಿ ಇತ್ತೇನೋ."

ರೌದ್ರಾವೇಶದಿಂದ ಹೆಂಡತಿಯ ಕಡೆ ನೋಡಿದ ನಾರಾಯಣ್ ತಣ್ಣಗಾದರು. ಈ ಮನೆಯ ಹೊಸಲು ಮೆಟ್ಟಿ ಒಳಗೆ ಬಂದಾಗ ಮಹಾಲಕ್ಷ್ಮಿಯಂತೆ ಮೈತುಂಬ ಒಡವೆಗಳು. ಕಳೆ ಕಳೆಯಾಗಿ ಓಡಾಡುತ್ತಿದ್ದರೆ ನೋಡಲೆಷ್ಟು ಹಿತವಾಗಿತ್ತು. ಅವರ ಮನಕ್ಕೆ ಈಗ... ತಲೆತಗ್ಗಿಸಿ ಒಂದು ಕಡೆ ಕೂತುಬಿಟ್ಟರು ಮೌನವಾಗಿ.

"ಲೈಟು ಆರ್ಸು, ಬೇಗ" ಹೆಂಡತಿಗೆ ಹೇಳಿದರು.

ಯಾಕೋ ಕತ್ತಲು, ನಿಶ್ಶಬ್ದ ಮೌನ ಇಷ್ಟವಾಗಿತ್ತು. ಸಂತೋಷ ಬಂದಾಗ ಹಾರಾಡಿ. ಎಲ್ಲರೊಂದಿಗೆ ಹಂಚಿಕೊಳ್ಳುವ ಮನುಷ್ಯ ಕಷ್ಟ ಬಂದಾಗ ಒಂಟಿಯಾಗಿ ಅನುಭವಿಸಲು ಇಷ್ಟಪಡುತ್ತಾನೆ!

ಗಂಡನ ಸನಿಹದಲ್ಲಿ ಕೂತ ಹೇಮಲತ ಅವರ ತೊಡೆಯ ಮೇಲೆ ತಲೆ ಇಟ್ಟರು.

ನೋವು, ನಿರಾಸೆ, ದುಃಖದಲ್ಲಿ ಇಬ್ಬರೂ ಸಮಭಾಗಿಗಳು, ಸಮಪಾಲು, ಸಮಬಾಳು.

"ಈಗೇನು ಮಾಡೋದು? ಮುಂದೆ" ಬಾವಿಯಾಳದಿಂದ ಬಂದಂತಿತ್ತು ಆಕೆಯ ದನಿ. ಹೆಂಡತಿಯ ಮುಂಗುರುಳಲ್ಲಿ ಬೆರಳಾಡಿಸಿದರು "ಒಂದೂ ತೋಚ್ತಾ ಇಲ್ಲ. ಅಂಜು ನಮ್ಮನ್ನ ಇಕ್ಕಟ್ಟಿನಲ್ಲಿ ಸಿಲುಕ್ಸಿಬಿಟ್ಟು ಸಣ್ಣ ಅಪರಾಧ ಭಯಂಕರ ಶಿಕ್ಷೆಯಾಗಿ ಪರಿಣಮಿಸಿತು" ನಿಟ್ಟುಸಿರಿನಲ್ಲಿ ಚಿಮ್ಮಿದ ಮಾತುಗಳು. ಕೋಪ ಆರಿ ತಣ್ಣಗಾಗಿ ಅದರ ಜಾಗವನ್ನು ವಿವೇಕ ಆವರಿಸಿತ್ತು.

"ಒಂದ್ಸಲ ಹೋಗಿ ಅವನ್ನ ಭೇಟಿ ಮಾಡ್ಬನ್ನಿ" ಅದೇ ಹಳೆಯ ಸಲಹೆ. ನಾರಾಯಣ್ ಗಂಟಲಲ್ಲಿ ಉಗುಳು ಸಿಕ್ಕಿಹಾಕಿಕೊಂಡಿತು. ಉಗುಳಲೂ ಕಷ್ಟ, ನುಂಗಲೂ ಕಷ್ಟ.

"ಯಾರ್ನ ಭೇಟಿ ಮಾಡ್ಲೀ? ಅವ್ರೇನು ಮಣೆ ಮೇಲೆ ಕೂತು ಧಾರೆಯೆರ್ಸಿಕೊಂಡಿಲ್ಲ. ಅಪ್ಪ, ಮಕ್ಳುನ ನಾವು ಪ್ರಶ್ನಿಸೋ ಸ್ಥಿತಿಯಲ್ಲಿಲ್ಲ. ಅಂದು ಧೈರ್ಯವಹಿಸಿದ ನಿನ್ನ ಮಗ್ಳೇ ಇಂದು ನಿಂತು.... ಕೇಳ್ಬೇಕು" ಎಂದರು. ಎದೆಯ ಮೇಲೆ ಕಲ್ಲು ಹೇರಿಕೊಂಡು ನುಡಿದಿದ್ದರು.

ಆಕೆ ಮೌನವಾಗಿದ್ದುಬಿಟ್ಟರು. ಇದು ಸಾಧ್ಯವೇ? ಯಾಕೆ ಸಾಧ್ಯವಿಲ್ಲ, ಅಂದು ಹೇಳದೆ ಕೇಳದೇ ಮನೆ ಬಿಟ್ಟು ಹೋದ ಹೆಣ್ಣಿಗೆ ಇನ್ನಷ್ಟು ಧೈರ್ಯವಿರಲಾರದೇ?

"ಅವಳನ್ನ ಈ ಸಂದರ್ಭ ಒಂಟಿ ಮಾಡಿದ್ರೆ, ನಾವು ಇದ್ದೂ ಪ್ರಯೋಜನವೇನು?" ಆಕೆಯ ಕಂಠ ಗದ್ಗದವಾಯಿತು.

ನಾರಾಯಣ್ 'ಹೂ'ಗುಟ್ಟಿದರು. ರೇಗಲು ಹೋಗಿರಲಿಲ್ಲ.

"ಹೇಳಿದೋರೇ ಕೋರ್ಟಿಗೆ ಹೋಗೀಂತ ಸಲಹೆ ಕೊಟ್ಟಿದ್ದಾರೆ. ಮುಂದಿನ ಪರಿಣಾಮವೇನೋ. ಜೀವನಾಂಶಾಂತ ಒಂದಿಷ್ಟು ಹಣ ಸಿಗ್ಬಹ್ದು. ಆ ಭಿಕ್ಷೆಗೆ ನಾನು ಒಪ್ಪೋಲ್ಲ. ನನ್ಮಗ್ಳು ನಂಗೆ ಭಾರವಲ್ಲ ನೋಡೋಣ. ಸುಪ್ರೀಮ್ ಕೋರ್ಟುವರ್ಗೂ ಹೋಗ್ತೀನಿ. ಅವ್ನಿಗೆ ಡೈವೋರ್ಸ್ ಸಿಗೋಲ್ಲ, ನನ್ಮಗ್ಳ ಜೊತೆ ಅವ್ನು ಸಂಸಾರ ಮಾಡ್ಲೇಬೇಕು" ಉದ್ವಿಗ್ನರಾಗಿ ನುಡಿದರು. ಆವೇಶ ಹೆಚ್ಚಿತ್ತು.

ಆವೇಶ, ಕೋಪ ಸದಾ ಮನುಷ್ಯನನ್ನ ಅವಿವೇಕಿಯನ್ನಾಗಿಸುತ್ತೆ, ಅವನ ಬುದ್ಧಿಮತ್ತೆ, ಮುಂದಾಲೋಚನೆ ಮೇಲೆ ಕಪ್ಪು ಪರದೆಯನ್ನು ಹೊದಿಸುತ್ತೆ.

ಕ್ಷಣಗಳು ನಿಮಿಷಗಳಾಗಿ, ಗಂಟೆಗಳು ಸರಿದು ಬೆಳಕು ಹರಿಯಿತು. ಗಂಡ ಹೆಂಡತಿ ಅದೇ ಸ್ಥಿತಿಯಲ್ಲಿ ಕೂತಿದ್ದರು.

ವಿಷಯ ಅಂಜು ಕಿವಿ ಮುಟ್ಟಿತ್ತು. ಆದರೆ ಕೇಳುವ ಧೈರ್ಯ ಅವಳಲ್ಲಿರಲಿಲ್ಲ. ಅಂದಿನ ತಪ್ಪು ಒಬ್ಬಳಿಗೆ ಮಾತ್ರವಲ್ಲ, ಮೂವರಿಗೆ ಮರಣದಂಡನೆ ವಿಧಿಸಿತ್ತು.

"ಅಮ್ಮ..." ಅಡಿಗೆಯ ಮನೆಗೆ ಬಂದಳು. ಚಟ್ನಿಯ ರುಬ್ಬುವಿಕೆ ಜೋರಾಯಿತಷ್ಟೆ. ಆಕೆ ಮಾತಾಡಲಿಲ್ಲ. "ಅಮ್ಮ, ನಾನು ರುಬ್ಬುತ್ತೀನಿ ಬಿಡು...." ತಾಯಿ ಹೆಗಲ

ಮೇಲೆ ಕೈಯಿಟ್ಟಳು.

ಇಡೀ ರಾತ್ರಿ ನಿದ್ದೆ ಇರಲಿಲ್ಲ ಹೇಮಲತೆಗೆ.

"ಚಂದ್ರುಗೆ ಮದ್ವೆನಂತೆ. ಅಂದು ಒಂಟಿಯಾಗಿ ಹೋಗಿ ತಾಳಿ ಕಟ್ಸಿಕೊಂಡೆ. ಈಗ್ಲೂ ಕೇಳ್ಲೋಕೆ... ಒಬ್ಬೇ ಹೋಗು?" ಸಿಡಿದುಬಿಟ್ಟರು.

ನಿಂತಲ್ಲಿ ಗೊಂಬೆಯಾದಳು ಅಂಜು. ಪ್ರೀತಿ, ಅಭಿಮಾನದಿಂದ ಬೆಳೆಸಿದ್ದರು ಅವಳನ್ನು. ಒಮ್ಮೆ ಕೂಡ ಗದರಿದ್ದು ಅವಳಿಗೆ ನೆನಪಿರಲಿಲ್ಲ.

ಚಟ್ನಿಯನ್ನ ಬಳೆದು ಪಾತ್ರೆಗೆ ತುಂಬುತ್ತ "ನೋಡ್ತೀನಿ ಅದು ಹೇಗೆ ಸುಖವಾಗಿರ್ತಾರೋ. ಕೋರ್ಟಿಗೆ ಹೋಗ್ತೀವಿ. ಅವ್ರ ಮನೆ ಮರ್ಯಾದೆ ಬೀದಿಗೆ ಎಳೀತೀವಿ. ನಮ್ಮನ್ನ ದುರ್ಬಲ ಜನ ಅಂತ ತಿಳಿದಿದ್ದಾರೋ" ರೇಗಾಡಿದರು. ತಾಳ್ಮೆ ಕಳೆದುಕೊಂಡರು.

ಎಲ್ಲಾ ಅರ್ಥವಾಯಿತು ಅಂಜುಗೆ. ಅವಳಿಗೆ ಬುದ್ಧಿ ಬಂದಾಗಿನಿಂದ ನಾರಾಯಣ್ ಕೋರ್ಟಿಗೆ ಅಲೆಯುತ್ತಿದ್ದರು. ಮಧ್ಯೆ ಮಧ್ಯೆ ಆಳುಕಾಳುಗಳ ನಡುವೆ ಹೊಡೆದಾಟ, ಪೊಲೀಸ್ ಮತ್ತೆ ಕೋರ್ಟು ಇಂಥದ್ದರಲ್ಲಿಯೇ ಮುಕ್ಕಾಲು ಹಾದಿ ಸವೆಸಿದ್ದರು. ಈಗಲೂ ಅದೇ ಹಾದಿಯಲ್ಲಿದ್ದರು. ಇನ್ನೊಂದು ಕವಲು ಹಾದಿ ಸೇರಿ ದಾರಿ ಮತ್ತಷ್ಟು ಜಟಿಲವಾಗುವುದು ಅವಳಿಗೆ ಬೇಕಿರಲಿಲ್ಲ.

ಮಧ್ಯಾಹ್ನ ಊಟ ಯಾರಿಗೂ ಬೇಕಿರಲಿಲ್ಲ. ಬೆಳಗಿನ ಇಡ್ಲಿ, ಚಟ್ನಿ ಹಾಗೇ ಇತ್ತು. ನಾರಾಯಣ್ ಮುಂದಿನ ಕೋಣೆಯಲ್ಲಿ. ಹೇಮಲತ ದೇವರ ಮನೆಯಲ್ಲಿ. ಅಂಜು ತನ್ನ ರೂಮಿನಲ್ಲಿ ಇಡೀ ಮನೆ ಸ್ತಬ್ಧ!

ಮೂರರ ಸುಮಾರಿಗೆ ಅವರ ಪರ್ಮನೆಂಟು ವಕೀಲರಾದ ರಾಘವನ್, ಆಫೀಸ್‌ನ ಗುಮಾಸ್ತ ನಂಜುಂಡಯ್ಯ ಒಂದು ಲೆದರ್ ಆಫೀಸ್ ಬ್ಯಾಗ್ ಹಿಡಿದು ಬಂದರು.

"ಎರ್ಡು ಗಂಟೆ ಮೊದಲೇ ನಿಮ್ಮ ಮನೆ ತಲುಪಬೇಕಿತ್ತು. ದಾರಿಯಲ್ಲಿ ಬಸ್ಸು ಕೆಟ್ಟು ಅದು ರಿಪೇರಿಯಾಗಿ.... ಇಲ್ಲಿಗೆ ತಲುಪೋ ವೇಳೆಗೆ ಸಾಕಾಯ್ತು" ಬಡಬಡ ಹೇಳಿದರು.

ನಾರಾಯಣ್ ಮೇಲೆದ್ದರು. "ಮೊದ್ಲು ಕೈ ಕಾಲು ತೊಳ್ದು ಊಟ ಮುಗ್ಸಿ, ರಾಘವನ್ ಏನಾದ್ರೂ ಹೇಳಿ ಕಳ್ಸಿದ್ದಾರ?" ಅವರ ಪ್ರಶ್ನೆಗೆ ಉತ್ತರಿಸದೆಯೇ ಬಚ್ಚಲು ಮನೆ ಕಡೆ ಹೊರಟಾಗ ತೀರಾ ಹಸಿದಿದ್ದಾರೆಂದುಕೊಂಡರು. ವಿಷಯವೇನು?

ಎರಡು ಎಲೆ ಹಾಕಿದಾಗ ನಂಜುಂಡಯ್ಯ ದೊಡ್ಡದಾಗಿ ಬಾಯಿ ತೆರೆದರು. "ನಿಮ್ಮ ಊಟ ಕೂಡ ಆಗಿಲ್ಲ. ಹೇಗೆ ತುತ್ತು ಇಳಿಯುತ್ತೆ ಹೇಳಿ. ನಿಂತ ನೆಲನೇ ಕುಸೀತಾ ಇದೆ" ಎನ್ನುತ್ತಲೇ ಮಣೆಯ ಮೇಲೆ ಕೂತಾಗ ನಾರಾಯಣ್ ಮಾತಾಡಲಿಲ್ಲ.

ಊಟದ ನಡುವೆ ಯಾವುದೇ ಕಸಿವಿಸಿಯನ್ನು ಅವರು ಇಷ್ಟಪಡರು.

ಸಾವಕಾಶವಾಗಿ ಬಹಳ ನಿಧಾನವಾಗಿ ಒಂದೊಂದೇ ತುತ್ತನ್ನು ಇಳಿಸತೊಡಗಿದರು ನಂಜುಂಡಯ್ಯ. ಮಾತಿನ ಮನುಷ್ಯ, ಒಂಬತ್ತು ಹೆಣ್ಣುಮಕ್ಕಳ ತಂದೆ. ಈಗಲೂ ಗಂಡು ಸಂತಾನಕ್ಕಾಗಿ ಅವರ ಪ್ರಯತ್ನ ನಡೆದೇ ಇತ್ತು. ಸಹಾನುಭೂತಿ ಸೂಚಿಸಬೇಕಾದ ವ್ಯಕ್ತಿಯೇ.

ಊಟದ ನಂತರ ಅರ್ಧ ಕವಳಿಗೆ ವಿಳೇದೆಲೆ, ಅಡಿಕೆಪುಡಿ ಮೆದ್ದ ನಂತರವೇ ಬಂದ ವಿಷಯ ತಿಳಿಸಿದ್ದು.

"ವಿಷ್ಯ ತಿಳೀತು! ತೀರಾ ಅನ್ಯಾಯ ನಡ್ದುಹೋಯ್ತು ನಿಮ್ಮ ಮಗ್ಳಿಗೆ! ಶ್ರೀಮಂತರಾದ ಮಾತ್ರಕ್ಕೆ ಯಾರು ಹೇಳೋರು ಕೇಳೋರು ಇಲ್ವಾ!? ಡೌರಿ ಪ್ರೊಹಿಬಿಷನ್ ಆಕ್ಟ್ ಪ್ರಕಾರ ಅಪ್ಪ, ಮಗನ್ನ ಜೈಲಿಗೆ ಕಳ್ಸಿಬಿಡೋಣ. ಇದ್ನ ನೋಡಿ ನಾಲ್ಕು ಜನ ಬುದ್ಧಿ ಕಲೀತಾರೆ" ಷುರು ಮಾಡಿದರು ತಮ್ಮ ವಾಗ್ಬಾಣ. ಈ ವಾದ ವೈಖರಿಯಿಂದಲೇ ಕಕ್ಷಿಗಾರರಲ್ಲಿ ಪರ್ಮನೆಂಟ್ ಸಂಪಾದನೆಗೆ ದಾರಿ ಮಾಡಿಕೊಂಡಿದ್ದರು.

ಇಡೀ ಕಾನೂನಿಗೆ ತಾನೇ ಬಾಧ್ಯಸ್ಥನೆನ್ನುವಂತೆ ಮಾತಾಡುತ್ತಿದ್ದ ನಂಜುಂಡಯ್ಯ. ತಿಳಿದವರು ಅವರ ಮಾತುಗಳಿಂದ ದೂರ ಸರಿದರೂ ತಕ್ಷಣ ತನ್ನ ಕಕ್ಷೆಯೊಳಕ್ಕೆ ಎಳೆದುಕೊಳ್ಳುವ ಸಾಮರ್ಥ್ಯ ಅವರಿಗಿತ್ತು. ಇನ್ನ ಹೊಸಬರ ಪಾಡಂತೂ ಹೇಳುವುದೇ ಬೇಡ. ತಾವೇ ತೀರ್ಮಾನ ಕೊಟ್ಟಂತೆ ಅವರನ್ನ ಬೆರಗಿನಲ್ಲಿ ಕೆಡವಿ ತಮ್ಮ ಜೇಬು ಭರ್ತಿಮಾಡಿಕೊಳ್ಳುತ್ತಿದ್ದರು. ಹತ್ತು ಜನರನ್ನು ಸಾಕಬೇಕಿತ್ತು ಅವರ ಸಂಪಾದನೆ.

ಇದನ್ನ ಅರಿತೇ ವಕೀಲರು ಇನ್ನ ಅವರ ಸಂಬಳವನ್ನ ಮೂರು ಅಂಕಿಗಳಲ್ಲಿಯೇ ಕೊಡುತ್ತಿದ್ದುದು.

"ನೋಡಿ, ನಾವು ಮಾತುಕತೆ, ರಾಜಿಗೆ ಹೋಗೋದ್ಬೇಡ. ಕೋರ್ಟಿನಿಂದ ಒಂದು ನೋಟೀಸ್ ಕೊಡ್ಸಿದ್ರೆ.... ಆಗ ಗೊತ್ತಾಗುತ್ತೆ" ಇನ್ನೆರಡು ಎಲೆಗೆ ಸುಣ್ಣ ಬಳಿದು ಬಾಯಿಗೆ ತುರುಕಿಕೊಂಡಾಗ ತಟ್ಟೆಯಲ್ಲಿ ಎಲೆ ಖಾಲಿಯಾದದ್ದು ನೋಡಿ ನಾರಾಯಣ್ ತಾವೇ ಎದ್ದರು. ಆ ಮನುಷ್ಯನ ಮಾತುಗಳಿಂದ ಸ್ವಲ್ಪ ರಿಲ್ಯಾಕ್ಸ್ ಆಗಬೇಕಿತ್ತು.

ಹೇಮಲತ ಗಂಡನ ಬಳಿ ಪಿಸುಗುಟ್ಟಿದರು– "ಯಾಕೆ, ಈ ಮನುಷ್ಯ ಬಂದಿರೋದು, ನಂಗೆ ಕೋರ್ಟು, ಕಛೇರಿ ಅಂದ್ರೆ.... ಭಯ. ಸ್ವಲ್ಪ ಹಿಂದೂ ಮುಂದೂ ನೋಡಿ ಹೆಜ್ಜೆ ಇಡ್ಬೇಕು."

ತಲೆದೂಗಿ ಮತ್ತಷ್ಟು ವಿಳೇದೆಲೆ ಹಿಡಿದು ಬಂದು ಅವರ ಮುಂದಿನ ತಟ್ಟೆಯಲ್ಲಿ ಹಾಕಿದರು.

ಇವರ ಭುಜದ ಮೇಲೆ ಕೈಯಿಟ್ಟು "ನೀವೇನು ಹೆದ್ರಬೇಡಿ, ಈ ಕೋರ್ಟು, ಕಾನೂನು ನಿಮ್ಗೇನು ಹೊಸದಲ್ಲ, ನಾವೆಲ್ಲ ಇದ್ದೀವಿ ಸಿಮ್ಜೊತೆ. ಮದ್ವೆಯಾದ ಹೆಂಡ್ತಿ ಇದ್ದು ಇನ್ನೊಂದು ವಿವಾಹವಾಗೋಕೆ ಕಾನೂನು ಅವಕಾಶ ಕೊಡೋಲ್ಲ" ಗಟ್ಟಿಯಾಗಿ ಹೇಳಿದರು.

"ಅದು ಅವ್ರಿಗೂ ಗೊತ್ತಿರುತ್ತೆ. ಏನ್ಮಾಡ್ತಾರೋ.... ನೋಡೋಣ" ಎಂದರು. ಅವರ ಇಷ್ಟು ಮಾತುಗಳಿಗೂ ಇವರು ಹೇಳಿದ್ದು ಇಷ್ಟೆ.

ಚಾಣಕ್ಯ ನಂಜುಂಡಯ್ಯ ಅಷ್ಟಕ್ಕೆ ಬಿಟ್ಟಾರೆಯೇ?

"ವಕೀಲರ ಹತ್ರ ನಾನೆಲ್ಲ ಮಾತಾಡ್ತೀನಿ. ನಿಮ್ಮಗಳ ಹತ್ರ ಇರೋ ಎವಿಡೆನ್ಸ್ ಕೊಡಿ" ತಲೆ ಕೆರೆದುಕೊಂಡರು. ಮದುವೆ ಇವರ ಸಮಕ್ಷಮ, ರಿಜಿಸ್ಟರ್ ಆಫೀಸ್‌ನಲ್ಲಿ ನಡೆದಿಲ್ಲವೆಂದು ಅವರಿಗೆ ಗೊತ್ತು. ಕೆಲವನ್ನ ಅಂಜುಯಿಂದಲೇ ವಿಚಾರಿಸ್ಕೋಬೇಕಿತ್ತು.

ಅಡ್ಡ ತಲೆಯಾಡಿಸಿದರು ನಾರಾಯಣ್.

"ಬೇಡ ಬಿಡಿ, ಮದ್ವೆ ಆಗಿದ್ದುಂಟು. ಇಷ್ಟು ದಿನ ಒಟ್ಟಿಗೆ ಸಂಸಾರ ನಡ್ಸಿದ್ದಾರೆ. ಏಕಾಏಕಿ.... ಹಿಂದಕ್ಕೆ ಕಳ್ಸೀ.... ಮತ್ತೆ ತಾಳಿ ಕಟ್ಟೋದೂಂದ್ರೆ.... ಏನು ಅರ್ಥ. ಸಾಕ್ಷಿ ಪುರಾವೆಗಳ್ನ ಒದಗಿಸೋದು ಕಷ್ಟವಲ್ಲ, ಏನು ಕೊರತೆ ಇದೆ ನಿಮ್ಮ ಹುಡ್ಗಿಯಲ್ಲಿ....?" ಮಾತು ಮುಂದುವರಿಸಿದಾಗ ಕೈಯೆತ್ತಿ ತಡೆದು ಎದ್ದು ಹೋದರು ನಾರಾಯಣ್.

ಈ ಹದಿನೈದು ವರ್ಷಗಳು ಒಂದಲ್ಲ, ಒಂದು ಕಾರಣಕ್ಕೆ ಕಾನೂನಿನ ನೆರವಿಗಾಗಿ ಓಡಾಡಿ ಸಾಕಷ್ಟು ಅನುಭವ ಗಳಿಸಿದ್ದರು. ಹಣ, ಸಮಯ ಎರಡು ಹಾಳಾಗಿತ್ತು.

ಐದು ನಿಮಿಷ ಬಿಟ್ಟು ಮತ್ತೆ ಬಂದ ನಾರಾಯಣ್ "ಮನೆಯಲ್ಲಿ ಅವ್ಳಿಗೆ ಕೋರ್ಟು, ಕಚೇರೀಂತ ಹೋಗೋದು ಇಷ್ಟವಿಲ್ಲ, ಮನಸ್ಸು ಬೆರೆತರೇನೇ ಸುಖ ಸಂಸಾರವಾಗೋದು. ಇಲ್ಲಿ ನಂಗೆ ನನ್ಮಗ್ಳು ಸುಖ ಕೂಡ ಮುಖ್ಯ. ಹೋರಾಡಿ, ಹೊಡೆದಾಟ... ಅವಳನ್ನ ಅವ್ರ ಮನೆ ಸೇರ್ಸಿ ಇಡೀ ಬಾಳು ನರ್ಕವಾಗಿಸೋದ್ಬೇಡ" ವಿವೇಚನೆಯಿಂದ ನುಡಿದರು.

ಹೊರಗೆದ್ದು ಹೋಗಿ ತಾಂಬೂಲ ಉಗಿದು ಬಂದ ನಂಜುಂಡಯ್ಯ "ನೀವು ಹೆದ್ರಿಬಿಟ್ಟಿದ್ದೀರಾ! ಇಷ್ಟೊಂದು ದಿಕ್ಕೆಟ್ಟದ್ದೇಗೆ? ಆಸ್ತಿವಂತ ಜನ. ನಿಮ್ಮ ಹುಡ್ಗೀನ ಕರ್ಕೊಂಡ್ಹೋಗಿ ಸಂಸಾರ ಮಾಡದಿದ್ರೆ ಬೇಡ. ಜೀವನಾಂಶ ಕೊಡ್ಲಿ. ಶ್ರೀಮಂತ ಜನ.... ಹಲವು ಲಕ್ಷಗಳಿಗೆ ಮೋಸವಿಲ್ಲ, ನೀವು ಚೇತರಿಸ್ಕೋಬಹ್ದು" ಹೇಳಿದರು ದೀರ್ಘವಾಗಿ.

ಅವರ ಮಾತುಗಳಿಗೆ ನಾರಾಯಣ್ ರಕ್ತ ಬಿಸಿಯಾಯಿತು. ಕೊಟ್ಟ ಕೈಯೇ ಹೊರತು ಯಾರ ಮುಂದೂ ಕೈ ಚಾಚಿದ ಕೈಯಲ್ಲ, ಈಗ ತನ್ನ ಮಗಳ ಬದುಕಿಗಾಗಿ ಜೀವನಾಂಶ ಬೇಕಾದರೆ ಅಂಜು ಬೆನ್ನಿಗೆ ಕಲ್ಲು ಕಟ್ಟಿ ಮುಳುಗಿಸಿಯಾರೇ ವಿನಃ ಅವರ ಜೀವನಾಂಶದಲ್ಲಿ ಅವಳನ್ನ ಬದುಕಲು ಹಚ್ಚಲಾರರು.

ಅದೆಲ್ಲ ವ್ಯಾಖ್ಯಾನಿಸಿ ಮತ್ತಷ್ಟು ಮಾತಾಡಲು ಅವಕಾಶ ಮಾಡಿಕೊಡುವುದು ನಾರಾಯಣ್‌ಗೆ ಬೇಕಿರಲಿಲ್ಲ.

"ಈಗ್ಲೇ ಯಾವ ತೀರ್ಮಾನಕ್ಕೂ ಬರೋದ್ಬೇಡ. ಚೆಂಡು ಮೊದ್ಲು ಮೈದಾನಕ್ಕೆ ಬಂದು ಬೀಳ್ಲೀ, ನಂತರ ಆಟ ಆರಂಭಿಸೋಣ. ಇದು ತೀರಾ ಕೌಟುಂಬಿಕವಾದ್ದು.

ನಾನೊಬ್ನೇ ಯಾವ್ದೇ ನಿರ್ಧಾರ ತಗೋಳ್ಳೋಕ್ಕಾಗೋಲ್ಲ. ಅಂಜು ಏನು ಹೇಳ್ತಾಳೋ... ನೋಡ್ಬೇಕು" ಅಡ್ಡಗೋಡೆಯ ಮೇಲೆ ದೀಪವಿಟ್ಟರು. ಯಾವ ಕಡೆ ಹೆಚ್ಚು ಬೆಳಕು ಬೀಳುತ್ತೆ. ಇದರ ಅರಿವಾಗಲು ಕಷ್ಟ.

ಕೋರ್ಟು, ವಕೀಲರ ಆಫೀಸ್‌ನ ನಡುವಿನ ಬದುಕು ನಂಜುಂಡಯ್ಯನದು ಎಷ್ಟೋ ಮಾತುಗಳನ್ನ ಕೇಳಿದ್ದರು. ಅವರ ಪ್ರಕಾರ ಇದೊಂದು ಕ್ರೀಡಾರಂಗ. ಆಟಗಾರರನ್ನು ಹಚ್ಚಿ ಪ್ರೇಕ್ಷಕನಾಗಿ ಖುಷಿಪಡುವುದಷ್ಟೆ ಕೆಲಸ. ಯಾರು ಸೋತರೂ, ಯಾರು ಗೆದ್ದರೂ ಅವರಿಗೇನು ಅನ್ನಿಸದು. ನಷ್ಟವೇನು ಇಲ್ಲ. ಹೊಸ ವ್ಯಕ್ತಿಗಳ ಪ್ರವೇಶ, ಸ್ನೇಹ, ಆತ್ಮೀಯತೆ, ಮಾನವೀಯತೆ ಬೆರೆಸದೆ ತಮ್ಮ ಕೆಲಸವನ್ನು ಬರೀ ವ್ಯವಹಾರವಾಗಿ ನೋಡುತ್ತಿದ್ದರು. ಲಾಭ ಮಾತ್ರ ಮುಖ್ಯ. ತಮ್ಮ ಲೆದರ್ ಬ್ಯಾಗ್ ತೆರೆದು ಅದರಲ್ಲಿನ ಕೆಲವು ಪೇಪರ್ಸ್‌ಗಳನ್ನ ಹೊರಗೆ ತೆಗೆದೇ ಬಿಟ್ಟರು. "ನೋಡಿ, ಇದ್ಕೆ ನೀವು ಸಹಿ ಹಾಕಿ ಇಷ್ಟೆ. ನಿಮ್ಮ ಮಗ್ಳು ಸಹಿ ಹಾಕ್ಸಿ ಒಂದೇ ಸಲ ಎರ್ಡು ಕೇಸು. ನೀವೇನು ಬರೋದ್ಬೇಡ. ಸಾಕ್ಷಿ ಪುರಾವೆಯನ್ನೆಲ್ಲ ರಿಸ್ಕ್ ತಗೊಂಡ್ ನಾನೇ ಸಂಗ್ರಹಿಸ್ತೀನಿ. ನನ್ಮೇಲೆ ಭರವಸೆ ಇಡೀ. ಇದೆಲ್ಲಾ ನಿಮ್ಮ ಮನೆಯವ್ರಿಗೇನು ಗೊತ್ತು? ಆ ಮಗುಗೆ ತಾನೇ ಏನು ಗೊತ್ತು? ನೀವು ವಕೀಲರ ಫೀಜು, ನನಗೆ ಕೊಡಬೇಕಾದ ಟಿಪ್ಸ್ ಕೂಡ ಕೇಸ್ ತೀರ್ಮಾನವಾದ್ಮೇಲೆ ಕೊಡಿ. ದೊಡ್ಡ ಕುಳ.... ಹತ್ತು ಲಕ್ಷಕ್ಕೆ ಕಡ್ಮೇ ಒಪ್ಕೋಬಾರ್ದು" ಇದೇ ಮಾತುಗಳು. ನಾರಾಯಣ್‌ಗೆ ಚಿಟ್ಟಿಡಿದುಹೋಯಿತು.

ಬಹಳ ಹೊತ್ತು ನಿಲ್ಲಿಸಿಕೊಂಡರೆ ಈ ವ್ಯಕ್ತಿ ತನ್ನ ತನ್ನ ಮಗಳ ಸಹಿ ಪಡೆದೇ ಹೊರಡುತ್ತಾನೇನೋ ಎನ್ನುವ ಭಯದಿಂದ ಇಪ್ಪತ್ತರ ಎರಡು ಕೆಂಪು ನೋಟುಗಳನ್ನ ಅವರ ಕೈಯಲ್ಲಿಟ್ಟರು.

"ಈಗ್ಬೇಡ, ನಾನು ಬಂದು ರಾಘವನ್ ಜೊತೆ ಮಾತಾಡಿ ನಿರ್ಧಾರ ಮಾಡ್ತೀನಿ. ಈಗ ಒಂದು ಬಸ್ಸು ಇದೆ. ಅದ್ಬಿಟ್ರೆ.... ರಾತ್ರಿವರ್ಗೂ ಕಾಯ್ಬೇಕಾಗುತ್ತೆ. ನಮಗಾಗಿ ಬಂದು ನೀವು ತೊಂದರೆಪಡ್ಬೇಕಾಗುತ್ತೆ" ತಾವೇ ಹೊರಡಿಸಿದರು.

ಆ ಮನುಷ್ಯನ ಬಗ್ಗೆ ಬಲ್ಲರು. ಬರೀ ಮಾತಿನಿಂದಲೇ ಬೇರೆಯವರ ಕಿಸೆ ಬರಿದು ಮಾಡಿ ತಮ್ಮ ಕಿಸೆ ತುಂಬಿಕೊಳ್ಳಬಲ್ಲ. ಕೋಪವೆನ್ನುವುದು ಗೊತ್ತಿಲ್ಲದ ಮನುಷ್ಯ. ಇದೆಲ್ಲ ತನ್ನ ಸಂಸಾರದ ಪೋಷಣೆಗಾಗಿ ಮಾಡುತ್ತಿದ್ದುದು.

ಮತ್ತೆ ಹಿಂದಿರುಗಬಾರದೆಂದು ಜೊತೆಯಲ್ಲಿಯೇ ಹೋಗಿ ಬಸ್ಸು ಹತ್ತಿಸಿ ಸಮಾಧಾನದ ಉಸಿರು ಬಿಟ್ಟರು ನಾರಾಯಣ್.

ದೊಡ್ಡ ಯುದ್ಧಕಾಂಡದಲ್ಲಿ ಭಾಗವಹಿಸಿ ಬಸವಳಿದಂತಾಗಿತ್ತು ಅವರಿಗೆ. ಆ ಮನುಷ್ಯನ ಮಾತುಗಳನ್ನು ಕೇಳಲಿಚ್ಛಿಸದೆಯೇ ನೋಡಿದ ಕೂಡಲೆ ದಕ್ಷಿಣೆ ಕೊಟ್ಟು ಪಕ್ಕಕ್ಕೆ ಸರಿಯುತ್ತಿದ್ದರು.

ಮುಂಬಾಗಿಲಿನಲ್ಲಿ ನಿಂತಿದ್ದ ಹೇಮಲತ ಬಾರದ ನಗೆಯನ್ನು ತುಟಿಯ ಮೇಲೆ ತಂದುಕೊಂಡರು. "ಬಹಳ ಚೆನ್ನಾಗಿ ಮಾತಾಡ್ತಾರೆ" ಹೆಂಡತಿಯ ಮಾತಿಗೆ ತಲೆ

ಚಚ್ಚಿಕೊಂಡರು.

"ಇನ್ನ ಸ್ವಲ್ಪ ಹೊತ್ತು ಕೂತಿದ್ರೆ..... ನೀನೇ ನನ್ನ ಮೇಲೆ ಡೈವೋರ್ಸ್ ಕೇಸ್ ಫೈಲ್ ಮಾಡ್ಬಿಡ್ತಾ ಇದ್ದೆ, ಅಲ್ಲ ಮಾಡಿಸ್ತಾ ಇದ್ದ. ಮನುಷ್ಯ ತುಂಬ ಡೇಂಜರ್...." ಎಚ್ಚರಿಸುವಂತೆ ನುಡಿದರು.

ಕೂತ ನಾರಾಯಣ್ ಎಲೆ ಅಡಿಕೆ ತಟ್ಟೆಯ ಕಡೆ ಬೆಟ್ಟುಮಾಡಿದರು. ಪೂರ್ತಿ ಖಾಲಿ. ಬಟ್ಟಲು ತುಂಬ ಇದ್ದ ಅಡಿಕೆ ಪುಡಿ ಶುಭ್ರವಾಗಿ ಬಟ್ಟಲು ತೊಳೆದಂತಿತ್ತು. ಸುಣ್ಣದ ಸೀಸೆ ನಾಪತ್ತೆ. ಉಳಿದ ಎಲೆಗಳು ಅವರ ಕಿಸೆ ಸೇರಿ ಹೋಗಿತ್ತು.

"ಅಂತು, ತಟ್ಟೆ ಉಳ್ಸಿ ಹೋಗಿದ್ದಾರೆ. ನಿನ್ನ ಪುಣ್ಯ. ಅವ್ರ ಬ್ಯಾಗ್ನಲ್ಲಿ ತಟ್ಟೆಗೆ ಜಾಗವಿರ್ಲಿಲ್ವೇನೋ" ನಕ್ಕುಬಿಟ್ಟರು ನಾರಾಯಣ್.

ಆಕೆಗಂತೂ ವಿಲಕ್ಷಣ ವ್ಯಕ್ತಿಯಾಗಿ ಕಂಡ. ಕೇಳಿ ಕೇಳಿ ಬಡಿಸಿಕೊಂಡಾಗ ಸರಳ ವ್ಯಕ್ತಿ ಎಂದುಕೊಂಡಿದ್ದರಷ್ಟೆ. ಕವಳಿಗೆ ಎಲೆ ಮೆದ್ದು ಉಳಿದಿದ್ದು ಜೇಬಿಗೆ ತುರುಕಿಕೊಂಡು ಹೋಗಿದ್ದು ನಗೆ ಬರಿಸಿತು.

"ವಕೀಲರು.... ಕಳ್ಸಿದ್ರಾ?" ಗಂಡನಿಗೆ ಎದುರಾಗಿ ಕೂತು ಕೇಳಿದರು. ಇಲ್ಲವೆಂದು ತಲೆಯಾಡಿಸಿದರು.

"ಬಿಜಿ ಮನುಷ್ಯ ಅವ್ರಿಗೆಲ್ಲಿ... ಪುರಸತ್ತು! ವಿಷ್ಯಗಳ್ನ ತಲಾಷ್ ಮಾಡಿಕೊಂಡು ಬಂದು ವ್ಯಕ್ತಿಗಳ್ನ ಹಿಡೀತಾನೆ. ಮಿದುಳನ್ನ ಮಾತುಗಳ ರೂಪದಲ್ಲಿ ಬದಲಾಯ್ಸಿ ಹಣ ಮಾಡ್ತಾನೆ. ಆ ಮನುಷ್ಯ ಇಲ್ಲದ ಕಡೆನೇ ಇಲ್ಲ. ಆಸ್ಪತ್ರೆ, ಪುರಸಭೆ, ಸ್ಕೂಲು, ಕಾಲೇಜು ಎಲ್ಲಾ ಕಡೆ ಓಡಾಟ. ಪ್ರತಿಯೊಂದು ಸಣ್ಣಪುಟ್ಟ ವಿಷ್ಯಕ್ಕೂ ಕಾನೂನಿನ ಅಡಿಯಲ್ಲಿ ತರೋಕೆ ಪ್ರಯತ್ನಿಸುತ್ತಾನೆ. ಅಂತೂ ಆ ವ್ಯಕ್ತಿಯ ಅದೃಷ್ಟ ಕೆಟ್ಟಿರಬೇಕಷ್ಟೆ. ಈಗ ಅಂಜು ಒಪ್ಪಿಲ್ಲಾನ್ನು. ನನ್ನನ್ನು ಎಷ್ಟು ದಿನಾಂತ ಒಬ್ಬೇ ಹೆಂಡ್ತಿ ಜೊತೆ ಸಂಸಾರ ಮಾಡ್ತೀರಾ, ಡೈವೋರ್ಸ್ ಕೊಡೀಂತ ಉಪದೇಶಿಸೋಕು ಹಿಂಜರಿಯೋಲ್ಲ... ಏನು ಹೇಗೆ?" ಹೆಂಡತಿಯನ್ನು ಛೇಡಿಸಿದರು.

ಅಂತೂ ಇಬ್ಬರು ಮನಸ್ಸು ಪೂರ್ತಿ ನಕ್ಕರು. ಎದೆಯ ಭಾರ ಎಷ್ಟೋ ಕಡಿಮೆಯೆನಿಸಿತು. ಆರೋಗ್ಯಕರವಾದ ನಗು ಮನುಷ್ಯನ ದೇಹ, ಮನಸ್ಸಿನ ಸ್ವಾಸ್ಥ್ಯ ಕಾಪಾಡುತ್ತದೆ.

"ಸ್ವಲ್ಪ ಅಂಜುನ ಕರೀ. ಮುಸುಕಿನ ಗುದ್ದಾಟಬೇಡ. ನಮ್ಮ ಕಲ್ಪನೆ ಊಹೆಗಳ್ನ ಬಿಟ್ಟು ಸತ್ಯಸಂಗತಿಗಳನ್ನ ತಿಳಿಯಬೇಕು" ಹೆಂಡತಿಯನ್ನು ಕಳುಹಿಸಿದರು.

ಆದ ಅನ್ಯಾಯಕ್ಕೆ ಹೋರಾಡುವ ಇಚ್ಛೆ ಅವರಿಗೂ ಇತ್ತು. ಬುದ್ಧಿ ಕಲಿಸಬೇಕೆಂಬುದೇ ವಿನಃ ಕೋರ್ಟು ಮೂಲಕ ಅಳಿಯ ಮಗಳನ್ನ ಒಂದುಗೂಡಿಸಬೇಕೆಂಬುದಾಗಲೀ, ಅಥವಾ ಮಗಳ ಪೋಷಣೆಗೆ ಜೀವನಾಂಶ ಪಡೆಯುವುದಾಗಲೀ ಅವರ ಇಚ್ಛೆ ಆಗಿರಲಿಲ್ಲ.

ಬಂದ ಅಂಜುನ ಪ್ರೀತಿಯಿಂದ ಕರೆದು ಹತ್ತಿರ ಕೂಡಿಸಿಕೊಂಡರು. ಮುಖದ ಮುಗ್ಧತೆ ಕೂಡ ಇನ್ನ ಮಾಸಿಹೋಗಿಲ್ಲವೆನಿಸಿತು.

"ನಾವು ಹೇಳದಿದ್ರೂ.... ನಿನ್ನ ಗಮನಕ್ಕೆ ಬಂದಿರುತ್ತೆ. ರಾಧಾಕೃಷ್ಣ ಮಗನಿಗೆ ಇನ್ನೊಂದ್ಮದ್ವೆ ಮಾಡ್ತಾ ಇದ್ದಾರಂತೆ. ಹೇಗೆ ಮಾಡ್ತಾರೊ, ಅವ್ರು ತಲೆ ಕೆಡ್ಸಿಕೊಳ್ಳಬೇಕಾದ ವಿಷ್ಯ. ಚಾಣಾಕ್ಷ ಮನುಷ್ಯ. ತೊಡಕನ್ನ ನಿವಾರಿಸಿಕೊಳ್ಳೋಕೆ ಸುಲಭವಾದ ಯಾವುದಾದ್ರೂ ದಾರಿ ಹುಡ್ಕಿಕೊಂಡಿರ್ಬೇಕು. ಮುಕ್ತಾಯವಾಗ್ಬೇಕಾದ ವಿಷ್ಯಕ್ಕೆ ಇನ್ನೊಂದು ತಿರುವು ಕೊಟ್ಟೆ. ಆದ ಮದ್ವೆಯ ಬಗ್ಗೆ ವಿವರಗಳು, ಸಾಕ್ಷಿಗಳು ಬೇಕು. ಇಲ್ದಿದ್ರೆ ಕೋರ್ಟು ಒಪ್ಪೋಲ್ಲ. ಯಾವ ದಾಖಲೆಗಳಿವೆ?" ಎಷ್ಟು ಮೃದುವಾಗಬೇಕೆಂದರೂ ವಿಷಯ ಅವರನ್ನ ಕಟುವಾಗಿಸಿತ್ತು.

ಕಣ್ಣಂಚಿಗೆ ಬಂದ ಕಂಬನಿಯನ್ನು ತೊಡೆಯಲಾರದೆ ಹರಿಯಲು ಬಿಟ್ಟಳು. ಒಂದು ರೀತಿಯ ದ್ವಂದ್ವ ಮನಸ್ಥಿತಿಯಲ್ಲಿದ್ದಳು. ಇಂಥ ಒಂದು ನಿರೀಕ್ಷೆಯೂ ಕೂಡ ಅವಳದು.

ಬಿಕ್ಕಿ ಬಿಕ್ಕಿ ಅತ್ತಳು. ಅವಳ ಅಳು ಮುಗಿಯುವವರೆಗೂ ಕಾದರು. ಈಗ ಕಣ್ಣೀರಿನ ಉಪಯೋಗವಿಲ್ಲ. ರಾಧಾಕೃಷ್ಣ ಸ್ಪಂದಿಸರು. ಚಂದ್ರು ಬಗ್ಗೆ ಒಂದು ನಿರ್ಣಯಕ್ಕೆ ಬರರು.

"ಸಾಕು, ಅತ್ತಿದ್ದು! ಎಲ್ಲಿ ಮದ್ವೆ ಆಗಿದ್ದು? ಎಷ್ಟು ಜನ ಇದ್ರು? ಫೋಟೋ ವಿಡಿಯೋ... ಇಂಥದೇನಾದ್ರೂ ತೆಗೆದ್ರಾ? ಬಂದ ಜನರಲ್ಲಿ ಸಾಕ್ಷಿ ಹೇಳುವಂಥ ಪ್ರಾಮಾಣಿಕರು ಯಾರಾದ್ರೂ ಇದ್ದಾರ?" ಕೇಳಿದರು. ಕೋರ್ಟಿನ ಬಾಗಿಲಲ್ಲಿ ನಿಂತು ವಿಚಾರಿಸಿದಂತಾಯಿತು ಅವಳಿಗೆ.

ಹತ್ತು ನಿಮಿಷಗಳಷ್ಟು ದೀರ್ಘಕಾಲ ಕಾದ ನಾರಾಯಣ್. "ಸ್ವಲ್ಪ ಸಮಾಧಾನ ಮಾಡ್ಕೋ ನಡೆದು ಹೋದುದ್ದರ ಬಗ್ಗೆ ಚಿಂತಿಸೋದ್ಬೇಡ. ಭವಿಷ್ಯದ ಬಗ್ಗೆ ಎಚ್ಚರದಿಂದ ಯೋಚ್ಸು. ಈಗ ಇಡೋ ಹೆಜ್ಜೆ ತಪ್ಪಾಗ್ಬಾರ್ದು. ನಾಳೆ ಬೆಳಿಗ್ಗೆ..... ನಿಂಗೆ ಏನು ಹೇಳ್ಬೇಕೂಂತ ಅನ್ನಿಸುತ್ತೆ! ಅದ್ನ ಹೇಳು" ಎಂದವರು ತಾವೇ ಎದ್ದು ಹೊರಗೆ ಹೋದರು.

ಮೌನವಹಿಸಿದರು ಹೇಮಲತ.

ರೂಮಿಗೆ ಬಂದವಳೆ ಒಂದು ಕಡೆ ಕುಸಿದಳು. ನೆನಪುಗಳು ಅಲೆ ಅಲೆಯಾಗಿ ತೇಲಿದವು. ತುಂಬು ಆತ್ಮವಿಶ್ವಾಸದ ಕಣ್ಣುಗಳು ಚಂದ್ರುದು. ಗೌರವ ಅಭಿಮಾನ ವ್ಯಕ್ತಪಡಿಸುತ್ತಿದ್ದರೂ ಪ್ರೀತಿಯ ಅಭಿವ್ಯಕ್ತಿಗೆ ಯಾವುದೋ ತಡೆ.

ಕರೆದೊಯ್ದು ಮೋಸ ಮಾಡಿದನೇ? ತಾನು ಉಳಿದು ಕಾದು ನೋಡಬೇಕಿತ್ತು. ಎರಡು ತಪ್ಪುಗಳು ಒಂದನ್ನೊಂದು ಬೆಸೆದುಕೊಂಡೇ ಇದೆ. ಮೂರನೆಯ ತಪ್ಪು ನನ್ನ ಖೈದಿಯಾಗಿಸಬಹುದು. ಅದನ್ನೆಲ್ಲ ತೊಡೆದುಕೊಳ್ಳಬೇಕು. ನೆನಪಾದವು. ತಟ್ಟನೆ ಅಂದಿನ ರಸಮಯ ಕ್ಷಣಗಳು "ಅದ್ಭುತ, ಅಪರೂಪ. ಅಮೂಲ್ಯ ಆರಾಧಾನಮಯ"

ಜೇನಿನಂಥ ದನಿ "ಯಾವುದು ಗೊತ್ತ?" ಮೋಹಕ ನೋಟದಿಂದ ಅವಳನ್ನು ಪ್ರಶ್ನಿಸುತ್ತಿದ್ದ ಮೆಚ್ಚಿಗೆಯ ಮಹಾಪೂರವೇ ಇರುತ್ತಿತ್ತು ಕಣ್ಣುಗಳಲ್ಲಿ, "ಹೆಣ್ಣುಗಳು ಅಂದರೇ ಅಲಂಕಾರ ಪ್ರಿಯರು, ವಸ್ತ್ರಪ್ರಿಯರು, ಆಭರಣ ಪ್ರಿಯರು, ತಿರುಗಾಡೋ ಪ್ರಿಯರು ಅಂತ ನನ್ನ ಸ್ನೇಹಿತರು ಹೆದರ್ಸಿದ್ರು. ಮದ್ವೆಯ ಹೊಸದರಲ್ಲಂತೂ ಇವುಗಳ ನಡ್ವೆಯೇ ಅವು.... ಇಂಥದೆಲ್ಲ ಹೇಳಿದ್ರು. ನಿನ್ನ ವಿಷ್ಯದಲ್ಲಿ ಅದೆಲ್ಲ ಸುಳ್ಳು" ಮೈಮರೆತಂತೆ ಹೇಳಿದ ಮೊದಲ ದಿನಗಳಲ್ಲಿ.

ಇದೆಲ್ಲ ತನ್ನ ಭ್ರಮೆಯೆಂದು ಅರಿವಾಗಿದ್ದು ದಾಸ್, ನಳಿನಿ, ಡಿಸೋಜಾರ ಮಾತುಗಳನ್ನು ಕೇಳಿದ ನಂತರ. ಒಮ್ಮೆ ಕೂಡ ನರ್ಸಿಂಗ್ ಹೋಂಗೆ ಕರೆದೊಯ್ದು ತಾಯಿಯ ಮುಂದೆ ನಿಲ್ಲಿಸಿ ತನ್ನ ಮಡದಿಯೆಂದು ಹೇಳುವ ಧೈರ್ಯ ತೋರಲಿಲ್ಲ.

ಭ್ರಮಾಲೋಕದ ಬದುಕು ಬೇಡವೆಂದುಕೊಂಡರೂ ಚಂದ್ರು ವಿರುದ್ಧ ಹೋರಾಟ ಬೇಡವೆನಿಸಿತು. ಹೃದಯದ ಪ್ರೀತಿ ಸಾಯದು. ಅದರ ವಿರುದ್ಧ ಹಾರಾಟ ಸಫಲತೆ ನೀಡದು.

ತನಗಾದ ಅನ್ಯಾಯ, ಭವಿಷ್ಯ ಕಾಣದ ಬದುಕು, ತಾಯಿ ತಂದೆಯರ ಅಸಹಾಯಕತೆಯನ್ನು ಬೆಳಗಿನವರೆಗೂ ಯೋಚಿಸಿ ಒಂದು ನಿರ್ಧಾರಕ್ಕೆ ಬಂದಳು.

ಸ್ನಾನ, ಸಂಧ್ಯಾವಂದನೆ ಮುಗಿಸಿದ ತಂದೆಗೆ ಕಾಫೀ ತಂದು ಕೊಟ್ಟಿದ್ದು ಅಂಜು. ಮುಖದಲ್ಲಿ ಗೆಲುವಿತ್ತು. ಕಣ್ಣುಗಳಲ್ಲಿ ಜಡತೆ ಇರಲಿಲ್ಲ.

ಕಾಫೀ ಕುಡಿದಿಟ್ಟ ನಂತರವೆ ಕೇಳಿದ್ದು "ಹೇಳು ಅಂಜು ಇಲ್ಲಿ ಸ್ವಾಭಿಮಾನ, ಸೇಡಿಗಿಂತ ನಂಗೆ ನನ್ಮಗ್ಳ ಬದ್ಕೇ ಮುಖ್ಯ. ನೆಮ್ದಿ ಇಲ್ಲದ ಜೀವ್ನ ನರ್ಕ. ಕೆಟ್ಟ ಹಟಕ್ಕೆ ಬಿದ್ದು ಹಾಳಾಗೋದ್ಬೇಡ" ಉತ್ಸಾಹ ತುಂಬಿದರು.

ಅವರ ಬಾಯಿಂದ ಮಾತುಗಳೇ ಹೊರಡಲಿಲ್ಲ, ನಿಶ್ಚಯ, ನಿರ್ಧಾರ ಅವಳದೇ. ಅದಕ್ಕೆ ವಿರುದ್ಧ ಹೋಗಿ ಮಾನಸಿಕ ಸಂಕಟಕ್ಕೆ ಅವಳನ್ನ ಗುರಿಮಾಡರು!

"ನಂಗೆ ಬೇರೆ ಜೀವ್ನ ಬೇಕು ಅದಷ್ಟೇ...... ಬದ್ಕಲ್ಲ, ನಂಗೆ ಮುಂದೆ ಓದೋ ನಿರ್ಧಾರ ಇದೆ. ನಿಮ್ಮ ಸಹಕಾರ ಬೇಕು" ಅತ್ತುಬಿಟ್ಟಳು. ನಾರಾಯಣ್ ಪೂರ್ತಿ ಕರಗಿಹೋದರು.

"ಸರಿ, ನಿನ್ನಿಷ್ಟ..... ಇನ್ಮೇಲೆ ನಿನ್ನ ಕಣ್ಣಲ್ಲಿ ನೀರು ನೋಡೋಕೆ ನಾನು ಇಷ್ಟಪಡೋಲ್ಲ" ಕಣ್ಣೀರು ತೊಡೆದು ಭರವಸೆಯ ನಗು ಬೀರಿದರು.

"ತೋಟದ ಕಡೆ ಹೋಗ್ಬರ್ತಿನಿ."

ಅಪ್ಪ ಮಗಳ ಸಂವಾದ ಆಲಿಸಿದ ಹೇಮಲತ ಮೂಕರಾದರು.

ರೂಮಿಗೆ ಬಂದ ಅಂಜು ಬೆಳಗಿನ ಜಾವ ಬರೆದ ಚಿತ್ರವನ್ನಿಡಿದು ನೋಡಿದಳು. ಪಟ್ಟೆ ಹುಲಿ, ಹಸುವಿನ ನಡುವೆಯ ಹೋರಾಟ-ರಕ್ತಸಿಕ್ತವಾದ ಬಿಳಿ ಹಸು ಅಂಥದೊಂದು ಅಪಾಯ ತಪ್ಪಿಹೋದುದಕ್ಕೆ ಹರ್ಷಿಸಿದಳು.

ಅದನ್ನು ಹರಿದು ಕಿಟಕಿಯಲ್ಲಿ ತೂರಿ ತಾಯಿಯನ್ನು ಅರಸಿಕೊಂಡು ಅಡಿಗೆ ಮನೆಗೆ ಹೋದಳು.

* * *

ದಾಸ್ ಬೆಳಿಗ್ಗೆ ಬೆಳಿಗ್ಗೆಯೇ ಚಂದ್ರು ಏಳುವ ಮುನ್ನವೇ ಬಂದು ಕಾದಿದ್ದು ನಂತರ ವಿಷಯ ಮುಟ್ಟಿಸಿದ. "ಯಜಮಾನ್ರು ಸ್ವಲ್ಪ ಸುಸ್ತಾಗಿದ್ದಾರೆ. ನಿಮ್ಮನ್ನ ಕರ್ಕೊಂಡ್ಬರೋಕೆ ಅಮ್ಮಾವ್ರು ಕಳ್ಸಿದ್ರು."

ಅಚೇತನನಾದ. ನಿಶ್ಚಿತವಾದ ಗುರಿಯ ಸನಿಹದಲ್ಲಿದ್ದ. ಅಂಜು ಬಗ್ಗೆ ಕನಿಕರದ ಜೊತೆ ಕೋಪವು ಕೂಡ. ತನ್ನ ಮನಸ್ಸನ್ನು ಹಂಚಿಕೊಳ್ಳಲಾರದಷ್ಟು ತಾನು ಪರಕೀಯನಾಗಿದ್ದನೆ? ಈ ಪ್ರಶ್ನೆಗೆ ಅವಳಿಗೆ ಉತ್ತರಿಸಲು ಚಂದ್ರುನೆ ಸಮರ್ಥ.

ಇಂಥ ತೊಳಲಾಟಗಳ ಮಧ್ಯೆ ಈ ಸುದ್ದಿ.

"ಬರ್ತೀನಿ ನಡೀ ದಾಸ್" ಎಂದ.

ದಾಸ್ ಕದಲಲಿಲ್ಲ. ಇದು ಸ್ವತಃ ರಾಧಾಕೃಷ್ಣರ ಸೂಚನೆಯೇ. ಶತಾಯ ಗತಾಯ ಯೋಜನೆ ಕರಗತ ಮಾಡುವ ಪಟ್ಟು.

"ಎಕ್ಸ್‌ಕ್ಯೂಜ್ ಮಿ ಸರ್. ಜೊತೆಯಲ್ಲೇ ಕರ್ಕೊಂಡ್ಬಾ.... ಅಂದಿದ್ದಾರೆ." ಪಟ್ಟು ಹಿಡಿದಂತೆ ಹೇಳಿದಾಗ ಚಂದ್ರು ಅವನ ಎರಡು ಭುಜಗಳ ಮೇಲೆ ಕೈಗಳನ್ನೂರಿ "ದಾಸ್, ನೀನು ನಮ್ಮಲ್ಲಿ ಕೆಲ್ಸ ಮಾಡ್ತಾ ಇದ್ರು.... ಒಬ್ಬ ವೆಲ್ವಿಷರ್. ಆ ದೃಷ್ಟಿ ಇಟ್ಕೊಂಡ್ಹೇಳು. ಅಪ್ಪನ.... ಆರೋಗ್ಯ.... ಹೇಗಿದೆ?" ಕಣ್ಣಲ್ಲಿ ಕಣ್ಣಿಟ್ಟು ಕೇಳಿದಾಗ ಅವನ ನೋಟ ತಗ್ಗಿತು.

"ಸಾರಿ ಸರ್. ನಂಗೆ ಅಮ್ಮಾವ್ರು ಹೇಳಿದಷ್ಟೇ ಗೊತ್ತು. ನಾನು ಅಲ್ಲಿದ್ದಾಗ ಡಾಕ್ಟ್ರು.... ಬಂದ್ರು" ಹೇಳಿದ. ಸತ್ಯವನ್ನಾಡಲು ಹಿಂಜರಿದ. ಸುಳ್ಳು ಹೇಳಿ ನಂಬಿಸಲು ಕೂಡ ಪ್ರಯತ್ನಿಸಲಿಲ್ಲ.

ಕೈಗಳನ್ನು ಹಿಂದಕ್ಕೆ ತಗೊಂಡು "ಸರಿ, ಈಗ್ಬಂದೆ.... ಬೇಡ ಬಿಡು. ಜೊತೆಯಲ್ಲೇ ಬರ್ತಿನಿ. ನಿಂಗ್ಯಾಕೆ ಭೀಮಾರಿ. ಕಾರಿನಲ್ಲಿರು...." ಅವನನ್ನು ಕಳುಹಿಸಿದ.

ಹಿಂದೆ ನಿಂತ ಅಹಮದ್‌ನ ಸನ್ನೆ ಮಾಡಿ ಕರೆದು "ಅಪ್ಪನಿಗೆ ಹುಷಾರಿಲ್ವಂತೆ. ಬಿಜಿನೆಸ್ ಜನಕ್ಕೆ ನಿದ್ದೆ ಎಲ್ಲಿ ಬರುತ್ತೆ? ಟೆನ್ಷನ್.... ಡಿಪ್ರೆಷನ್ ಮಾಮೂಲು. ಹೋಗ್ಬರ್ತಿನಿ. ಬರೀ ಆರ್ಡರ್ಸ್ ಮಾತ್ರ ಮೇಕಪ್ ಮಾಡ್ಕೋ. ಮದ್ವೆ ಸೀಸನ್. ಉಡುಗೊರೆಗಳು, ಬದ್ಲು ಬುಕ್ಕೆಗಳು.... ಚೀಪ್.... ಅಂಡ್ ಬೆಸ್ಟ್, ಶ್ರೀಮಂತರೇ ಹೆಚ್ಚು ಮುಗೀ ಬೀಳೋದು" ಹೇಳಿ ಬಾವಿಯ ಕಡೆ ಹೊರಟ.

ಸದ್ಯಕ್ಕೆ ಇಲ್ಲಿನ ಜೀವನ ಮುಕ್ತಾಯವಾಗುವುದರಲ್ಲಿತ್ತು. ಅಭಿರುಚಿಗೆ ಅನುಗುಣವಾದ ಮನೆ. ಅಲ್ಲಿ ಅಂಜುವಿನೊಂದಿಗಿನ ದಾಂಪತ್ಯ ಜೀವನ ಪ್ರಾರಂಭ.

ಇಷ್ಟು ದಿನದ ಬ್ರಹ್ಮಚರ್ಯ, ವಿರಹಕ್ಕೆ ಕೊನೆ.

ಹರ್ಷದಿಂದ ಶಿಳ್ಳೆ ಹಾಕುತ್ತ ಸ್ನಾನ ಮುಗಿಸಿ ಬಂದ.

ಸ್ವಲ್ಪ ವ್ಯಾಕುಲದಿಂದ ನಿಂತ ಅಹಮದ್ "ಪ್ಲೀಸ್, ನೀನು ಆದಷ್ಟು ಬೇಗ ಸೋನಾಪುರಕ್ಕೆ ಹೋಗಿ ಬಾಭೀನ ಕರ್ಕೊಂಡ್ಬರೋದು ಒಳ್ಳೇದು. ಅಂದು ಕೂಡ ಅನುಮಾನ, ಭಯ ಎರ್ಡೂ ಇತ್ತು. ಆದರೆ ಬಾಭೀ ಸಪೋರ್ಟ್ ಇತ್ತು. ಈಗ...." ಅನುಮಾನಿಸಿದ.

"ಡೋಂಟ್ ವರೀ ಯಾರ್.... ಅಂಜು ನನ್ನ ಹೆಂಡ್ತಿ. ಅವ್ಳ ಸ್ವಭಾವ ಬಲ್ಲೆ, ಕೆಲವು ದಿನ ಕಾದಿದ್ದು, ಅವಳನ್ನು ಅವ್ಳು ವಿಮರ್ಶಿಸಿಕೊಳ್ಳೀಂತ. ಈ ದೂರ ನನ್ನ ಬಗ್ಗೆ ಯೋಚ್ನೋಕೆ ಅನುವು ಮಾಡಿಕೊಟ್ಟಿರುತ್ತೆ" ಟವಲನ್ನು ಒಣಗಿ ಹಾಕಿ ಬಂದ.

"ನಂಗೆ ಏನೇನೂ.... ಅರ್ಥವಾಗ್ತಿಲ್ಲ!" ಅಹಮದ್ ತಲೆ ಕೊಡವಿದ.

"ಅರೆ, ಬುದ್ದು.... ಅರ್ಥವಾಗ್ದೆ ಇರೋಕೇನಿದೆ! ಅಂಜು ತುಂಬ ಒಳ್ಳೆ ಹುಡ್ಗಿ. ತೀರಾ ಒಳ್ಳೆತನ ಕೂಡ ಡೇಂಜರ್. ಸ್ವಲ್ಪ ಸ್ವಾಭಿಮಾನ ಅಧಿಕ ಅವ್ರಪ್ಪನಂತೆ. ಪ್ರಿಂಟಾದ ಲಗ್ನಪತ್ರಿಕೆ ಹಿಡ್ದು ನಮ್ಮಪ್ಪನ್ನ ಪೊಲೀಸ್, ಕೋರ್ಟು ಅಂತ ಹೆದರ್ಸಬಹುದಿತ್ತು. ಏನೇನು.... ಮಾಡ್ಲಿಲ್ಲ. ಸುಮ್ನೆ ಹೋಗ್ಬಿಟ್ರು. ಅದು ಅವ್ರ ಒಳ್ಳೆತನವಷ್ಟೆ."

ಈಗಲೂ ಅಹಮದ್‌ಗೆ ಏನೇನೂ ಅರ್ಥವಾಗಲಿಲ್ಲ ತಲೆಯಾಡಿಸಿದ.

"ಅಂದೇ ಹೋಗಿದ್ರೆ.... ಒಂದಿಷ್ಟು ಮಾತುಕತೆ, ಘರ್ಷಣೆ ಇವೆಲ್ಲ ಅನಿವಾರ್ಯವಾಗಿತ್ತು. ದೂರವಿರೋ ಅಂಜು ನನ್ನ ಸ್ವಭಾವ, ನಡತೆಯ ಬಗ್ಗೆ ಯೋಚಿಸ್ತಾಳೆ. ಯಾವ್ದು ನಿಜ, ಯಾವ್ದು ಸುಳ್ಳು ಗೊಂದಲದ ನಡ್ವೇ ಅವ್ಳ ಒಳ್ಳೆ ಮನಸ್ಸು ನನ್ನ ಬಗ್ಗೆ ಇನ್ನಷ್ಟು ಪ್ರೀತಿ, ಗೌರವವನ್ನ ಬೆಳೆಸಿರುತ್ತೆ. ಇದೆಲ್ಲ ನಂಗೆ.... ಅನ್ಕೂಲವೆ. ಹೇಗೂ ನನ್ನ ಹೆಂಡ್ತಿ ತಾನೆ, ನಾಲ್ಕು ದಿನ ತವರಿನಲ್ಲಿ ಆರಾಮಾಗಿರ್ಲಿ" ಖುಷಿಯಾಗಿಯೇ ನುಡಿದು ಶಿಳ್ಳೆ ಹಾಕುತ್ತ ಕೂದಲಲ್ಲಿ ಕೂಂಬ್ ಆಡಿಸಿ ಹೊರಟು ನಿಂತ.

ಅರ್ಧ ದಾರಿ ಕಾರು ಸಾಗುವವರೆಗೂ ಸುಮ್ಮನಿದ್ದ ಚಂದ್ರು, "ದಾಸ್, ಕಾರು ನಿಲ್ಸು...." ಎಂದವ ಇಳಿದು ಫ್ರೂಟ್ ಸ್ಟಾಲ್‌ಗೆ ಹೋದವನು ಒಂದು ಬುಟ್ಟಿ ಹಣ್ಣುಗಳನ್ನು ಖರೀದಿಸಿ ಕಾರಿಗೆ ಕಳಿಸಿದವನು ದಾಸ್‌ನ ಕರೆದು "ನೀನು ನಡೀ ನಿನ್ನ ಹಿಂದೇನೆ ಬರ್ತಿನಿ. ಅಕಸ್ಮಾತ್ ನಿಂಗೆ ಮೊದ್ಲು ಅಲ್ಲಿದ್ರೂ.... ಆಶ್ಚರ್ಯವಲ್ಲ?" ಎಂದ. ದಾಸ್ ಕಸಿವಿಸಿಯಿಂದ ಮುಖ ನೋಡಿದ.

"ಇಲ್ಲಿ ಪಾರ್ಕಿಂಗ್ ಇಲ್ಲ ನೀನು... ನಡೀ" ಹೇಳಿದ.

ಎಚ್ಚರಿಸಿಯೇ ಕಳಿಸಿದ್ದರು ರಾಧಾಕೃಷ್ಣ "ಒಂದ್ಗಂಟೆ ಕಾದ್ರೂ ಪರ್ವಾಗಿಲ್ಲ.... ಜೊತೆಯಲ್ಲೇ ಕರ್ಕೊಂಡ್ಬಾ. ಕಾದಾಗ್ಲೇ ಕಬ್ಬಿಣ ಬಡೀಬೇಕು. ಆಗ್ಲೇ... ಹದವಾಗೋದು" ಕಡೆಯ ಎರಡು ವಾಕ್ಯಗಳನ್ನು ನುಂಗಿಕೊಂಡರು.

ಕಾರು ನಿಂತ ಕೂಡಲೆ ಶಿಲ್ಪಾ ಓಡಿ ಬಂದಳು "ಎಲ್ಲಿ... ಅಣ್ಣ?" ತಾನೇ ಡೋರ್ ತೆಗೆದಾಗ ಹಣ್ಣಿನ ಬುಟ್ಟಿ ಇಳಿಸಿದ ದಾಸ್ "ಹಿಂದೆ ಬರ್ತಾ ಇದ್ದಾರೆ. ಮೊದ್ಲೇ ಬಂದಿರುತ್ತೀನೀಂದ್ರು.... ಬಂದಿಲ್ವಾ?" ಅವಳನ್ನು ಪ್ರಶ್ನಿಸಿದ.

ತೀರಾ ಹೈಹೀಲ್ಡ್ ಚಪ್ಪಲಿ ಧರಿಸಿದ್ದ ಅವಳು "ಛಿ. ಅಣ್ಣ ಬಂದಿದ್ರೆ.... ನಾನ್ಯಾಕೆ ಬರ್ತಾ ಇದ್ದೆ!" ರೇಗಿಕೊಂಡು ಚಪ್ಪಲಿ ಸದ್ದು ಮಾಡುತ್ತ ಹೋದಳು. ಯಶೋದ ಹಾಗೆ ಸ್ವಲ್ಪ ಕುಳ್ಳು. ಎತ್ತರವನ್ನು ಚಪ್ಪಲಿಯ ಮೂಲಕ ಹೆಚ್ಚಿಸುತ್ತಿದ್ದಳು.

ದಾಸ್ ವಿಷಯ ಮುಟ್ಟಿಸಿದಾಗ ರಾಧಾಕೃಷ್ಣ ಕಣ್ಣುಗಳಲ್ಲಿ ಬೆಂಕಿ ಸಿಡಿಯಿತು.

"ನೀನ್ಹೋಗು...." ಎಂದವರು ಹೆಂಡತಿಯ ಕಡೆ ತಿರುಗಿದರು. "ನೋಡಿದ್ಯಾ ನಿನ್ಮಗ್ನ.... ನಂಗೆ ಹುಷಾರಿಲ್ಲಾಂದ್ರೂ ಬರಲಾರದಷ್ಟು ರಾಜಕಾರ್ಯ. ಈಡಿಯಟ್.... ಬಹಳ ಬೆಳ್ದುಬಿಟ್ಟಿದ್ದಾನೆ. ನಾನು ಅವ್ರಪ್ಪ.... ಹೇಗೆ ಬಗ್ಗಿಸ್ಬೇಕೋ.... ನಂಗೆ ಗೊತ್ತು" ಹಾರಾಡಿದರು.

"ನಿಜ್ವಾಗ್ಲೂ ಬಿ.ಪಿ. ರೈಸಾಗೋದ್ಬೇಡ" ರೂಮಿನ ಬಾಗಿಲಲ್ಲಿದ್ದ ಚಂದ್ರು ಸ್ವಲ್ಪ ಕಸಿವಿಸಿಯಾದರೂ ತೋರಗೊಡಲಿಲ್ಲ ರಾಧಾಕೃಷ್ಣ. "ನಾನೇ ಹೇಳಿ ಕಳ್ಸಿದ್ದು. ರೂಮಿನ ಒಳ್ಗೂ ಬರೋಕೆ ಪರ್ಮಿಷನ್ ಬೇಕಾ?" ತಂದೆಯ ಗಡಸು ದನಿಗೆ ಮುಗುಳ್ನಕ್ಕ.

ಬಂದು ಅವರ ಕಾಲ ಬಳಿಯಲ್ಲಿಯೇ ಮಂಚದ ಮೇಲೆ ಕೂತವನು "ಖಂಡಿತ ಬೇಡ, ಕೆಲವು ಹಕ್ಕುಗಳು ಹುಟ್ಟಿನಿಂದ್ಲೇ ಬರುತ್ತೆ. ಅದ್ನ ಮೊಟಕು ಮಾಡೋಕೆ ಯಾರಿಂದ್ಲೂ ಆಗೋಲ್ಲ" ನಗುನಗುತ್ತಾ ಹೇಳಿದ. ಮಲ್ಲಿಗೆಯ ನಗು ಬಿರಿದ ಮೊಗ್ಗುಗಳು ಎರಚಾಡಿದಂತಾಯಿತು...

ಇಂಥ ಸಂತೋಷ ಕಳೆದುಕೊಂಡು ಎಷ್ಟು ದಿನವಾಯಿತು. ರಾಧಾಕೃಷ್ಣ ಮನ ಚಿಂತಿಸಿತು. ಬಳಿಯಲ್ಲಿ ಕೂತ ಮಗನ ಸಾನ್ನಿಧ್ಯ ಕೋಟಿ ಗಳಿಕೆಗಿಂತ ಹೆಚ್ಚೆನಿಸಿತು. ಕೆಲವು ಸಂತೋಷಗಳನ್ನು ಹಣದಲ್ಲಿ ಹುಡುಕಾಡುವುದು ಮೂರ್ಖತನವಾಗಿ ಕಂಡಿತು.

"ಏನಾದ್ರೂ..... ತರೋಕೆ ಹೇಳ್ತೀನಿ" ಎದ್ದ ತಾಯಿಯನ್ನು ಕೈಹಿಡಿದು ಕೂಡಿಸಿದ.

"ಈಗೇನ್ಬೇಡ. ಆಮೇಲೆ ಅಪ್ಪನ ಜೊತೆ ಊಟ ಮಾಡ್ಕೊಂಡೇ ಹೋಗ್ತೀನಿ" ಎಂದ ಮುಕ್ತ ಮನಸ್ಸಿನಿಂದ.

ಹಿಂಜರಿಕೆ, ಸಂಕೋಚ ಯಾವುದೂ ಇರಲಿಲ್ಲ ಅವನಿಗೆ. ಇಂದು ತುಂಬು ಆತ್ಮವಿಶ್ವಾಸದಿಂದ ಬಂದಿದ್ದ.

"ಹೇಗಿದೆ ವಹಿವಾಟು?" ಷುರು ಹಚ್ಚಿದರು ವ್ಯವಹಾರದಿಂದಲೇ. "ಡಾಕ್ಟರ್ ಹತ್ರ ಹೋಗ್ಬಂದೆ. ನಿಮ್ಮ ಆರೋಗ್ಯದ ಬಗ್ಗೆ ವಿಚಾರಿಸ್ಬೇಕಾದ ಅಗತ್ಯವೇನಿಲ್ಲ!" ಎಂದ ಚಂದ್ರು. ಸುಳ್ಳನ್ನು ಅವರ ಮುಖದ ಮುಂದೆ ಹಿಡಿದಂತಾಯಿತು.

ಸ್ವಲ್ಪ ಸುಧಾರಿಸಿಕೊಳ್ಳಲಿಯೆಂದು ಹೊರಗೆದ್ದು ಬಂದವನು ಗಾಜಿನ ಹೂಜಿಯಲ್ಲಿದ್ದ ನೀರನ್ನು ಬಗ್ಗಿಸಿಕೊಂಡು ಕುಡಿದು.... ಫೋನ್ ಹಚ್ಚಿದ ಶಿಲ್ಪಾ

ತಲೆಯ ಮೇಲೆ ಮೊಟಕಿದ.

"ಬಹುಶಃ ಫೋನ್ ಬಿಲ್ಲು ಹೆಚ್ಚೋದು ನಿನ್ನಿಂದ್ಲೇ. ಸ್ಯಾಂಡಲ್ಸ್, ಡ್ರೆಸ್ ಬಗ್ಗೆ ಹರಟಲು ಅರ್ಧರ್ಧ ಗಂಟೆ ಫೋನ್ ಬೇಕಾ? ಸ್ವಲ್ಪ ಪ್ರಯೋಜನವಾಗಿರು" ಅವನಿಗೆ ಗೊತ್ತು. ಈಚೆಗೆ ಫೋನ್ ಬಿಲ್ಲು ಒಂದೇ ಸಮನೆ ಹೆಚ್ಚಲು ಶಿಲ್ಪಾನೆ ಕಾರಣವೆಂದು.

ಪ್ರೀತಿಯಿಂದ ಅವಳ ಕೈಹಿಡಿದುಕೊಂಡ ಚಂದ್ರು "ನಿನ್ನ ಮನಸ್ಥಿತಿ ಅಭ್ಯಾಸಗಳ್ನ ಬದಲಾಯಿಸ್ಕೋ. ಮೆಡಿಸಿನ್ ಓದೋ ಇಷ್ಟವಿದ್ರೆ.... ಕಷ್ಟಪಟ್ಟು ಓದು. ಅಮೆರಿಕಾಗೆ ವಧುವಾಗಿ ಹೋಗೋ ಆತ್ರವಿದ್ರೆ.... ಗೃಹಕೃತ್ಯಕ್ಕೆ ಸಂಬಂಧಪಟ್ಟ ಬೇಸಿಕ್ ನೀಡ್ಸ್‌ನ ತಿಳ್ಕೋ. ಸುಮ್ನೆ ಸಮಯಾನ ವ್ಯರ್ಥ ಮಾಡ್ಬೇಡ" ಬುದ್ಧಿ ಹೇಳಿ ಅವಳ ಕೂದಲು ಕೆದರಿದ.

ತಾನೇ ತಾಯಿ, ತಂದೆಗೆ ಸೇರಿ ಕಾಫಿಯನ್ನೊಯ್ದು ರೂಮಿಗೆ. ಅವರಿಬ್ಬರ ನಡುವೆ ನಡೆಯುತ್ತಿದ್ದ ಗುಸುಗುಸು ವಿಶೇಷ ಅರ್ಥವೇನು ಪಡೆದುಕೊಳ್ಳಲಿಲ್ಲ.

"ತಗೊಳ್ಳಿ ಅಪ್ಪ, ಬರೀ ನಿಮ್ಗೆ ಕಾಲು ಸ್ಪೂನ್ ಸಕ್ಕರೆ ಕಮ್ಮಿ ಮಾಡಿದ್ದೀನಿ. ಟೆನ್‌ಷನ್ನಲ್ಲಿ ಒದ್ದಾಡೋರ ಹಿಂದೆ ಮುಂದೇನೆ ಇರುತ್ತೆ ಕೆಲವು ಕಾಯಿಲೆಗಳು. ದಿಢೀರೆಂದು ವಕ್ಕರಿಸ್ಬಾರ್ದಲ್ಲ" ಆರಾಮಾಗಿ ನುಡಿದ.

ಅಂದಿನ ಚಂದ್ರುನ ನೆನಪಿಸಿಕೊಂಡರು. ಮಾತಿನಲ್ಲಿ ಇಷ್ಟು ಮುಕ್ತವಾಗಿರಲಿಲ್ಲ. ಹೇಳಿದ್ದಕ್ಕೆ ವಿಧೇಯನಾಗಿರೋದು, ಅಗತ್ಯವೆನಿಸಿದರೆ ಒಂದೆರಡು ಮಾತುಗಳನ್ನಾಡುವುದು.

ಕಪ್‌ಗಳು ಖಾಲಿಯಾದ ನಂತರ ರಾಧಾಕೃಷ್ಣ ಮಾತುಗಳಿಗಾಗಿ ಹುಡುಕಾಡಿದರು. ಸಮಯ, ಸಂದರ್ಭ ಎರಡು ಸರಿಯೆನಿಸಿತು. ಈಗ ಅಂಜು ಇಲ್ಲ. ಸರಳವಾಗಿ ತಮ್ಮಲ್ಲಿ ಬೆರೆತುಹೋಗಬಲ್ಲ.

ಒಂದಿಷ್ಟು ವ್ಯಾವಹಾರಿಕ ಪೀಠಿಕೆಯ ನಂತರವೇ ಮಾತು ಪ್ರಾರಂಭಿಸ ಬೇಕೆಂದುಕೊಂಡರು.

"ಹೇಗೆ ನಡೀತಾ ಇದೆ, ವಹಿವಾಟು" ಪ್ರಶ್ನೆ ಎತ್ತಿದರು.

"ಒಂದಷ್ಟು ಸಮಯ ಬೇಕಾಗ್ಬಹ್ದು. ಚಂದ್ರಪ್ರಕಾಶ್ ಶಿಲ್ಪಾ ಜೊತೆ ಪುಷ್ಕರಿಣಿ ಕೂಡ ನಿಮ್ಮ ಚಿನ್ನದ ಕಿರೀಟಕ್ಕೆ ಒಂದು ಗರಿಯಂತೆ" ಎಂದ ಅವರ ಮುಖದ ಭಾವನೆಗಳನ್ನು ನಿರೀಕ್ಷಿಸುತ್ತ.

'ಪುಷ್ಕರಿಣಿ, ಪುಷ್ಕರಿಣಿ' ಮನದಲ್ಲಿಯೇ ಅಂದುಕೊಂಡರು. ಸ್ಟಾರ್ ಹೋಟಲ್‌ಗಳಾದ 'ಚಂದ್ರಪ್ರಕಾಶ್, ಶಿಲ್ಪಾಗೆ' ಹೋಲಿಸಿಕೊಂಡಿದ್ದು ಅವರಿಗೆ ಸರಿ ಬೀಳಲಿಲ್ಲ, "ಷಟಪ್, ಏನೇನೋ.... ಹೇಳ್ಬೇಡ! ಬರೀ ಉತ್ಸಾಹ, ಮಾತುಗಳಿಂದ ಯಾವುದರ ಬೆಲೇನು ಹೆಚ್ಚೋಲ್ಲ. ಒಂದು ದಿನದ ಚಂದ್ರಪ್ರಕಾಶ್, ಶಿಲ್ಪಾ ಟರ್ನ್ ಓವರ್ ಎಷ್ಟು? ಡಜನ್‌ಗೆ ಮೂವತ್ತು ರೂಪಾಯಿನಂತೆ ಮಾರಾಟ ಮಾಡುವ

ಗ್ಲಾಯಿಡೋಲಸ್...." ಪೂರ್ತಿ ಮಾಡುವ ಮುನ್ನವೇ ಕೈಯೆತ್ತಿ ತಡೆದ ಚಂದ್ರು.

"ಪ್ರತಿಯೊಂದರ ಪ್ರಾರಂಭ ಕೂಡ ಪೈಸೆ, ರೂಪಾಯಿಗಳಿಂದ್ಲೇ ಷುರುವಾಗೋದು. ಅಂದು ಒಂದು ಸೌಟು ಚಿತ್ರಾನ್ನಕ್ಕೆ ಒಂದ್ರೂಪಾಯಿ. ಎರ್ಡು ಇಡ್ಲಿ, ಒಂದು ವಡೆಗೆ ಐದು ರೂಪಾಯಿನಂತೆ ಮಾರ್ತಾ ಇದ್ದ ರಾಧಾಕೃಷ್ಣ ಅವ್ರು 'ಚಂದ್ರ ಪ್ರಕಾಶ್, ಶಿಲ್ಪಾ' ಅಂಥ ಹೋಟಲ್‌ಗಳ ಮಾಲೀಕರು" ಹಂಗಿಸಲಿಲ್ಲ. ವಾಸ್ತವ ಸತ್ಯವನ್ನು ಅವರ ಮುಂದಿಡಿದ.

ಬೇರೆಯ ಸಮಯದಲ್ಲಾಗಿದ್ದರೆ ಮಗನ ಮೇಲೆ ಕೂಗಾಡಿ ಬಿಡುತ್ತಿದ್ದರೇನೋ. ಇಂದು ತಾಳ್ಮೆ ಅತಿ ಅಗತ್ಯವಾಗಿತ್ತು.

"ಭೇಷ್, ಬಹಳ ಚೆನ್ನಾಗಿ ಮಾತಾಡೋದು ಕಲೀತಿದ್ದಾನೆ ನಿನ್ಮಗ ಈ ಸಲ ಎಲೆಕ್ಷನ್ನಲ್ಲಿ ನಿಂಗೊಂದು ಸೀಟು ಯಾಕೆ ಕೇಳ್ಬಾರ್ದು? ಡೆಫಿನೆಟ್ಟಾಗಿ ಎಲೆಕ್ಟ್ ಆಗ್ತೀಯಾ" ಹೊಗಳಿದರು.

ಈ ಹೊಗಳಿಕೆಯ ಹಿಂದೆ ಏನೋ ಇದೆಯೆನ್ನುವ ಅನುಮಾನ, ಹಬ್ಬಿದ ರೂಮರ್‌ನ ಬೇರು ಇಲ್ಲೇ ಇದೆಯೆಂದು ಅವನಿಗೆ ಗೊತ್ತು. ಯುದ್ಧ ಸಾರನು. ಆ ವಿಷಯ ತನ್ನ ಪಾಡಿಗೆ ತಾನು ಹೇಗೆ ನಾಶವಾಗಬಲ್ಲುದು ಎಂದು ಮಾತ್ರ ಯೋಚಿಸಬಲ್ಲ.

"ನಂಗೆ ಪೊಲಿಟಿಕ್ಸ್ ಬಗ್ಗೆ ಕ್ರೇಜ್ ಇಲ್ಲ, ಅಂಥದ್ದೆಲ್ಲ... ಏನು ಬೇಡ, ವಿಪರೀತ ಟೆನ್ಷನ್ ಒಳ್ಳೆದಲ್ಲ, ಡಾಕ್ಟ್ರು.... ಹೇಳಿದ್ರು. ಮುಂಬಯಿ ಹೋಟಲ್‌ನ ಪೂರ್ಣ ಜವಾಬ್ದಾರಿ ಅಣ್ಣನಿಗೆ ಬಿಡಿ. ಸಾಕಷ್ಟು ನಿಮ್ಮಿಂದ ಗೈಡೆನ್ಸ್ ಸಿಕ್ಕಿದೆ. ಎಕ್ಸ್‌ಪೀರಿಯನ್ಸ್ ಆಗಿದೆ. ಪ್ರತಿ ರಾತ್ರಿ ನಿಮ್ಮ ಫೋನ್‌ನ ಕಾರ್ಯಕ್ರಮ ನಿಲ್ಲಿಸಿಬಿಡಿ. ತೀರಾ ಕ್ಲಿಷ್ಟ ಸಮಸ್ಯೆ ಬಂದ್ರೆ.... ಅವನಾಗಿ ಕೇಳ್ತಾನೆ"

ಇಂದು ತಂದೆಗೆ ಬುದ್ಧಿ ಹೇಳುವ ಸಾಹಸ ಮಾಡಿದ. ಕಣ್ಣು ಮುಂದಿರೋ ಚಂದ್ರಪ್ರಕಾಶ್, ಶಿಲ್ಪಾಗಿಂತ ಮುಂಬಯಿನಲ್ಲಿರೋ 'ಯಶೋದಾ' ಬಗ್ಗೆ ಅವರ ಕಾಳಜಿ ಹೆಚ್ಚೆಂದು ಅವನಿಗೆ ಗೊತ್ತು.

ಮಗ ಹೇಳಿದ್ದು ಇಂದು ಸರಿಯೆನಿಸಿತು ಕೂಡ. ಮುಂಬಯಿನ ಫೋನ್‌ಗೆ ಕಾಯುತ್ತಿದ್ದರು. ಅಥವಾ ತಾನೇ ಫೋನಾಯಿಸುತ್ತಿದ್ದರು. ಮಗ ಸಿಗದಾಗ ಅರ್ಧ ರಾತ್ರಿಯವರೆಗೂ ಕಾದು ಮಾತ್ರೆ ತೆಗೆದುಕೊಂಡು ಉಳಿದ ರಾತ್ರಿಯನ್ನು ಮಂಪರಿನಲ್ಲಿ ಕಳೆಯುತ್ತಿದ್ದರು.

ತುಟಿಯಂಚಿನಲ್ಲಿ ಕಿರುನಗು ತುಳುಕಿಸಿದ ಅವರು "ಓ.ಕೆ. ಪೂರ್ತಿ ನಿಲ್ಲಿಸದಿದ್ರೂ... ಕಡ್ಮೆ ಮಾಡ್ತೀನಿ. ನಿಂಗೆ.... ನರೇಶ್ ಧಾವನ್ ಗೊತ್ತಿರಬೇಕಲ್ಲ. ಈಚೆಗೆ ನನ್ನ ಅವ್ರ ಸ್ನೇಹ ಬಹಳ ಚೆನ್ನಾಗಿದೆ. ಹಾಗೇ ಉಳ್ಸಿಕೊಳ್ಳಬೇಕೆಂಬ ಇರಾದೆ ಕೂಡ" ಒಗಟಾಗಿ ಮಾತು ಬಿಚ್ಚಿದರೂ ಚಂದ್ರುಗೆ ಅರ್ಥವಾಗಿ ಅವನ ಮೈ ಬಿಸಿಯಾಯಿತು. ನರಗಳು ಸೆಟೆದುಕೊಂಡವು.

"ಅದ್ಕೇ ತೊಂದರೆಯೇನಿದೆ! ನೀವು ಕೂಡ ತುಂಬ ಒಳ್ಳೆಯವ್ರಾಗಿ ಕಾಣಿಸಿದ್ರಿಂದ್ಲೇ ನಿಮ್ಮ ಸ್ನೇಹ ಬೆಳೆಸಿರೋದು. ಸ್ನೇಹ ಬರೀ ಸ್ನೇಹವನ್ನಾಗಿ ನೋಡಿದ್ರೆ ಎಂದೂ ತಕರಾರು ಬರೋಲ್ಲ. ವ್ಯವಹಾರವಾಗಿ ಬದಲಾಯಿಸೋಕೆ ಮಾತ್ರ ಹೋಗ್ಬಾರ್ದು. ಆಗ್ಲೇ ಘರ್ಷಣೆ ಷುರುವಾಗೋದು."

ಮೇಲೆದ್ದ. ಊಟದ ವೇಳೆಯವರೆಗೂ ಇರೋ ಮನಸ್ಸು ಮಾಡಲಿಲ್ಲ.

"ಅಮ್ಮನ್ನ... ನೋಡ್ತೀನಿ" ಹೊರಗೆದ್ದು ಬಂದ.

ವಗ್ಗರಣೆಯ ಘಮಲು ಮನೆಯೆಲ್ಲ. ಯಶೋದಾ ಅಡಿಗೆ ಮನೆ ಸೇರಿದ್ದರು. ಕೈತುತ್ತು ಹಾಕಿ ಸಲುಹಿದ ತಾಯಿಗೆ ಮಗನಿಗೆ ತೃಪ್ತಿಯಾಗಿ ಬಡಿಸುವುದು ಕೂಡ ಅಕ್ಕರೆಯ ವಿಷಯವೇ.

ಹೋಗಿ ನಿರಾಶೆಗೊಳಿಸಲು ಅವನ ಮನ ಇಚ್ಛಿಸಲಿಲ್ಲ. ಮೌನವಾಗಿ ಕೂತುಬಿಟ್ಟ ಸೋಫಾ ಮೇಲೆ. ತಂದೆಯ ಸ್ವಭಾವದ ಬಗ್ಗೆ ಜಿಗುಪ್ಸೆಯೆನಿಸಿತು.

ಒಂದು ಸ್ವಾರ್ಥಕ್ಕೆ ಸೋನಾಪುರದ ಹೆಣ್ಣನ್ನು ನಿಶ್ಚಯಿಸಿದ್ದು ದುರಾಸೆಗೆ. ಅದನ್ನು ಬಲಿಗೊಟ್ಟು ಈಗ ಕ್ರಿಮಿನಲ್ ಹಾದಿ ಹಿಡಿದಿರುವುದು.

"ಏಯ್, ಚಂದ್ರು.... ಕುಡೀ" ಕಿತ್ತಲೆ ಹಣ್ಣಿನ ರಸವನ್ನು ಅವನ ಮುಂದಿಡಿದರು. "ನಿಮ್ತಂದೆ ಮುಖದಲ್ಲಿ ಮಾತಿನಲ್ಲಿ ಇಷ್ಟು ಸಂತೋಷ ಕಂಡು ಎಷ್ಟೋ ದಿನವಾಗಿತ್ತು" ಹರ್ಷತುಂದಿಲರಾಗಿ ಹೇಳಿದರು ಯಶೋದಾ.

"ವಿಷ್ಯ ಎತ್ತದಿದ್ರೆ ಆ ಸಂತೋಷ ಹಾಗೇ ಉಳಿಯುತ್ತೆ, ಅಪ್ಪನ ಊಟ ಎಷ್ಟು ಹೊತ್ತಿಗೆ? ನಂಗೆ ಅರ್ಜೆಂಟ್ ಕೆಲ್ಸವಿದೆ. ಒಂದಿಷ್ಟು ಹೇಳ್ಬಿಡಮ್ಮ" ಗ್ಲಾಸ್ ಖಾಲಿ ಮಾಡಿ ಮೇಲೆದ್ದಾಗ ಗಾಬರಿಯಾದರು ಆಕೆ.

"ಸಾಕು ಸುಮ್ನಿರು.... ಅವ್ರು ಜೊತೆಯಲ್ಲಿ ಊಟ ಮಾಡ್ಬೇಕೂಂತ ಇದ್ದಾರೆ. ಅದೆಲ್ಲ... ಆಗೋಲ್ಲ, ಬೇಜಾರಾಗ್ತರೆ" ರೇಗಿದರು.

ತಾಯಿ ಮಾತಿಗೆ ವಿರುದ್ಧವಾಗಿ ಪ್ರತಿಕ್ರಿಯಿಸಲಾರದಾದ. ಆಕೆಯ ಮುಖದಲ್ಲಿ ನೋವು ಕಂಡರೆ ಹೃದಯ ಕಿತ್ತು ಬಾಯಿಗೆ ಬಂದಂತಾಗುತ್ತಿತ್ತು ಅವನಿಗೆ. ಪ್ರೀತಿ, ಪ್ರೇಮದ ಬೋಧನೆ ತಾಯಿಯಿಂದಲೇ.

ಯಶೋದ ಮಗನ ಕೈ ಹಿಡಿದು ಕೂಡಿಸಿದರು. "ಚಂದ್ರು, ಮೊದ್ಲಿನ ಕೆಲವೇ ಕೆಲವು ದಿನಗಳು ತಮ್ಮ ಸುಖಕ್ಕಾಗಿ, ಸಂತೋಷಕ್ಕಾಗಿ ತಪಿಸಿದರು. ನಂತರದ ತಾಯ್ತಂದೆಯರ ದಿನಗಳು ಮಕ್ಕಳಿಗಾಗಿ. ಪ್ರತಿಯೊಂದನ್ನೂ ಮಕ್ಕಳ ಉತ್ತಮ ಭವಿಷ್ಯಕ್ಕಾಗಿಯೇ ಯೋಚಿಸ್ತಾರೆ, ಯೋಜಿಸ್ತಾರೆ, ಇದ್ನ ಮಕ್ಳು ಅರ್ಥ ಮಾಡ್ಕೋಬೇಕು" ಹೇಳಿದಾಗ ಕಣ್ಣರಳಿಸಿದ ಚಂದ್ರು ಮುಗುಳ್ನಕ್ಕ.

"ಅಮ್ಮ, ತೀರಾ ಬುದ್ಧಿವಂತಳಾಗಿದ್ದೀಯ. ಖಂಡಿತ. ಆ ವಿಷ್ಯದಲ್ಲಿ ತಕರಾರಿಲ್ಲ. ಆದ್ರೆ ಮಕ್ಳುಗೂ ಜೀವ ಪ್ರಾಣ, ಮನಸ್ಸು, ಮಿದುಳು, ಅನಿಸಿಕೆಗಳು ಇದೇಂತ

ಹಿರಿಯರು ಕೂಡ ಅರ್ಥಮಾಡ್ಕೋಬೇಕು. ಹಣ ಬೇಕು... ಎಲ್ಲವು ಹಣದಲ್ಲಿ ಸಿಕ್ಕೋಲ್ಲ." ಮಗನ ಮಾತು ಆಕೆಗೂ ಸರಿಯೆನಿಸಿತು ಅರ್ಥಂಬರ್ಥ. "ಏನೋಪ್ಪ ನೀನು ನಿಮ್ಮಪ್ಪನ ಮಾತು ಕೇಳಿದ್ರೆ..... ಚೆನ್ನಿತ್ತು" ನೀರಸವಾಗಿ ಹೇಳಿದರು.

ತಂದೆಯ ಜೊತೆ ಊಟಕ್ಕೆ ಕೂತ. ಅವರು ಊಟ ಮಾಡಿದ ರೀತಿಯನ್ನು ನೋಡಿಯೇ ಅವರ ಆರೋಗ್ಯ ಲೆಕ್ಕ ಹಾಕಿದ. ಡಾಕ್ಟರ್ ಹೇಳಿದಕ್ಕಿಂತ ಅವರ ಆರೋಗ್ಯ ಉತ್ತಮವಾಗಿತ್ತು. ಷುಗರ್, ಬಿ.ಪಿ. ನಿಲ್.

ಮಧ್ಯೆ ಒಂದಿಷ್ಟು ವಿಷಯಗಳನ್ನು ಹೇಳಿಕೊಂಡರು ವೈಯಕ್ತಿಕವಾದುದ್ದಲ್ಲ.

ರೂಮಿಗೆ ಹೊರಟಾಗ "ಒಂದಿಷ್ಟು ಮಾತಾಡೋದಿದೆ ಬಾ..." ಎಂದವರು ಹೆಂಡತಿಯನ್ನು ಕೂಡ "ನೀನೂ ....ಬಾ" ಎಂದರು. ಅವರ ಮಟ್ಟಿಗೆ ಒಂದು ಮಹತ್ತರ ವಿಷಯ ತೀರ್ಮಾನವಾಗಬೇಕಿತ್ತು. ಕಟುಕರಲ್ಲದಿದ್ದರೂ ವ್ಯವಹಾರಸ್ಥರು. ಇಲ್ಲಿ ಅವರಿಗೆ ತಮ್ಮ ಲಾಭ, ಅನುಕೂಲವೇ ಮುಖ್ಯ.

"ಒಬ್ಬ ಮನುಷ್ಯ ತನ್ನ ಒಟ್ಟು ಜೀವಮಾನದಲ್ಲಿ ಎಷ್ಟು ಹಣ ಸಂಪಾದಿಸ್ಬಹ್ದು?" ತಂದೆಯ ಪ್ರಶ್ನೆಗೆ ಗಲಿಬಿಲಿಗೊಂಡರು ಉತ್ತರಿಸಲು ಹೋಗಲಿಲ್ಲ. ಮತ್ತೆ ಅವರೇ ಹೇಳಿದರು.

"ಈಗ ನೀನು ಪ್ರಾರಂಭಿಸಿರೋ ಉದ್ದಿಮೆಯಿಂದ ಇಪ್ಪತ್ತು ಲಕ್ಷ ಸಂಪಾದಿಸಲು ಎಷ್ಟು ವರ್ಷ ಹಿಡಿಯಬಹ್ದು? ಅದು ಸಾಧ್ಯವೆ? ತನ್ನ ಪ್ರಕಾರ ಇಡೀ ಜೀವಮಾನ ವಿನಿಯೋಗ್ಸಿದ್ರೂ ಸಫಲವಾಗೋ ಅಂಶ ಕಡ್ಮೆ. ಮಗಳ ಜೊತೆ ನರೇಶ್ ಧಾವನ್ ನಿಂಗೆ ಇಪ್ಪತ್ತು ಲಕ್ಷ ಹಾರ್ಡ್ ಕ್ಯಾಷ್ ಕೊಡ್ಸೋಕೆ ಸಿದ್ಧವಾಗಿದ್ದಾರೆ" ಎಂದರು ಎದೆಯುಬ್ಬಿಸಿ.

"ಇಪ್ಪತ್ತು ಲಕ್ಷದ ದುಡಿಮೆ ವಿಷ್ಯ ಬೇರೆ. ನಂಗೆ ಹಣ ತರೋ ಇನ್ನೊಂದು ಹೆಣ್ಣಿನ ಮದ್ವೆ ಆಗೋ ಇಷ್ಟವಿಲ್ಲ. ತಾಳಿ ಕಟ್ಟಿರೋ ಹೆಣ್ಣಿನ ಜೊತೆ ಸಂಸಾರ ಮಾಡೋದು ನನ್ನ ಬಯಕೆ. ನೀವು ಆಶೀರ್ವದಿಸ್ಬೇಕೇ ವಿನಃ ಮಾರ್ಗ ತಪ್ಪಿಸೋಕೆ ಹೋಗ್ಬಾರ್ದು. ಬರ್ತಿನಿ..." ಹೊರಟುಬಿಟ್ಟ.

ತಾಯಿಯ ಕೂಗಿಗೆ ಕೂಡ ಹಿಂದಿರುಗಲಿಲ್ಲ. 'ಭಿಕ್ಷುಕ'ರಾಗುವ ಹಣೆಬರಹ ಇವರಿಗೇಕೆ?

ಹೋಗುತ್ತಿದ್ದ ಆಟೋ ನಿಲ್ಲಿಸಿ ಹತ್ತಿದ.

ಪುಷ್ಕರಿಣಿ ಬಳಿ ಇಳಿದಾಗ ಅಹಮದ್ ಇವನಿಗಾಗಿಯೇ ಕಾದಿದ್ದ. ಇವನ ಮುಖದ ಗಂಟು ಸಡಿಲವಾಯಿತು.

"ಹೇಗಿದ್ದಾರೆ?" ಗಾಬರಿ ಇತ್ತು ಅವನ ಸ್ವರದಲ್ಲಿ.

"ಆರಾಮಾಗಿದ್ದಾರೆ, ಅಮ್ಮ ಅಲ್ಲೇ ಊಟಕ್ಕೆ ನಿಲ್ಸಿಕೊಂಡ್ರು, ನಿನ್ನ ಊಟ ಬಂತಾ?" ಅವನ ಭುಜದ ಮೇಲೆ ಕೈಹಾಕಿ ಗೇಟು ತೆಗೆದುಕೊಂಡು ಒಳಗೆ ಹೆಜ್ಜೆ ಇಟ್ಟ.

ಕೂತಿದ್ದ ಕಾಶಿ ಎದ್ದು ಬಂದ. "ಊಟಕ್ಕೆ ಹೋಗ್ಬರ್ತೀನಿ...." ಚಂದ್ರು ಗೆಳೆಯನ ಕಡೆ ನೋಡಿ "ಕ್ಯಾರಿಯರ್ ಊಟ ಹಾಳಾಗುತ್ತೆ. ನೀನು ಮಾಡಿ ಉಳಿದಿದ್ನ ಕಾಶಿಗೆ ಕೊಟ್ಬಿಡು. ಅವ್ನು ಹೋಗೋದು ಪೆಟ್ಟಿ ಅಂಗ್ಡೀ ಊಟಕ್ಕೆ ತಾನೆ" ಹೇಳಿ, ಅವರಿಬ್ಬರನ್ನು ಬಿಟ್ಟು ಒಳಗೆ ಹೋದ.

ಕೋಪ, ದುಗುಡ, ಅದಕ್ಕೆ ಮೀರಿದ ಭಾವವೊಂದು ಅವನನ್ನು ಘಾಸಿಗೊಳಿಸಿತು. ಅಂಜು ಅವನಿಗೆ ತುಂಬಾ ಇಷ್ಟವಾಗಿದ್ದಳು. ಮಾತು, ನಡೆ, ನುಡಿ ಪ್ರತಿಯೊಂದೂ ಹಿತವಾಗಿತ್ತು. ಮನವನ್ನು ಆಹ್ಲಾದಗೊಳಿಸಿತ್ತು.

ಅಂದು ಅಂಜುವಿನ ಹಿಂದೆಯೇ ಸೋನಾಪುರಕ್ಕೆ ಯಾರನ್ನೋ ಅಟ್ಟಿ ವಿಷಯ ತರಿಸಿಕೊಂಡಿದ್ದ. ಈಗ ವಿಷಯ ಮತ್ತಷ್ಟು ದಟ್ಟವಾಗಿ ಹಬ್ಬಿ ನಾರಾಯಣ್ ಕಿವಿ ಸೇರಿರುತ್ತೆ.

ಅವರ ಕಂಬಸಾಲಿನ ನಡುಮನೆಯಲ್ಲಿ ಗೋಡೆಗೆ ತುಫಾಕಿ ಹಾಕಿರುವುದು ನೆನಪಾಯಿತು. ಬಹುಶಃ ಈಗ ಅದನ್ನು ಎತ್ತಿಕೊಂಡು ಸ್ವಾಗತಿಸುತ್ತಾರೋ, ಅಥವಾ ಹಸಿರು ಬಾವುಟ ತೋರಿಸಿ ಆಹ್ವಾನಿಸುತ್ತಾರೋ, ಎರಡಕ್ಕೂ ಅವನು ಸಿದ್ಧವಾಗಿದ್ದ. ಇವೆರಡನ್ನು ಬಿಟ್ಟು ಬೇರೆ ದಾರಿ ಆಯ್ದುಕೊಂಡರೆ?

ಎರಡು ಕೈಗಳನ್ನು ಬೆಸೆದು ಅಂಗಾತ ಮಲಗಿ ಸೂರನ್ನು ದಿಟ್ಟಿಸತೊಡಗಿದ. ಅಂಜು ಪ್ರತಿಕ್ರಿಯೆ ಹೇಗಿರಬಹುದು. 'ಸುಖವಾಗಿರಿ' ಎಂದು ಪತ್ರದ ಮೂಲಕ ಹಾರೈಸಿದ್ದಳು.

ಅವನಿಗೆ ನಗು ಬಂತು. ಎದ್ದು ಕೂತು ಮೈ ಮುರಿದ. ಮುಂದಿನ ಕ್ಲೈಮ್ಯಾಕ್ಸ್‌ಗೆ ಮಾನಸಿಕವಾಗಿ ಸಿದ್ಧತೆ ನಡೆಸಿದ್ದ.

ಊಟ ಮುಗಿಸಿ ಬಂದ ಅಹಮದ್ ಅವನ ಬಳಿಯಲ್ಲಿಯೇ ಕೂತ. "ಯಾವತ್ತು ಹೋಗ್ತೀಯಾ, ಸೋನಾಪುರಕ್ಕೆ?" ಕೇಳಿದ.

ಇಂದೇ ಈ ಕ್ಷಣವೇ ಹೋಗುವ ಆತುರ ಅವನದು. ತನ್ನ ಹುಡುಗಿ ಅಂಜುವಿನ ಬಿಸಿಯುಸಿರಿನಲ್ಲಿ ಮೈಮರೆಯುವ ಆಸೆ, ಆತುರ.

"ಇಂದೇ.... ಹೋಗೋಣಾಂತ! ಈಗ್ಲೇ.... ಹೋದ್ರೆ.... ಹೇಗೆ?" ಅಹಮದ್ ಕಡೆ ನೋಡಿದ. ಸಮ್ಮತಿ ಮೂಡಲಿಲ್ಲ ಅವನ ಮುಖದಲ್ಲಿ "ಬೇಡ, ಮೊದ್ಲು... ನಾನ್ಹೋಗಿ ಅವರಿಗೆ ಎಲ್ಲಾ ವಿವರಿಸ್ತೀನಿ. ನಂತರ ನೀನ್ಹೋಗು" ಎಂದ.

ಇದಕ್ಕೆ ಚಂದ್ರು ಒಪ್ಪಿಗೆ ಇಲ್ಲ. "ಬೇಡ, ಬರೀ ವಿಷ್ಯ ಮತ್ತಷ್ಟು ಜಟಿಲವಾಗುತ್ತೆ. ಹೋಗೋದು ಮಾವನ ಮನೆಗೆ. ಅಲ್ಲಿ ಮಡದಿ ಇದ್ದಾಳೆ. ವಿವರಿಸೋಕೆ ತಾನೇ.... ಏನಿದೆ? ಹೇಳ್ದೆ.... ಕೇಳ್ದೆ ಹೋದ ಅಂಜು ಮೇಲೆ ನಾನೇ ಅಧಿಕಾರ ಚಲಾಯಿಸಿ ಕೇಳ್ಬೋದು" ಎಂದ ನಗುತ್ತ.

ಏನೇ ಹೇಳಿದರೂ ಗೆಳೆಯನನ್ನು ಒಂಟಿಯಾಗಿ ಕಳಿಸಲು ಅವನ ಮನ

ಒಪ್ಪಲಿಲ್ಲ. "ಹೋಗ್ಲಿ, ಒಂದ್ಹತ್ತು ಜನಾನ ಕರ್ಕೊಂಡ್ಬರ್ತಿನಿ. ಅವ್ರನ್ನು ಜೊತೆಯಲ್ಲಿ ಕರ್ಕೊಂಡ್ಹೋಗು. ಸೋನಾಪುರದ ಜನ ಸ್ವಲ್ಪ ಒರಟರೂಂತ ಕೇಳಿದ್ದೀನಿ. ನಡುಮನೆಯಲ್ಲಿ ತುಪಾಕಿ...." ಎಂದಾಗ ಚಂದ್ರು ಚಪ್ಪಾಳೆ ತಟ್ಟಿ ಜೋರಾಗಿ ನಕ್ಕುಬಿಟ್ಟ.

"ಅಂತೂ ಸಿನಿಮಾ ತರಹ... ಇದು ಲವ್ ಸ್ಟೋರಿ ಅಲ್ಲ, ಪ್ರೇಮಿಸಿದ ಹುಡ್ಗೀ ಅಪ್ಪ ಪ್ರೇಮಿಯನ್ನು ಕೊಲ್ಲಲು ತುಪಾಕಿ ಹಿಡ್ಕೊಂಡು, ಗೂಂಡಾಗಳ್ನ ಕಳಿಸೋದು. ಇದು ವಿವಾಹದ ಸೆಂಟಿಮೆಂಟ್. ಹೇಗೆ ಮಗ್ಳ ಕುತ್ತಿಗೆಗೆ ತಾಳಿ ಕಟ್ಟಿದ ಗಂಡಿನ ಮೇಲೆ ಗುಂಡು ಹಾರಿಸ್ತಾರೆ. ಹಾಗೇನು.... ಆಗೋಲ್ಲ! ಸಭ್ಯ ಜನ ಅಂದೇ ನಮ್ಮಪ್ಪನ ಕಡೆ ತುಪಾಕಿ ತೋರಿಸದ ಜನ... ಇವತ್ತು ಮಗ್ಳು ಗಂಡನ್ನ ಏನಾದ್ರೂ ಮಾಡ್ತಾರ. ಇಂಥ ಕ್ಲೈಮ್ಯಾಕ್ಸ್ ಇಟ್ಟ ಸಿನಿಮಾಗಳು ಕೂಡ ಫೆಲ್ಯೂರ್ ಆಗ್ಬಿಡುತ್ತೆ" ನಗೆಯಾಡಿದ.

ಜಗತ್ತು, ಸಮಾಜ ಕೂಡ ಆಶ್ಚರ್ಯದಿಂದ ನೋಡುವಂಥ ಮನುಷ್ಯ ಸಂಬಂಧಗಳು ಇವೆ.

ಅಹಮದ್ ಮುಖದಲ್ಲಿಯಂತೂ ಗೆಲವು ಮೂಡಲಿಲ್ಲ, "ನಂಗಂತು ಭಯ! ಎನಿ ಹೌ... ನೀನು ಹೊರಟ ಕೂಡ್ಲೆ ನಿಮ್ಮಪ್ಪನಿಗೆ ವಿಷ್ಯ ಮುಟ್ಸಿ ಬಿಡ್ತೀನಿ. ಹೆತ್ತವರು ಸುಮ್ಮನಿರ್ತಾರ.... ಪೊಲೀಸ್ ಸಮೇತ ಬಂದ್ಬಿಡ್ತಾರೆ" ತನ್ನ ಮನದ ಭಾವವನ್ನು ಚಂದ್ರು ಮುಂದೆ ಮುಚ್ಚಿಟ್ಟ.

"ಫೆಂಟಾಸ್ಟಿಕ್ ಐಡಿಯಾ, ಇಡೀ ಸೋನಾಪುರದ ಜನಕ್ಕೆ ಪುಕ್ಕಟೆ ಮನರಂಜನೆ. ಯಾವ್ದೋ ಸಿನಿಮಾ ಷೂಟಿಂಗ್ ಅಂತ ಕೆಲ್ಸ, ಕಾರ್ಯಗಳ್ನ ಬಿಟ್ಟು ಅಲ್ಲಿ ನೆರೆದುಬಿಡ್ತಾರೆ. ಆಗ ಸಮಾಧಾನ, ಆವೇಶ, ಹಟ ಒಂದು ದುರಂತ ಸಿನಿಮಾ ಆಗುತ್ತೆ. ದಯವಿಟ್ಟು ಹಾಗೆಲ್ಲ ಮಾಡ್ಬೇಡ."

ಬಹಳ ಹೊತ್ತು ಕೂತು ಮಾತಾಡಿದರು ಅಹಮದ್, ಚಂದ್ರು. ಆ ಮನೆ ಸುಣ್ಣ ಬಣ್ಣದಿಂದ ಶೃಂಗಾರಗೊಂಡಿದ್ದು ಮಾತ್ರವಲ್ಲ, ತುಸು ಆಸನ ವ್ಯವಸ್ಥೆ ಒಳಗೊಂಡಿತ್ತು.

ಬಂದ ಹೆಣ್ಣಿಗೆ ಕನಿಷ್ಟ ಸೌಲಭ್ಯ ಒದಗಿಸುವ ಪ್ರಯತ್ನ.

* * *

ಬೆಳಿಗ್ಗೆ ಬೈಕ್ ಹತ್ತಿದ ಗೆಳೆಯರು ಹೋಟಲ್‌ಗೆ ಬಂದರು. ಕೈ ತೊಳೆಯಲು ಎದ್ದ ಚಂದ್ರು "ಅಹಮದ್. ಮೊದ್ಲು ಇಡ್ಲಿ, ವಡೆ, ಸಾಂಬಾರ್, ಆಮೇಲೆ, ಪೂರಿ, ಸಾಗು, ಕೊನೆಯಲ್ಲಿ ಬೆಣ್ಣೆ ಮಸಾಲೆ ಇದಿಷ್ಟು ಆರ್ಡರ್ ಮಾಡು?" ಹೇಳಿದ. ಅವನಿಗೆ ಕಕ್ಕಾಬಿಕ್ಕಿ. ಇದೇನು ಇಂದು ಇಷ್ಟೊಂದು ಹೊಟ್ಟೆಬಾಕತನ ಅಂದುಕೊಂಡ ಅಹಮದ್.

ಚಂದ್ರು ಬಂದ ನಂತರ ಬಂತು ಇಡ್ಲಿ, ವಡೆ ವಿಸ್ಮಿತನಾಗಿ ನೋಡುತ್ತಿದ್ದ ಗೆಳೆಯನತ್ತ ನಗು ಚಿಮ್ಮಿ, ಎರಡು ಕೈಗಳನ್ನು ಚಾಚಿ ಮಡಮ ಮಾಡಿದ.

"ಶಕ್ತಿಗೋಸ್ಕರ....." ಕಣ್ಣುಗುಡ್ಡೆಗಳನ್ನು ಅಗಲಿಸಿ ನಕ್ಕ. ಅಹಮದ್ ಪೆಚ್ಚಾದ.

"ಅದ್ಕೇ ನಾನು ಹೇಳಿದ್ದು ಇನ್ನೊಂದು ವೆಹಿಕಲ್ ತಗೊಂಡ್ ನಾನ್ಬರ್ಲಾ?" ಕೇಳಿದ.

ಮೊಣಕೈನಿಂದ ಸೊಂಟಕ್ಕೆ ತಿವಿದು "ಅಲ್ಲಯ್ಯಾ, ಮಾವನ ಮನೆಗೆ ಹೆಂಡ್ತಿ ನೋಡೋಕೆ ಹೊರಟ ಅಳಿಯನ ಜೊತೆ ಗೆಳೆಯ ಯಾಕೆ? ಸ್ವಲ್ಪ ಪ್ರೈವೆಸಿ ಒದಗ್ಸಿಕೊಡು ಹೋಗೋವಾಗ.... ಒಂಟಿ, ಬರೋವಾಗ ಸೊಂಟ ತಬ್ಬಿದ ಮಡದಿ ಇರ್ತಾಳಲ್ಲ, ಆರಾಮಾಗಿ ಡ್ಯುಯೆಟ್ ಹಾಡ್ಕೊಂಡ್ಬರ್ತಿವಿ. ಅದಕ್ಕಾಕೆ ಕಲ್ಲು ಹಾಕೋಕೆ ಹೊರಟಿದ್ದೀಯಾ. ಸುಮ್ನೆ ತಿನ್ನು..." ತಲೆಯನ್ನು ಅದುಮಿದ.

ಇಡ್ಲಿ ಪೂರಿ ಅಹಮದ್‌ಗೆ ಸಾಕಾದರೂ ಬೆಣ್ಣೆ ದೋಸೆ ತಿಂದು ಕಾಫೀ ಕುಡಿದೇ ಎದ್ದಿದ್ದು ಚಂದ್ರು.

ಹೊರಗೆ ಬಂದ ನಂತರ ಗೆಳೆಯನ ಹೆಗಲ ಮೇಲೆ ಕೈಯಿಟ್ಟು ಗಂಭೀರವಾಗಿ ಹೇಳಿದ. "ಡೋಂಟ್ ವರೀ ಡಿಯರ್ ಫ್ರೆಂಡ್.... ಹೋದ ತಕ್ಷಣ ಅತಿಥಿ ಸತ್ಕಾರವೇನು ನಡ್ಯೋಲ್ಲ, ಮಾತು, ಕತೆ, ಬಾಣ, ಬಿರುಸು ನಂತರವೆ ಯುದ್ಧ ವಿಹಾರ. ಅದುವರ್ಗೂ ಹೊಟ್ಟೆ ತಡಿಯಬೇಕಲ್ಲ. ಅಳಿಯ ಅನ್ನೋ ಬಿಗುಮಾನ ಕೂಡ ಇರ್ಬೆಕು. ಹಸಿವು ಕೆಲವೊಮ್ಮೆ ಮಾನ ಕಳೆಯುತ್ತೆ. ಸಂಜೆ ಒಳ್ಗೇ ಅಂಜು ಜೊತೆ ವಾಪಸ್ಸು. ವೆಯಿಟ್ ಮಾಡ್ತಾ ಇರು" ಬೈಕ್ ಹತ್ತಿ ಕೈ ಬೀಸಿದ.

ಸೋನಾಪರ ಹೈವೇನಲ್ಲೇನು ಇರಲಿಲ್ಲ ಕಿತ್ತುಹೋದ ತಾರು ರಸ್ತೆ ಬೈಕ್ ದಾರಿಯುದ್ದಕ್ಕೂ ಕುಣಿಯುತ್ತಿತ್ತು.

ಡಾಂಬರ್ ರಸ್ತೆ ಬಿಟ್ಟು ಮಣ್ಣಿನ ರಸ್ತೆಗೆ ಬೈಕ್ ಇಳಿದಾಗ ಅವನಿಗೆ ಆಶ್ಚರ್ಯ. ತಂದೆ ಮಗನಿಗಾಗಿ ಇಲ್ಲಿವರೆಗೂ ಹೆಣ್ಣನ್ನು ಅರಸಿಕೊಂಡು ಬರಬೇಕಿತ್ತಾ? Marriages are made in heaven ಮದುವೆಗಳು ಸ್ವರ್ಗದಲ್ಲಿ ನಡೆದಿರುತ್ತೆ. ಇಂಥ ಒಂದು ಮಾತಿನ ಬಗ್ಗೆ ಅವನಿಗೆ ನಂಬಿಕೆ ಮೂಡಿತು.

ಸ್ವಲ್ಪ ದೂರದಲ್ಲಿಯೇ ಒಂದು ಮರದ ಕಿಳಗೆ ಮೋಟಾರ್ ಬೈಕ್ ನಿಲ್ಲಿಸಿದ. ಈಗ ಶ್ರೀಮಂತಿಕೆ ಕಾಣೆಯಾಗಿದ್ದರೂ ನಾರಾಯಣ್ ಸೋನಾಪುರದಲ್ಲಿ ಪ್ರತಿಷ್ಠಿತರೇ. ಜನಗಳಿಗೂ ಅವರ ಬಗ್ಗೆ ಅಭಿಮಾನವಿತ್ತು. ಆದ ಅನ್ಯಾಯಕ್ಕೆ ಸಂತಾಪ ಸೂಚಿಸುವಂತೆ ತನ್ನ ಮೇಲೆ ಬಡಿಗೆಗಳನ್ನು ತೂರಿ ಬೈಕ್‌ಗೆ ಅಗ್ನಿಸ್ಪರ್ಶ ಮಾಡಿದರೂ ಹೆಚ್ಚಲ್ಲ. ಇಂಥದ್ದನ್ನೆಲ್ಲ ಒಬ್ಬನೇ ಎದುರಿಸುವುದು ಕಷ್ಟ.

ಈಗ ಅವನ ಮನಸ್ಸು ನಿರ್ದೇಶನದ ಹೊಣೆ ಹೊತ್ತಿದ್ದರಿಂದ ಹೀರೋ ಆಗಲು ಹೊರಟಿದ್ದ ಚಂದ್ರು. ಅಂಜು ನಿರಾಕರಣೆಯ ಸೀನು ಹೇಗೆ ಬರಬಹುದು? ಆಗ ತನ್ನ ಪಾತ್ರ ಹೇಗಿರಬೇಕು?

ಹತ್ತು ನಿಮಿಷ ಯೋಚಿಸಿ ಒಂದು ನಿರ್ಧಾರಕ್ಕೆ ಬಂದ. ವಾಚ್ ಕಡೆ ನೋಡಿದ. ಸರಿಯಾಗಿ ಹತ್ತು ಗಂಟೆ ಹದಿನೈದು ನಿಮಿಷ. ಮರದ ಹಿಂಭಾಗದಲ್ಲಿ ನಿಲ್ಲಿಸಿದ್ದ ಬೈಕನ್ನು ಹತ್ತಿದ ಕೆಟ್ಟ ಧೈರ್ಯದಿಂದ.

ಬೈಕ್ ನಾರಾಯಣ್ ಮನೆ ಮುಂಭಾಗದಲ್ಲಿ ನಿಂತಿತು. ಒಳಗಿದ್ದ ಹೇಮಲತ ಬಾಗಿಲಿಗೆ ಬಂದರು. ನಾರಾಯಣ್ ಕಣ್ಣುಗಳಲ್ಲಿ ಹಲ್ಮುಡಿ ಕಚ್ಚಿಡಿದರು. ಆರಾಮಾದ ನಗೆ ಬೀರಿದ ಚಂದ್ರು.

"ನೀವ್ಹೋಗಿ....." ಅವರುಗಳನ್ನು ಕಳುಹಿಸಿದರು.

ಮನೆಯ ವಿಷಯವನ್ನು ಊರಿನ ರಾದ್ಧಾಂತ ಮಾಡಲು ನಾರಾಯಣ್‌ಗೆ ಇಷ್ಟವಿಲ್ಲ. ಪರಿಹಾರವಾಗಬೇಕು ಒಳಗೊಳಗೆ.

ತುಟಿ ತೆರೆಯದೆ ಜಗುಲಿಯಿಂದ ಒಳಕ್ಕೆ ಹೋದರು. ರಾಧಾಕೃಷ್ಣರಿಗಿಂತ ಅವರ ಭಂಡ ಮಗನ ಮೇಲೆ ಅವರಿಗೆ ವಿಪರೀತ ಕೋಪ.

ಕಣ್ಣರಳಿಸಿ ನಿಂತ ಹೆಂಡತಿಗೆ ಹೇಳಿದರು "ನೀನು ಒಳಗಡೆ ಹೋಗು. ಯಾರೋ ಅಪರಿಚಿತರು ದಾರಿತಪ್ಪಿ ಬಂದಿದ್ದಾರೆ. ಏನೂಂತ ವಿಚಾರಿಸ್ತೀನಿ."

ಗಂಡನ ಕಣ್ಣಿನ ಕೆಂಪು ನೋಡಿ ಆಕೆ ಹೆದರಿದರು. ಸರಳ ಸೌಜನ್ಯ ವ್ಯಕ್ತಿಯೇ ಆತ. ಅನ್ಯಾಯಗಳನ್ನು ನುಂಗಿದ್ದರು. ಇಂದು ಅವರ ತಾಳ್ಮೆ ಸತ್ತುಹೋಗಿತ್ತು.

ದುರು ದುರು ಚಂದ್ರುವಿನತ್ತ ನೋಡಿದವರೇ, "ತಾವು ಯಾರು? ಯಾಕ್ಬಂದ್ರಿ...?" ಎಂದರು.

ಚಂದ್ರು ಉಸಿರೆಳೆದುಕೊಂಡು ಸರಿಯಾಗಿ ನಿಂತ. "ಮೊದಲ್ನೇ ಪ್ರಶ್ನೆಗೆ ಉತ್ತರ ಗೊತ್ತಿದ್ರಿಂದ್ಲೇ, ಎರಡನೆ ಪ್ರಶ್ನೆ ಕೇಳಿರೋದು. ಅದ್ಕೆ ಮಾತ್ರ.... ನನ್ನ ಉತ್ತರ ಎಲ್ಲಿ... ಅಂಜು?" ಕೇಳಿದ. ಅಳುಕು, ಅಂಜಿಕೆ ಇಲ್ಲದ ಸ್ವರ.

"ಅಂದೇ ಕೈಕಾಲು ಮುರಿಸೋ ಯೋಚ್ನೇ. ಇತ್ತು. ತಡೆದಿದ್ದು ನನ್ಮಗ್ಳು. ಆ ಅವಕಾಶ ಒದಗ್ಸಿಕೊಡೋಕೆ ನೀವೇ ಬಂದಿದ್ದೀರಿ. ಸೋನಾಪುರದಲ್ಲಿ ನಿಮ್ಮಪ್ಪನ ಶ್ರೀಮಂತಿಕೆ, ಹಣಕ್ಕೆ ಯಾವ್ದೇ ಬೆಲೆ ಇಲ್ಲ. ನಿಂತ ಕಡೆ ಮೂಳೆ ಮುರ್ಸಿ ನನ್ನ ತೋಟಕ್ಕೆ ಗೊಬ್ಬರ ಹಾಕ್ಸಿಬಿಡ್ತಲ್ಲೆ. ಬೇಡ... ಹೋಗ್ಬಿಡಿ..." ಅಬ್ಬರಿಸಿದರು.

ತಕ್ಷಣ ಧಾವಿಸಿದ ಹೇಮಲತ ಎರಡು ಕೈ ಜೋಡಿಸಿದರು. "ನಾವು ಮರ್ಯಾದಸ್ಥ ಜನ ತಂದೆ, ಮಗ ನಮ್ಗೆ ಕೊಟ್ಟ ತೊಂದರೇನೇ ಸಾಕು. ಗಲಾಟೆ ಬೇಡ ಹೋಗ್ಬಿಡಿ... ನಮ್ಮನ್ನ ನೆಮ್ದಿಯಾಗಿ ಬದುಕೋಕೆ ಬಿಡಿ" ಆಕೆಯ ಕಣ್ಣಲ್ಲಿ ನೀರಿಳಿದಾಗ ಕೆಡುಕೆನಿಸಿತು.

"ಸ್ವಲ್ಪ ಅರ್ಥಮಾಡ್ಕೊಳ್ಳಿ, ಅಮ್ಮ. ಯಾಕೆ ಈ ರೌದ್ರಾವೇಷ? ಅಂಜುನ.... ಕರೀರಿ ಹೊರ್ಗೆ, ಮದ್ವೆಯಾದ ಹುಡ್ಗೀನ ಗಂಡನಿಂದ ದೂರ ಮಾಡಿ ಮನೆಯಲ್ಲಿ ಇಟ್ಕೊಳ್ಳೋದು... ಯಾವ ನ್ಯಾಯ?" ಶಾಂತವಾಗಿಯೇ ಕೇಳಿದ.

ಆವೇಶದಲ್ಲಿದ್ದ ನಾರಾಯಣ್ ವಿವೇಕ ಮಂಕಾಯಿತು. ತಾಳ್ಮೆ ಕಳೆದುಕೊಂಡರು. "ಚಂದ್ರು, ಬಂದ ದಾರಿಯಲ್ಲಿ ಹೋಗ್ಬಿಡು. ನನ್ನ ಪೂರ್ತಿ ಕೆಟ್ಟವನನ್ನ ಮಾಡ್ಬೇಡ. ಇನ್ನ ಹತ್ತು ನಿಮಿಷ ನಿಂತ್ರೂ.... ಸುಟ್ಟುಬಿಡ್ತೀನಿ. ಬಂದೂಕು ಮುಟ್ಟಿ ವರ್ಷಗಳಾದ್ರೂ.. ನನ್ನ ಗುರಿ ತಪ್ಪೋಲ್ಲ. ಅದ್ಕೆ ಬಲಿಯಾಗಿಬಿಡ್ತಿಯಾ."

ಗುಡುಗು, ಸಿಡಿಲಿನ ನಂತರವೇ ಮಳೆ. ಇದು ಪ್ರಕೃತಿ ಧರ್ಮ. ಅದರ ನಡುವೆ ಜೀವಿಸುವ ಮಾನವ ಇದಕ್ಕೆ ಹೊರತೆ?

ಭೇರ್ ಎಳೆದುಕೊಂಡು ಕೂತೇಬಿಟ್ಟ. "ನೋಡ್ಬೋಣ, ನಾನು ನಿಮ್ಮ ಮಗ್ಳ ಗಂಡ, ಅಳಿಯ. ಕೆಲವೊಮ್ಮೆ ಹಡೆದ ಮಕ್ಳಿಗಿಂತ ಹೆಚ್ಚಿನ ಕಾಳಜಿ ಇರುತ್ತೆ ಅವ್ರ ಮೇಲೆ. ಇಂದು ಅದರ ಸತ್ಯದ ಪರೀಕ್ಷೆ" ಭಂಡತನ ಮಾಡಿದ. ನಿಬ್ಬೆರಗಾದರು. ತಮ್ಮ ಕೂಗಾಟಕ್ಕೆ ಹೋಗ್ಬಿಡುತ್ತಾನೆಂದುಕೊಂಡಿದ್ದು ಸುಳ್ಳಾಗಿತ್ತು.

"ಅದು ಪ್ರಾಮಾಣಿಕ ವ್ಯಕ್ತಿಯಾಗಿದ್ದಾಗ ಮಾತ್ರ ನಿನ್ನಂಥವ್ನಿಗಲ್ಲ, ನನ್ನ ಮಗ್ಳಿಗೆ ಅನ್ಯಾಯ ಮಾಡ್ದೆ. ನನ್ನ ಮಗ್ಳು ಅಂಜುಗಾಗಿ ಕ್ಷಮಿಸಿಬಿಡ್ಬಲ್ಲೆ ಹೊರಟ್ಹೋಗು" ಬಾಗಿಲತ್ತಕ್ಕೆ ಕೈ ತೋರಿಸಿದರು.

ಸೀರಿಯಸ್ಸಾಗಿ ಅವರತ್ತ ನೋಡಿದವನು "ಏನು ಅನ್ಯಾಯವಾಗಿದೆ? ನಿಮ್ಮ ಮಗ್ಳುನ ಕರೀರಿ. ನೀವು ನಂಗೇನು ಧಾರೆಯೆರೆದು ಮದ್ವೆ ಮಾಡಿಕೊಟ್ಟಿಲ್ಲ, ನಾವು ಮಾಡ್ಕೊಂಡ ಮದ್ವೆ, ಮೂರನೆಯ ವ್ಯಕ್ತಿಯ ಪ್ರವೇಶ ಅಗತ್ಯವಿಲ್ಲ. ಕರೀರಿ.... ಅಂಜುನ...." ಅವರಿಗಿಂತ ಜೋರಾಗಿ ಕೂಗಿದ.

ಧಾವಿಸಿ ಬಂದ ಅಂಜು ನಿಂತಳು. ಅದೇ ನಿರ್ಮಲ ಪ್ರಕಾಶ ಚಂದ್ರ ಕಣ್ಣಲ್ಲಿ. ಆರೋಪ, ಅಪರಾಧಾ ಹೊರಿಸಲಾರದೆ ತಲೆ ತಗ್ಗಿಸಿದಳು.

"ಬಂದ ಅಳಿಯನಿಗೆ ಎಂಥ ಉಪಚಾರ ನಡೀತಾ ಇದೆ ನೋಡು! ಒಳ್ಳೇ ಕೂತು ತಮಾಷೆ ನೋಡ್ತೀಯಾ! ಹೇಳ್ದೇ... ಕೇಳ್ದೇ ಯಾಕ್ಬಂದೆ? ರುಜುವಾತಿಲ್ಲದ ದೋಷಾರೋಪಗಳ್ನ ನಾನು ಒಪ್ಪೋಲ್ಲ" ದನಿ ತಗ್ಗಿಸದೆ ಕೇಳಿದ.

ಸ್ವರವೇಳದೇ ನಿಂತರು ನಾರಾಯಣ್ ದಂಪತಿಗಳು. ಕರೆದೊಯ್ದು ಮದುವೆಯಾಗಿರಬಹುದು. ಆದರೆ, ಅವಳು ತಿರುಗಿ ಬಂದಿದ್ದಕ್ಕೆ ಅವರು ಕೂಡ ರುಜುವಾತು ಒದಗಿಸಲಾರರು.

"ನಂಗೆ.... ಇಷ್ಟವಿಲ್ಲ!" ಎಂದಳು.

ತೀರಾ ಅವಳ ಸನಿಹಕ್ಕೆ ಹೋದವನು "ಕಾರಣ ಬೇಕು. ನಿಮ್ಮಪ್ಪ ನಿಶ್ಚಯಿಸಿದ ಶ್ರೀಮಂತ ರಾಧಾಕೃಷ್ಣ ಮಗನದು ಈಗ ಸಾಧಾರಣ ಬದ್ಕು. ಅದು ನಿಂಗೆ ಕಷ್ಟವಿರ್ಬಹುದು ಅಲ್ವಾ?" ಹಂಗಿಸಿದ. ಭರ್ಜಿಯಿಂದ ಇರಿದಂತಾಯಿತು.

ನಾರಾಯಣ್ ಅತ್ತ ತಿರುಗಿದ. "ಮಾವನವ್ರೆ, ಕಾರಣ ಹೇಳ್ಲಿ, ನಾನೇನು ನಿಮ್ಮ ಮಗ್ಳುನ ಒಪ್ಗೇ ಇಲ್ದೇ ಹೊತ್ಕೊಂಡ್ಹೋಗಿ ಮದ್ವೆ ಆಗ್ಲಿಲ್ಲ. ಇಷ್ಟಪಟ್ಟುಕೊಂಡು ಬಂದು ತಾಳಿ ಬಿಗ್ಸಿಕೊಂಡ ಲಲನೆಗೆ... ನನ್ನ ಜೊತೆಗಿನ ಜೀವ್ನ ಕಷ್ಟವಾಯಿತೇನೋ. ಇದು ನಿಮ್ಗೂ ಅನ್ವಯಿಸುತ್ತೆ. ನಮ್ಮತ್ತೆ ನಿಮ್ಮನ್ನ ಮದ್ವೆಯಾದ ಸ್ಥಿತಿಗೂ ಈಗಿರೋ ಪರಿಸ್ಥಿತಿಗೂ ಆಕಾಶ, ಭೂಮಿಯಷ್ಟರ ವ್ಯತ್ಯಾಸ ಅವ್ರು, ಬಿಟ್ಹೋದ್ರೆ... ಹೇಗೆ?" ಅವರನ್ನೇ ನ್ಯಾಯ ಕೇಳಿದ.

ಗಂಡ, ಹೆಂಡತಿ ಮುಖ ಮುಖ ನೋಡಿಕೊಂಡರು. ಬರೀ ಗೊಂದಲ. ದಟ್ಟ ಕತ್ತಲಿನಲ್ಲಿ ಬೆಳಕಿನ ಗೋಚರ. ಮಿದುಳು ಕೆಲಸ ಮಾಡದಷ್ಟು ಶಕ್ತಿಹೀನವಾಯಿತು.

ಅಂಜು ನಯನಗಳು ಜಲಾವೃತ್ತವಾಯಿತು. "ಬರೀ ಹಟವೊಂದೆ ಕಾರಣಕ್ಕೆ ಒಂದೇ ಸೂರಿನ ಕಡೆ ಜೀವಿಸೋದು ನರ್ಕ. ಅಪ್ಪ, ಮಗನ ಮಧ್ಯದ ಚಾಲೆಂಜ್‌ಗೆ ನನ್ನ ಬಲಿ ಮಾಡ್ಬೇಡಿ. ನನ್ನ ಪಾಡಿಗೆ ನನ್ನ ಬಿಡಿ. ಡೈವೋರ್ಸ್ ಪೇಪರ್ಸ್‌ಗೆ ಬೇಕಾದ್ರೂ ಸಹಿ ಹಾಕಿಕೊಡ್ತೀನಿ. ಜೀವನಾಂಶ ಅಂಥದ್ದೆಲ್ಲ ಬೇಡ" ಅವಳ ಕಂಠ ತುಂಬಿ ಪದಗಳು ಕಷ್ಟದಿಂದ ಉರುಳಿದವು.

ಎರಡು ಕ್ಷಣ ಮೌನವಹಿಸಿದ ಚಂದ್ರು "ನಿನ್ನೆಲ್ಲ ನನ್ನ ಬದ್ಕಿನಲ್ಲಿ ಪೂರ್ತಿಯಾಗಿಲ್ಲ, ಒಂದಿಷ್ಟು ಉಳ್ಸಿ ಬಂದಿದ್ದೀಯಾ. ಬರ್ತೀಯ.... ಬರ್ಬೇಕು" ಎಂದ ಅಧಿಕಾರದ ಸ್ವರದಲ್ಲಿ.

ನಾರಾಯಣ್‌ರವರ ತೀರಾ ಸನಿಹಕ್ಕೆ ಹೋಗಿ "ಒಂದಿಷ್ಟು ತೀರಾ ಪರ್ಸನಲ್. ನಿಮ್ಮುಂದೆ.... ಮಾತಾಡೋಕ್ಕಾಗೋಲ್ಲ. ದಯವಿಟ್ಟು ಆಶೀರ್ವದಿಸಿ, ಅಷ್ಟು ಸಾಕು. ನನ್ಮೇಲೆ ನಂಬ್ಕೆ ಇಡೀ ನಿಮ್ಮ ಮಗ್ಳು... ಸುಖವಾಗಿರ್ತಾಳೆ" ಪಿಸುದನಿಯಲ್ಲಿ ಹೇಳಿದವನೇ ಅಂಜು ಕೈ ಹಿಡಿದು ಎಳೆದೊಯ್ದ.

"ಅಯ್ಯೋ..." ಎನ್ನುತ್ತ ಹೊರಟ ಹೆಂಡತಿಯನ್ನು ಹಿಡಿದು ನಿಲ್ಲಿಸಿ "ಹೋಗ್ಲಿ ಬಿಡು, ಅವರವ್ರೇ ಅವ್ರ ಮಧ್ಯದ ಸಮಸ್ಯೆ ಪರಿಹಾರ ಮಾಡಿಕೊಳ್ಳೋಕೆ ಹೊರಟಿರೋವಾಗ.... ನಮ್ಮ ಪ್ರವೇಶ ಅನಗತ್ಯ" ಅರ್ಥಗರ್ಭಿತವಾಗಿ ನುಡಿದರು. ಆಕೆಗೇನು ಅರ್ಥವಾಗಲಿಲ್ಲ.

ಮಣ್ಣಿನ ಹಾದಿ ಬಿಟ್ಟು ಡಾಂಬರ್ ರಸ್ತೆಗೆ ಬೈಕ್ ತಿರುಗಿದಾಗ ಸ್ವಲ್ಪ ನಿಧಾನಿಸಿ "ಅಂಜು, ಭದ್ರವಾಗಿ ಹಿಡ್ಕೋ. ನಿನ್ನ ಕಳಕೊಳ್ಳೋಕೆ ನಾನು ತಯಾರಿಲ್ಲ. ಇನ್ನೂ ಜೀವನವೇ ಪ್ರಾರಂಭವಾಗ್ಲಿಲ್ಲ" ಎಂದ ಮಾತುಗಳು ಗಾಳಿಯಲ್ಲಿ ತೂರಿ ಹೋದವು.

ಭರ್ರನೆ ಬೀಸುವ ತಂಗಾಳಿಯಲ್ಲೂ ಕೂಡ ಬೆವರುತ್ತಿದ್ದಳು ಅಂಜು. ದಿಕ್ಕು ತೋಚದ ಸ್ಥಿತಿ. ಧೈರ್ಯದಿಂದ ಇನ್ನೊಂದು ಬದುಕನ್ನು ಆಯ್ದುಕೊಂಡಿದ್ದಳು. ಅದಕ್ಕೆ ಮತ್ತೆ ಕಂಟಕ!

"ಏಯ್ ಅಂಜು.... ಹಿಡ್ಕೋ" ಕೂಗಿದ.

ಅವಳ ಕೈಗಳೇನು ಅವನ ಸೊಂಟ ಬಳಸಲಿಲ್ಲ. ನಡೆಯಬಹುದಾದ ಅನಾಹುತಕ್ಕೆ ಹೆದರಿ ಒಂದು ಮರದ ಬಳಿ ಬೈಕು ನಿಲ್ಲಿಸಿದ.

"ನಾನು ಬರೋಲ್ಲ. ನನ್ನ ಹೋಗೋಕೆ ಬಿಡಿ" ಎಂದಳು.

ಕಣ್ಣೀರಿನ ಕೊಳಗಳಾಗಿದ್ದ ಅವಳ ಸುಂದರ ನಯನಗಳನ್ನು ಚುಂಬಿಸಬೇಕೆನಿಸಿತು ಚಂದ್ರುಗೆ.

ತುಸು ಅವಳ ಕೆನ್ನೆಯ ಬಳಿ ಬಗ್ಗಿ "ಅಂದು ನನ್ನ ಹಿಂದೆ ಬರೋಕೆ ಅಂಜಲಿಲ್ಲ, ಇಂದು ಗಂಡ ಅನ್ನೋ ಸರ್ಟಿಫಿಕೇಟ್ ನನ್ಹತ್ರ ಇದೆ. ಆದ್ರೂ ನನ್ನ ಹಿಂದೆ ಬರೋಕೆ

ಅಂಜಿಕೆ. ಯಾಕೇಂತ ಹೇಳಿ ಶ್ರೀಮತಿಯವ್ರೆ,... ಅಲ್ಲೇನೋ ಹಟ ಅಂದ್ರಿ, ನಂಗೆ ಸ್ಪಷ್ಟವಾಗಿ ಅರ್ಥವಾಗ್ಲಿಲ್ಲ, ಈಗೇಳ್ಬಹ್ದು...." ನಗೆ ಹಾರಿಸುತ್ತ ಛೇಡಿಸಿದ.

"ನೀವ್ಯಾಕೆ... ಕಾಡ್ತೀರಾ!" ಕಸಿವಿಸಿಗೊಂಡಳು.

"ನರೇಶ್ ಧಾವನ್... ಮಗ್ಳು ಬರೋವರ್ಗೂ ನಿನ್ನನ್ನೇ ತಾನೇ ಕಾಡ್ಬೇಕು. ಒಂದು ಹುದ್ದೆ ವಹಿಸ್ಕೊಂಡ್ಮೇಲೆ ರಿಲೀವರ್ ಬರೋವರ್ಗೂ ಕಾಯ್ಬೇಕಾಗುತ್ತೆ, ಇಲ್ದಿದ್ರೆ ಪನಿಷ್ ಮಾಡ್ತಾರೆ" ತಮಾಷೆ ಮಾಡಿದ. ಅವಳಿಗೆ ಅವಹೇಳನವಾಗಿ ಕಂಡಿತು.

ಏನು ಮಾತಾಡಬೇಕೋ ಅಂಜುಗೆ ತೋಚಲಿಲ್ಲ.

"ಈಗೇನು..... ಮಾಡ್ಬೇಕು?" ಕೇಳಿದಳು.

ಕೆನ್ನೆಯ ಬಳಿ ಬಗ್ಗಿ "ಜೊತೆಯಲ್ಲಿ ಬರ್ಬೇಕು, ನನ್ನ ಹಟದ ಸ್ವಭಾವ ನಿಂಗೆ ಗೊತ್ತಲ್ಲ. ನಿಮ್ಮ ತೋಟಕ್ಕೆ ನಿಮ್ಮಪ್ಪ ನನ್ನ ಗೊಬ್ಬರವಾಗಿಸಿ ಬಿಡ್ತಾ ಇದ್ರು. ಆ ಬಗ್ಗೆ ಸುಳಿವಿದ್ರೂ ಹೆದರ್ಲಿಲ್ಲ. ಛಾಲೆಂಜ್‌ಗೆ ನೀನು, ಹಣಕ್ಕೆ ನರೇಶ್ ಧಾವನ್ ಮಗ್ಳು, ಪ್ರೀತಿಗೆ ಇನ್ನೊಂದು ಹೆಣ್ಣು. ಒಳ್ಳೆ ರೋಮ್ಯಾಂಟಿಕ್ ಸಿನಿಮಾ ತರಹ ಇದೆಯಲ್ಲ ಕ್ಲೈಮ್ಯಾಕ್ಸ್ ಮತ್ತಷ್ಟು ಇಂಟರೆಸ್ಟ್ ಭದ್ರವಾಗಿ ಅಲ್ಲೊಂದು ಸೇದೋ ಬಾವಿ ಇದೆ. ಪುಣ್ಯಾತ್ಮರು ಹಗ್ಗನು ಅದ್ರಲ್ಲೇ ಬಿಟ್ಟಿದ್ದಾರೆ. ಝಾನ್ಸಿರಾಣಿ ಮಗುನ ಸೊಂಟಕ್ಕೆ ಬಿಗಿದುಕೊಂಡಂಗೆ.... ನಾನು ನಿನ್ನ ಕಟ್ಕೊಂಡ್ಬಿಡ್ತೀನಿ. ಬೇಗ..... ಹತ್ತು..." ಆಕಾಶದ ಕಡೆ ನೋಡಿದ. ವರ್ಷದ ಮುನ್ಸೂಚನೆ ಇತ್ತು. ರೋಮಾಂಚನವಾಯಿತು ಅವನಿಗೆ.

ಅಷ್ಟು ದೂರ ಹೋಗೋ ವೇಳೆಗೆ ನಾಲ್ಕು ಹನಿ ಹತ್ತು ಹನಿಯಾಗಿ ಮರದ ಕೆಳಗೆ ಬೈಕ್ ನಿಲ್ಲಿಸಿ ಇಳಿದ. ತೊಟ್ಟಿದ್ದ ಜಾಕೆಟ್‌ನ ಅವಳಿಗೆ ಹೊದಿಸಿದ.

ಮರದ ಬೊಡ್ಡೆಗೊರಗಿ ಮಳೆಯನ್ನು ನೋಡತೊಡಗಿದರು. "ಹೇಗಿದೆ....?" ಕೇಳಿದ. ತಟ್ಟನೆ ಅವನತ್ತ ತಿರುಗಿ "ಮಳೆ, ಈ ಮಧ್ಯೆ ನಾವಿಬ್ರೂ... ಇಲ್ಲಿ! ನಿನ್ತಲೆಯಲ್ಲಿ ಒಂದು ತರಹ ಗುಂಗು. ನನ್ತಲೆಯಲ್ಲಿ ಇನ್ನೊಂದು ತರಹದ ಗುಂಗು! ಮೂವರ ನಡುವಿನ ಸಂಸಾರ ಹೇಗಿರುತ್ತೆ?" ಭಾವಪರಶವಾದಂತೆ ನುಡಿದ.

"ಇಬ್ರೆ, ನಿಮ್ಮ ಲೆಕ್ಕದಲ್ಲಿ ಇರ್ಲಿ" ತಟ್ಟನೆ ಹೇಳಿದಳು.

ಈಗ ಅಳುವಿನ ಛಾಯೆ ಇರಲಿಲ್ಲ. ಅವಳ ಮುಖ ಮೇಲೆ. ಒಂದು ದೃಢವಾದ ನಿರ್ಧಾರವಿತ್ತು.

"ಮೈ ಗಾಡ್, ನೀನು ರಾಜಿ ಆಗ್ತೀ ಅಂತ ತಿಳಿದಿದ್ದೆ ಅಂಜು, ಅಪ್ಪನ ಆಯ್ಕೆಯ ಹೆಣ್ಣಿಗೆ ಮಾತಿಲ್ಲ, ಹಣವಿದೆ. ಸದ್ಯಕ್ಕೆ ಅದ್ಕೆ ಹೆಚ್ಚಿನ ಪ್ರಾಮುಖ್ಯತೆ ಇರೋದ್ರಿಂದ... ಅವ್ಳೇ ಮೊದಲ ಸ್ಥಾನದಲ್ಲಿ ಇರ್ತಾಳೆ. ಇನ್ನು ಪ್ರೀತಿಸಿದ ಹುಡ್ಗೀ ಮಾತ್ರ ಜಗಳಗಂಟಿ, ಹೊಡೆದಾಟ ಮಾತ್ರ ನಿಮ್ಮಿಬ್ಬರ ನಡ್ವೆಯೇ?" ಉಲ್ಲಾಸ, ಉತ್ಸಾಹ ತುಂಬಿಕೊಂಡು ಹೇಳಿದ.

ಇಂಥ ಉತ್ಸಾಹ, ಉಲ್ಲಾಸ, ಮಾತಿನಲ್ಲಿ ನಯಗಾರಿಕೆಯನ್ನು ಚಂದ್ರುವಿನಲ್ಲಿ

ಇಂದೇ ನೋಡಿದ್ದು. ಈಗಲೂ ಅವಳ ಮನ ಶಪಿಸಲು ಹೋಗಲಿಲ್ಲ, ಒಳ್ಳೆಯ ಸ್ವಭಾವ ಅವಳಿಗೆ ರಕ್ತಗತವಾಗಿ ಬಂದಿದ್ದು.

"ನಂಗೆ ಜಗಳದಲ್ಲಿ ಆಸಕ್ತಿ ಇಲ್ಲ ಬಿಡಿ. ಈಗ್ಲಾದ್ರೂ ಅರ್ಥಮಾಡ್ಕೊಳ್ಳಿ, ನಾನು ಹಿಂದಕ್ಕೆ ಹೋಗ್ತೀನಿ. ನನ್ನ ಮತ್ತೊಂದು ತಪ್ಪಿನಿಂದ ನಮ್ಮಪ್ಪ, ಅಮ್ಮ ಶಿಕ್ಷೆ ಅನುಭವಿಸೋದ್ಬೇಡ" ಎಂದು ತಟ್ಟನೆ ಹೊರಟವಳನ್ನು ಕೈ ಹಿಡಿದು ಎಳೆದುಕೊಂಡ ಮಳೆಯ ಹನಿಗಳಿಂದ.

ಅಂಜೂಳ ಹಣೆಯಂಚಿಗೆ ನಿಂತ ಮಳೆಯ ಹನಿಗಳನ್ನು ಕರ್ಚೀಫ್‌ನಿಂದ ಒತ್ತಿದ. "ಈಗ ನಿನ್ನ ಬಿಡೋಲ್ಲ, ಇಷ್ಟು ಸುಂದರವಾದ ಹುಡ್ಗಿ ನಾಲ್ಕು ಗೋಡೆಗಳ ಮಧ್ಯೆ ನನ್ನೊಂದಿಗೆ... ಇದ್ರೂ ಒಮ್ಮೆ ಕೂಡ ರಸಿಕತೆ ತೋರ್ಲಿಲ್ಲ. ಅದು ಅನ್ಯಾಯ.... ನಾಳೆ ಸುಮ್ನೇ ಅಪಪ್ರಚಾರ...." ನವಿರಾದ ಹಾಸ್ಯವಿತ್ತು ಅವನ ದನಿಯಲ್ಲಿ ಅವಳಿದ್ದ ಸ್ಥಿತಿಯಲ್ಲಿ ಅದನ್ನೇನೂ ಗುರ್ತಿಸುವಂತಿರಲಿಲ್ಲ. ಬೆವರಿಟ್ಟಳು. ಆ ಮಳೆಯ ತಂಪಿನಲ್ಲೂ ಮೈಯಲ್ಲಿ ಸಣ್ಣ ಕಂಪನ, ಚಂದ್ರು ಉದ್ದೇಶವೇನು?

ಎರಡು ಕ್ಷಣಗಳಲ್ಲಿ ಅವನ ಬಾಹುಗಳಲ್ಲಿದ್ದಳು. ದೀರ್ಘವಾಗಿ ಚುಂಬಿಸಿದ. ತಲೆ ತಿರುಗಿ ಕಣ್ಣಿಗೆ ಕತ್ತಲಿಟ್ಟಂತಾಯಿತು. ಅವನ ಸಂಯಮದ ಬಗ್ಗೆ ಅರಿವಿದ್ದ ಅವಳಿಗೆ ದಿಗ್ಭ್ರಾಂತಿ.

ಅವಳ ಕೈಯನ್ನು ತನ್ನ ಕೈಯೊಳಗೆ ತಗೊಂಡು "ಕೆಲವೊಮ್ಮೆ ಒರಟುತನ ಅನಿವಾರ್ಯ. ಹೆಣ್ಣು ಬಯಸ್ತಾಳೆ ಕೂಡ....." ಎಂದ. ಅವಳ ಮಿದುಳು ಸ್ತಬ್ಧವಾಗಿತ್ತು.

ಮಳೆಯ ರಭಸ ಕಮ್ಮಿಯಾಗಿ ಹೆಚ್ಚು ಕಡಿಮೆ ಪೂರ್ತಿ ನಿಂತಾಗ ಚಕ್ರಗಳು ಮುಂದಕ್ಕೆ ಉರುಳಿದವು. ವಿಜಯೋತ್ಸವದ ಮೂಡ್‌ನಲ್ಲಿದ್ದ ಬಹುಶಃ ಎರಡು ಕಡೆಯ ಹಿರಿಯರನ್ನು ಮಣಿಸಿದ.

ನಾರಾಯಣ್ ಹೆಚ್ಚು ಕಡಿಮೆ ತಣ್ಣಗಾಗಿದ್ದರು. ಆಶೀರ್ವದಿಸುವ ಸ್ಥಿತಿಯಲ್ಲಿದ್ದರು. ಇನ್ನ.... ರಾಧಾಕೃಷ್ಣ... ಕೆಲವು ಸಮಯ ಬೇಕಾಗಬಹುದೆಂದುಕೊಂಡ.

'ಪುಷ್ಕರಿಣಿ' ಮುಂದೆ ವೆಹಿಕಲ್ ನಿಂತಾಗ ನಾಲ್ಕು ಬೈಕ್ ಅಹಮದ್‌ನ ಸೇರಿ ಎಂಟು ಜನ ಇದ್ದರು. ಅರ್ಥಮಾಡಿಕೊಂಡು ಮೆಲ್ಲಗೆ ನಕ್ಕ.

"ಏನಿದೆಲ್ಲ ಅಹಮದ್, ಅವ್ರನ್ನೆಲ್ಲ... ಕಳ್ಸು, ಫ್ರೆಂಡ್ಸ್ ಆದ್ರೆ.... ಪರ್ವಾಗಿಲ್ಲ, ಬಾಡ್ಗೇ ಜನರಾದ್ರೆ ಕಷ್ಟ. ಮಾತಾಡಿದಷ್ಟು ಕೊಡದಿದ್ರೆ.... ವಹಿಸಿದ ಕೆಲ್ಸ ಇಲ್ಲೇ ಮುಗ್ಸಿ ವಸೂಲು ಮಾಡ್ಕೊಂಡ್ ಹೋಗ್ತಾರೆ. ಅಂಥ ತಂಟೆ, ತಕರಾರು ಬೇಡ. ನಮ್ದು ಹೂವಿನ ಬಿಜಿನೆಸ್ ನೋಡು. ಸ್ವಲ್ಪ ಹೆಚ್ಚು ಕಡ್ಮೆಯಾದ್ರೆ... ಕಷ್ಟ" ಹೇಳಿದ ತಮಾಷೆಯಾಗಿ.

ಚಂದ್ರು ಇಂದು ಸಂತೋಷವಾಗಿದ್ದ. ಅವನ ನಿರೀಕ್ಷೆಯಂತೆ ದೊಡ್ಡ ಘರ್ಷಣೆಯೇನೂ ನಡೆದಿರಲಿಲ್ಲ. ಆ ಜನ ನಾನು ತಿಳಿದಕ್ಕಿಂತ ಮೃದು ಎಂದುಕೊಂಡರೂ ಕೆಲವೊಮ್ಮೆ ಇಂಥವರನ್ನು ಕಷ್ಟಗಳೇ ಹಿಂಬಾಲಿಸುತ್ತೆಂದುಕೊಂಡ.

ಆ ವೇಳೆಗೆ ಗೇಟು ದಾಟಿ ಒಳಗೆ ಹೋದ ಅಂಜು ಕಣ್ಣರಳಿಸಿದಳು. ಹೂಗೊಂಚಲಿನಿಂದ ತುಂಬಿಕೊಂಡು ಬಣ್ಣಗಳ ಒಂದು ಲೋಕವೇ ಸೃಷ್ಟಿಯಾಗಿತ್ತು. ಚಂದ್ರುವಿನ ಪ್ರಯೋಗ ತೀರಾ ಫಲ ಕೊಟ್ಟಿತು. ಕನಸು ಕಲ್ಪನೆಗಳ ಆವಿರ್ಭಾವ.

"ಹೇಗಿದೆ, ನಿನ್ನ ಪುಷ್ಕರಿಣಿ?" ಕೇಳಿದ.

ಆ ಪ್ರಶ್ನೆಗೆ ಉತ್ತರವಿಲ್ಲ, ಅವನಾಗಿ 'ಪ್ರೀತಿಯ ಹುಡುಗಿ' ಸುದ್ದಿ ಎತ್ತಿದ್ದರಿಂದ ಲಾಯರ್, ಡೈವೋರ್ಸ್ ಪೇಪರ್ಸ್ ಏನೇನೋ ಕಲ್ಪನೆಗಳು ಸುಳಿದು ನೋಯಿಸಿದರೂ ದೃಢವಾಗಿದ್ದಳು.

ಹಿಂದೆ ಇದ್ದ ಪುಟ್ಟ ಮನೆಯಲ್ಲಿ ಗೊಬ್ಬರ, ಬೀಜ ಅಂಥಿಂಥದ್ದು ತುಂಬಿದ ಅರಿವಾಗಿ ಚಂದ್ರುವಿನತ್ತ ನೋಟ ಹರಿಸಿದಳು.

"ಇಲ್ಲಿರೋ.... ಹಣೆ ಬರಹ ಯಾಕೆ? ಆ ಮನೆ, ನನ್ನ ಪ್ರೀತಿಯ ಹುಡ್ಗೀ...." ಹುಬ್ಬು ಕುಣಿಸಿ ನಕ್ಕ. ಬಹಳ ಬದಲಾದಂತೆ ಕಂಡ ಚಂದ್ರು. "ತುಂಬ... ಬದಲಾಗಿದ್ದೀರಾ?" ಅರಿವಿಲ್ಲದೆ ಬಂತು ಅವಳ ತುಟಿಗಳ ಮಧ್ಯದಿಂದ ತೂರಿ.

"ಷ್ಯೂರ್, ನಂಗೂ ಯಾಕೋ ಬೋರಾಯ್ತು! ಕಷ್ಟ ಕಾರ್ಪಣ್ಯದ ಜೀವ್ನ ಯಾಕೆ ಬೇಕು? ಅವ್ಳು ತೀರಾ ತುಂಟ ಹುಡ್ಗೀ. ಸದಾ ಅವಳದು ರೊಮ್ಯಾಂಟಿಕ್ ಮೂಡ್. ಹೇಗೆ ಬದಲಾಯಿಸಿದ್ದಾಳೆ ನೋಡು. ನೀನು ನೋಡಿದರಂತೂ ಆಶ್ಚರ್ಯ ಪಡ್ತೀಯಾ. ಹೋಗೋಣ..." ಎಂದ ಭುಜ ಕುಣಿಸುತ್ತ.

ತಲೆ ಕೆಟ್ಟಂತಾಯಿತು. ಕೆಳ ತುಟಿಯನ್ನು ಕಚ್ಚಿಡಿದು ತನ್ನ ಅಸಹಾಯಕತೆ, ನೋವು, ಅಳುವನ್ನು ನುಂಗಿದಳು.

ಅಹಮದ್‌ನೊಂದಿಗೆ ಏನೋ ಮಾತಾಡಿ ಕೀ ಬಂಚನ್ನು ಪ್ಯಾಂಟ್ ಜೇಬಿಗೆ ಸೇರಿಸಿ ಬಂದ.

"ಹೋಗೋಣ್ವಾ, ಅಂಜು?" ಎಂದ.

ಅವಳೇನು ಹೇಳುವ ಸ್ಥಿತಿಯಲ್ಲಿರಲಿಲ್ಲ, ಸ್ವಲ್ಪ ಹಿಂದೆ ನಿಂತಿದ್ದ ಅಹಮದ್ ಮುಂದಕ್ಕೆ ಬಂದ.

"ಹೇಗಿದ್ದೀರಾ ಬಾಭೀ" ಕೇಳಿದ.

ತಲೆಯೆತ್ತಿದಳು. ತುಟಿಗಳು ತೆರೆಯಲಾಗಲಿಲ್ಲ. ಕಣ್ಣುಗುಡ್ಡೆಗಳು ಜಲರಾಶಿಯಲ್ಲಿ ತೇಲಾಡುತ್ತಿತ್ತು.

ಗಾಬರಿಯಿಂದ ಗೆಳೆಯನ ಕಡೆ ನೋಡಿದ. ಅವನ ತುಟಿಯಂಚಿನಲ್ಲಿ ತುಂಟ ನೋಟವಿತ್ತು ತಲೆ ಕೆರೆದುಕೊಂಡ.

"ಒಂದರ್ಧ ಗಂಟೇಲ್ಲಿ ಇಲ್ಲಿ ಇರ್ತಿನಿ. ಆ ಪಾರ್ಟಿ ಬಂದ್ರೆ.... ಇಲ್ಲೇ ಇರಿಸ್ಕೋ. ಲಾಭ ಕಮ್ಮಿಯಾದ್ರೂ ಸೇಫ್ಟಿ ಇರುತ್ತೆ. ಸಂಜೆ ಹೋಗಿ ಪ್ರೊಫೆಸರ್‌ನ ಕಂಡುಬರ್ಬೇಕು. ಒಂದಷ್ಟು ಕೆಲ್ಸ ಬಾಕಿ ಇದೆ..." ವಾರೆ ನೋಟದಿಂದ ಮುದುರಿ ನಿಂತವಳನ್ನು

ಗಮನಿಸಿದ. ತನ್ನದು ಅತಿಯಾಯಿತೇನೋ ಅಂದುಕೊಂಡರೂ ಅವನೇನು ಪಶ್ಚಾತ್ತಾಪಪಡಲಿಲ್ಲ. ಮುದಗೊಂಡಿತ್ತು ಅವನ ಮನ.

ಬೈಕ್‌ನ ಚಕ್ರಗಳು ಅತಿಯಾದ ವೇಗದಿಂದೇನು ಉರುಳಲಿಲ್ಲ. ಆಗಾಗ ನಿಮಿಷಗಳನ್ನು ಲೆಕ್ಕಹಾಕಿಯೇ ನಡಿಗೆ ವೇಗ. ಅದನ್ನು ಲಾಜಿಕ್ ಮಾಡಿಯೇ ಬೈಕ್ ಓಡಿಸಿದ್ದು.

ಮನೆಯ ಮುಂದೆ ಬೈಕ್ ನಿಂತಾಗ ಸ್ವಾಗತಿಸಿದ್ದು ಮಧುರವಾದ ಪರಿಮಳ, ಇಡೀ ಕಾಂಪೌಂಡ್‌ನ ತುಂಬೆಲ್ಲ ಅರಳಿ ನಿಂತಿದ್ದವು ಬಣ್ಣ ಬಣ್ಣದ ಹೂಗಳು. ಸಾಂಪ್ರದಾಯಿಕ ಹೂಗಳ ಸುಗಂಧದೊಂದಿಗೆ ಪೈಪೋಟಿ ನಡೆಸಿದಂತಿತ್ತು.

ಅರ್ಥವಾಗದವಳಂತೆ ಅವನತ್ತ ನೋಡಿದಳು. "ಇದೇನಾ ಅವ್ರ... ಮನೆ?" ಅಂಜು ದನಿ ಕಂಪಿಸಿತು. ಅಷ್ಟೇನು ದಿಟ್ಟೆಯಲ್ಲ. ಅವನಿಂದ ಬಹು ದೂರ ಸರಿದಿದ್ದವಳನ್ನು ಎಳೆ ತಂದಿದ್ದ. ಆ ಕ್ಷಣ ಭೂಮಿ ಆಕಾಶ ಒಂದಾಗಿ ಆರ್ಭಟಿಸಿ ಬಿಡಲಿಯೆನಿಸಿತು.

"ಹೌದು, ಹೇಗಿದೆ.... ಮನೆ? ಸೆಲೆಕ್ಷನ್..... ನಂದೇ" ಎದೆಯುಬ್ಬಿಸಿ ನುಡಿದ. "ನಿನ್ನ ಶುಭ ಹಾರೈಕೆಯಿಂದ ಮಾತ್ರ ನಾವುಗಳು ಸುಖವಾಗಿ ಇರಬಲ್ಲೆವು. ಅಪ್ಪನ ಆಯ್ಕೆಯ ಶ್ರೀಮಂತ ಹುಡ್ಗೀ ಅಲ್ಲೇ ಇರ್ತಾಳೆ. ಅಲ್ಲಿಗೂ ಇಲ್ಲಿಗೂ ಓಡಾಡಿಕೊಂಡಿದ್ರೆ ಸಾಕು. ಫುಲ್ ಟೈಮ್ ವರ್ಕ್... ಬೇಕಾದ್ರೆ ವಾರಕ್ಕೊಮ್ಮೆ ಸೋನಾಪುರಕ್ಕೆ ಭೇಟಿ.... ಕೊಡ್ಲೇ?" ಕೀಟಲೆ ಮಾಡಿದ.

"ಬೇಡ, ಖಂಡಿತ ಆ ತಪ್ಪು ಮಾಡ್ಬೇಡಿ. ಒಳ್ಳೆಯ ಜನರಿಗೆ ಕೋಪ.... ಬಂದ್ರೆ ತೀರಾ ಅಪಾಯ" ಎಂದು ನುಡಿದಳು.

"ನಮ್ಮ ತೋಟಕ್ಕೆ ಎಲ್ಲಿ ಗೊಬ್ಬರವಾಗಿಬಿಡ್ತೀನೋಂತ ನಿಂಗೆ... ಹೆದ್ರಿಕೆ" ಎಂದ ಕೂಡಲೆ ಅವನತ್ತ ತಿರುಗಿದಳು. ಕಣ್ಣುಗಳಲ್ಲಿದ್ದಿದ್ದು ಬರೀ ಹೆದರಿಕೆ. "ಏನೇನೋ.... ಹೇಳ್ಬೇಡಿ. ನೀವು ಬರೋದ್ಬೇಡ. ಡೈವೋರ್ಸ್ ಪೇಪರ್ಸ್‌ಗೆ ಸಹಿ ಹಾಕ್ಸಿಕೊಂಡ್ಬಿಡಿ. ಮತ್ತೆ ನಿಮ್ಮ ಬದ್ಕಲ್ಲಿ ನಾನು, ನನ್ನ ಜೀವನದಲ್ಲಿ ನೀವು ಎಂದೂ.... ಬರೋದ್ಬೇಡ?" ಹೇಳಿದಳು.

ಮುಗುಳು ನಗುತ್ತ ಹೋಗಿ ಡೋರ್ ಲಾಕ್ ಓಪನ್ ಮಾಡಿದ. "ಗುಡ್, ಬಹಳ ಧೈರ್ಯವಂತೆ. ಸ್ಪಷ್ಟವಾಗಿ ಮಾತಾಡಿದ್ದಕ್ಕೆ.... ಥ್ಯಾಂಕ್ಸ್. ಇನ್ನು ಬಲಗಾಲು ಒಳಗಿಟ್ಟು ಬಂದು ಶುಭ ಹಾರೈಸಿ ಬಿಟ್ರೆ... ಸಾಕು!" ಸ್ವಾಗತಿಸುವಂತೆ ಮುಗುಳ್ನಗುತ್ತ ಕೈ ಮಾಡಿದ.

ಹಾಲ್‌ನಿಂದ ಹಿಡಿದು ಎಲ್ಲಾ ತೋರಿಸಿ ಬೆಡ್‌ರೂಂಗೆ ಕರೆದೊಯ್ದ, ವಿಶಾಲವಾದ ಮಂಚ. ಅದನ್ನು ಆವರಿಸಿದ್ದ ಗುಲಾಬಿಯ ಪರದೆ. ಅದೇ ತಿಳಿಬಣ್ಣದ ಕರ್ಟನ್‌ಗಳು ಕಿಟಕಿಗಳಿಗೆ. ಕಲಾತ್ಮಕ ಜೋಡಿಕೆ ಎಲ್ಲದರಲ್ಲೂ ಗ್ಲಾಡಿಯೋಲಸ್‌ನ ಒಂದು ಗೊಂಚಲು ಮಿರುಗು ಆಲಂಕಾರಿಕವಾಗಿತ್ತು ಕ್ಷಣ ಮೈಮರೆಯುವಂತಾಯಿತು.

"ಅಂಜು...." ಎಂದ ಬೆಚ್ಚಿಬಿದ್ದಳು.

ಅವಳು ಎರಡು ಭುಜಗಳ ಮೇಲೂ ಕೈಯಿಟ್ಟು ಕೂಡಿಸಿದ ಛೇರ್ ಮೇಲೆ. "ಸ್ವಲ್ಪ ಕೇಳು, ನೀನು ನಾರಾಯಣ್ ಅವ್ರ ಮಗ್ಳು, ಅವ್ರ ಒಳ್ಳೆಯತನ, ಸೌಜನ್ಯ ನಿನ್ನಲಿದೆ. ನಾನು ನೂರಕ್ಕೆ ನೂರರಷ್ಟು ನನ್ನಲ್ಲಿ ಇಲ್ಲವಾದ್ರೂ ಹತ್ತು ಪರ್ಸೆಂಟಾದ್ರೂ ಇದೆ. ಆರ್ಥಿಕ ಭದ್ರತೆಯೆ ನನ್ನ ಮೊದಲ ಗುರಿ. ನಂತರವೇ ಜೀವನ ಪ್ರಾರಂಭ" ದೃಢವಾಗಿ ನುಡಿದ.

ಅವಳ ಶುಭ್ರ ಕಣ್ಣುಗಳು ಮೊದಲು ಗಾಬರಿ ಪ್ರಕಟಿಸಿದರೂ, ನಂತರ ಮಿನುಗಿದ್ದು ಆರಾಧನೆ.

"ಹಟದ ಹುಡ್ಗೀ, ಹಣದ ಹೆಣ್ಣು, ಪ್ರೀತಿಯ ಹೂವು ಎಲ್ಲಾ ನೀನೇ. ನನ್ನ ಪ್ರಕಾರ ಬದ್ಕಿಗೆ ಒಂದೇ ಹಣ್ಣು. ಕೆಲವೊಮ್ಮೆ ಅದೇ ಕಷ್ಟ. ಇನ್ನ.... ಮೂರು" ಜೋರು ನಗೆಯೊಂದಿಗೆ ಅವಳನ್ನು ಬಾಹುಗಳಲ್ಲಿ ತುಂಬಿಕೊಂಡ.

●